காஞ்ச அய்லய்யா, அரசியல் சிந்தனையாளரும் செயற்பாட்டாளருமான இவர், ஓஸ்மானியா பல்கலைக்கழகத்தின் அரசியல் துறையில் பேராசிரியராகப் பணியாற்றி ஓய்வு பெற்றவர்; அக்டோபர் 1952இல் வாரங்கல் அருகில் பிறந்தவர். தெலுங்கு மற்றும் ஆங்கிலத்தில் பல நூல்களை எழுதியுள்ளார்.

ஆய்வுக் கட்டுரைகள் ஏராளம் எழுதியுள்ள இவரின் முக்கிய நூல்களாக, தமிழில் வெளிவந்துள்ள *நான் ஏன் இந்து அல்ல, God as a philosopher, Untouchable God, Post Hindu India, Buffalo Nationalisam* ஆகியவற்றைக் குறிப்பிடலாம். CSSEIP, ஹைதராபாத், தேசிய ஆய்வுக்குழு நியூ டில்லி உள்ளிட்ட மத்திய, மாநில அரசுகளின் சமூக முன்னேற்றம் தொடர்பான அமைப்புகளிலும், நேஷனல் புக் டிரஸ்டின் உறுப்பினராகவும் பணியாற்றியுள்ளார். பெருமைகள்: மகாத்மா ஜோதிராவ் பூலே விருது, மான்யவார் கான்ஷிராம் ஸ்மிருதி மஹாநாயக் புரஸ்கார், நேரு ஃபெலோஷிப்.

அக்களூர் இரவி, மயிலாடுதுறையைச் சேர்ந்தவர். தொலைத்தொடர்புத் துறையில் அதிகாரியாக பணியாற்றி ஓய்வுபெற்றவர். நூல்கள் வாசிப்பில் ஆர்வம் கொண்டவர். மொழிபெயர்ப்புத் தளத்தில் ஆர்வமுடன் இயங்கி வரும் இவர், 'வேலையில் முன்னேற', ஒபாமாவின் 'என் கதை', 'இந்தியப் பயணக் கடிதங்கள்', 'ஒரு புது உலகம்' உள்ளிட்ட பத்துக்கும் மேற்பட்ட நூல்களை மொழிபெயர்த்துள்ளார். சுனில் கில்நானியின் 'இந்தியா என்கிற கருத்தாக்கம்' மொழிபெயர்ப்பு நூலிற்காக 'திசையெட்டும்' மொழிபெயர்ப்பு விருது பெற்றவர். *thendralaham@gmail.com*

அரசியல் சிந்தனையாளர்
புத்தர்

காஞ்ச அய்லய்யா

தமிழில்
அக்களூர் இரவி

எதிர் வெளியீடு

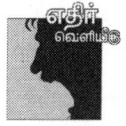

அரசியல் சிந்தனையாளர் புத்தர்
காஞ்ச அய்லய்யா
தமிழில்: அக்களூர் இரவி

முதல் பதிப்பு: பிப்ரவரி 2021
மறுஅச்சு: டிசம்பர் 2021
இரண்டாம் மறுஅச்சு: ஆகஸ்ட் 2025

எதிர் வெளியீடு,
96, நியூ ஸ்கீம் ரோடு, பொள்ளாச்சி - 642 002
தொலைபேசி: 04259 - 226012, 99425 11302

விலை: ரூ. 399

Araciyal Cintanaiyalar Buddhar
God as Political Philosopher: Buddha's Challenge to Brahminism
Author: Kancha Ilaiah

Copyright © Kancha Ilaiah

Translated by: Akkalur Ravi
First Edition: February 2021
Reprint: December 2021
Second Reprint: August 2025

Published by
Ethir Veliyeedu, 96, New Scheme Road. Pollachi - 2.
email: ethirveliyedu@gmail.com
www.ethirveliyedu.com

ISBN: 978-93-90811-04-5
Printed by: Jothy Enterprises, Chennai.
Cover Design: Santhosh Narayanan

All rights reserved. No part of this book may be reprinted or reproduced or utilised in any form or by any electronic, mechanical or other means, now known or hereafter invented, including Photocopying and recording, or in any information storage or retrieval system, without permission in writing from the Publisher.

சமர்ப்பணம்

பல்வேறு பாசிசத் தாக்குதல்களிலிருந்து ஆன்மிக ஜனநாயகத்தைப் பாதுகாக்கும் பணியில் தம் இன்னுயிரை நீத்த அனைத்துத் துறவிகளுக்கும்.

நன்றி

பெருந்தன்மையுடன் பலரும் எனக்கு உதவி செய்துள்ளனர். என் நன்றியை அவர்களுக்குத் தெரிவிக்க விழைகிறேன். ஓஸ்மானியா பல்கலைக்கழகத்தின் அரசியல் விஞ்ஞான துறையில் பி.எச்.டி.க்குச் சேர்ந்தபோது எனக்கு மேற்பார்வையாளராக முனைவர் ரமா எஸ். மேல்கோட்டே இருந்தார். புத்தரின் அரசியல் சிந்தனைகள் மீது எனக்கு ஆர்வம் ஏற்பட்டபோது, அவை குறித்து தொடர்ந்து அவர் ஆலோசனைகள் அளித்தார். பெண்ணியச் செயற்பாட்டாளரான அவர், விமர்சனங்களை முன்வைக்கும் அதேசமயம், அவரது சிந்தனைகளை என்னுடன் பகிர்ந்துகொண்டார். முனைவர் மேல்கோட்டேயின் கொள்கை சார்ந்த மற்றும் அனுபவத்தின் அடிப்படையிலான புரிதல்கள் இந்த நூலின் பெண்கள் குறித்த அத்தியாயத்தை நான் சிறப்புற எழுதுவதற்கு உதவின. முதல் பிரதியைப் படித்த சுசி தாருவும் மதிப்புமிக்க தனது கருத்துகளை என்னுடன் பகிர்ந்துகொண்டார்.

காலஞ்சென்ற திரு.தேவி பிரசாத் சட்டோபாத்யாயா மற்றும் திரு. பார்த்தா சாட்டர்ஜி ஆகியோருடன் இந்த நூலின் உள்ளடக்கம் குறித்து 1990 ஆம் ஆண்டின் கோடையில் விவாதிக்க முடிந்தது. இருவருக்கும் என் நன்றி. பயன்மிக்க ஆலோசனைகளைத் தந்த கோபால் குரு, ஆர்.வி.ஆர் சந்திரசேகர ராவ், கே.சேஷாத்ரி மற்றும் காலஞ்சென்ற மொயின் ஷகிர் ஆகியோருக்கும் என் மனமார்ந்த நன்றி. இந்நூலின் பல்வேறு நிலைகளில் முக்கியமான கருத்துகளை அளித்து உள்ளடக்கத்தைச் செழுமைப்படுத்திய அன்பு நண்பர் முனைவர் சிம்மாத்ரி அவர்களுக்கும் நன்றி கூறுகிறேன். அரசியல் விஞ்ஞான துறையைச் சேர்ந்த எனது சகாக்கள் பலரும் இந்த நூலின் ஆக்கத்தின்போது பயன்மிக்க உதவிகளைச் செய்தனர். அவர்கள் அனைவருக்கும் என் நன்றி.

ஓஸ்மானியா பல்கலைக்கழக நூலகம், கல்கத்தாவின் தேசிய நூலகம், ஹைதராபாத்தின் அன்வேஷி பெண்கள் ஆய்வு மைய

நூலகம், நியூ டில்லியின் நேரு நினைவு அருங்காட்சியகம் மற்றும் நூலகம் ஆகியவற்றிலிருந்து எனது ஆய்விற்கு ஏராளமான ஆதார நூல்களைப் பெற்றேன். பேருதவி செய்த இந்த நூலகங்களின் பணியாளர்கள் அனைவருக்கும் என் நெஞ்சார்ந்த நன்றி. மிகவும் குறிப்பாக, எனது ஃபெலோஷிப் காலத்தில், 1994 முதல் 1997 வரையில், இப்பிரதியை நான் திருத்தி எழுதிக்கொண்டிருந்தபோது ஒத்துழைப்பு நல்கியதுடன் ஊக்கமும் அளித்த நேரு நினைவு அருங்காட்சியகம் மற்றும் நூலகத்தின் அப்போதைய இயக்குநர் பேராசிரியர் ரவீந்திர குமார் அவர்களுக்குத் தனிப்பட்ட முறையில் நன்றி தெரிவிக்க விரும்புகிறேன்.

இந்நூலின் மூலப்பிரதியின் அமைப்பையும் மொழியையும் மேம்படுத்துவதில் சம்யா பதிப்பகத்தின் எடிட்டர் ரிமி. பி.சாட்டர்ஜி ஆற்றிய பெரும்பணியைக் குறிப்பிட்டுச் சொல்லவேண்டும். நூற்பட்டியலைத் தொகுப்பதில் முனைவர் அமித் ஜோதி சென் உதவினார். இருவருக்கும் என் நன்றி. என் சகோதரன் கே.கட்டய்யா, அவர் மனைவி கே.பாரதி, மகள் ரமா, மகன்கள் கிருஷ்ணகாந்த், நரேஷ், சுரேந்தர் ஆகியோருக்கும் என் நன்றியை உரித்தாக்குகிறேன். வீட்டின் தேவைகளைச் சிரத்தையுடன் இவர்கள் கவனித்துக் கொண்டதால்தான் என்னால் முனைவர் பட்டம் பெறமுடிந்தது. இந்த நூலை எழுத முடிந்தது. பொருளியல் துறையின் திரு.ராமலிங்கம், சமுதாய அறிவியல் துறையின் டீன் அலுவலகத்தில் பணிபுரிந்த செல்வி சாந்தா ஆகிய இருவரும் நூலின் பகுதிகளைத் தட்டச்சு செய்து தந்தனர். தரவுகளைப் பதிவு செய்தனர். இருவருக்கும் என் அன்பு நிறை நன்றி.

- காஞ்ச அய்லய்யா

உள்ளடக்கம்

- மொழிபெயர்ப்பாளர் குறிப்பு... | 11
- ஓர் அடிப்படைப் புரிதலுக்காக... | 15
- நமக்கான புத்தர் | 19
- அறிமுகம் | 25

1. புத்தர், பௌத்தம் குறித்து அறிஞர்கள் | 35
2. பௌத்தத்திற்கு முந்தைய சமுதாயம் | 58
3. கௌதம புத்தரின் வாழ்வும் தத்துவமும் | 88
4. அரசும் அதன் தோற்றமும் | 115
5. நீதிமுறை, ஜனநாயகம், நிர்வாகம் | 154
6. சொத்து, உரிமைகள், கடமைகள் | 190
7. வர்க்கமும் சாதியும் | 230
8. பெண்கள் | 259

- முடிவுரை | 297
- நூற்பட்டியல் | 324

மொழிபெயர்ப்பாளர் குறிப்பு...

மயிலாடுதுறை மாவட்டம் பெருஞ்சேரி என்ற பிருஹத்ரேனிபுரத்தில் புத்தர் சிலை ஒன்று உள்ளது. அந்த ஊரில் தங்கித்தான் என் பள்ளிப்படிப்பை முடித்தேன். கிராமத்தின் முக்கியமான பகுதியிலிருந்த அந்த 'ரிஷி' கோவிலை, மாசி மகத்தையொட்டி நடைபெறும் திருவிழா அன்றைக்குத்தான் எல்லோரும் கவனிப்பார்கள். கோவிலுக்குமுன் பந்தல் போடுவார்கள். வாசலில், இரண்டடி உயரத்திற்கு மண் பொம்மைகள் செய்துவைப்பார்கள். வழுவூருக்குத் திரும்பச் செல்லும் சிவபெருமான், அந்த மண் பொம்மைகளை உடைத்தெறிந்து விட்டுச் செல்வார். கடவுளின் சார்பில், அவரைத் தூக்கிச் செல்லும் பக்தர்கள்தான் அக்காரியத்தைச் செய்வார்கள். 'ரிஷியின் தவங் கலைத்தல்' என்று கூறப்படும் நிகழ்வை ஒட்டி நடைபெறும் இந்தச் சம்பவம் ஒரு குறியீடு.

கல்லூரி முடித்த பிறகு அறிஞர் மயிலை.சீனி.வேங்கடசாமியின் 'பௌத்தமும் தமிழும்' படித்த பிறகுதான், அந்த 'ரிஷி', தமிழகமெங்கும் சிலைகளாகப் பரவிக் கிடந்த/கிடக்கும் புத்தர்களில் ஒருவர் என்று தெரிந்தது. தமிழகத்தில் பக்தி இயக்கம் வளர ஆரம்பித்த பிறகு ஜைனர்களையும் பௌத்தர்களையும் வென்றெடுக்க சைவர்கள் செய்த எதிர்வினைகளில் ஒன்றாக, மரபுவழியில் தொடர்ந்த பழக்கமாக மேற்கண்ட செயலை உருவகம் செய்யமுடியும்.

இமய மலையின் அடிவாரத்தில் பிறந்த புத்தர் தோற்றுவித்த பௌத்தம், ஏறத்தாழ இந்தியாவின் கடைக்கோடியிலிருக்கும் ஒரு கிராமத்தில் நன்கு நிலைபெற்று இருந்திருக்கிறது என்பதை இதன்மூலம் அறியமுடிகிறது.

பௌத்தமும் தமிழும் நூலில், 'ஏறக்குறைய கி.மு.இரண்டாம் நூற்றாண்டு முதல் கி.பி. பத்தாம் நூற்றாண்டு வரையில் இந்த மதம் தமிழ்நாட்டில் உயர்நிலை பெற்றிருந்தது' என்கிறார்

திரு.வேங்கடசாமி. இந்தியா முழுவதும் பரவியிருந்த, ஜைனத்தைவிட பௌத்தம் மக்களால் அதிகம் விரும்பப்பட்டது. அக்காலத்து வாழ்க்கை முறையிலிருந்த சீர்கேடுகளுக்கும், பிராமணிய ஆதிக்கம் முன்னிறுத்திய வாழ்க்கை முறைகளுக்கும் எதிராகவே சங்கம் என்ற அமைப்பை புத்தர் தோற்றுவித்தார். நிச்சயமாக ஒரு மதமாக அல்ல. அந்த வாழ்க்கைமுறை மக்களின் அக உணர்வுகளோடு இணைந்து போனதால்தான் மக்களின் ஆதரவு பெற்ற வாழ்வு முறையாகப் பரவியது.

நடைமுறையில் அவர்கள் சந்தித்த துன்பங்களிலிருந்து இந்த வாழ்வு முறை மக்களுக்கு விடுதலை தந்தது என்பதுடன், முறையான வாழ்க்கையை அளித்தது. மனிதர்களுக்கு சுதந்திரத்தையும் மதிப்பையும் தந்தது. 'அம்பேத்கர் கூறுவதுபோல், இந்தியச் சமுதாயத்தின் அடிவயிற்றில் உதித்த புரட்சிகளை, பிராமணிய எதிர்ப்புரட்சி திரும்பத் திரும்ப தோற்கடித்தது.' அவ்வாறு தோன்றிய முதல் புரட்சியும், தோற்கடிக்கப்பட்ட முதல் புரட்சியும் பௌத்தம்தான்.

பௌத்தம் தோன்றிய இடத்திலேயே தேய்ந்து அருகிப்போனது. ஹிந்துயிசம் பௌத்த வாழ்க்கை நெறியின் குறிப்பிட்ட சில அம்சங்களை உள்வாங்கிக் கொண்டது, புத்தரையும் பௌத்தத்தையும் ஹிந்து மயமாக்கியது. திட்டமிட்ட செயல்பாடுகள் அந்த மதத்தை அழித்தன. பௌத்தத்தில் ஏற்பட்ட சீர்குலைவும் அதனோடு சேர்ந்துகொண்டது. கிறித்துவமும், இஸ்லாமும் உலகம் முழுவதும் பரவியிருக்கின்றன. பௌத்தமும் கீழ்த்திசை நாடுகளில் பரவியது. எனினும், பௌத்தம் அடிநாதமாகக் கொண்டுள்ள அகிம்சையும் பன்மைத்துவமும் அந்த நாடுகளில் எழுச்சி பெறவில்லை என்பதையும் கணக்கில் கொள்ளவேண்டும். உலகத்தின் மூத்த தத்துவமாகக் கருதப்படும், பிற்காலத்தில் மதமாக உருவான ஹிந்துத் தத்துவத்தின் சில அம்சங்கள் சில நாடுகளில் பரவியிருக்கின்றன என்றாலும், மற்ற இரு பெரிய மதங்களைப்போல் ஏன் உலகின் மற்ற நாடுகளுக்கு பரவவில்லை என்பது இயல்பாகவே எழும் ஒரு வினா. இந்தியாவிற்கே உரிய வருணமும் சாதியும் அதற்கு ஒரு முக்கிய காரணமாக இருக்கலாம்.

பேராசிரியர் காஞ்ச அய்லய்யா, பௌத்தத்தின் பரிணாம வளர்ச்சியை இந்த நூலில் மிக அழகாக விவரிக்கிறார். பௌத்தச் சிந்தனை மக்கள் மத்தியில் மட்டுமின்றி, பேரரசர்கள் மத்தியிலும்

பெற்றிருந்த, செல்வாக்கையும், பெண்களுக்குச் சங்கம் அளித்த முக்கியத்துவத்தையும் விடுதலையையும் தகுந்த ஆதாரங்களுடன் விவரிக்கிறார். பௌத்தம் ஒரு மதமல்ல, ஓர் அரசியல் சிந்தனை. புத்தர் ஓர் அரசியல் சிந்தனையாளர்; உலகின் பல சிந்தனையாளர்களுக்கும் தத்துவவாதிகளுக்கும் முன்னோடியாக விளங்குகிறார் என்று நிறுவுகிறார்.

பௌத்தம் பற்றி அறிந்துகொள்ள, புத்தரை ஒரு சிந்தனையாளராக ஆய்வு செய்ய இதுவொரு முக்கியமான நூல். இந்த நூலைச் சிந்தனையாளர் பேரவையின் நிறுவனர் தோழர் பீட்டர் துரைராஜ் ஐந்து ஆண்டுகளுக்கு முன்பு என்னிடம் தந்து, மொழிபெயர்க்கலாம் என்று ஊக்குவித்தார். சென்ற ஆண்டுதான் பேராசிரியர் காஞ்ச அய்லய்யாவின் அனுமதி கிடைத்தது. பேராசிரியரின் அன்பிற்கும் பெருந்தன்மைக்கும் பெரும் நன்றி. இவை வெறும் சொற்களே.

மொழிபெயர்ப்பு பிரதிகளைப் படித்து மூல நூலுடன் ஒப்பிட்டுச் சரிபார்த்துத் தந்த தோழர், எழுத்தாளர் எஸ்ஸார்சியின் பொறுமைக்கும் உதவிக்கும் மனமார்ந்த நன்றி. எப்போதும் போல் ஊக்கம் தந்து உற்சாகப்படுத்தும், ஆலோசனைகள் நல்கும் தோழர் பட்டாபி, பாலி/சம்ஸ்கிருத சொற்கள் தொடர்பான என் சந்தேகங்களுக்கு உதவிய எழுத்தாளர் கிருஷாங்கினி ஆகியோருக்கு என் உளங்கனிந்த நன்றி.

இந்த மொழிபெயர்ப்பு துறையில் நான் தடம் பதிக்க உதவியாக இருந்த தோழர் மருதன் அவர்கள் இந்த நூலுக்கு நல்லதொரு அறிமுகவுரை எழுதியுள்ளார். என்னைத் தொடர்ந்து உற்சாகப்படுத்திக் கொண்டிருப்பவர். நண்பருக்கு நெஞ்சார்ந்த நன்றி. எனது வேண்டுகோளை ஏற்று இந்த நூலை நல்ல முறையில் வெளிக்கொணரும் எதிர் வெளியீடு பதிப்பகம் மற்றும் நண்பர் அனுஷ் ஆகியோருக்கு என் நன்றியை உரித்தாக்குகிறேன். என் மொழிபெயர்ப்பு பணிகளுக்கு என் மனைவி சித்ராவும் மகனும் எப்போதும் உதவியாக இருக்கிறார்கள். அவர்களுக்கும் தளரா ஊக்கம் தரும் ராம்கி, அவரது சகோதரர் ரகு போன்ற நண்பர்களுக்கும் என் அன்பார்ந்த நன்றி.

அக்களூர் இரவி,
சிட்லபாக்கம்,
சென்னை-64
25-12-2020

ஓர் அடிப்படைப் புரிதலுக்காக...

மூல நூலில் குறிப்பிடப்பட்டிருக்கும் பாலி/சமஸ்கிருத ஆங்கிலச் சொற்களும், அவற்றிற்கான தமிழ் உச்சரிப்புகளும், எளிய விளக்கமும்...

1. **ஜாதகங்கள்/ஜாதகக் கதைகள்** - *Jatakas*: பௌத்த இலக்கியங்கள் என்று அழைக்கப்படும் இவை, புத்தரின் முற்பிறவியைக் குறிப்பதாக எழுதப்பட்ட கதைகள். பொதுவாக, கதையின் முக்கியப் பாத்திரத்தின் பெயரை ஒட்டி, அக்கதைக்குப் பெயரிடப்படுகிறது. பௌத்தத்திற்கு முந்தைய காலகட்டத்தை மதிப்பிட ஆய்வாளர்கள் இக்கதைகளை ஆய்வுக்கு எடுத்துக் கொள்கின்றனர். இந்த நூலில் குறிப்பிடப்படும் ஜாதகக் கதைகள்: உத்தாலக்க ஜாதகம் (*Uddalaka Jataka*), ஜுன்ஹா ஜாதகம் (*Junha Jataka*), புரிதத்த ஜாதகம் (*Bhuridatta Jataka*), ஸ்வேதகேது ஜாதகம் (*Svetaketu Jataka*), வசந்தரா ஜாதகம் (*Vassantara Jataka*), கும்கார ஜாதகம் (*Kumkara Jataka*), அலினசிட்ட ஜாதகம் (*Alinacitta Jataka*), கதா ஜாதகம் (*Ghata Jataka*), மகாசிலவ ஜாதகம் (*Mahasilava Jataka*), ஏகராஜா ஜாதகம் (*Ekaraja Jataka*).

2. **பிடகங்கள் – *Pitaka*:** பௌத்த மதத்தின் / புத்தரின் உபதேசங்களின் தொகுதிகள்; பிடகம் என்பதற்கு, கூடை என்பது பொருள். புத்தர் இறந்த சில நூற்றாண்டுகளுக்குப் பின்னர் எழுத்து வடிவில் பதிவு செய்யப்பட்ட இவை, பெரும்பாலும் பாலி மொழியில் கிடைத்துள்ளன. மூன்று முக்கிய தொகுதிகளாகப் பிரிக்கப்பட்டிருக்கும் இவை திரிபிடகங்கள் என்று அழைக்கப்படுகின்றன. அவை 1. சுட்ட பிடகம். 2.விநயப் பிடகம். 3.அபிதம்ம பிடகம்.

சுட்ட பிடகத்தில், 1.அங்குத்தர நிகாயம், 2.திக நிகாயம், 3. குத்தக நிகாயம், 4.மஜ்ஜிம நிகாயம், 5. சம்யுத்த நிகாயம் ஆகியன அடங்கும். பாலி மொழியில் நிகாயம் என்றால், தொகுதி அல்லது பாகம்.

சுட்டவிபாங்கம், காந்தகம், பரிவாரா என்று மூன்று பிரிவுகளாக விநய பிடகம் பிரிக்கப்பட்டுள்ளது.

பௌத்த தத்துவத்தையும் கோட்பாட்டையும் அபிதம்ம பிடகம் விவரிக்கிறது.

3. **சுட்டங்கள் – Sutta:** பாலி அல்லது சம்ஸ்கிருதத்தில் சூத்திரம் என்று பொருள். இதற்கு பாலியில் 'சுத்த' என்பதே உச்சரிப்பு என்கின்றனர். நூலில் நான் வாக்கிய அமைவை உத்தேசித்து ஆங்கில உச்சரிப்பான 'சுட்ட' 'சுட்டங்கள்' என்பதைப் பயன்படுத்தியுள்ளேன்.

4. **மகா பரிநிப்பான சுட்டா - Maha Parinibbana Sutta:** புத்தர், அவரது இறுதி ஆண்டுகளில் ஆற்றிய உபதேசங்கள், அவரது நடவடிக்கைகள் மற்றும் அவரது இறப்பு பற்றி விவரிக்கும் தொகுதி.

5. **தம்ம சக்கர பவத்தன சுட்டா - Dhamma Chakka Ppabattana Sutta:** பௌத்தத்தின் இதயமாகக் கருதப்படும் தம்மம் பற்றிய உபதேசங்கள் அடங்கிய தொகுதி.

6. **தவிக்கா சுட்டா - Tevigga Sutta:** வேதங்கள் குறித்த விளக்கங்கள் அடங்கிய தொகுதி.

7. **துல்வா - Dulva:** விநயப் பிடகம் திபெத்திய மொழியில் இவ்வாறு அழைக்கப்படுகிறது; துல்வா என்றால் புத்தரின் வாழ்க்கை என்றும் பொருள்.

8. **சுல்லவக்கம் - Chullavagga, மகாவக்கம் - Mahavagga:** தேராவாதம் தொகுத்திருக்கும் விநயப்பிடகத்தின் இரு தொகுதிகள்.

9. **உதானாவக்கம் - Udanavagga:** பௌத்த நீதிகளைத் தொகுத்து வழங்கும் சம்ஸ்கிருத செய்யுள்களின் திரட்டு; மிகப் பழமையானது.

10. **சங்கம்** - *sangha:* பௌத்த மடாலய அமைப்பு, பிக்குகளின் அவை.

11. **தம்மம்** - *Dhammam:* பௌத்த நெறிக் கொள்கைகள்; ஹிந்துத் தர்மத்திலிருந்து புத்தர் முன்வைத்த தம்மம் முற்றிலும் வேறானது.

12. **ததாகதா** – *Tathagata:* ததாகதர்; சித்தார்த்தர் புத்த நிலை அடைந்ததும் அளிக்கப்பட்ட கௌரவ பட்டம்.

13. **சார்வாகம்** – *Charvakam:* லோகாயதம் என்றும் அழைக்கப்பட்டது; பண்டைய இந்தியாவின் பொருள்முதல் வாதம் பேசிய சிந்தனைப்பிரிவு.

14. **ஜனபதா (ஜனராஜ்யம்)**- *Janapada,* **மகாஜனபதா** –*Mahajanapada:* வேதகாலத்திலிருந்த ராஜ்யங்கள்; வலிமை மிக்க ஜனபதாக்கள் மற்ற ஜனபதாக்களை யுத்தம் மூலமோ, வேறுவகையிலோ ஒன்றிணைத்துக் கொள்ளும்போது, மகாஜனபதாக்கள் உருவாகின. பதினாறு பெரும் மகாஜனபதாக்கள் தோன்றியபிறகு இவை அவற்றால் சேர்த்துக்கொள்ளப்பட்டன.

15. **நிப்பானம்** - *Nibbana:* நிர்வாணம்/ துறவு நிலை

16. **கஹபதி** (*Gahapati*- **கிருஹபதி**)*:* அடிமைகளையும், வேலைக்காரர்களையும் பணியமர்த்தியிருந்த செல்வ வளம் மிக்க குடும்பஸ்தர்கள்.

17. **குடும்பிகள்** – *Kutumbikas:* நிலம் வைத்திருந்த கிராமத்தின் பணக்காரர்கள்; கஹபதிகளும், குடும்பிகளும் பின்னாட்களின் வைசிய வர்க்கத்திற்குள் உள்வாங்கிக் கொள்ளப்பட்டனர்.

18. **பிராமணங்கள்** - *Brahmanas:* சம்ஹிதைகள் - வேத மந்திரங்களுக்கான உரைகளுடன், அவற்றின் நடைமுறைப் பயன்பாடுகளை விளக்கும் நூல். சம்ஹிதை என்றால் ஒழுங்குப்படுத்தப்பட்டுத் தொகுக்கப்பட்டவை என்று பொருள்.

19. **சதபத பிராமணம்** - *Sadapada Brahmanam:* நூறு தொகுதிகளைக் கொண்டது. சுக்ல யஜூர் வேதத்துடன் தொடர்புடைய மந்திரங்களின் விளக்கங்கள், வேதக் கிரியைகளின்

நடைமுறைகள், வரலாறு ஆகியன முறையாக, முழுமையாகத் தொகுக்கப்பட்டுள்ள ஒரு பிராமணம்.

20. **சமண பிராமணியம்** - *Samana Brahmaniyam:* சம்ஸ்கிருதத்தில் ஸ்ரமண பிராமணியம் என்பது பாலி மொழியில் சமண பிராமணியம் என்று அறியப்படுகிறது. 'சமண' என்பதற்கு உடலை வருத்தி கடுமையான தவமிருப்பவர் என்று பொருள். கடும் தவமும் இன்னா செய்யாமையும் சமணர் பண்பு. பிராமணியம்- அந்தணத் தகுதி.

21. **மத்ஸயநியாயம்** - *Matsyanyaya:* மீனின் விதி; பெரிய மீன், சிறிய மீனை உணவுக்காக விழுங்குவது இயல்பு என்ற அடிப்படை இயற்கை விதியின் அடிப்படையில் கௌடில்யர் வகுத்தது; வலுத்தவன் வாழ்வான் என்ற வனத்தின் விதிக்கு இணையானது.

22. **அநேகந்த வாதம்** - *Anekanta Vada:* அநேக+அந்தங்கள்; ஒவ்வொன்றும் ஒவ்வொரு முனையிலிருந்து நோக்க சரியாக இருப்பதாக தோன்றும், ஒன்றிற்குப் பல முடிவுகள் உண்டு என்ற ஜைனம் முன்வைத்த கருத்து.

23. **சியாத் வாதம்** - *Syad Vada:* எப்பொருளைப் பற்றியும் எந்த முடிவும் முடிந்த முடிவாக இருக்காது. ஒரு கோணத்திலிருந்து பார்க்கையில் தவறாக இருக்கும் ஒன்று மற்றொரு கோணத்தில் சரியாக இருக்கலாம் என்னும் ஜைனம் முன்வைத்த கருத்து.

24. **சப்த-பாங்கினயம்** - *Sapta Bhanginaya:* மேற்கண்டவாறு பல முடிவுகளை வந்தடைவதற்கான ஏழு விதமான வழிகள்/ ஏழு பகுதிகள்.

25. **உபைஜ்ஹய** - *Upaijjhaya:* ஆன்மீக ஆசிரியர்; உபாத்தியாயர்

நமக்கான புத்தர்

பௌத்தத்தை அது தோன்றிய காலத்தில் பொருத்தி விரிவாக ஆராயும் நூல்களில் பெண்ணியவாதியும் வரலாற்றாசிரியருமான உமா சக்ரவர்த்தியின் படைப்பான *The Social Dimensions of Early Buddhism (1996)* முக்கியமானது. பல வகைகளில் முன்னோடியான படைப்பும்கூட. எப்படிப்பட்ட சமூகத்தில் பௌத்தம் உருவானது, அது உருவானபோது நிலவிய சமூக, அரசியல், பொருளாதார சூழல் எத்தகையது என்பன போன்ற அடிப்படையான கேள்விகளை எழுப்பிக்கொண்டு விடைகளை நாடிச் செல்லும் ஆய்வுநூல் இது.

இந்நூல் வெளிவந்து கிட்டத்தட்ட ஐந்தாண்டுகளுக்குப் பிறகு காஞ்ச அய்லய்யா ஷெப்பர்டின் *God as Political Philosopher (2001)* வெளிவந்துள்ளது. 'புத்தரை நம் காலத்துக்கு அறிமுகம் செய்யும் பணியில் அயோத்திதாசர், ராகுல் சாங்கிருத்யாயன், அம்பேத்கர் ஆகியோரின் மரபின் தொடர்ச்சியாக காஞ்ச அய்லய்யா திகழ்கிறார்' என்கிறார் உமா சக்கர்வர்த்தி.

சாதியமைப்பு, சமூக நீதி, தலித் அரசியல் ஆகியவற்றைக் கோட்பாட்டு நோக்கில் ஆராயும் சமூக அறிவியலாளர்களில் முக்கியமானவர், கோபால் குரு. காஞ்ச அய்லய்யாவின் புத்தர் இவரையும் கவர்கிறார். 'பண்டைய இந்தியாவைப் புத்தரைக் கொண்டு புரிந்துகொள்வதே சரியாக இருக்கும் என்பது அம்பேத்கரின் வாதம். காஞ்ச அய்லய்யாவின் பார்வையும் அதுதான்' என்கிறார் கோபால் குரு. பண்டைய கிரேக்கத் தத்துவவியலாளர்களோடு புத்தரை இணைத்து விவாதிக்கும் பெரும்பணியை காஞ்ச அய்லய்யா செய்திருப்பதாகவும் குறிப்பிடுகிறார் கோபால் குரு.

'அரசியல் சிந்தனையாளர் புத்தர்' என்னும் தலைப்பில் தமிழில் வெளிவரும் காஞ்ச அய்லய்யா ஷெப்பர்டின் இந்த நூல், ஏன் புத்தர்

குறித்த மற்றுமொரு நூலல்ல என்பதை மேற்கூறிய இரு ஆய்வாளர்களின் கருத்துகள் நமக்கு உணர்த்தும். பௌத்தத்துக்கு முந்தைய சமூகத்தில் தொடங்கி புத்தரின் வாழ்வையும் சிந்தனைகளையும் மட்டுமின்றி அவர் கட்டமைத்த சங்கத்தின் செயல்பாடுகளையும் ஆழமாகவும் அழகாகவும் அறிமுகப்படுத்துகிறது இந்நூல்.

'நான் ஏன் இந்து அல்ல?' என்னும் நூல் மூலம் இந்தியா முழுவதிலும் அதிர்வலைகளை ஏற்படுத்திய காஞ்ச அய்லய்யாவின் இந்நூல் புத்தரை முன்வைத்து அதே போன்ற அதிர்வலைகளை ஏற்படுத்தும் ஆற்றலைக் கொண்டிருக்கிறது. உமா சக்கரவர்த்தி போல் புத்தரை அவர் வாழ்ந்த காலத்தோடு இணைத்து ஆராயும் அதேசமயம், அம்பேத்கர் வழியில் புத்தரை நம் காலத்துக்கும் தக்கமுறையில் மறுஅறிமுகம் செய்து வைக்கிறார் காஞ்ச அய்லய்யா. காஞ்ச அய்லய்யாவின் புத்தர், அவர் காலத்துக்கு எந்த அளவுக்குத் தேவைப்பட்டாரோ அதே அளவுக்கு நமக்கும் தேவைப்படுபவராக இருக்கிறார்.

புத்தரின் காலம் எப்படி இருந்தது? 'ஒருபுறம் மிகத் தீவிரமான வலது சிந்தனைகளும் சடங்குகளும், மூடநம்பிக்கைகளும் நிலவிய, பிராமணர்கள் ஆதிக்கம் செலுத்திய சமுதாயம்; மறுபுறம் உலகாயத வாதத்தின் மிகத்தீவிர இடது சிந்தனையுடன் கூடிய பொருள்முதல்வாத பகுத்தறிவுச் சிந்தனை.' இதை புத்தர் எப்படிக் கையாண்டார்? 'இந்த இரண்டிற்குமிடையில் நடுநிலைத் தளமொன்றை உருவாக்குவதே அவரது (புத்தரின்) நோக்கம். இவ்வாறு, சாதகமான முறையில் அமைப்புகளில் மாற்றத்தை உறுதியான திசைவழியில் ஏற்படுத்தும் செயல்திறனை அவரது சிந்தனை பெற்றிருந்தது.'

இந்த நடுநிலைத் தளத்தை புத்தர் போல் நாமும் பயன்படுத்திக்கொள்வது சாத்தியமா? ஆம் சாத்தியமே என்கிறார் அய்லய்யா. அம்பேத்கரின் வழி என்பது புத்தரின் வழிதான். 'புத்தர் பின்பற்றிய 'நடுநிலைப்பாதை' முறையிலிருந்து அம்பேத்கர் பெரும் பாடம் கற்றுக் கொண்டார். அதன்மூலம் இந்தியாவில் தலித் பகுஜன்களின் நிலையை மாற்றுவதில் குறிப்பிடத்தக்க வெற்றியைப் பெற்றார். புத்தரைக் கவனமாகப் படித்ததின் காரணமாக, இந்து, கிறித்துவம், இஸ்லாம், மார்க்சிய பாணிகளில் அமைப்பைக் கட்டமைக்கும் முறையிலிருந்து அம்பேத்கர் விலகி நின்றார். இந்தத் தேசத்திற்கு மிகவும் பொருத்தமானது புத்தரின் வழிமுறைதான் என்று தெரிவுசெய்தார்.'

சாதி அமைப்பைப் புத்தர் எதிர்கொண்ட விதம் இந்நூலில் விரிவாக ஆராயப்பட்டுள்ளது. அதே போல் புத்தரின் சங்கம் தனிக்கவனத்தோடும் புதிய ஆய்வு நோக்கோடும் அறிமுகப்படுத்தப்பட்டுள்ளது. 'எல்லோரும் சமம் என்று கூறும் சங்க அமைப்பைப் புத்தரின் சித்தாந்தம் கட்டமைத்தது; அதன் காரணமாக உற்பத்தித் திறனுக்கும், படைப்புத்திறனுக்கும் எதிரான, ஆன்மீக, சமுதாய, பொருளாதார, அரசியல் செயல்முறைகளில் சமத்துவத்திற்கு எதிராக இயங்கிய பிராமணியம் தற்காப்பு நிலைக்குத் தள்ளப்பட்டது.'

இந்நூலில் வெளிப்படும் புத்தர் அசாதாரணமான திறன்கள் கொண்ட கடவுளாக இல்லாமல், ரத்தமும் சதையும் கொண்ட ஒரு மனிதராக இருக்கிறார். அதனாலேயே அவர் சிந்தனைகளையும் செயல்பாடுகளையும் பல சமயம் கறாரான விமரிசனத் தன்மையோடு அய்லய்யாவால் அணுகமுடிகிறது. எடுத்துக்காட்டுக்கு, பெண்கள் குறித்த புத்தரின் பார்வையிலுள்ள முரண்களை எடுத்துக்காட்டி விவாதிக்க அய்லய்யா தயங்கவில்லை. என்னதான் இருந்தாலும் புத்தர் 'ஆணாதிக்கச் சமுதாயத்தின் உறவுமுறைகளால் கட்டுப்படுத்தப்பட்டவர் தானே!'

அய்லய்யா வந்தடையும் சில முடிவுகளை ஏற்க இயலாதவர்களால்கூட அவர் முன்வைக்கும் தரவுகளையும் அந்தத் தரவுகளின் அடிப்படையில் அவர் கட்டியெழுப்பும் விவாதங்களையும் பொருட்படுத்தாமல் இருக்கமுடியாது. புத்தரின் அரசியல் தத்துவத்தை அதன் விரிவான பொருளிலும் சாத்தியமாகக்கூடிய அத்தனை பரிமாணங்களிலும் அய்லய்யா விவரிக்கும் பாங்கு நம்மைக் கவர்ந்திழுக்கிறது. கல்விப் புலன் சார்ந்து இயங்கும் அறிவுஜீவிகளின் படைப்புகள் பெரும்பாலும் அவர்களுடைய வளாகங்களைக் கடந்து வெளியில் வருவதில்லை. வந்தாலும் பொது வாசகர்களை அவை நெருங்குவதில்லை. நெருங்கும் சிலரோடும் நட்போடு இருப்பதில்லை. தரவுகளோடுகூடிய ஆய்வுநூல்தான் என்றாலும், காஞ்ச அய்லய்யாவின் மொழிநடை தெளிவாகவும் நேரடியாகவும் அமைந்திருப்பதால் எவரும் எந்தச் சிக்கலுமின்றி இந்நூலை எடுத்து, வாசித்து முடித்துவிடமுடியும்.

அக்களூர் இரவியின் சரளமான மொழியாக்கம் அதற்கொரு முக்கியமான காரணம். மொழிபெயர்ப்பு நூலுக்கு இயற்கையிலேயே தனித்த 'வாசம்' இருப்பதுண்டு. இந்நூலில் அதை நீங்கள் எந்த இடத்திலும் உணரமுடியாது. பொருத்தமான சொற்களைக் கையாண்டு, நேர்த்தியாகவும் காத்திரமாகவும் இந்நூலை

மொழிபெயர்த்திருக்கும் இரவிக்கு மனம் நிறைந்த வாழ்த்துகள். இந்த நூலை வெளிக்கொணரும் எதிர் வெளியீடு பதிப்பகத்தாருக்கும் என் வாழ்த்துகள்.

மருதன்
பிப்ரவரி 2021

சர்வாதிகாரத்தின் கூறுகள் எதுவும் புத்தரிடம் காணப்படவில்லை. அவர் ஜனநாயகக் கோட்பாட்டாளராக பிறந்தார். ஜனநாயகக் கோட்பாட்டாளராகவே இறந்தார். அவர் வாழ்ந்த காலத்தில் பதினான்கு முடியரசுகளும் நான்கு குடியரசுகளும் இருந்தன. அவர் சாக்கிய இனத்தைச் சேர்ந்தவர்; சாக்கிய அரசு, ஒரு குடியரசு. வைசாலி அரசை அவர் மிகவும் நேசித்தார். அதுவும் ஒரு குடியரசு என்பதால் அதனை இரண்டாவது வீடாக எண்ணினார்.

-டாக்டர் அம்பேத்கர்
(எழுத்துகளும் உரைகளும், பா.3. பக்கம் 451)

அறிமுகம்

இந்தியாவின் தற்போதைய சமுதாய-அரசியல் சூழல், பல அம்சங்களில் எப்போது வேண்டுமானாலும் வெடிக்கும் நிலையில் இருக்கிறது. நூற்றாண்டுகளாகப் பலருக்கும் மறுக்கப்பட்டிருந்த கல்வி சமுதாயத்தின் எல்லாப் பகுதிகளுக்கும் பரவிக் கொண்டிருக்கிறது. அப்பகுதியைச் சேர்ந்தவர்களின் கோரிக்கைகள் பெருகி வருகின்றன. அவர்களது போராட்டங்களும் புதிய வடிவங்களை எடுக்கின்றன. போராட்டம் ஒவ்வொன்றின் வேர்களும் நிகழ்காலத்தையும் தாண்டி வேறொரு காலகட்டத்திற்குள் ஊடுருவிச் செல்கின்றன. அந்தப் போராட்டங்களை வலிமைப்படுத்தவும், எதிர்காலத்தின் மீது செல்வாக்கு செலுத்தும் இயக்கமாக அவற்றை மாற்றவும் அந்த வேர்களைப் புரிந்துகொள்ள வேண்டியது அவசியம்.

சமுதாயத்தின் முரண்பாடுகளுக்கான தீர்வை உள்ளடக்கிய இயக்கவியல் செயல்முறைகள்தான் மாற்றங்களைக் கொண்டுவருகின்றன. அந்தச் செயல்முறை, அமைதி வழியிலோ அல்லது வன்முறை மூலமோ இருக்கலாம். அத்தகைய மாற்றத்தின் அரசியல் அடிப்படையில் சிக்கலானது. இந்த மாற்றத்தில் தொடர்புடைய சமுதாயக் குழுக்களும், மோதிக் கொண்டிருக்கும் குழுக்களின்/வர்க்கங்களின்/சாதிகளின் சித்தாந்தங்களும், சமுதாயத்தின் பொருளாதார நிலைமைகளும் மாற்றத்தின் திசையைச் சுட்டுகின்றன. இருப்பினும், அந்த மாற்றம் நிஜமானதாக இல்லாமல், பெருமளவில் மேலோட்டமானதாக இருக்கச் சாத்தியமுள்ளது. ஏனெனில், ஆதிக்கம் செலுத்தும் வர்க்கமோ/சாதியோ அல்லது அதன் சித்தாந்தமோ, தனக்கு எதிரான கொள்கையை உள்வாங்கிக்கொள்கிறது அல்லது தன்னுடன் இணைத்துக்கொள்கிறது. நீடித்த இருப்பிற்கான செயல் தந்திரமே இது. ஹிந்து சமுதாயத்தை ஆதிக்கம் செய்யும் பிராமணிய சித்தாந்தம்

இந்நாள் வரை உயிர்த்திருப்பது, அடிப்படையில் இதைப்போன்ற செயல் தந்திரங்களால்தான்.

சாதிய ஆதிக்கம் நிறைந்த, படிநிலை அமைப்பு கொண்ட சமுதாயக் கட்டமைப்புகளைக் கேள்விக்குள்ளாக்கி, முக்கியமான மாற்றங்களை ஏற்படுத்திய இயக்கங்கள் பல இருந்தன. ஆனால், எதனாலும் இந்தச் சமுதாயத்தின் அதிகார உறவுகளில் குறிப்பிடத்தக்க மாற்றங்களை உண்டாக்க முடியவில்லை.

பிராமணியத்திற்கு மாற்றாகத் தோன்றிய பௌத்தம், தோன்றிய தேசத்திலேயே தேய்ந்து அருகிப்போனது. ஆனால், அதேநேரத்தில், ஒப்பீட்டளவில் தெற்காசிய, தென்கிழக்காசிய நாடுகளில் ஓர் அரசியல் சக்தியாக அது உருவாகியுள்ளது. தற்கால தலித் இயக்கம் (நியோ-பௌத்த இயக்கம்) சாதி அமைப்பை எதிர்த்து இயங்கும் வகையில், அல்லது, வாழ்க்கைக்காவும், தன்னுரிமைக்காகவும், அதிகாரத்திற்காகவும் போராடிக் கொண்டிருக்கும் அட்டவணைச் சாதியினர், பழங்குடியினர், இதர பிற்படுத்தப்பட்டோர் உள்ளிட்ட தலித் பகுஜன்களுக்கும் கீழ்நிலையில் உள்ளோருக்கும் அரசியல் அடையாளம் அளிக்கும் வகையில் பௌத்தத்தைப் புத்தாக்கம் செய்யக்கூடிய இயக்கமாக இருக்கவில்லை.

கௌதம புத்தரையும், பௌத்தத்தையும் ஹிந்து மயமாக்கும் புதிய முயற்சிகள் இப்போது நடக்கின்றன; 'ஹிந்துத்துவக்' கட்டுப்பாட்டிற்குள் தலித் பகுஜன் இயக்கங்களை உள்வாங்கிக் கொள்ளவும் முயற்சிகள் நடக்கின்றன. இந்தச் செய்தி, நுட்பமாக ஆராயப்பட வேண்டிய ஒன்று. எத்தகைய வழிகளில் கௌதம புத்தர் தெய்வமாக்கப்பட்டார்; எப்படி அவருக்குப் புனிதம் ஏற்றப்பட்டது என்பதை புரிந்துகொள்வது இதற்கு அவசியம். ஓர் அரசியல் சிந்தனையாளராக, அவர் காலத்துப் புரட்சியாளராக புத்தர் பார்க்கப்படவில்லை; மாறாக, விஷ்ணுவின் ஒன்பதாவது அவதாரம் என்றும் வேறு வகையிலும் புத்தர் ஏன் அழைக்கப்பட்டார்?

பௌத்தத்தையும் அதன் சிந்தனைகளையும் இடப்பெயர்ப்புச் செய்யும், மதிப்பிழக்கச் செய்யும் இத்தகையச் செயல்களில் அறிவார்ந்தோரும் ஈடுபட்டனர். புத்தரை துறவியாக, மதச் சிந்தனையாளராகத்தான் அவர்கள் பார்த்தனர். புரட்சியாளராக, அரசியல் கொள்கையாளராக எவரும் கருதவில்லை. அவர் கருத்துகள் இவ்வாறு உள்வாங்கிக் கொண்டதற்கும், விலக்கிவைத்த செயல்களுக்கும் காலனிய மற்றும் தேசியவாத அறிஞர்களே பொறுப்பாளிகள். தேசிய இயக்கக்

காலத்தில், மகாத்மா ஜோதிராவ் பூலே, டாக்டர்.பி.ஆர்.அம்பேத்கர் தவிர்த்து ஏனைய தத்துவ அறிஞர்கள் அனைவரும் பௌத்தத்தை ஹிந்துயிசத்தின் பகுதி என்றே கூறினர்.

பண்டைய கிரேக்க அரசியல் சிந்தனையாளர்களின் அரசியல் தத்துவங்களைப் புரிந்துகொள்ள விரிவான ஆழ்ந்த ஆய்வுகளை ஐரோப்பிய அறிஞர்கள் மேற்கொண்டனர். விடுதலை அடைந்து ஐம்பது ஆண்டுகள் கடந்த பின்னும், இந்திய அரசியல் விஞ்ஞானிகள் இன்னும் பண்டைய கிரேக்க அரசியல் தத்துவத்தையே தீவிரமாகப் படிக்கின்றனர். பண்டைய இந்திய அரசியல் தத்துவத்தின் பக்கம் ஒருசிலரே கவனத்தைத் திருப்பியுள்ளனர். அத்தகைய ஆய்வுகளிலும், எடுத்துக் கொள்ளும் விஷயத்தின் மீதான கவனக்குவிப்பு வரம்பிற்குட்பட்டதாகவே இருக்கிறது.

பண்டைய இந்திய அரசியல் தத்துவவாதிகளான மனு மற்றும் கௌடில்யர் மீது மட்டுமே சில ஆய்வுகள் மேற்கொள்ளப்பட்டுள்ளன. இவர்கள் ஹிந்துச் சிந்தனையின் பெரும் படிநிலை அமைப்பின் பரிமாணங்களைத் தூக்கிப் பிடித்தவர்கள். அகழ்வாராய்ச்சிகளும் வரலாற்றாய்வுகள் பலவும், புத்தர், மனுவிற்கும் கௌடில்யருக்கும் முன்னதாக வாழ்ந்தவர் என்று சந்தேகத்திற்கிடமின்றி நிரூபித்துள்ளன. உண்மையில், சாக்ரடீஸ், பிளேட்டோ, அரிஸ்டாட்டில் ஆகியோருக்கு முன் வாழ்ந்தவர் அவர். புத்தர், கன்ஃபூசியசிற்கும் முன்னதாக வாழ்ந்தவரென்று சீன வரலாற்று ஆவணங்கள் கூறுகின்றன. கவனக்குவிப்புடன் நடத்தப்படும் ஆய்வுகள் மூலம் ஓர் அரசியல் சிந்தனையாளராக அவரை நிறுவ முடிந்தால், புகழ்பெற்ற அரசியல் சிந்தனையாளர் பலருக்கும் முன்னோடியாக புத்தர் இருப்பார்.

ஆனால், அது ஓர் இமாலய ஆய்வு முயற்சி. எனது நோக்கம் மிகவும் எளிமையானது. புத்தரது தத்துவத்தின் அடிப்படை அரசியல் இயல்பை நிறுவுவதற்கு நான் விழைகிறேன். அதனால் எதிர்கால அரசியல் விஞ்ஞானிகள் அவரை அரசியல் தத்துவ அறிஞராக ஆய்வு செய்வார்கள்; சாதாரண, மதச் சீர்திருத்தவாதி என்று ஒதுக்கிவைக்க மாட்டார்கள்.

ஆகவே, இந்த நூலில், கௌதம புத்தரின் அரசியல் தத்துவத்தை விரிவான பரப்பிற்குள் நீட்டுவதற்கு முயற்சி செய்கிறேன். எதிர்காலத்தில், இந்தத் திசைவழியில் செயலாற்ற விழையும் அறிஞர்களுக்கு அடித்தளம் ஒன்றை இந்தத் தொடக்க வரைபடம் அளிக்கும். எனினும், சில இந்திய அறிஞர்கள் தற்சமயம்

ஈடுபட்டிருக்கும், இந்திய வரலாற்றைத் திரும்ப எழுதும் பெரும் திட்டமொன்றின் பகுதியாகவே இதனைக் கருதுகிறேன்.

சமீபத்தில் மூன்றாம் உலக நாடுகளின் அறிஞர்கள் பலர் காலனிய வரலாறெழுதும் முறையையும், இந்தியாவின் கடந்தகாலத்தை அது மறுகட்டுமானம் செய்வதையும் விமர்சனம் செய்துள்ளனர். உண்மையில் சீனர்கள் இந்தத் திசைவழியில் முன்னோடியாக இருக்கின்றனர். அவர்களது தேசியப் போராட்டச் செயல்பாடுகள் குறித்த காலனிய வரலாற்றுப் பதிவைச் சீனர்கள் திறனாய்விற்கு உட்படுத்தியுள்ளனர். சீன வரலாற்றில் இயக்கவியல் பொருள்முதல் வாதத்தை ஆக்கபூர்வமாகப் பயன்படுத்தியதில் மாவோவிற்குப் பெரும் பங்குண்டு. நம் தேசத்தில் அத்தகையத் திறனாய்வை விடுதலைப் போராட்டத்தின்போது அம்பேத்கர் மட்டுமே செய்தார். ஆனால், அது வரம்பிற்குட்பட்டது. இத்தகைய முயற்சி எதிலும் கம்யூனிஸ்ட்களோ அல்லது காந்தியத் தேசியவாதிகளோ சிறிதளவும் ஈடுபடவில்லை. இந்திய சரித்திரத்தைத் திரும்பவும் எழுதும் அத்தகையத் தீவிர முயற்சிகள் எதுவும் இல்லை என்பது கெடுவாய்ப்பான விளைவை ஏற்படுத்தியுள்ளது. தற்போது அதன் குடிமக்கள் சிலர் இந்திய அரசை ஹிந்து அரசு என்று கருத முற்பட்டுள்ளனர். இதனால் இந்திய அரசியல் வரலாற்றின் அம்சமான மதச்சார்பின்மை குறைத்து மதிப்பிடப்படுகிறது; கடந்தகாலத்தின் மதச்சார்பற்றத் தத்துவங்களைப் படித்து அவற்றைத் தற்காலச் சூழலுடன் தொடர்புப்படுத்திப் பார்க்கும்போதுதான், இந்தியச் சமுதாயத்தின் மதச்சார்பற்றப் பரிமாணங்கள் வலுப்பெறும்.

கம்யூனிஸ்ட் இயக்கங்களும், தலித் பகுஜன் இயக்கங்களும், பெண்கள் அமைப்புகளும், மனித உரிமை இயக்கங்களும் சமீப காலத்தில்தான் இந்தியாவின் மதச்சார்பற்ற மரபுகள் குறித்த கேள்விகளை எழுப்பின. இத்தகைய இயக்கங்கள்தான், குறிப்பாக தலித் பகுஜன் மற்றும் பெண்கள் இயக்கங்கள்தான், புதிய பிரதேசங்களில் இயக்கவியல் பொருள்முதல்வாதத்தை ஆக்கப்பூர்வமாகப் பயன்படுத்த வலியுறுத்தின.

நூல் அமைப்பு

இந்த ஆய்வு நூலை எட்டு அத்தியாயங்களாகப் பிரித்துள்ளேன். ஐரோப்பிய, இந்தியச் சூழல்களில் தத்துவம் என்று எது கருதப்பட்டது என்பதை முதல் அத்தியாயம் விளக்குகிறது. பண்டைய இந்தியச்

சிந்தனை குறித்த இலக்கியத்தையும் அது விமர்சனப்பூர்வமாக அணுகுகிறது. காலனிய, தேசியவாத மற்றும் விடுதலைக்குப் பிந்தைய முற்போக்குச் சிந்தனைகள் போன்ற வேறுபட்ட சிந்தனைப் பள்ளிகள் இந்த விஷயத்தை எப்படி அணுகின என்றும் பார்க்கிறது. இறுதியில், இத்தகையச் சிந்தனைப் பள்ளிகளின் பங்களிப்புகளையும் வரம்புகளையும் அவற்றின் வரலாற்றுப் பதிவுகளையும் மதிப்பிடுகிறது.

இரண்டாவது அத்தியாயம், பௌத்தத்திற்கு முந்தைய சமுதாய, பொருளாதார, அரசியல் நிலைமைகளை ஆய்கிறது. அனைத்து ஊகத் தத்துவங்களும், அக்காலத்தின் சமுதாய-அரசியல் சூழ்நிலைகளில் இருந்துதான் தோன்றின என்பது என் கருத்து. குறிப்பிட்ட காலத்தின் தேவைக்கேற்ப, சில பொதுவான கொள்கைகளை அவை உருவாக்குகின்றன. அவை, பின்னர் அனைவருக்கும் பொருந்தக் கூடியவையாகக் கருதப்பட்டன. ஆகவே, பௌத்தச் சிந்தனையை அறிந்து கொள்வதற்கான முதல் நகர்வாக, பௌத்தத்திற்கு முந்தைய இந்தியாவின் சமுதாய, பொருளாதார, அரசியல் நிலைமைகளை இந்த அத்தியாயம் ஆராய்கிறது. வர்க்கமும் சாதியும் உருவான விதத்தை அலசுகிறது. பௌத்தம் தனக்கான தத்துவார்த்த, சித்தாந்த நிலைப்பாட்டை உருவாக்கிக் கொள்வதற்கு சற்றே முந்தையக் காலத்தில் தோன்றிய சிந்தனைப் பள்ளிகளையும் ஆய்வு செய்கிறது.

மூன்றாவது அத்தியாயம் புத்தரின் சுயசரிதம் ஒன்றைத் தீட்டுகிறது. அவரது குடும்பச் சூழலைப் பின்னணியாகக் கொண்டு, அவரது பரிணாம வளர்ச்சியை ஆய்வுசெய்ய முயல்கிறது. அவர் துறவுநிலை எய்த காரணமாக அமைந்த சிறுவயது அனுபவங்களையும், சங்கம் உருவாகிய விதத்தையும் பேசுகிறது.

நான்காவது அத்தியாயம் அரசின் தோற்றமும், அதன் வளர்ச்சியும் குறித்த கௌதம புத்தரின் கொள்கையை ஆராய்கிறது. இயக்கவியல் குறித்த பௌத்தத்தின் விளக்கவுரைகளைப் புரிந்துகொள்ளும் முயற்சியை மேற்கொள்கிறது. அக்காலத்து நிறுவனங்கள்மீது தனது இயக்கவியல் முறைகளை அவர் எவ்வாறு பிரயோகித்தார் என்று ஆராய்கிறது. அரசு குறித்த அவரது கொள்கையைச் சரியான பார்வையில் புரிந்துகொள்ள, புத்தரின் அணுகுமுறையைச் சுருக்கமாக வரைய முயல்கிறது. குறிப்பாக, அவரது ‘காரணமும் விளைவும்’ கொள்கையை அலசுகிறது. பிராமணியமும் பௌத்தமும் அரசு குறித்து கொண்டிருந்த பார்வைகளையும் ஆய்கிறது. அரசின் தோற்றம்

குறித்த மைய நீரோட்ட ஹிந்துக் கொள்கைகளை ஆராய்கிறது. அதன்மூலம், இருவித சிந்தனைப் போக்குகளையும் ஒப்பிட்டுப் பார்ப்பது சாத்தியமாகிறது. இறுதியில் இந்த அத்தியாயம் புத்தரின் 'சமுதாய ஒப்பந்த'க் கொள்கைக்குக் கோட்டுருவம் தருகிறது. அரசின் தோற்றம் குறித்த மேலையுலகக் கொள்கைகளுடன், குறிப்பாக ஹோப்ஸ், லாக்கே, ரூஸோ ஆகியோரின் சிந்தனைகளுடன் அதனை ஒப்பிடுகிறது. மதிப்பீடு செய்வதற்காக மேலையுலக அறிஞர்களின் சமுதாய ஒப்பந்தக் கொள்கைகளின் வெளிச்சத்தில் அரசின் தோற்றம் குறித்த புத்தரின் கொள்கைகளை ஆராய்கிறது.

ஐந்தாவது அத்தியாயம் நீதிமுறை, ஜனநாயகம், நிர்வாகம் குறித்து புத்தர் கொண்டிருந்த கருத்துகளை ஆய்வு செய்கிறது. நீதி குறித்த புத்தரின் புரிதல், தர்மம் குறித்த கௌடில்யரின் கருத்துடன் முரண்படுகிறது. ஜனநாயகம் குறித்த புத்தரின் பார்வைகளும், நடைமுறை அனுபவங்களும் மிகக் கவனமாக ஆராயப்படுகின்றன. அக்காலத்து ஹிந்து நிர்வாக அமைப்புகளுடன், பௌத்த நிர்வாக அமைப்பு ஒப்பிடப்படுகிறது. மேலும், நீதிமுறை, ஜனநாயகம், நிர்வாக நிறுவனங்கள் குறித்த புத்தரின் கருத்துகள் சாக்ரடீஸ், பிளேட்டோ, அரிஸ்டாட்டில் ஆகியோரது கருத்துகளுடன் ஒப்பிடப்படுகிறது.

ஆறாவது அத்தியாயம் சொத்து, உரிமைகள், கடமைகள் குறித்த புத்தரின் சிந்தனைகளைப் பேசுகிறது. சொத்து குறித்த புத்தரின் புரிதலை சரியான கொள்கை சட்டகத்திற்குள் ஆராய்வதற்கு, வேலைப்பிரிவினை குறித்த அவரது கருத்துகளின் மீதான ஆய்விலிருந்து தொடங்கலாம். மேலும், தனியாரும் சங்கமும் சொத்து வைத்துக் கொள்வதற்கான உரிமைக்கு அடிப்படையாய் அமைந்த தத்துவத்தை இந்த அத்தியாயம் ஆராய்கிறது. நிலம், தனி நபரின் உடைமையாக அல்லது சமுதாயத்தின் உடைமையாக இருப்பது குறித்த புத்தரின் கருத்துகளையும் ஆராய்கிறது. சங்க அமைப்பிற்குள்ளும் அதற்கு வெளியிலும், புத்தப் 'பிக்குகளின்', 'பிக்குணிகளின்' உரிமைகளையும் கடமைகளையும் இந்த அத்தியாயம் அலசுகிறது. சங்கம் என்பது இயல்பில் சோசலிச அடிப்படையிலானது என்பதால், கடமைகள் குறித்த புத்தரின் கருத்திற்கு அதிக அழுத்தம் கொடுக்கப்படுகிறது. இறுதியாக, உரிமைகளும் கடமைகளும் குறித்து பௌத்தம் கொண்டிருந்த புரிதல் பண்டைய ஹிந்து மற்றும் கிரேக்கச் சிந்தனையாளர்களின் கருத்துகுடன், ஒப்பிடப்படுகிறது.

ஏழாவது அத்தியாயம், வர்க்கங்களும் சாதிகளும் குறித்த புத்தரின் பார்வையை அலசுகிறது. தொடக்கத்தில், இந்தியச் சூழலில் வர்க்கமும் சாதியும் எவ்வாறு இருந்தன என்பதை வரையறுக்கிறது. அதன்பிறகு, இவை குறித்த மனுவின், கௌடில்யரின் கொள்கைகளை விவாதிக்கிறது. சாதி குறித்த புத்தரது கருத்துகளையும் இந்த அத்தியாயம் ஆராய்கிறது. இந்தியாவில் சாதி கட்டமைப்பு குறித்துத் தொடக்ககால ஹிந்துச் சிந்தனையாளர்கள் கொண்டிருந்த இறுக்கமான கருத்துகளின் வெளிச்சத்தில், சாதி அமைப்பு பயனற்றுப் போவதற்குத் தேவையான விதிகளை புத்தர் எவ்வாறு வகுத்தார் என்பதையும் சங்க அமைப்பிற்குள் பல்வேறு சாதியினரையும் எப்படி அவர் அனுமதித்தார் என்பதையும் இந்த அத்தியாயம் காட்டுகிறது. அடிமைமுறை, கொத்தடிமை, கடனாளிகளின் நிலை குறித்த புத்தரின் கருத்துகளும், இந்த நிறுவனங்கள் ஒவ்வொன்றும் இந்திய மக்களின் மத்தியில் வர்க்க கட்டமைப்பை எப்படி மறுவுறுதி செய்தன என்பதையும் ஆராய்கிறது.

பெண்கள் குறித்த புத்தரின் கருத்துகளை எட்டாவது அத்தியாயம் பேசுகிறது. பௌத்தத்திற்கு முந்தைய காலத்தில் பெண்களின் நிலை பற்றியும், மனு, கௌடில்யர், வாத்ஸ்யாயனர் ஆகியோர் பெண்கள் குறித்துக் கொண்டிருந்த கருத்துகளையும் இங்கு ஆராயலாம். ஏனெனில், பெண்கள் குறித்த விஷயங்களில் புத்தரின் அணுகுமுறையால் ஏற்பட்ட முன்னேற்றங்களை ஒப்பீட்டுப் பார்வை மூலமே சரியாகப் புரிந்துகொள்ள முடியும். சங்க அமைப்பில் பெண்களை அனுமதிப்பதிலிருந்து இந்த ஆய்வு தொடங்குகிறது; சங்க அமைப்பிற்குள் தலைமைப்பண்பு, ஆளுமை, தனித்தன்மை ஆகியன எப்படிக் கையாளப்பட்டன என்பதையும் பேசுகிறது. குடும்பம், திருமணம் குறித்த கோட்பாடுகளை உடைத்தெறிய புத்தரும் அவரது சங்கமும் எவ்வாறு செயலாற்றினர் என்பதைக் கூறுகிறது. பெண்கள் கல்வியைப் பற்றியும், சங்கத்திற்கு உள்ளும் வெளியிலும் பெண்கள் எடுத்த அரசியல் முன்முயற்சிகளின் தடங்களையும் காணமுயல்கிறது. அத்தியாயத்தின் முடிவில், பெண்களின் விடுதலை குறித்த புத்தரது கருத்துகளிலிருந்த வரம்புகளையும் விவாதிக்கிறது.

இந்த எட்டு அத்தியாயங்களின் அடிப்படையில், புத்தரது அரசியல் தத்துவம் குறித்து சில முடிவுகளுக்கு வர முயல்கிறேன்.

ஆதாரங்கள்

இந்த ஆய்வு நூலில் இரண்டு வகை பகுப்பாய்வு முறைகளை இணைத்துப் பயன்படுத்தியுள்ளேன். விவாதிக்கப்பட்ட பல்வேறு பிரச்சனைகள் குறித்து புத்தரின் அரசியல், தத்துவார்த்த புரிதல்களை அறிந்துகொள்ள சுட்டங்களையும் பிடகங்களையும் படித்தேன். அரசியல் தத்துவ, சித்தாந்தப் பார்வையில் அவற்றில் காணப்பட்ட பதிவுகளை மறு ஆய்வுக்கு உட்படுத்தினேன். புத்தரின் அரசியல் தத்துவத்தை மறுகட்டமைப்புச் செய்வதற்கு முக்கிய ஆதாரங்களாக மகா பரிநிப்பான சுட்டா, சுல்லவக்கம், மகாவக்கம், திக நிகாயம், விநய பிடகம் ஆகியவற்றை எடுத்துக் கொண்டுள்ளேன். எனினும், இந்த நூல்கள் கூறுவதை வரலாற்று சூழல்களுடன் பொருத்திப் பார்க்கும்போதுதான் அந்தத் தத்துவத்தின் உருப்படியான மறுகட்டமைப்பு வெளிப்படக்கூடும். எனவே சுட்டங்களையும் பிடகங்களையும் அவற்றின் வரலாற்றுப் பின்னணியுடன் பகுத்தாய முயன்றுள்ளேன்.

இறுதியாக ஒன்று. புத்தரது படைப்புகளின் காலம் குறித்த சர்ச்சைகளுக்குள் நான் செல்லவில்லை. சுட்டங்கள், பிடகங்கள் எழுதப்பட்ட ஆண்டுகளின் வரிசைக்கிரமம், அவற்றின் நம்பகத்தன்மை குறித்து பல்வேறு வரலாற்றாசிரியர்கள் ஏற்கனவே விவாதித்துவிட்டனர். அவற்றின் உள்ளடக்கங்கள், உண்மையில் புத்தரின் கூற்றுகளா அல்லது இடைச்செருகலா என்ற கேள்விக்குள்ளும் நான் புகவில்லை. ஏனெனில் இது குறித்து பலரும் ஏற்கனவே விவாதித்துவிட்டனர். அனைவரும் ஏற்கும் விதமாக ரைஸ் டேவிட்ஸ் (Rhys Davids), ஓல்டென்பெர்க் (Oldenberg) போன்ற அறிஞர்கள் இவ்விவாதங்களை இறுதி செய்துள்ளனர்.

சுட்டங்கள், பிடகங்களில் கூறப்பட்டுள்ளவை அனைத்தும் புத்தரின் உண்மையான போதனைகள்தாம் என்று பல இந்திய அறிஞர்கள் எடுத்துரைத்துள்ளனர். நானும், அவ்வாறே வழிமொழிகிறேன். இருப்பினும் மேலை தத்துவத்தின் அரசியல் விஞ்ஞானிகள் பலரும், மத அறிஞர்களும், இத்தகைய ஆதாரங்களின் நம்பகத்தன்மை குறித்த அவர்களது புரட்டு வாதங்களை முன்வைத்து இப்போதும் நம்மைப் பொறிகளில் சிக்கவைக்க கூடும். அத்தகைய வலைகளில் வீழ்வதற்கு எவ்விதத் தேவையும் இல்லை. ஏனெனில், பண்டைய இந்திய வரலாற்றைச் சேர்ந்த புத்தர் என்ற அந்த மாமனிதரைப் பற்றி நம்மிடம் பெருமளவிற்கு நம்பகமான தகவல்கள் இருக்கின்றன.

எழுத்தாவணங்கள், அசோகரின் தூண்கள், கல்வெட்டுகளின் மூலம் கிடைக்கின்றன. அவருடைய தத்துவத்தையும் சித்தாந்தத்தையும் மறுகட்டமைப்புச் செய்ய இந்த ஆதாரங்கள் தேவைக்கும் அதிகமானவை.

பின்குறிப்பு

தற்கால இந்தியாவின் காட்சி தீவிரமான ஒரு மதிப்பீட்டைக் கோருகிறது. அரசியலிலும் அரசிலும் இனவாதம் புகுத்தப்படுகிறது; ஹிந்துத் தேசமாக இந்தியா முன்னிறுத்தப்படுகிறது; இந்தியத் தேசியம் என்ற ஒட்டுமொத்தக் கருத்தாக்கத்தை இவை ஆபத்தில் நிறுத்தியுள்ளன; மதச்சார்பற்றத்தன்மை என்ற விழுமியத்திற்கு அச்சுறுத்தல் ஏற்பட்டுள்ளது. ஆகவே, எந்த அரசையும் ஹிந்து மயமாக்கும், இஸ்லாம் மயமாக்கும், ஆரிய மயமாக்கும் முயற்சிகளைக் கேள்விக்குள்ளாக்க வேண்டும். ஒரு நம்பிக்கையை அடிப்படையாகக் கொண்டு நடக்கும் வகுப்புவாத அரசியலை எதிர்க்கும் திறன்மிக்க வழிகளில் ஒன்றாக நமது வரலாற்றைப் படிப்பதும், தற்கால இந்திய யதார்த்த நிலைமைகளின் மீது கவனம் செலுத்துவதும் இருக்கும் என்று உறுதியாக நம்புகிறேன். ஒன்றோடொன்று மோதிக்கொள்ளும் சக்திகளின், சித்தாந்தங்களின் தேசமாகத் தான் இந்தியா என்றும் இருந்துவருகிறது என்பதை வெளிச்சத்திற்குக் கொண்டுவர வேண்டும். வகுப்புவாத மேகங்கள் தலைக்கும்மேல் சுற்றிக் கொண்டிருக்கின்றன. எனினும் இந்த முக்கிய உணர்தல், இத்தேசத்தின் மதச்சார்பற்ற விழுமியங்களுக்கு ஆதரவான திசைவழியில் தொலைதூரம் நம்மை இட்டுச்செல்லும்.

வரலாற்று மனிதராகவே இந்நூலில் புத்தர் எடுத்தாளப்படுகிறார். ஞானம் அடைந்த கௌதமரைக் குறிக்க 'புத்தர்' என்ற பெயர்ச்சொல் பயன்படுத்தப்படுகிறது. ஒரு பட்டம் என்பதற்குப் பதிலாக, பொதுவான இயற்பெயர் என்ற நிலையை அது பெற்றுவிட்டது. ஆகவே, இந்நூலில் அவர் பெயரை எளிமையாக 'புத்தர்' என்றே குறிப்பிடுகிறோம். எளிமை மட்டுமின்றி, தேவையற்றத் தெய்வீகத்தன்மையை வலிந்து ஏற்றுவதைத் தவிர்க்கவுமே. அவருடைய அறநெறி சார்ந்த, அரசியல் சார்ந்த உள்முகப் பார்வைகளே இந்நூலின் பேசுபொருளாக இருக்கின்றன. ஆண்களுக்கும் பெண்களுக்கும் தனித்தனியாக இரண்டு சங்கங்கள் இருந்தன. இருப்பினும், இந்த இரு அமைப்புகளையும் வேறுபடுத்திக் காட்டுவது விவாதத்திற்குத் தேவையானது என்ற சந்தர்ப்பம் தவிர்த்து,

பௌத்த மடாலய சமுதாயத்தை 'சங்கம்' என்றே குறிப்பிட்டுள்ளேன். ஏனெனில் சங்கம் என்பதன் நிறுவனம் சார்ந்த அடையாளம், அதன் உட்பிரிவுகளை விடவும் மிகவும் வலிமையானது.

அடிக்குறிப்பு

1. Several Studies mention the year of Buddha's birth as 566 BCE whereas Confucius was born in 522 BCE and Socrates was born in 484 BCE. It is well known that Plato was Socrates' disciple and Aristotle that of Plato.

1. புத்தர், பௌத்தம் குறித்து அறிஞர்கள்

பலவகையிலும் ஆய்ந்தறியப்படாத களமாகவே பண்டைய இந்தியா இருக்கிறது. சில பகுதிகளில் பதிவுசெய்யப்பட்ட வரலாற்று ஆதாரங்கள் இல்லை என்பதே இதற்கான காரணம். ஏனைய பகுதிகளில் வரலாறு, இலக்கியம், தொல்பொருள் குறித்து ஆவணங்கள் சில கிடைத்துள்ளன. இவற்றிற்கு இடையிலான தொடர்புகளை அறிந்துகொள்ள அக்கறையுடன் சிலர் ஆய்வுகள் நடத்துகின்றனர். அதன்மூலம் அக்கால சிந்தனைகள் எப்படி செயல்பட்டிருக்கக் கூடும் என்பது குறித்த வரைவுகளை உருவாக்க முயல்கின்றனர். அவர்களுக்கு இரண்டுவிதமான தடைகள் இருக்கின்றன.[1] குறிப்பாக, பண்டைய இந்திய அரசியல் தத்துவத்தை அல்லது கொள்கையைப் புரிந்துகொள்வதில் அரசியல் விஞ்ஞானிகளிடம் தடுமாற்றம் இருக்கிறது. ஏனெனில், மிகச் சில அறிஞர்களே கடந்தகால அரசியல் பரிமாணங்கள்மீது அக்கறை காட்டினர். பண்டைய அரசியல் தத்துவத்தையும், அக்காலத்திலிருந்த சித்தாந்தங்களின் சட்டகத்திற்குள் தோன்றிய நிறுவனங்களையும் முறையான பகுப்பாய்விற்கு உட்படுத்தாமல், நவீன காலத்தில் ஆக்கப்பூர்வமான அரசியல் மாதிரிகளை கட்டமைப்பது சாத்தியமில்லை.[2]

நமது சமுதாயம் உருவாகிக்கொண்டிருந்த காலகட்டத்தில் செயல்பாட்டிலிருந்த பண்டைய இந்திய அரசியல் தத்துவத்தையும் அல்லது சிந்தனையையும், பல்வேறு சிந்தனைப் பள்ளிகளையும் ஆராய்வதும் அவசியம். இதன் மூலம்தான், நவீன இந்தியாவின் மீது கடந்தகாலம் ஏற்படுத்தியுள்ள தாக்கங்களைப் புரிந்துகொள்ள முடியும். இந்திய அரசியல் வரலாற்றில் அதிக முக்கியத்துவம் வாய்ந்த காலகட்டமாக பொ.ஆ.முன் (பொது யுகத்திற்கு முன்) ஆறாம் நூற்றாண்டைக் கூறலாம். அக்காலத்தில்தான் கொந்தளிப்புகள் ஏற்படுத்திய ஊகச் சிந்தனை அடிப்படையிலான அரசியல் தத்துவங்கள் தோன்றின.[3] இந்தப் பின்னணிக்கு எதிராகத்தான்,

கௌதம புத்தரின் அரசியல் தத்துவத்தை முன்வைக்க விரும்புகிறேன். அக்கால இந்தியச் சமுதாயத்தின் அரசியல், பொருளாதார, சமுதாய நடவடிக்கைகளின்மீது வலுவான தாக்கத்தை இந்தத் தத்துவம் ஏற்படுத்தியது. பின்னர் உலகின் பல்வேறு பகுதிகளுக்கும் பரவியது.

வேறு ஒரு காரணத்தாலும் இத்தகைய ஆய்வு மிகவும் முக்கியமானது. ஒதுக்கீடுகளுக்கு ஆதரவாகவும் எதிராகவும் தற்போது போராட்டங்கள் நிகழ்ந்து வருகின்றன; அம்பேத்கரின் அரசியல் தத்துவம் மறுபரிசீலனைக்கு உட்படுத்தப்படுகிறது. இந்தச் சூழலில் தலித் பகுஜன் இயக்கங்களும் சாதி எதிர்ப்பு இயக்கங்களும் பெரும் முக்கியத்துவத்தைப் பெற்றுள்ளன. ஒன்றை நினைவில் கொள்ளவேண்டும். அம்பேத்கர் பௌத்தத்தைத் தழுவினாலும், அவர் முதன்மையாக அதனை ஓர் அரசியல், சித்தாந்த இயக்கமாகத்தான் கருதினார். அவரது எழுத்துகளிலிருந்து இதனை அறியமுடியும். மேலும், தொண்ணூறுகளில் மண்டலுக்குப் பிறகு நடந்த விவாதங்களில் இந்திய ஆட்சி அமைவு முறையில் முக்கியமான இடத்தை சாதி பெற்றது. சாதி எதிர்ப்புப் போராட்டங்களின் வேர்களைக் கண்டறிவது தொடர்பான முக்கியக் கேள்விகளை தலித்-பகுஜன் மற்றும் நியோ-பௌத்த இயக்கங்கள் முன்வைத்தன. இத்தகைய சூழலில் இந்தியச் சமுதாய விஞ்ஞானிகள் முதலும், முதன்மையுமான முன்னோடியாக எண்ணும் கௌதம புத்தரின் சமுதாய-அரசியல் பார்வைகளை ஆய்வு செய்வது பெரும் முக்கியத்துவம் கொண்டது.[4] இருப்பினும், புத்தரது ஒட்டுமொத்த அரசியல் தத்துவத்தின் பகுதியாகவே அவரது தத்துவம் ஆராயப்பட வேண்டும்.

அரசியல் தத்துவத்தை வரையறை செய்தல்

அரசியல் தத்துவம் என்பதாக எதைப் புரிந்துகொண்டோம் என்பதை இங்கு விவரிப்பது முக்கியமானது. தத்துவம் என்பது, புலனுணர்வுப் பார்வைகளை பொதுமைப்படுத்துதல் என்பதாக புரிந்துகொள்ளப்படுகிறது; அதன்மூலம், ஒத்தச் சூழல்களுக்கு அதனைப் பொருத்திப் பார்க்கமுடியும். இருப்பினும், தத்துவம், அறிவுத் தேடலுடன் தொடர்புடையது.[5] பொதுவாக, 'அரசியல் தத்துவம்', 'அரசியல் கொள்கை', 'அரசியல் சிந்தனை' ஆகிய சொற்றொடர்கள் ஒன்றுக்கொன்று மாற்றாகப் பயன்படுகின்றன. இந்த அடிப்படையில்தான் இந்த நூலில் அந்தச் சொற்களைப் பயன்படுத்தி உள்ளேன்.

அரசியல் தத்துவம் என்பது ஒரு மனிதனது அரசியல், சித்தாந்த உருவாக்கங்களை ஆய்வு செய்தல்; அரசு, அரசாங்கம், இறையாண்மை குறித்து அது பேசலாம், பேசாமலுமிருக்கலாம். ஏனென்றால், குறிப்பிட்ட சமுதாயத்தில், மக்களுக்கிடையிலான அதிகார உறவுகளை, அரசு அல்லது அரசாங்கம் மட்டுமே முறைப்படுத்த வேண்டும் என்பது தேவையில்லை. அத்தகைய உறவுகளின் கருத்துருவாக்கமே அரசியல் தத்துவத்தின் மையக்கருவாகும். ஒரு குறிப்பிட்ட சமுதாயத்தில், மக்களுக்கிடையிலான இத்தகைய அதிகார உறவுகளைத் தனித்தன்மை மிக்க ஒரு நிறுவனம் கட்டமைக்கக் கூடும். எடுத்துக்காட்டாக, இந்தியாவில் அதிகார உறவுகளைக் கட்டமைப்பதில் சாதி ஒரு முக்கிய சாதனம். மக்கள் மத்தியில் ஆதிக்க உறவுகளையும், கீழ்ப்படிந்துபோகும் உறவுகளையும் நிறுவுவதற்கு அது தோற்றுவிக்கப்பட்டது. ரந்திர் சிங் மிகச் சரியாகக் குறிப்பிடுவதுபோல், மேலை அறிஞர்களின் வரையறுப்பு முறைகளிலிருந்து நம்மை விடுவித்துக் கொள்வது மிக முக்கியமானது. அத்துடன் இந்தியச் சிந்தனையாளர்களை அவர்களது தகுதியின் அடிப்படையில் ஆய்வதற்கு முயலவேண்டும்.[6]

கெடுவாய்ப்பாக, பண்டைய இந்திய அரசியல் தத்துவத்தை இந்திய அரசியல் விஞ்ஞானிகள் சிலர் மட்டுமே தீவிரமாக ஆராய முனைந்தனர். மேலை எழுத்தாளர்களும், காலனியச் சித்தாந்தமும் இந்திய அரசியல் விஞ்ஞானிகள் மீது அதிகம் செல்வாக்கு செலுத்தின இதற்கான காரணங்களில் ஒன்று. காலனிய காலத்தில், நம்மைக் காலனிப்படுத்திய பண்பாட்டைச் சேர்ந்த அறிஞர்கள்தாம் முக்கியமான இந்தியப் படைப்புகளை மொழிபெயர்த்தனர். விளக்கவும் செய்தனர். வில்லியம் ஜோன்ஸ் 1794ஆம் ஆண்டிலேயே மனுவின் தர்ம சாஸ்திரத்தை வெளியிட்டார். கோல் ப்ரூக் (Cole Brooke) எழுதிய *'Digest of Hindu Law'* 1801ல் வெளியானது.[7] இதைப் போன்ற மொழிபெயர்ப்புகளையும், விவரிப்புகளையும் படித்தறிந்த மேலை அரசியல் விஞ்ஞானிகள் இந்தியாவில் ஆக்கப்பூர்வமான அரசியல் ஊகச்சிந்தனைகள் ஏதுமில்லை என்ற முடிவிற்கு வந்தனர். கீழையுலகின் படைப்புத் திறன்கள் குறித்தும், ஊகத் திறன்கள் குறித்தும் ஏராளமான மேலையுலக எழுத்தாளர்கள் இருண்ட சித்திரங்களையே தீட்டினர். அரசியல் விஞ்ஞானிகளும், கலைக்களஞ்சியங்களில் கட்டுரை எழுதியவர்களுமே இத்தகைய எழுத்தாளர்கள்.

சில எடுத்துக்காட்டுகளைப் பார்க்கலாம்: 'மேலை நாட்டவர்கள்தான் கிரேக்கர்களின் பண்பாட்டு வழித்தோன்றல்கள்; கீழை நாட்டவர் இல்லை'[8]; 'மேலையுலகில் உருவானதைப்போல், அரசியல் தத்துவப் பிரச்சனைகள் குறித்து ஊகச் சிந்தனை எதுவும் கீழையுலகில் உருவாகவில்லை'; 'அரசியல் கடமைகளின் அடிப்படை குறித்தும், அரசின் நோக்கம் குறித்தும் ஐரோப்பாவிற்கு வெளியில் ஊகச் சிந்தனை அதிகம் தோன்றவில்லை. மேலையுலக அரசியல் தத்துவம் மட்டுமே இரண்டின் மீதும் முக்கிய அக்கறை கொண்டிருந்தது'[9]; 'இறையியல் சூழலிலும், இயல் கடந்த உலகச் சூழலிலும் பொதிந்திருந்த அரசியலை கீழையுலகின் ஆரியர்கள் என்றைக்கும் விடுவிக்கவில்லை... ஆகவே, நடைமுறையில் வேறுவழியின்றி ஐரோப்பிய ஆரிய மக்களது தத்துவத்துடன் தங்களைக் கட்டுப்படுத்திக் கொண்டனர்.'[10] நவீன காலத்தின் தொடக்கத்தில், மேலையுலகம் காலனிப்படுத்தி வைத்திருந்த கீழையுலகத்தை, படைப்புத்திறன் மிக்க மனிதர்கள் இல்லாத, ஊகச் சிந்தனைகள் தோன்றியிராத பிரதேசமாகத்தான் பார்த்தனர் என்பதை இவை சுட்டுகின்றன.

கீழையுலகின் மக்கள், அவர்கள் எந்த வர்க்கத்தை, எந்தச் சாதியைச் சேர்ந்தவர்களாக இருந்தாலும் மெச்சத்தகுந்த திறன் அவர்களுக்கு இல்லை என்ற கருத்தை மேற்கத்திய எழுத்தாளர்கள் கட்டமைக்கிறார்கள். இதற்கு, 'பண்டைய கிரீஸ் தேசம் மதத்திலிருந்து அரசியலை வேறுபடுத்தி வைத்திருந்தது; அங்கு கட்டுக்கதைகளிலிருந்து அறிவியல் வேறுபடுத்திப் பார்க்கப்பட்டது. ஆனால், கீழை நாடுகளில் இவ்வாறு வேறுபடுத்திப் பார்த்தல் என்றைக்கும் நடந்ததாகத் தெரியவில்லை' என்ற காரணத்தைச் சொல்கிறார்கள்.[11] இப்படிப்பட்டக் கருத்துகளைச் சொல்லி, 'பொதுமக்களுக்கான அதிகாரத்தை அறநெறிப்படுத்தியவர்' என்று கௌதம புத்தரையும், கௌடில்யரை 'கூர் மதியாளர்' என்றும், கன்ஃபூசியஸை 'நன்னடத்தை விதிகளை உருவாக்கியவர்' என்றும் ஒதுக்கிவைக்கின்றனர்.[12] இந்த மூவரையும் இவ்வாறு தள்ளிவைப்பதற்கு, தகவல்களின் போதாமையும் இந்திய, சீனச் சிந்தனையாளர்களின் படைப்புகளைச் சரியான முறையில் ஆய்வு செய்யாததுமே காரணம். இரண்டாவது காரணம், காலனியத்திற்கு ஆட்பட்டவர்கள் குறித்து காலனிப்படுத்தியவர்கள் உருவாக்கிய கருத்திலிருந்து இந்தச் சிந்தனைக் கிளைத்தது என்பது.

மண்டலுக்குப் பிறகான காலகட்டத்தில் இந்திய மேல் தட்டு வர்க்கம் தலித் பகுஜன்களை படைப்புத் திறனற்றவர்கள்

என்று கூறத்தொடங்கியது; அதுபோன்றே, தாங்கள் ஆட்சி செய்துகொண்டிருந்த காலத்தில் கீழையுலகத்து மக்கள் இத்தகையத் திறன்களைப் பெற்றிருக்கவில்லை என்றும் காலனியவாதிகள் கூறினர். எந்தவொரு மேலாதிக்க வர்க்கமும்/சாதியும்/இனமும் தன்னை படைப்புத்திறன் மிக்கதாகத்தான் காட்டிக்கொள்ளும், மற்றவர்களைப் படைப்புத்திறன் அற்றவர்களாகக் கட்டமைக்கும், காலனியவாதத்தின் அடிப்படை முற்றிலும் தவறு என்று நான் வாதிடுவேன். ஏனெனில், மற்றவர்கள் அப்படி செய்யவில்லை என்றாலும், புத்தர் என்றைக்கும் தனது வாதங்களை புதிர் நிறைந்ததாக வைக்கவில்லை; தனது விளக்கங்களை மதத்தின் அடிப்படையிலும் உருவாக்கவில்லை. உண்மையில், கடவுள் குறித்த கருத்து என்றைக்கும் அவர் விளக்கங்களில் இடம்பெற்றதில்லை; அழுத்திச் சொல்லவேண்டிய தேவையில்லை என்ற அளவிற்கு அனைவரும் இதனை அறிவர்.

ஆகவே, வரையறைகளும்கூட நடுநிலையான மதிப்பீடுகள் கொண்டவை அல்ல என்பதே எனது சுருக்கமான வாதம். மேலையுலகின் அரசியல் விஞ்ஞானிகளின் வாதங்களில் நடுநிலைத்தன்மை மிக நுட்பமாக ஊடுருவியுள்ளது என்பது கட்டுக்கதையே. ஆகவே, அரசியல் தத்துவத்தை நமது சொற்களில் விவாதிப்பது அவசியமாகிறது. வரையறை என்பது குறிப்பிட்ட கண்டத்தைச் சார்ந்ததாக அல்லது பிரதேசத்தைச் சார்ந்ததாக இருக்கவேண்டும் என்று நான் கூறவில்லை. ஒவ்வொரு வரையறையும், ஒரு குறிப்பிட்ட சமுதாய-அரசியல் பின்னணிக்கு எதிராகவே உருவாகிறது. அதுபோன்றே ஒவ்வொரு அரசியல் தத்துவ அறிஞரும் குறிப்பிட்ட அரசியல் ஆய்படு பொருளையே கேள்விக்கு உட்படுத்துகின்றனர்.

குறிப்பிட்ட சிந்தனையாளரின் அரசியல் தத்துவம் ஒரு குறிப்பிட்ட காலகட்டத்தில், அந்த நேரத்தில் அதிகார உறவுகளைக் கட்டமைக்கும் நிறுவனங்களைக் கேள்விக்கு உட்படுத்துவதாக இருக்க வேண்டும். எடுத்துக்காட்டாக, சமுதாயத்தின் வலிமை மிக்க அமைப்பாக அரசு வெளிப்படுவதற்கு முன்பாகவே இந்தியாவில் சாதி தோன்றிவிட்டது, வளர்ச்சி பெற்றது, தனது கட்டமைப்பு வேலையையும் தொடங்கியது. சாதி என்ற வெளிக்குள்தான் நீதி, அதிகாரம், உரிமைகளும் கடமைகளும் போன்ற கருத்துகள் புரிந்து கொள்ளப்பட்டன; ஆய்வுக்கு உட்படுத்தப்பட்டன. ஆதலால், பண்டைய காலத்திலிருந்தே சாதியை கருத்துருவாக்கம் செய்த,

அதனைத் தத்துவப்படுத்திய சிந்தனையாளர்கள் அவர்களது சொந்த வாழ்விலும் சாதியால் பிளவுபட்டிருந்தனர். சாதியால் ஆளப்பட்டனர்.

உற்பத்தி முறையைப் பொறுத்து, ஒவ்வொரு நாடும் அதற்குரிய அரசியல் நிறுவனங்களை நிறுவிக்கொள்கிறது. ஒரு குறிப்பிட்ட சமுதாயத்தில் தோன்றும் நிறுவனங்கள், மற்றவர்கள் உருவாக்கும் நிறுவனங்களை ஒத்திருக்க வேண்டிய அவசியமில்லை. எடுத்துக்காட்டாக, இந்தச் சாதி அமைப்பு இந்தியாவிற்கு மட்டுமே உரியது. எனவே, இந்தியச் சூழலில், சாதி என்ற நிறுவனத்தைச் சுற்றி ஏற்கத்தக்க அரசியல் தத்துவம் ஒன்று கட்டமைக்கப்படலாம். கார்ல் மார்க்ஸ், தனது அரசியல் தத்துவத்தை வர்க்கத்தைச் சுற்றிக் கட்டமைத்தார்; அம்பேத்கர், சாதியைச் சுற்றி தனது தத்துவத்தை உருவாக்கினார்; அவரவர் பாதையில் இருவருமே சிறந்த அரசியல் தத்துவ அறிஞர்கள்.

பண்டைய காலத்தில் இந்தியச் சிந்தனையாளர்கள் அனைவரும் சாதியைப் பற்றி, ஆதரவாகவோ அல்லது எதிராகவோ பேச வேண்டியதாயிற்று: சாதியை ஆதரித்த மனுவும், கௌடில்யரும் தமது அரசியல் நோக்கத்திற்கு ஏதுவாக நீதி (தர்மம்) குறித்த கருத்தைக் கட்டமைத்தனர். சாதியையும் வருணாசிரம தர்மத்தையும் பாதுகாக்கும் தார்மீகக் கடமை அரசுக்கு அளிக்கப்பட்டது. இவ்வாறாக தலித் பகுஜன் சாதியினரும், பெண்களும் பிராமணச் சக்திகளின் மேலாதிக்கத்திற்கு முழுமையாக அடிபணிந்து போகும் வகையில் அதிகார உறவுகளை நிறுவுவது அவர்களது சிந்தனையின் மையப் பொருளாக அமைந்தது. இந்த அடிப்படையில், உபநிஷத்திற்குப் பிற்பட்ட காலத்தின் ஊகச் சிந்தனைகளை மனுவும் கௌடில்யரும் முறைப்படுத்தினர்.

இந்த இருவருக்கும் முன்னோடியான கௌதம புத்தர் உபநிஷத்துகள் கூறும் தர்ம தத்துவத்தை எதிர்த்தார். சாதி அமைப்பு முறையை எதிர்த்தார். அவர்கள் கூறிய நீதி என்பதற்கு முற்றிலும் நேர் எதிரிடையான கருத்து ஒன்றை (தம்மம்) அவர் உருவாக்கினார். அரசும் சமுதாயமும் செய்யவேண்டிய பெருமளவிலான புதிய பணிகள் பற்றி ஊகித்தார்; அவற்றை அரசிற்கும் சமுதாயத்திற்கும் ஒதுக்கவும் முயற்சித்தார். மதத்திலிருந்து அரசியலையும், தொன்மங்களிலிருந்து அறிவியலையும், நம்பிக்கையிலிருந்து பகுத்தறிவையும், சாதியிலிருந்து வர்க்கத்தையும் தவற்றிலிருந்து

சரியானதையும் அவர் வேறுபடுத்திக் காட்டினார். இந்தச் செயல்முறையின் வாயிலாக முற்றிலும் புதிய அரசியல் தத்துவம் ஒன்றை முன்மொழிந்தார். இந்திய வரலாற்றில் பல்வேறு காலகட்டங்களில் தோன்றிய முற்போக்குத் தத்துவங்களுக்கு இது அடிப்படையாக அமைந்தது.

இதுவரையிலும் மேலைநாட்டவர் கூறிய வரையறைகளைப் பின்பற்றுவதே அரசியல் விஞ்ஞானிகளின் இயல்பாக இருந்தது. அந்த அணுகுமுறை இந்தியச் சிந்தனையையும், சித்தாந்தத்தையும் தவறாகப் புரிந்துகொள்ள வழிவகுத்தது; தேசத்தைக் கட்டமைக்கும் செயலில் பெரும் சேதத்தை இது விளைவித்தது. எனவே, அரசு குறித்தும் சமுதாயம் குறித்தும் புழக்கத்திலிருக்கும் பழங்கதைகளை மறுகட்டமைப்பு செய்வது தேவையாகிறது. இந்த நூலில், நிலைப்பெற்றிருந்த அத்தகைய கருத்துகளிலிருந்தும் வரையறைகளிலிருந்தும் விலகி நிற்க முயல்கிறேன். பண்டைய இந்திய அரசியல் சிந்தனையை அதன் தகுதி சார்ந்து, அதன் காலச்சூழல் சார்ந்து கருத்துருவாக்கம் செய்ய முயல்கிறேன். அதாவது இதன் பொருள், மேலை அரசியல் தத்துவ அறிஞர்களுடன் ஒப்பிடுவதைத் தவிர்க்க முயல்கிறேன் என்பதல்ல; மேலைநாட்டையும் இந்தியாவையும் சேர்ந்த பண்டைய சிந்தனையாளர்கள் சிலருடன் புத்தரின் சிந்தனையை ஒப்பிட்டுப் பார்க்கிறேன். இதன் மூலம், அந்தச் சிந்தனையாளரின் முதன்மையான அசல் தன்மையை, வரலாற்று முற்போக்கை வெளிப்படுத்த முயல்கிறேன்.

கௌதம புத்தரைப் படிக்க வேண்டிய தேவை

பண்டைய இந்திய வரலாற்றில் மிகத் தீவிரமான சமுதாயப் புரட்சியாளர், கௌதம புத்தர். ஆகவே, இந்தியாவின் பகுத்தறிவு சார்ந்த அரசியல் தத்துவத்தின் ஆய்வை அவரிலிருந்தே தொடங்கவேண்டும். ஆனால், கெடுவாய்ப்பாக, கல்வி நிறுவனங்களோ, அரசியல் அமைப்புகளோ அல்லது கட்சிகளோ கௌதம புத்தரை ஓர் அரசியல் சிந்தனையாளராக தமது பாடத்திட்டத்தில் இணைத்துக் கொள்ளவில்லை.[13] இதற்கு இரண்டு காரணங்கள் உள்ளன. ஒன்று. பண்டைய இந்திய அரசியல் சிந்தனையாளர்களின் வரிசையில் அவரை வைப்பதற்கு, புத்தரின் அரசியல் தத்துவம் முறையாக ஆய்வு செய்யப்படவில்லை. இரண்டு. ஒரு மத குருவாகவே புத்தர் விவாதிக்கப்பட்டார், தொடர்ந்து விவாதிக்கப்படுகிறார். இதன் காரணமாக புத்தரது சிந்தனைகளுக்கும், உருவாக்கிய

நிறுவனங்களுக்கும், அவரது ஆளுமைக்கும் புதிர் ஏற்றப்பட்டது. காலனிய காலத்தைச் சேர்ந்த அறிஞர்களின் முக்கியப் படைப்புகள் மற்றும் இந்திய அறிஞர்களின் படைப்புகளை விரிவாக ஆய்வுசெய்வதன் மூலம் இதை பின்னர் விளக்குவேன்.

விஷ்ணுவின் தசாவதாரங்களில் ஒன்றாக அவர் அறிவிக்கப்பட்டதுமே, பௌத்தச் சித்தாந்தம் ஹிந்துயிசத்தால் முழுமையாக உள்வாங்கிக் கொள்ளப்பட்டது.[14] ஹிந்துக்கள் புத்தருக்கு புதிர்த்தன்மை ஏற்றியதையோ, தெய்வீகத்தன்மை அளிக்கப்பட்டதையோ ஆய்வு செய்யவோ, அம்பலப்படுத்தவோ தத்துவார்த்த ஆய்வுக்களங்களில் அதிக அளவில் முயற்சிகள் எதுவும் நடக்கவில்லை. இதன் விளைவாக புத்தர் கடவுளாக வணங்கப்பட்டார். ஓர் அரசியல் தத்துவ அறிஞராக ஆய்வு செய்யப்படவில்லை. எனினும், குறிப்பிட்ட காலகட்டத்தில், குறிப்பிட்ட சூழலில் அவர் செயல்பட்டார் என்பதைக் கட்டாயம் நினைவில்கொள்ள வேண்டும். இந்த அடிப்படையில், அவர் இயங்கிய சூழலுக்குள், அவராற்றிய பேருரைகளின் எல்லைக்குள் ஓர் அரசியல் தத்துவ அறிஞராக அவர் ஆய்வு செய்யப்பட வேண்டும். இந்தியச் சமுதாயத்தின் சிறந்த நலன்களுக்கு அது உதவக்கூடும்.

புதிர்க் களைதலுக்கான தேவை

நமது வரலாற்றின் முற்போக்கு இயக்கங்களுடனும் சித்தாந்தத்துடனும் தொடர்புடைய புத்தர் போன்ற பெரும் சிந்தனையாளர்கள் மீதான புதிர்த்தன்மை களையப்பட வேண்டியது இந்திய மக்களின் சமுதாய-அரசியல் போராட்டத்திற்கு அவசியம் என்று கருதுகிறேன்.[15] இந்தப் புதிர்க் களைதல் மூன்று நிலைகளில் செய்யப்படவேண்டும். முதலாவது. அந்தந்த காலகட்டத்தின் புறவய நிலைமைகளுடன் பொருந்துவதாக நமது கடந்தகாலம் மறுகட்டமைப்புச் செய்யப்பட வேண்டும். இந்திய கடந்தகாலத்தின் புறவய நிலைமைகள் வர்க்கக் கண்ணோட்டத்திலிருந்து மட்டுமின்றி சாதி மற்றும் வர்க்கப் பார்வையிலிருந்தும் ஆய்வு செய்யவேண்டும்.[16] ஏனெனில், பிராமணியக் கோட்பாடுதான் சாதி நிறுவனங்களைத் தோற்றுவித்தது; அதுதான், ஹிந்து அமைப்புகளுக்கு எதிராகவும் அவற்றிற்கு ஆதரவளித்த பொருளாதார கட்டமைப்பிற்கு எதிராகவும் தோன்றிய அனைத்துச் சிந்தனைப் பள்ளிகளுக்கும் தெய்வீகத் தன்மை அளித்தது.[17]

ஐரோப்பாவைப் போலன்றி, நிலத்தையும், தொழிற்சாலைகளையும், ஏனைய உற்பத்திச் சாதனங்களையும் தன்வசம் வைத்திருந்த இந்தியாவின் மேனிலை வர்க்கம் இயல்புக்கு மீறிய வலிமையுடன் இருந்தது. பிராமணியம் எதிர்-பண்பாட்டுச் சித்தாந்தப் பள்ளிகளுக்குத் தெய்வீகத்தன்மை அளித்தது; புதிர்த்தன்மை ஏற்றியது. இதன்மூலம் மேனிலை வர்க்கத்தின் மீதான தனது மேலாதிக்கத்தைத் தக்கவைத்துக் கொண்டது. இவ்வாறாக புத்தர், வர்த்தமானர், பசவேசுவரர் போன்றோருக்கும் சாதியத்திற்கு எதிராகப் போராடிய நவீன சமூக சீர்திருத்தவாதி வீர பிரும்மத்திற்கும் தெய்வீகத்தன்மை அளிக்கப்பட்டது; புதிர்த்தன்மை ஏற்றப்பட்டது.[18] பிராமண தத்துவத்தையும், சித்தாந்தத்தையும் எதிர்க்க அசல் சித்தாந்தம் ஒன்றை நிறுவிய முதல் மாபெரும் சிந்தனையாளர் புத்தர். ஆகவே இந்தியச் சிந்தனையாளர்களின் மீதான புதிர்க் களைதலை கௌதம புத்தரிலிருந்து தொடங்கவேண்டும்.

இரண்டாவது: எதிர்-பண்பாட்டுச் சிந்தனைப் பள்ளிகளுக்குப் புதிர்த்தன்மை அளித்த பிராமணியச் சிந்தனைப்பள்ளி, தனது சிந்தனையாளர்களுக்கும் அவ்வாறு புதிரேற்றியது. எடுத்துக்காட்டாக வேதவியாசரும், வால்மீகியும் படைத்த இதிகாசங்களான மகாபாரதத்திற்கும், இராமாயணத்திற்கும் புதிர்த்தன்மை அளிக்கப்பட்டது.[19] அதே நேரத்தில் ஹிந்து அறிஞர்களான மனுவையும், கௌடில்யரையும் ‘மதச்சார்பற்ற’ கொள்கையாளர்கள் என்று நிறுவ முயன்றது. கௌடில்யரும் மனுவும் புத்தரது காலத்தைச் சேர்ந்தவர்கள் இல்லை என்றாலும், தொடக்க முயற்சியாக அவர்களுடையதிலிருந்து வேறுபட்டதாக புத்தரின் தத்துவம் ஆராயப்பட வேண்டும். ஏனெனில் அவர்கள் பண்டைய சிந்தனையாளர்கள் என்ற பிரிவிற்குள்தான் அடங்குவர்.[20]

புத்தரை இவ்வாறு புதிர்க்களைதல் செய்தால்தான் அவரது அரசியல் தத்துவத்தையும் சித்தாந்தத்தையும், சாக்ரடீஸ், பிளேட்டோ, அரிஸ்டாட்டில் போன்ற ஐரோப்பிய அரசியல் தத்துவ அறிஞர்களுடன் ஒப்பிட முடியும்.[21] ரைஸ் டேவிட்ஸ் மற்றும் திருமதி ரைஸ் டேவிட்ஸ், ஹெர்மான் ஓல்டென்பெர்க், ராக்ஹில், ரிச்சர்ட் ஃபிக் போன்ற பல ஐரோப்பிய அறிஞர்கள் பௌத்த ஆய்வில் ஈடுபட்டனர். பௌத்தத்தை ஒரு மதச் சிந்தனையாகவும் அவர்கள் ஆராய்ந்தனர். அவர்களது ஆய்வின் மூலம், புத்தரது சிந்தனையின் சில அரசியல், சித்தாந்த, தத்துவார்த்த அம்சங்கள் வெளிப்பட்டன. அவர்களது ஆய்வு முறையிலிருந்த வரம்புகள் காரணமாக, பாலியைச் சேர்ந்த

பெரும் அறிஞர்களால் புத்தர் மீது ஏற்றப்பட்டிருந்த புதிரைக் களைய இயலவில்லை. அவரது தத்துவத்தை அதன் உண்மையான சாராம்சத்துடன் முன்னிறுத்த முடியவில்லை.[22]

பாலி மொழியில் எழுதப்பட்ட ஏறத்தாழ அனைத்து சுட்டங்களையும், ஜாதகக் கதைகளையும் கல்வெட்டுகளையும் ஆங்கிலத்தில் மொழிபெயர்க்கும் மெச்சத்தகுந்த பணியை இந்த அறிஞர்கள் செய்தனர். ஆனாலும், அத்தகு பெரும் சிந்தனையாளரைப் புதிரானவராக்கிய பிராமணியத்தின் சித்தாந்தப் பங்களிப்பை அறிவதில் தோற்றனர். எனினும், புத்தரது தத்துவத்தை மீள் கட்டமைப்பு செய்வதற்குப் போதுமான ஆதாரங்களை அப்படைப்புகள் அளித்துள்ளன.[23] ஆனால், ஒன்றை நினைவில் கொள்ளவேண்டும்; அவர்களது எழுத்துகள் அனைத்தும் மேலைப் பண்பாட்டுப் பார்வை அடிப்படையிலும் காலனிய அணுகுமுறை சார்ந்தும் முறைப்படுத்தப்பட்டவை.[24] மேற்கூறப்பட்ட இந்த அணுகுமுறையை விரிவாக ஆராயலாம். இந்திய அறிஞர்களும் அவர்களது பிறழ்வுகள் குறித்து குற்றவுணர்வு கொண்டுள்ளனர். புத்தரை ஓர் அரசியல் சிந்தனையாளராக ஆய்வு செய்வதில் அவர்கள் தீவிர கவனம் செலுத்தவில்லை. அவர்களது தோல்வியை பின்னர் ஆராயலாம்.

இந்தியா குறித்த காலனியப் படைப்புகள்

நவீன இந்திய அரசியல் விஞ்ஞானிகளின் ஆய்வுமுறைகளை பெருமளவில் இரண்டு காரணிகள் கட்டுப்படுத்தின. முதலாவது, காலனிய வரலாறெழுதும் பாணியும், ஆய்வுமுறையும். இரண்டாவது, ஹிந்துத் தேசியவாத வரலாற்றாசிரியர்களின் மதஞ்சார்ந்த அணுகுமுறை.[25] ஜேம்ஸ் மில் உள்ளிட்ட அனைத்து ஐரோப்பியப் படைப்பாளிகளும், இந்தியச் சிந்தனை ஒருபடித்தானது என்ற அனுமானத்தில்தான் இயங்கினர். அவர்களுடன் தொடர்பிலிருந்த ஹிந்து அறிஞர்களை ஒட்டுமொத்த இந்தியச் சமுதாயத்தின் பிரதிநிதிகளாகக் கருதினர். அவர்கள் 'கண்டுபிடித்த' மனு தர்ம சாஸ்திரம், அர்த்தசாத்திரம் போன்ற பண்டைய இந்தியப் படைப்புகளை, வேறுபாடற்ற, முரண்பாடற்ற இந்தியக் கடந்தகாலம் குறித்த கண்டுபிடிப்புகளாகவே எடுத்துக் கொண்டனர்.

காலனிய அரசியல் விமர்சகர்கள் இந்தியச் சமுதாய-அரசியல் செயல்முறைகளில் தொடர்ந்து இருந்துவரும் முரண்பாடுகளைப்

பார்க்கத் தவறிவிட்டனர். அதனை ஆக்கப்பூர்வமற்றதாக, ஒருபடித்தானதாக வகைப்படுத்தியதால், அதன் முற்போக்கான பகுதிகளும் விரிசல்களும் அவர்கள் பார்வையிலிருந்து மறைந்தன. ஆசிய மாதிரியைப் பொறுத்தவரை ஹிந்துக்கள் மத்தியில் அரசாங்கம் என்றால் அது முடியாட்சிதான் என்கிறார் ஜேம்ஸ் மில். பொது விதிவிலக்காக மதமும் மதகுருமார்களும் தவிர்த்து, எந்த ஆளும் அமைப்பின் கருத்தும் ஒற்றை மனிதனின் விருப்பத்திலிருந்து வேறுபட்டிருக்கவில்லை... என்கிறார்.

பண்டைய இந்தியா குறித்து அவர் இவ்வாறு கூறுகிறார்: 'சமுதாயத்தின் முதல் நிலையில், போர்க்களத்தில் தலைமை ஏற்றவரே, அமைதிச் சூழலிலும் நீதிபதியாக இருந்தார். சட்டமும் நீதிமன்றச் செயல்பாடுகளும் அந்த மனிதரிடமே அளிக்கப்பட்டன; முதலாவதாக, சட்டங்கள் எதுவும் நடைமுறையில் இல்லை என்பதால், சட்டமியற்ற யார் தகுதியானவர் என்பதை முடிவெடுக்க அவர் மட்டுமே உரிமை பெற்றிருந்தார். ஏனெனில் ஒவ்வொரு சந்தர்ப்பத்திற்கும் ஏற்ப சட்டங்களை இயற்ற வேண்டியிருந்தது. இரண்டாவது, முரட்டுத்தனமான, கீழ்ப்படிதலுக்குப் பழக்கமற்ற மக்கள், தரம் தாழ்ந்த அதிகார அமைப்பை நிச்சயம் மதிக்க மாட்டார்கள்.'

இவ்வாறாக இந்தியச் சிந்தனையாளர்களையும், மக்களையும் முரட்டுத்தனமானவர்கள், படிப்பறிவற்றவர்கள் என்பதாக அவர் வகைப்படுத்துகிறார்; நல்லதை கெட்டதை, நேர்மையை நேர்மையற்றதை பிரித்தறியும் திறனற்றவர்கள் என்று கண்டனம் செய்கிறார். சட்டங்கள் வகைப்படுத்தப்படவில்லை என்று குற்றம் சுமத்துகிறார்.[26] இவரைப்போன்ற பயன்நோக்குவாதச் சிந்தனையாளர்கள், மனுதர்ம சாஸ்திரத்தின் அடிப்படையிலும், இந்தியப் பிராமணர்களுடன் அவர்கள் நடத்திய விவாதங்களின் அடிப்படையிலுமே தமது முடிவுகளை எடுத்தனர்.

பேராசிரியர் மேக்ஸ் முல்லர் தனது கருத்தை இவ்வாறு பதிவு செய்கிறார்: ஓர் இந்தியன் தேச உணர்வு என்பதை என்றைக்கும் அறியாதவன். தேசிய அளவிலான ஒரு பாராட்டை எதிர்நோக்கி அவன் மனம் துடித்ததில்லை. ...ஹிந்துக்கள், தத்துவ அறிஞர்களின் தேசமாகவே இருந்தனர். முழுவதுமாகப் பார்த்தால் ஆன்மாவின் அகவாழ்வு என்பது மொத்த மக்களின் நடைமுறை ஆற்றல்கள் அனைத்தையும் முழுமையாகக் கிரகித்துக் கொண்டது; வரலாற்றில்

தனக்கான இடத்தை ஒரு தேசம் பெறுவதற்கான அந்தப் பண்புகளை எல்லாம் ஏறத்தாழ அழித்துவிட்டது. இதைப் போன்ற மற்றொரு நிகழ்வை வரலாறு பேசவில்லை.

திரு.ப்ளூம்ஃபீல்டின் கருத்துகளும் பெருமளவிற்கு வேறுபடவில்லை. 'இந்திய வரலாற்றின் தொடக்கத்திலிருந்தே, மக்களது பண்புகளையும் வளர்ச்சியையும் மத நிறுவனங்கள் ஓரளவிற்கு கட்டுப்படுத்தின. வேறெங்கும் இப்படி நடந்ததாகத் தெரியவில்லை... இந்தத் திட்டத்தில், அரசின் நலனிற்கான, இனத்தின் வளர்ச்சிக்கான ஏற்பாடு எதுவும் இல்லை.' என்கிறார் அவர்.[27] பௌத்த மரபு பற்றி அறிந்து கொள்வதற்கோ அல்லது அதனை ஆராயவோ மேற்கத்திய அரசியல் விஞ்ஞானிகள் என்றைக்கும் அக்கறை கொண்டதில்லை என்று தோன்றுகிறது. அத்தகைய கண்மூடித்தனமான, மேலைப் பண்பாட்டுப் பார்வை கொண்ட காலனிய அணுகுமுறை, இந்தியப் படைப்புச் சிந்தனைக்கு அதிகம் சேதத்தை விளைவித்தது. இந்த ஐரோப்பியப் புரிதல் முற்றிலும் தவறாக எடுத்துக் கொள்ளப்பட்டது எப்படி என்பதைப் பின்வரும் அத்தியாயங்களில் பார்க்கலாம்.

பௌத்தம் குறித்த விளக்கவுரைகளும், ஆய்வுகளும்

பௌத்தம் குறித்த முதல் படைப்புகள் சிலவற்றை, ஐரோப்பாவைச் சேர்ந்த பாலி மொழி அறிஞர்கள் ரைஸ் டேவிட்ஸ், திருமதி ரைஸ் டேவிட்ஸ், ஒல்டென்பெர்க், ராக்ஹில் ஆகியோரும் மேலும் பலரும் தந்துள்ளனர். ரைஸ் டேவிட்ஸ் எழுதிய '*Buddhist India*' என்ற படைப்பு புத்தரை ஐரோப்பிய உலகிற்கு அறிமுகப்படுத்திய முதல் படைப்பு. அதுமட்டுமின்றி, புதிய, ஹிந்து அல்லாத பார்வையில் பண்டைய இந்தியாவை இந்நூல் அறிமுகம் செய்தது. இந்த நூலின் முன்னுரையில் ரைஸ் டேவிட்ஸ் இவ்வாறு எழுதுகிறார்: 'பௌத்தம் மேலோங்கியிருந்த பண்டைய இந்தியாவை விவரிக்க முதல்முறையாக முயற்சி ஒன்று நடந்துள்ளது; அதிகம் பிராமணக் கண்ணோட்டத்திலிருந்து இல்லாமல், ஒரு ராஜபுத்திரப் பார்வையில் விவரிக்க முயற்சிக்கப்பட்டுள்ளது. இரண்டு பார்வைகளும் இயல்பில் பெருமளவு வேறுபடுகின்றன. ஒரு குறிப்பிட்ட பிரச்சனையையொட்டி அவர்கள் மத்தியில் எழும் எதிரெதிரான உரிமை கோரல்கள் ஒன்றை மற்றொன்று உரசாத வரையிலும், இந்தியாவில் மதகுருவும் மேல் வர்க்கமும் எப்போதும் நன்கு ஒன்றிணைந்தே செயல்பட்டனர்.'[28]

பௌத்தம், பிராமணர்களின் மேலாதிக்கத்தை ஓரங்கட்டவும், ராஜபுத்திரர் நலன்களை மேம்படுத்தவும் முயற்சித்த இயக்கமாகப் பார்க்கப்பட்டது என்கிறார் ரைஸ் டேவிட்ஸ். ஓல்டென்பெர்கின் '*Buddha: His life, His Doctrine, His Order*' என்ற நூல் மற்றுமொரு முக்கியமான படைப்பு. புத்தரின் சிந்தனையை புதிய கோணத்தில் அது அணுகுகிறது. அடிப்படையில் இது ஒரு வாழ்க்கை வரலாற்றுச் சித்திரம்; பௌத்தச் சிந்தனையின் பரந்த எல்லைகளை ஐரோப்பிய உலகத்திற்கு இந்த நூல் அறிமுகப்படுத்தியது. ஆனால், இந்தியச் சூழலில், பண்டைய இந்தியாவைப் புத்தரின் கண்ணோட்டத்தில் ஆய்வு செய்ததில் அதன் முக்கியத்துவம் பொதிந்துள்ளது.[29]

ராக்ஹில் எழுதிய '*The Life of Buddha and the Early History of His Order*' என்ற படைப்பு புத்தரின் கருத்துகளைப் பிராமணரல்லாத ஒருவரின் கண்ணோட்டத்தில் ஆராய்கிறது. புத்தரின் கொள்கையையும் செயல்பாட்டையும் வாழ்க்கை வரலாறு போல் கூறியுள்ள துல்வா அல்லது விநய பிடகத்தை முறையான ஆய்வுகளுக்கு உட்படுத்தி இந்த நூல் எழுதப்பட்டுள்ளது.[30] திருமதி ரைஸ் டேவிட்ஸ் '*Outlines of Buddhism*' என்ற முக்கியப் படைப்பின் வாயிலாக மதிப்பு மிக்க பணியைச் செய்துள்ளார். மிகச் சிறப்பாக எழுதப்பட்டிருக்கும் இந்த நூல் ஐரோப்பியருக்கும், ஐரோப்பியர் அல்லாதோருக்கும் பௌத்தத்தை அறிமுகம் செய்கிறது. பௌத்த இலக்கியத்தைப் புரிந்துகொள்வதற்கு குறிப்பிடத்தக்கப் பங்களிப்பை இந்நூல் செய்துள்ளது.[31]

ஹிந்துத் தேசியவாத அறிஞர்களின் பார்வைகள்

இந்தியாவிற்கு ஜனநாயக மரபு கிடையாது என்ற காலனியக் கூற்றை மறுப்பதற்காக, அந்த மரபு உள்ளிட்ட புராதன அரசியல் குறித்த ஊகச் சிந்தனைகளின் ஆய்வை இந்தியத் தேசியவாத அறிஞர்கள் மேற்கொண்டனர். அவர்களில் கே.பி.ஜெயஸ்வால், ஆர்.சி.மஜூம்தார், டி.ஆர்.பண்டார்கர், யூ.என்.கோஷல், பேனி பிரசாத், ஏ,கே.சென், என்.சி.பந்தோபாத்யாயா, பி.சி.பாசு ஆகியோர் முக்கியமானவர்கள். கே.பி.ஜெயஸ்வாலின் '*Hindu Polity*', பந்தோபாத்யாயாவின் '*Development of Hindu Polity and Political Theories*', பி.சி. பாசுவின் '*Indo Aryan Polity*', பண்டார்கரின் '*Some Aspect of Ancient Indian Polity*' மஜூம்தாரின் '*Corporate life in Ancient India*' ஆகியன மிகத் தொடக்கத்தில் எழுதப்பட்ட நூல்கள்.[32] இவையனைத்தும் இருபதாம்

நூற்றாண்டின் தொடக்கத்தில் வெளியானவை. ஹிந்துத் தேசியவாதக் கருத்துகளின் உருவாக்கத்திற்கு இவை அடிப்படையாக அமைந்தன.

ஆய்வுமுறைகளின் அடிப்படையில் சொல்வதென்றால் இந்தப் படைப்பாளிகள் அனைவரும் ஜேம்ஸ் மில், மாக்ஸ்முல்லர் ஆகியோர் அமைத்துத் தந்த மேலைப் பண்பாட்டு நோக்கிலான காலனிய ஆய்வுமுறையால் தாக்கமுற்றவர்கள் எனலாம். பண்டைய இந்தியாவில் ஜனநாயக மரபுகள் இருந்தன என்று இவர்கள் அறுதியிட்டு உறுதியாகக் கூறமுயன்றனர். எனினும் அவர்கள், ஹிந்து அடையாளம் என்ற ஒருபடித்தான கருத்தியல் வரம்பிற்குள்தான் செயல்பட்டனர். அரசியல் நிறுவனங்களின் பார்வையிலிருந்தே பெரும்பாலான இவர்களது ஆய்வுகள் நடத்தப்பட்டன. தனித்த ஒரு சிந்தனையாளரின் அரசியல் தத்துவத்தை ஆராய முற்படவில்லை. ஹிந்து அடையாளத்திற்கும், பண்பாட்டிற்கும் மட்டுமே அழுத்தம் தரப்பட்டது. சந்தேகத்திற்கு இடமின்றி கதைகளுக்கும், இதிகாச விவரிப்புகளுக்கும் முக்கியத்துவம் கொடுக்கப்படவில்லை; கருத்துகளின் பரிசீலனைக்கு அழுத்தம் கொடுக்கப்பட்டது. ஆனால், இந்திய அமைப்பிற்குள்ளிருந்த கோட்பாட்டு மோதல்கள், முரண்பாடுகள் அல்லது அடிப்படை விரிசல்கள் குறித்த முறையான விவாதத்தை இந்த உரையாசிரியர்கள் தவிர்த்தனர்.

ஜெய்ஸ்வால் தனது 'Hindu Polity' நூலின் முதல் அத்தியாயத்தில் இப்படி எழுதுகிறார்: 'ஹிந்து ஆட்சி அமைவு முறையின் சில முக்கிய அம்சங்கள் இங்கே குறிப்பிடப்பட்டுள்ளன. பிராமணிய ஆரிய இனமான ஹிந்து இனம், பெரும் அரசுகளுடனும், பல்வேறு அரசு முறைகளுடனும், அரசியல் அமைப்புகளுடனும் இயங்கிய அனுபவம் கொண்டது.'³³ பண்டார்கர் 'Some Aspect of Ancient Indian Polity' என்ற தனது நூலின் அறிமுக உரையில் இவ்வாறு கூறியுள்ளார்: 'இந்த விஷயத்தில் திரு.ஜெயஸ்வால் அவர்களை எடுத்துக்காட்டாகக் கொண்டு முன்னொருமுறை நான் பேசிய 'கார்மிகல்' (Carmichael) உரைகளுடன் தொடர்புடையதாக 1918ல் இரண்டு உரைகளை அளித்துள்ளேன்.' இந்த உரைகளில், 'அரசியல் கொள்கைகளின் வளர்ச்சிக்கு ஏற்றதாக ஹிந்துக்களின் மனம் (Mind) இல்லை என்ற முடிவிற்கு வருவது இனியும் சரியானதாக இருக்க முடியாது' என்று அவர் கூறுகிறார். இந்தியர்களால் மதத்திலிருந்து அரசியலை ஒருபோதும் பிரிக்க முடியாது என்ற கேள்விக்கு பண்டார்கர் இவ்வாறு பதிலளித்தார். 'ஹிந்துக்களின் மனமானது ஆட்சி அமைவு முறையையும் பொருளாதாரத்தையும்

தத்துவம் மற்றும் இறையியலிலிருந்து சாதுர்யமாக, நிரந்தரமாகப் பிரித்துவைத்திருந்தது; தனித்த விஷயமாகக் கருதியது என்பது ஆய்வு விவரங்களிலிருந்து தெளிவாகவில்லை'.[34]

பண்டார்கர் மட்டுமின்றி, அவருக்குப்பின் வந்த அனைத்து ஹிந்து அரசியல் விஞ்ஞானிகளும் இதே ஆய்வுமுறையையே சார்ந்திருந்தனர். அவர்களது கருத்தில் புராதன சிந்தனைகள் அனைத்துமே ஹிந்துச் சிந்தனையே. இந்த அணுகுமுறையில் ஹிந்துத் தேசியத்தின் இனவாதப் பண்பு பொதிந்துள்ளது. எடுத்துக்காட்டாக, தனது 'Hindu Political Thought' என்ற நூலின் முன்னுரையில் ஏ.கே.சென் இவ்வாறு எழுதுகிறார்: 'எழுத்தாளர்கள் சிலர் சித்தரிக்க முயல்வது போல அரசியல் சிந்தனை உலகில் ஹிந்துக்கள் பிற்போக்கானவர்கள் அல்ல; இந்தக் கருத்தை நிறுவும் விழைவின் வெளிப்பாடே இந்த நூல். இந்த நோக்கத்தை மனத்தில் கொண்டு அரசியல் சிந்தனையின் சில அம்சங்களை ஓரளவிற்கு விவரமாகப் பரிசீலித்துள்ளேன்.'[35]

ஏன், கோஷலின் அணுகுமுறையும் பெருமளவிற்கு வேறுபட்டிருக்கவில்லை. இந்த எழுத்தாளர்களின் கூற்றுகளிலிருந்து ஒன்று தெளிவாகிறது. ஜனநாயகக் கூறுகளை ஹிந்துச் சிந்தனை கொண்டிருந்தது என்பதை நிரூபிக்க வேண்டிய அவசியம் மட்டுமே அவர்கள் மனத்தில் அதிகம் உயர்ந்து நின்றது. அவர்கள் திரும்பத் திரும்ப 'ஹிந்து' என்று குறிப்பிடுவதற்குக் காரணம், ஐரோப்பியர்களின் அபிப்பிராயங்களை 'கிறித்துவர்களுடையது' என்று கட்டமைக்கவே. இதன் விளைவாக ஒட்டுமொத்த உரையாடல்களிலும் மதச் சச்சரவு என்ற சாயல் படிந்தது. இந்தியாவின் அனைத்து அரசியல், தத்துவப் பள்ளிகளையும் ஒருபடித்தான ஹிந்து அமைப்பின் பகுதியாகப் பாவிக்க அவர்களை இது வலியுறுத்தியது.

மிகச்சரியாக இந்த எண்ணம்தான் ஹிந்துத் தேசியவாத அறிஞர்களை, மேலைப் பண்பாட்டுப் பார்வை என்ற பொறிக்குள் தள்ளியது. ஏனென்றால்; பண்டைய இந்தியாவில் ஒன்றோடொன்று மோதிக்கொள்ளும் சித்தாந்தங்கள் இல்லை என்பதை நிரூபிப்பதே மேலைப் பண்பாட்டுவாதத்தின் முக்கியமான உந்தும் கருத்தாக இருந்தது. அதன்படி ஹிந்து மதத்தின் அதிகார அமைப்பின் கட்டளைகளுக்கு இந்திய மக்கள் அடிபணிந்தனர்; ஆதலால், பண்டைய இந்தியாவில் மதச்சார்பற்ற அரசியல் சிந்தனை என்பது இருந்திருக்க முடியாது என்பது இவர்கள் எண்ணம்.

ஆனால், உண்மையில், சார்வாகமும் பௌத்தச் சிந்தனைகளும் அடிப்படையில் மதச்சார்பற்றவை; பொருள்முதல் வாதம் பேசியவை; அதுமட்டுமின்றி, வேதகாலத்து ஹிந்து, பிராமணியச் சிந்தனைகளுக்கு அவை சவாலாக இருந்தன. மதச்சார்பு அணுகுமுறை கொண்டிருந்த ஹிந்து அறிஞர்களுக்கு எதிராக ஐரோப்பியர்கள், பண்டைய கிரேக்கத் தத்துவமே அடிப்படையில் மதச்சார்பற்றது என்று உறுதியாகக் கூறினர்; அத்துடன், அரசியல் வெளியிலும் அந்தத் தத்துவம் செயல்பட்டது என்றனர். ஹிந்துத் தேசியவாத சிந்தனைக்கு அடிப்படை பலவீனம் ஒன்று இருந்தது. அதாவது பண்டைய இந்தியாவில் ஒருபடித்தான ஹிந்துத் தத்துவமும், அடையாளமும்தான் இருந்தது என்று நிறுவுவதற்கு ஐரோப்பிய அறிஞர்கள் திரட்டிய ஆதாரங்களையும், சட்டகத்தையுமே ஹிந்துத் தேசியவாதிகள் அதிகம் சார்ந்திருந்தனர்.

வேறொரு வகையில் கூறினால், ஐரோப்பிய அறிஞர்கள், ஹிந்துத் தேசியவாத அறிஞர்கள் என்ற இந்த இருதரப்பினருமே, ஒருபடித்தான, ஆதிக்கத்தன்மை கொண்ட வருணாசிரம தர்மத்தை முன்வைத்த மனுவின் விதிகளையும், கௌடில்யரின் அர்த்தசாஸ்திரத்தையும் அதிக அளவிற்கு சார்ந்திருந்தனர். சுதந்திரப் போராட்டக் காலத்தில், இந்த ஆய்வுமுறையில் விதிவிலக்காக இருந்தவர் அம்பேத்கர் மட்டுமே. பண்டைய இந்தியாவில் காணப்பட்ட முரண்பட்ட சித்தாந்தங்களை அவர் ஆராய்ந்தார்.[36] ஆனால், கெடுவாய்ப்பாக வரலாற்று மறுகண்டுபிடிப்பு நிகழும் இந்தக் காலகட்டத்தில், அம்பேத்கரின் பெரும்பாலான படைப்புகள் வெளிச்சத்திற்கு வரவில்லை. மகாராஷ்டிர அரசாங்கம் அவரது படைப்புகளை தொகுதிகளாக வெளியிட்டது; அதன் பின்னரே, ஹிந்துயிசத்தையும் பௌத்தத்தையும் ஒன்றோடொன்று மோதிக்கொள்ளும் சிந்தனைப் பள்ளிகளாகத்தான் தனது பெரும்பாலான படைப்புகளில் அவர் கையாண்டுள்ளார் என்பது தெரியவந்தது.[37]

விடுதலைக்குப் பின்னரான உரையாடல்கள்

விடுதலைக்குப் பின்னரும், பண்டைய இந்தியாவின் அரசியல் கொள்கையை ஆக்கப்பூர்வமாக மறு-பரிசீலனைக்கு உட்படுத்தும் முயற்சிகள் எதையும் அரசியல் விஞ்ஞானிகள் செய்யவில்லை. ஆனால், வரலாற்று வெளியிலும் தத்துவ வெளியிலும் புதிய முயற்சிகள் மேற்கொள்ளப்பட்டன என்பது உண்மை. டி.டி. கோசாம்பி, ஆர்.எஸ்.சர்மா, தேவிபிரசாத் சட்டோபாத்யாயா,

ரொமிலா தாப்பர் ஆகியோர் முக்கியமான பணிகளைச் செய்துள்ளனர். பண்டைய இந்தியாவின் அரசியல் தத்துவத்தை ஆராய்வதற்குத் தேவையான புதிய சட்டகத்தை அவர்கள் அளித்தனர். தனது '*Introduction to the Study of Indian History*' என்ற நூலில் டி.டி.கோசாம்பி புதிய ஆய்வுமுறையை விளக்குகிறார்: 'இந்திய வரலாற்றைப் படிப்பதற்கு உதவும் முற்றிலும் புதுமையான அணுகுமுறை இது. இந்த நூலைப் படிப்பவர்கள் இந்திய வரலாற்றைப் படிக்கத் தூண்டப்படுவார்கள் என்ற நம்பிக்கையில் இது எழுதப்பட்டது.'[38] முரண்படும் சிந்தனைப் பள்ளிகளின் தேசமாக இந்தியா எவ்வாறு அமைந்திருந்தது என்பதையும் அவர் வெளிக்காட்டி உள்ளார். நூலின் ஓர் அத்தியாயத்தில் பௌத்தச் சிந்தனையின் தோற்றமும் வளர்ச்சியும் புதிய பார்வையில் விவரிக்கப்பட்டுள்ளது.

ஆர்.எஸ்.சர்மா எழுதிய '*Aspects of Political Ideas and Institutions in Ancient India*', தேவி பிரசாத் சட்டோபாத்யாயா எழுதிய '*Lokayata*' ஆகிய இரண்டும் ஐம்பதுகளின் மத்தியில் வெளிவந்த மிக முக்கியமான ஆய்வுகள்.[39] தேசியவாத சித்தாந்தத்தின் ஆய்வுமுறையின் வரம்புகளை ஆர்.எஸ்.சர்மா சுட்டிக்காட்டுகிறார்: 'முதலாவதாக, கல்வி கற்ற மத்தியத்தர வர்க்கத்தை அந்நியர் ஆட்சிக்கு எதிராகத் தூண்டும் பணியை அது செய்தது. என்றாலும், 1920களிலிருந்து விடுதலைப் போராட்ட இயக்கங்களில் தம்மை ஈடுபடுத்திக்கொண்ட விவசாயிகள், தொழிலாளர்கள் என்ற பெரும் திரட்சியின்மீது அக்கறை கொண்டிருந்த உணர்வு மிக்க அறிவுஜீவிகள் குறித்து அது அக்கறை காட்டியதாகத் தெரியவில்லை.'

பண்டைய ஹிந்து ஆட்சி அமைவு முறை முழுமையாக ஹிந்துமயமாக்கப்பட்டிருந்ததை இதற்கான காரணங்களில் ஒன்றாக சர்மா கூறுகிறார். அவர் மேலும், 'புராதன ஹிந்து நிறுவனங்களை முழுமையாக ஹிந்து ஆட்சி முறை ஆராதித்தது; இதன் காரணமாக முஸ்லீம்கள் எதிரியாகக் கூடிய சூழல் உருவாயிற்று... இரண்டாவது, கடந்தகால மதிப்பீடுகள் குறித்து ஒரு தவறான உணர்வை நமக்கு அளித்தது.'[40] என்று கூறுகிறார். தத்துவார்த்த ஆய்வுகள் குறித்தும் இதேபோன்ற முடிவுகளுக்குத்தான் சட்டோபாத்யாயாவும் வந்தார். பொ.ஆ.முன் ஆறாம் நூற்றாண்டிற்கு முன்பே வேத, பிராமணிய சிந்தனைப் பள்ளிகளுக்குச் சவாலாக உலகாயதம், ஜைனம், பௌத்தம் போன்ற பல சிந்தனைப் பள்ளிகள் இருந்தன என்பதை முதன்முறையாக அவர்தான் வெளிச்சத்திற்கு கொண்டு வந்தார்.

ஏ.எஸ்.அல்டேகர் எழுதிய 'State and Government in Ancient India'[41] பி.ஏ.சேல்டோர் எழுதிய 'Ancient Indian Political Thought and Institutions'[42] ஆகியன பண்டைய இந்தியச் சிந்தனையைப் புரிந்துகொள்ள உதவும் முக்கிய படைப்புகள். எனினும், இவற்றின் ஆய்வுமுறையும் ஜெயஸ்வால் மற்றும் பண்டார்கர் ஆகியோரின் படைப்புகளிலிருந்து வேறுபடவில்லை. மனுவைப் பற்றியும் கௌடில்யர் குறித்தும் நமது கருத்துகளை உருவாக்கிக்கொள்ளவும், ஹிந்து நிறுவனங்களை வடிவமைப்பதில் மேற்கண்ட இருவரின் தாக்கம் குறித்து அறிந்துகொள்ளவும் இந்த இரு படைப்புகளும் பெருமளவிற்கு உதவுகின்றன. ஆனால், இவை அடிப்படையில் பாட நூல்களே. பேசப்படும் இந்தப் பொருள் குறித்து புதிய வெளிச்சம் எதையும் பாய்ச்சவில்லை.

இந்த இரு உரையாசிரியர்களும் கல்வித்துறை சார்ந்தவர்கள். இவர்கள் தவிர்த்து பண்டைய இந்தியாவின் பல அம்சங்களையும் முறைப்படி ஆராய்ந்த ஒரே தத்துவ அறிஞர், கொள்கையாளர் பி.ஆர். அம்பேத்கர் மட்டுமே. பௌத்தத்தை மதம் சார்ந்த தத்துவமாக அம்பேத்கர் பார்க்கவில்லை; ஹிந்து மதத்திற்கு மாற்றாகவே அந்தத் தத்துவத்தை முன்வைத்தார். ஹிந்து மதம் குறித்த மிக விரிவான அவரது விமர்சனங்கள் அவரது கொள்கையை வெளிப்படுத்தும் கட்டுரைகளில் காணக்கிடக்கின்றன: 'On Caste', 'Annihilation of Caste', 'Philosophy of Hinduism', 'The Hindu Social Order', 'The Ancient Regime', 'The Decline and Fall of Buddhism', 'Triump of Brahminism' போன்ற அவரது படைப்புகள் பண்டைய இந்தியா குறித்த நமது கண்ணோட்டத்தை மாற்றின.[43]

இந்தப் படைப்புகள் மூலமாக, ஒடுக்கப்பட்ட மக்களின் பார்வையிலிருந்து பண்டைய இந்தியாவின் அரசியல் சிந்தனையைப் புரிந்துகொள்வதற்கு புதிய சட்டகம் ஒன்றை அம்பேத்கர் அளிக்கிறார். இந்தியச் சமுதாயத்திலிருக்கும் உள்முரண்பாடுகளின் ஊடாக புராதன இந்தியச் சிந்தனையைப் புரிந்துகொள்ள சில குறிப்புகளையும் தருகிறார். இந்தக் கருத்தோட்டத்தின் அடிப்படையில்தான் அம்பேத்கர் 'The Buddha and His Dhamma' என்ற தனது மாபெரும் படைப்பை எழுதினார்.

பண்டைய இந்தியாவின் கருத்துகளையும், அரசியலையும், நிறுவனங்களையும் புரிந்துகொள்ள இந்தப் படைப்புகள் அனைத்தும் மிகப் பொருத்தமானவை. தேசியவாத காலத்துப் படைப்புகளும்,

விடுதலைக்குப் பிறகு உருவான படைப்புகளும் புத்தரது அரசியல் கருத்துகள் பற்றிய பல குறிப்புகளைத் தருகின்றன. எனினும், எந்தவொரு அரசியல் விஞ்ஞானியும் அவரது கருத்துகளை ஓர் ஒத்திசைவான அரசியல் தத்துவமாக உருவாக்குவதற்கு இதுவரை முயற்சிக்கவில்லை. அத்தகையப் படைப்புகள் ஏதும் இல்லாத காரணத்தால், பண்டைய இந்திய அரசியல் சிந்தனை குறித்த பாடத்திட்டங்களில் புத்தர் சேர்க்கப்படாமல் இருந்தார். அந்த நோக்கத்தை இந்த நூல் நிறைவேற்றும்; நவீன அரசியல், சித்தாந்த செயல்முறைகளில் நிச்சயம் பெரும் தாக்கத்தை ஏற்படுத்தும்.

அடிக்குறிப்புகள்

1. During the nationalist struggle against the British some work was done by historian like R. C. Dutt, Purnendu Narayan Singh K. P. Jayaswal and a few others, but their framework was subject to several limitations. See R. S. Sharma, *Aspects of Political Ideas and Institutions in Ancient India* (Motilal Banarsidass : New Delhi, 1959) pp.1-13.

2. Our own past serves as a guide for us to build up our future institutions. F. Owricks said, 'Unless we have constructive outlook over the past, we are drawn either to mysticism or to cynicism', quoted in E.H. Carr, *What Is History?* (Harmondsworth: Penguin, 1981), p.109.

3. Uma Chakravarti, *The Social Dimensions of Early Buddhism* (New Delhi:Oxford University Press, 1987) p.1.

4. After the V. P. Singh government declared in 1990 that it would implement the Mandal Commission Report, the debate on the caste question has taken a new turn in India. Pro-Mandal Scholars began to argue that the abolition of caste has to be put on the political agenda of the country. This led to a re-examination of anti-caste thought. I think Gautama Buddha was the first thinker in ancient India to talk about the dilution and abolition of the caste system. See B. R. Ambedkar, *Writings and Speeches* (Mumbai: Government of Maharashtra, 1987), vol. 3, pp.441-462.

5. See T. Oizerman, *Problems of the History of Philosophy* (Moscow Progress Publishers, 1973).

6. Randhir Singh, *Reason, Revolution and Political Theory:* Notes on Oake-shott's *Rationalism in Politics* (New Delhi: People's Publishing House, 1967), p.2.

7. Dev Raj Chanana, *Slavery in Ancient India* (New Delhi: People's Publishing House, 1990). See Foreword by Filliozat, p.6.

8. George H. Sabine, *History of Political Theory* (New Delhi: Oxford and IBH, 1973), 4th ed., p. 14.

9. David Sills, ed. *International Encyclopedia of the Social Sciences,* New York, vol. 12, p.310.

10. W. A. Dunning, *A History of Political Theories.* See Preface (New York, Macmillan, 1950).

11. Sabine, *History*, p. 14.

12. Sills, *International Encyclopedia of Social Science,* P. 310.

13. In India the study of ancient Indian thought acquired significance during the freedom movement. In Post-Independence India departments of political science in all major universities teach a separate course on ancient Indian thought, but by and large the tendency is to not to include Buddha in the list of ancient Indian Political thinkers. Political parties do prepare their own syllabi to educate their cadres, but even they do not include Buddha.

14. Hindu mythology suggests that whenever society has strayed from the path of Hindu dharma, Vishnu has incarnated himself and killed those who violated the Hindu order. According to this myth Vishnu incarnated ten times, and Buddha's incarnation is the ninth one. Ironically Buddha never believed in the violent methods of moral policing ascribed to Vishnu; all his life he fought such methods.

15. The great advances in Indology now give us a lot of scope to reconstruct our past on a more positive, historical and material basis. Sharad Patils's *Dasas, Sudras, Slavery* (New Delhi: Allied Publishers, 1982) has raised several issues about caste and class in India. In view of the increasing anti-caste struggles by the Dalitbahujan masses in India the need to study the political ideology of those who initiated these struggles assumes greater importance. Sharad Patil in Part II of his book discusses Buddha as the initiator of anti-Hindu struggle.

16. According to Sharad Patil, unlike European society, Indian society cannot be studied by applying what he calls the unilineal dialectical materialist method. He feels that since the caste structure is much more complex; to unravel it multilinear methods need to be applied. He made this proposition in a lecture at the arts college, Osmania University on 28th June 1990. I tend to agree with him; to unfold social reality in India the Marxist perspective has to combined with the Dalit perspective. This would mean a specific application of dialectical materialism to (non-European) Indian reality.

17. Caste is a brahminical institution based on varnadharma. The modalities of all other instituttions like marriage and family are structured by brahminical ideologies to perpetuate caste. Sacrificial ritualism was a method chosen by the brahminical school to perpetuate the caste system and retain their control over the masses. In this process the deification of every person who opposed the caste system served their ideological purposes.

18. Basaveswara belonged to the medieval period, and organized anti-caste struggles in Karnataka in South India. Potuluri Veerabrahmam who lived in the seventeenth century in the Andhra Region preached anti-caste principles. See N. Gopi, *Vyasanavami* (Hyderabad: Chaitanya Publications, 1986: nine essays in Telugu), where the author discusses the anti-caste teachings of Veerabrahmam, pp.19-58.

19. Vedavyasa's *Mahabharata* and Valmiki's *Ramayana* contain several philosophical propositions. Modern political scientists study only 'Shanti Parva' of the Mahabharata as one of the sources of ancient political philosophy. This is an erroneous approach.

20. Kautilya and Manu are now being treated as ancient political thinkers. Kautilya is being studied by political Scientists as an ancient political scientist and Manu is being studied as a lawgiver. See Bhasker Anand Saletore, *Ancient Indian Political Thought and Institutions* (Mumbai Asia Publishing House, 1963) and Somnath Dhar's *Kautilya and Arthasastra* (New Delhi: Marwah Publications, 1981).

21. Socrates, Plato and Aristotle are recognized all over the world as the founding fathers of political philosophy. See *Encyclopedia Britannica*, vol 25, pp.972-73, *Encyclopedia Americana*, vol. 22, p.311, *Colleger's Encyclopaedia*, vol. 19, pp. 215-216.

22. T. W. Rhys Davids and Hermann Oldenberg have translated many Suttas; see *Sacred Books of the East* (hereafter SBE) (New Delhi: Motilal Banarasidass), vol.11, 13 and 20. Rhys Davids wrote several interpretive works, important among them are *Buddhist India* (Calcutta; Susil Gupta, [1959, 1909]; *History and Literature of Buddhism* (Calcutta; Susil Gupta [1896, 1962]; Mrs. Rhys Davids, *Outline of Buddhism* (London: Methuen, 1934); H. Oldenberg, *Buddha: His Life, His Doctrine, His Order* (New Delhi, Indological Book Houses, 1971) originally published in Germany and subsequently translated into English by William Holy. Neither the year of translation nor the year of original publication are mentioned. W. W. Rockhill, *The Life of the Buddha and the Early History of His Order* (Varanasi: Orientalia Indica, 1972). Derived from Tibetan works in the Bkah-Hgyur and Bstan-Hgyur, followed by

notices on the early history on Tibet and Khoten; Richard Fick, *The Social Organisation in North East India in Buddha's Time.*

23. For example, Rhys Davids was the first writer to recognize that in ancient India during Budha's time, there were clans and nations. He compared the term 'Raja' with the Roman 'Consul' and the Greek 'Archon'. See *Buddhist India*, pp. 12-30. Oldenberg discusses Brahminism (171) and the Buddha's criticism of the sacrificial system, p.172. See Hermann Oldenberg, *Buddha: His life, His Doctrine, His Order.*

24. By 'Eurocentrism' I mean here that every aspect was studied from the European and colonial perspective. Hindu nationalist scholars like K. P. Jayaswal, R. C. Majumdar and D. R. Bhandarkar dealt with the subject from the point of view of Hinduism. They never had a universal approach to the problems of India.

25. I consider K.P Jayaswal and R.C.Majumdar political scientists as well as historians because some of their writings were basically political in nature.

26. James Mill, *History of British India* annotated by H.H. Wilson (New Delhi:Associated Publishing House, 1972), Vol.1., P.141.

27. Both quoted in D.R.Bhandarkar, *Some Aspects of Ancient Hindu Polity,* (Varanasi: Benaras Hindu University, 1929), p.2.

28. Rhys Davids, *Buddhist India.*

29. Oldenberg, *Buddha.*

30. W.W. Rockhill, *The Life of the Buddha.*

31. Mrs.Rhys Davids, *Outlines of Buddhism.*

32. The pioneering work being K.P.Jayaswal's *Hindu Polity* (Bangalore; Bangalore Printing and Publishing Co., 1978).

33. Jayaswal published *Hindu Polity* in 1924. The essence of this book had been published in 1913 in the form of an article in Modern Review. Jayaswal's work was the first of its kind and therefore became the trend setter: it continues to be read even today. Ibid, p.2.

34. D.K.Bhandarkar *Some Aspects of Ancient Hindu Polity* delivered in lecture form in 1925 and first published in 1929. See, 'Introduction'.

35. Ajit Kumar Sen, *Hindu Political Thought* (Calcutta: Calcutta University press[1924] 1986). See the Preface.

36. See Ambedkar's *Writings and Speeches*, vol.3. (The Maharashtra Government so far published 13 volumes). He bases his theory on the democratic principles that evolved during the French Revolution: liberty, equality and fraternity, to

examine the theory and practice of Hinduism, and concludes that Hinduism was authoritarian and Buddhism a democratic school of thought (Mumbai: Government of Maharashtra, 1987), Vol.1.

37. The most important of Ambedkar's works is the *The Buddha and His Dhamma*. He drew important lessons from Buddhism in his article 'Triumph of Brahminism' and also in the article 'Buddha or Marx', see *Writings and Speeches*, vol.3, pp. 266-331 and 441-62.

38. D.D. Kosambi, *An Introduction to the Study of Indian History* (Mumbai: Popular Prakashan [1956], 1999). See 'Preface' to second edition.

39. D.P.Chattopadhyaya, *Lokayata* (new Delhi: People's Publishing House, 1959).

40. Sharma, *Aspects of Political Ideas*, p.12.

41. A.S.Altekar, *State and Government in Ancient India* (New Delhi: Motilal Banarsidass, 1949).

42. Saletore, *Political Thought*.

43. Ambedkar, *Writings and Speeches*, vol.3.

2. பௌத்தத்திற்கு முந்தைய சமுதாயம்

இந்திய வரலாறு குறித்த இலக்கியங்களை ஆய்வு செய்கையில், பொ.ஆ.முன் 800க்கும் 500க்கும் இடைப்பட்ட காலத்தில் இந்தியச் சமுதாயத்தில் நடந்த மாற்றங்களை அறியமுடிகிறது. பொருள்சார் வளர்ச்சித் தொடங்கிய அந்தக் காலகட்டத்தில், சமுதாய மாற்றங்கள் மெதுவாகவும் வெளியில் புலப்படாத வகையிலும் நடந்தன. பழமையான கருவிகளைப் பயன்படுத்தி நடத்தப்பட்ட வேளாண்மை படிப்படியாக மாற்றம் பெற்றது. எனினும் அந்தக் காலகட்டத்தில், உலகத்தின் இந்தப் பகுதியில் நடந்த மாற்றங்கள் மற்றப் பகுதிகளைவிட விரைவாகவும் செறிவாகவும் நடந்தன.[1] பண்டைய இந்தியச் சமுதாயத்தின் வரலாற்று முக்கியத்துவம் இங்குதான் காணக்கிடக்கிறது.

அக்காலத்தின் வரலாறு குறித்து சிறப்பாக ஆவணப்படுத்தப்பட்ட விவரங்கள் கிடைக்கவில்லை; பண்டைய இந்தியா குறித்து ஆய்வு செய்யும் ஓர் அரசியல் வரலாற்று மாணவனுக்கு இது பெரிய பிரச்சனை. பொ.ஆ.முன் ஆறாம் நூற்றாண்டுக்கு முந்தைய சமுதாயத்தின் சித்திரத்தை வேத இலக்கியங்கள் அளிக்கின்றன. ஆனால், அவை பலியிடும் வேள்விகளுக்கான மந்திரங்களையும், மூட நம்பிக்கைகளின் குறியீடுகளையுமே முக்கியமாகப் பேசுகின்றன. எனவே, அந்த இலக்கியங்களிலிருந்து அக்காலச் சமுதாயத்தின் சமுதாய- பொருளாதாரச் சூழல்களை மறு-கட்டமைப்பு செய்வது சிரமமானது.[2]

ரதிலால் என்.மேத்தா எழுதிய '*Pre Buddhist India*' நூலுக்கு எழுதிய முன்னுரையில் ஹெச்.ஹெராஸ் இதற்கு வழியொன்றைக் கூறுகிறார். அதாவது, புத்தரின் முந்தையப் பிறப்புகள் குறித்துப் பேசும் 'ஜாதகக் கதைகள்' என்ற பௌத்தக் கதைகளின் தொகுப்பில், அக்காலத்தின் சமுதாய-அரசியல் சிந்தனைகளைக் கட்டமைப்பதற்குத் தேவையான,

மிக நம்பகமான தகவல்கள் கிடைக்கக்கூடும் என்கிறார். கௌதம புத்தர் காலத்திற்கு முந்தைய சமுதாயத்தை இந்தக் கதைகள் சந்தேகத்திற்கு அப்பால் விவரிக்கின்றன.³ ஆகவே, நானும் எனது பகுத்தாய்விற்கு இக்கதைகளையே சார்ந்திருந்தேன். அக்கதைகளைத் தவிர்த்து, எனக்குக் கிடைத்த இரண்டாம் தர ஆதாரங்களையும் அக்கால இந்தியாவை விளக்க எடுத்துக் கொண்டுள்ளேன்.

சமுதாயச் சூழல்

பிராமணர்கள்

இலக்கியங்களை, குறிப்பாக பௌத்த ஜாதகக் கதைகளை கவனமாக ஆய்வு செய்யும்போது, அக்காலகட்டத்தில் சமுதாயத்தில் நிகழ்ந்து கொண்டிருந்த பெரும் மாற்றம் தெரியவருகிறது. நான்கு வருண (வர்க்க) அமைப்புமுறை முழுமை பெற்றிருந்தது. ஆனால், தொழிலை அடிப்படையாகக் கொண்ட சாதி அமைப்புமுறை அதன் உருவாக்க நிலையில்தான் இருந்தது. வருண அமைப்புமுறையின் அடிப்படையாகத் தெளிவற்ற வேலைப்பிரிவினை இருந்தது.⁴ அதன் ஆதிக்கத்தின் தயவால் மற்றப் பிரிவினரைவிட பிராமணர்கள் அதிகம் நன்மை அடைந்தனர். கல்வி சார்ந்த வெளி முற்றிலும் பிராமணர்களின் ஏகபோக ஆதிக்கத்திலிருந்தது. பிராமணர்கள் இயற்றிய பாடலொன்று நடைமுறையிலிருந்த வருண அமைப்புமுறையை விவரிப்பதை உத்தாலக்க ஜாதகம் குறிப்பிடுகிறது.

> பிராமணர்களை அவன்
> கற்பதற்காக உருவாக்கினான்
> ஆணையிட
> சத்திரியர்களை உருவாக்கினான்;
> வைசியர்கள் நிலத்தை உழுதனர்;
> இவர்களுக்கு கீழ்ப்படிய
> சூத்திர பணியாளர்;
> இவ்வாறு அவனது
> முதல் பேராணை வெளிவந்தது.
> கண்முன் இவ்விதிகள்
> செயல்பட கண்டோம்.⁵

உலகை, பிராமணரின் பார்வையில் இந்த 'கதா' விவரிக்கிறது; பிரம்மன் இந்த உலகைப் படைத்தான். மானிடர்களை நான்கு வருணங்களாகப் பிரித்தான். பிராமணிய கோட்பாட்டின்படி,

பிராமணர்களைக் கற்பதற்காகவும், சத்திரியர்களை ஆள்வதற்கும், நிலத்தை உழுவதற்கு வைசியர்களையும், சமூகத்தின் மற்ற பிரிவினருக்குச் சேவகம் செய்ய சூத்திரர்களையும் பிரம்மன் படைத்தான். தெய்வீகக் கொள்கையின் சமுதாயப் பிரிவினை இவ்வாறு கூறுகிறது:

1. வைசிய வர்க்கம் வணிகத்தையும் வியாபாரத்தையும் இன்னும் மேற்கொள்ளாத நிலை; சந்தையும் உருவாகாத சூழலில், வேளாண்மையை முயற்சிக்கத் தொடங்கியிருந்தனர். சூத்திரர்கள் சாதிகளாக இன்னும் பிரிக்கப்படவில்லை; அடிப்படையில் அவர்கள் அடிமைகளாக இருந்தனர். பிராமணர்கள் கல்வியை தங்களிடம் வைத்துக்கொண்டனர். உலகத்தை விளக்கிக்கூறுவது அவர்களின் தனியுரிமையாக இருந்தது. போர்க் கடமைகள் சத்திரியர்களுக்கு ஒதுக்கப்பட்டன.

2. சமுதாயத்தின் மீதான அவர்களது முழுமையான கட்டுப்பாட்டை நியாயப்படுத்தும் அளவிற்கு, பிராமணியக் கோட்பாடு உருவாகிக் கொண்டிருந்தது.

இந்தியாவின் தொடக்கக்கால நாகரீகம் உருவான கங்கைச் சமவெளி, பழங்குடி வாழ்வியல் முறையிலிருந்து மாற்றம் பெற்றுவிட்டதையும், வர்க்கங்களால் அமைந்த சமுதாயமாக அது ஏற்கனவே உருவாகிவிட்டதையும் இவை வெளிப்படுத்துகின்றன.⁶ பிராமணர்களுக்குச் சமுதாயத்திலிருந்த அந்தஸ்தை ரத்திலால் மேத்தா இவ்வாறு விவரிக்கிறார்: 'அனைத்து வர்க்கங்களிலும், தனித்த ஒரேமாதிரியான இயல்பு கொண்ட வர்க்கமாக பிராமணர்கள் தம்மை வடிவமைத்துக் கொண்டனர்; முதன்மைச் சாதி என்ற உணர்வுடன் தம்மை ஒன்றிணைத்துக் கொண்டனர். யாக வேள்வி நடத்தும்போது மதகுருவாக இருக்கும் தனியுரிமையை அனுபவித்தனர். குருதிக்கலப்பைத் தடுக்கவும், சடங்குகளில் தூய்மையைப் பாதுகாக்கவும், திருமண உறவு வைத்துக்கொள்வதிலும், ஒன்றாக அமர்ந்து உண்பதிலும் குறிப்பிட்ட சில வழக்கங்களை இவர்கள் வலியுறுத்தினர்.⁷

அக்காலத்தின் மிகவும் ஒருங்கிணைக்கப்பட்ட, மிகுந்த விழிப்புணர்வு கொண்ட வர்க்கமாக பிராமணர்கள் இருந்தனர். தமது ஒருங்கிணைந்த வலிமை காரணமாக அரசிலும் ஆன்மீக வெளியிலும் பிராமணர்கள் அதிகாரம் மிக்கவர்களாக இருந்தனர். அதனால், ஏனைய வர்க்கத்தினர் இவர்களை உயர்ந்த நிலையில் வைத்திருந்தனர்.

பிராமணர்களுக்குள்ளும் வர்க்க பேதங்கள் தோன்றின. எனினும் அந்த வேறுபாடு, தரத்தின் அடிப்படையில் இருந்தது; படிநிலை சார்ந்ததாக இல்லை. அந்த வர்க்கத்திற்குள் நிலவிய சூழலை திக நிகாயம் குறிப்பிடுகிறது: 'சிலர் "நெறி பிறழ்ந்து நடக்காதவர்கள்" என்று கூறப்பட்டனர். இவர்கள் கொள்கைக்கு நெருக்கமாகவும், தொன்மையான வேதத்தின் வரையறைகளுக்குக் கட்டுப்பட்டும் நடப்பவர்கள். மற்றவர்கள், "பொருள் சார்ந்த நோக்கம்" கொண்டவர்கள்; அதாவது அந்த வர்க்கத்தின் கண்டிப்பான விதிமுறைகளைப் பின்பற்றாதவர்கள்; அனைத்துவிதமான தொழில்களையும் செய்துவந்தவர்கள்.'[8]

உருவாகிக் கொண்டிருக்கும் வர்க்கம் சார்ந்த சமுதாயம் எதற்கும் இது இயல்பானதே. நெறி பிசகாத, சுத்தமான பிராமணர்கள், மெதுவாக, மற்றத் தொழில்களில் ஈடுபட்ட, தூய்மையற்ற, நெறியற்ற, பொருள் சார்ந்த நோக்கம் கொண்ட பிராமணர்களை, வைசிய அல்லது சூத்திர வர்க்கத்திற்குள் தள்ளிவிட்டனர். மதம் சார்ந்த பிரிவாக இயங்காமல், ஒரு சித்தாந்தமாக பிராமணியம் உருமாறிக் கொண்டிருந்ததை இது காட்டுகிறது.[9] சந்தேகமின்றி, சடங்கு சார்ந்த ஒரு சட்டகத்தைத் தாண்டி பிராமணர்கள் செல்லவில்லை. எனினும், ஒரு வர்க்கத்தின் உருவாக்கத்துடன் சேர்ந்தே அதற்குரிய சித்தாந்த உயர் கட்டமைப்பும் தோன்றுகிறது.[10] ஆனால், இந்தக் காலகட்டங்களில்தான், மதச் சடங்குகளின் கருப்பையிலிருந்து சடங்குகளை மறுக்கும் சிந்தனைகளும் தோன்றின.

ஒரு 'நெறி பிசகாத' பிராமணன், தன் வாழ்வில் நான்கு நிலைகளைக் கடக்க வேண்டும். வளரும் பருவத்தில், அவன் ஓர் ஆசிரியரிடம் செல்கிறான். வேதங்களைப் படிக்கிறான். பின்னர், இல்வாழ்வைத் தொடங்குகிறான். அதன்பின் பொருள்சார் வாழ்வைத் துறக்கிறான். வனத்திற்குச் சென்று சந்நியாசியாக வாழ்கிறான்; அல்லது சீடர்கள், ஏனைய துறவிகள் சூழ வாழ்க்கை நடத்துகிறான். வாழ்வின் போக்கில், துறவு வாழ்க்கையை ஸ்வீகரித்துக் கொண்டு பிச்சை எடுத்து வாழத் தொடங்குகிறான். சடங்குகளைப் பின்பற்றும் பிராமணர்கள் தம் வர்க்கம் சார்ந்து, தமக்குச் சாதகமாகவே நெறிமுறைகளை அமைத்துக் கொண்டனர். கொஞ்சம் கொஞ்சமாக அரசியல் சலுகைகளைப் பெறத் தொடங்கினர். தானம் பெறலாம் என்ற சலுகையால், அதாவது அன்பளிப்புகள் பெறுவதற்கு இருந்த உரிமையால், ஜாதகக் காலத்தைச் சேர்ந்த பிராமணர்கள் மிகப் பெருமளவில் செல்வங்களை ஈட்டினர். அரசர்கள் மட்டுமின்றி,

பொதுமக்களும் பிராமணர்களுக்கு தானங்கள் அளித்தனர்: பிறப்பு, திருமணம், இறப்பு போன்ற வாழ்வின் பல்வேறு நிலைகளிலும் பிராமணர்களின் சேவை தேவையாக இருந்தது.

சில நேரங்களில் பொதுமக்கள் 'பிராமணர்களை உணவுண்ண அழைப்பார்கள்; விருந்திற்கு வருபவர்கள் குளித்து, முகம் கழுவிக்கொள்வார்கள்; இந்த இடைநேரத்தில் சமைக்கப்பட்ட உணவு அடுப்பிலிருந்து எடுக்கப்பட்டு ஆறவைக்கப்படும். உணவருந்த அமரும் அவர்களின் கைகளில் 'அதிதி நீர்' வார்க்கப்படும்; பின்னர் பண்டங்கள் பரிமாறப்படும். உணவுண்டபின், கொடுக்கப்படும் தானங்களை ஏற்றுக் கொண்டு, 'ஆசிர்வாதம்' செய்தபின் புறப்பட்டுச் செல்வார்கள்.'[11]

இந்த நடைமுறைகளைப் பார்க்கையில் அந்தக் காலகட்டத்தில் பிராமணர்கள் ஓர் சார்ந்துண்ணும் வர்க்கமாக மாறியிருந்தது தெளிவாகத் தெரிகிறது. உணவிற்கும் அல்லது வாழ்வின் பிற தேவைகளுக்கும் அரசர்களை அல்லது ஏனைய வர்க்கத்தினரை அவர்கள் சார்ந்திருந்தனர். எனினும், பௌத்தத்திற்கு முந்தைய இந்தியாவில், பிராமணரல்லாத வீடுகளில் அளிக்கப்பட்ட சமைத்த உணவையும் அவர்கள் ஏற்றுக் கொண்டதாகத் தெரிகிறது. இந்த வழக்கம் பிற்காலத்தில் கைவிடப்படுகிறது. அத்துடன் உணவுப் பழக்கத்தைப் பொறுத்தவரை மற்றப் பிரிவினர்களை தீண்டத்தகாதவர் ஆக்கினர். 'விலங்குகளைப் பலிகொடுக்கும் (மூல நூலில் உள்ளபடி) வழக்கத்தால் பிராமணர்கள் மகிழ்ந்தார்களா, அவர்களுக்குத் தண்டனைகளிலிருந்து விலக்கு இருந்ததா என்பதை ஜாதகக் கதைகளிலிருந்து துல்லியமாக அறிய முடியவில்லை. பெரும்பாலும் வரி செலுத்துவதிலிருந்து விலக்களிக்கப்பட்டிருந்தனர்' என்று ரத்திலால் மேத்தா தெரிவிக்கிறார்.[12]

சத்திரியர்கள்

சடங்குகள் சார்ந்த விஷயங்களில் பிராமணர்கள் சமுதாயத்தில் முதன்மையான நிலையிலிருந்தனர்; இந்த விஷயங்களில் ஏனைய வர்க்கத்தினர் கீழ்நிலையில் வைக்கப்பட்டிருந்தனர். இந்தச் சூழலால், சமுதாயத்தின் சில பிரிவுகளில் எதிர்க்குரல் எழுப்பிய குழுக்கள் தோன்றின; மிகவும் குறிப்பாக சத்திரியர்கள் மத்தியிலிருந்து எழுந்தது. பிராமணர்களுக்கு எதிராக இது போன்ற கலகப் போக்குகள் இருந்ததை ஜாதகக் கதைகள் உறுதிப்படுத்துகின்றன.

அரசனிடமிருந்து சிறந்த வெகுமதிகளைப் பெறுவதற்குப் பிராமணர் ஒருவர் தன் கூரிய அறிவைப் பயன்படுத்தும் வெட்கத்திற்குரிய செயலை 'ஜுன்ஹா ஜாதகம்' பேசுகிறது. 'புரிதத்த ஜாதகம்' வெளிப்படுத்தும் போதிசத்துவரின் கருத்துகள் கசப்பானவை என்றாலும், பிராமணர்களின் பேராசை அதில் பேசப்படுகிறது. 'சாப்பாட்டுப் பிரியர்கள்' என்ற கேலிப் பெயர் அவர்களுக்கு அளிக்கப்பட்டது சுவையானது.[13]

பல்வேறு புரிதத்த ஜாதகக் கதைகள், வாய்பேச முடியாத, தீங்கற்ற 'இறுதி மூச்சிற்காகத் துடிக்கும்' உயிர்களின் கொலைக்குக் காரணமான பிராமணர்களை நோக்கி கடுமையான குற்றச்சாட்டுகளை வீசுகின்றன. மக்களில் சில பிரிவினரிடம் இத்தகைய கிளர்ச்சி மனப்பான்மை இருந்ததால்தான், இதுபோன்ற நிகழ்வுகளை ஜாதகக்கதைகள் கூறுகின்றன. பிராமணர் அல்லாதோர் மத்தியில் இதுபோன்ற எதிர்ப்பு உணர்வுகள் காணப்பட்டன. சில அம்சங்களில் பிராமணர்களின் நிலை அவ்வளவு உறுதியுடன் இல்லை என்பதை இவை தெளிவு படுத்துகின்றன. பிராமணர்களின் சார்ந்துண்ணும் வாழ்க்கை குறித்து அரசர்களும் மகிழ்ச்சி அடையவில்லை. தங்களது பிடிப்பைத் தக்கவைத்துக் கொள்வதற்காகத்தான் பலவிதமான புராணக்கதைகளையும் பிராமணர்கள் உருவாக்கினர். வழிபாட்டிற்குத் துர்தேவதைகளை நிறுவினர். அரசர்களுக்கு பிராமணர்கள் மீது வெறுப்பு இருந்ததை ஜுன்ஹா ஜாதகம் கூறுகிறது; ஒரு நிகழ்வையும் எடுத்துக்காட்டுகிறது. தன்னிடம் வெகுமதி கேட்டு வந்திருக்கும் பிராமணனை நோக்கி அரசன் ஜுன்ஹா கேள்விகள் கேட்கிறான்:

> 'சொல்ல அஞ்சும் தபஸ்வி பிராமணனா நீ
> அல்லது மந்திரங்கள் பல கற்றவனா,
> வசிய ஆற்றல் கொண்டவனா—அல்லது
> உனது ஏவல்களை நிறைவேற்ற
> யட்சகர்கள் தயாராக இருக்கிறார்களா?
> அல்லது
> எனக்கு ஏதாவது நற்சேவைகள் செய்தது குறித்த
> வேண்டுகோள் இருக்கிறதா?

பிராமணர்களின் பெரும் ஆற்றல்களை இந்த 'கதா' கேள்வி கேட்கிறது; அவர்களது தெய்வீக ஆற்றல்களையும் கேலி செய்கிறது. இந்தக் காலகட்டத்தில், பிராமணர்களின் சடங்கு சார்ந்த சக்திகளுக்கு எதிராக தங்களது அரசியல் உரிமைகளை சத்திரியர்கள் துணிவுடன்

எடுத்துரைத்தனர். மேத்தா இவ்வாறு கூறுகிறார்: 'சத்திரியர்கள் தனது மேன்மை நிலையை உணர்ந்து இருந்தனர் என்று பிராமணர்கள் கருதினர். இந்த நிகழ்வை எடுத்துக்காட்டலாம். அரசன் அரிந்தாமன் சோனகன் என்ற புரோகிதனின் மகனை கீழ்க்குலத்தில் பிறந்தவன் என்றழைத்தான். தன்னை "அசம்பின்னகட்டிய வம்சத்தைச் சேர்ந்தவன்" (Asambhinnakhattiya Vamse Jato) என்று அவன் கூறிக் கொண்டான். தான் அரச மரபில் வந்தவன்; தனது தந்தையும், தாயும் சத்திரிய வம்சத்தினர் என்று கூறிக்கொண்டான்.' வருணங்களில் அல்லது வழக்கத்திலிருந்த வர்க்கங்களின் வரிசையில் சத்திரியர்கள் தங்களை முதலில் இருத்திக்கொண்டனர். மேத்தா 'சாதிக் கணக்கெடுப்பில், எப்போதும் சத்திரியர்கள் தங்களை முதலாவதாகக் கூறிக்கொண்டனர்: அதாவது சத்திரியர், பிராமணர், வைசியர், சூத்திரர், சண்டாளர்-புக்குசர் என்ற வரிசையில்' என்று கூறுகிறார்.[14]

இந்தக் காலகட்டத்தில்தான் வேத இலக்கியங்களையும், சாத்திரங்களையும் படிக்க சத்திரியர்களுக்கு அனுமதி கிடைத்தது. இவற்றைக் கற்பதில் பிராமணர்கள் போன்றே அவர்களும் பேரார்வத்தைக் காட்டினர். ஆனால், இதற்கான ஆதாரங்கள் மிகக் குறைவாகவே கிடைத்துள்ளன; எனினும், பௌத்தத்திற்கு முந்தைய காலத்தில் சத்திரியர்கள் அவர்களுக்கான வர்க்கமொன்றை உருவாக்கிக் கொண்டிருந்தனர் என்பதை ஊகிக்க முடிகிறது.[15] ரிச்சர்டு ஃபிக், 'ஜாதகக் கதைகள் ஆளும் வர்க்கத்தின் ஒரு பகுதியினராக சத்திரியர்களைக் கூறுகின்றன; இந்த வர்க்கத்தில் அரசன், முதன்மைக் கோமான்கள், நிலப்பிரபுக்கள், சேனையில் உயர் பதவி வகிப்போர் ஆகியோர் அடங்குவர்' என்று கூறுகிறார்.[16] பௌத்தத்திற்கு முற்பட்ட காலம், சத்திரியர்கள் பிராமணக் கோட்பாட்டிற்குச் சவால் விடுத்த காலமாக இருந்தது; சமுதாய நிறுவனங்கள் அனைத்தையும் அவர்கள் கட்டுப்பாட்டிற்குள் கொண்டுவர முயற்சித்த காலமாகவும் இருந்தது என்பதை அறிவது மிக முக்கியமானது. புத்தர் இந்த வர்க்கத்தில் பிறந்தவர் என்பதால், பிராமண எதிர்ப்புணர்வு இயல்பாகவே அவருக்குள் பொதிந்திருந்தது.

வைசியர்கள்

அடிப்படையில் இவர்கள் வேளாண் வர்க்கத்தினர்; இவர்களது படிநிலை, சத்திரியர்களுக்குக் கீழாகவும், சூத்திரர்களுக்கு சற்று மேலாகவும் இருந்தது.[17] ரிச்சர்டு ஃபிக் இவ்வாறு கூறுகிறார்: 'உண்மையில், மிகத் தொன்மையான வேத காலத்தில் மாடுகள்

மேய்த்துக் கொண்டிருந்த, விவசாயம் செய்ய நிலங்களைப் பண்படுத்திக் கொண்டிருந்த ஆரிய-குடியேறிகளுக்கு வைசியர் என்ற பெயர் இருந்தது. பிற்காலத்தில் கொள்கை வகுப்பில் ஈடுபட்ட பிராமணர்களுக்கு எண்ணற்ற சமுதாயக் குழுக்களை ஒன்றாகச் சேர்க்கும் நோக்கத்திற்கு இந்தச் சொல் பயன்பட்டது.'[18] அந்தச் சமயத்தில் வேதக் கல்வி பயில்வதற்கு வைசியர்களுக்கு அனுமதி இருந்தது என்பதற்கு ஆதாரங்கள் ஏதுமில்லை. வர்க்கங்கள் உருவாகியபோது வைசியர்களுக்கென்று தனித்த அடையாளம் இருந்ததா என்றும் தெரியவில்லை. மாறாக, அவர்கள் சூத்திரர்களுக்கு அருகில் வைக்கப்பட்டார்கள் என்பதை நிரூபிக்க ஆதாரம் இருக்கிறது. 'கஹபதி (Gahapati- கிருஹபதி) ஒருவன் காய்கறிகளும் பழங்களும் விற்றுக் கொண்டிருந்தான் என்பதற்கு நமக்கு ஆதாரம் கிடைத்திருக்கிறது. கூலிக்குப் பணிபுரிந்த மற்றொரு கஹபதி, மிகுந்த சிரமத்துடன் தன்னை கவனித்துக் கொண்டு, தன் தாயையும் பராமரிக்கிறான்.' என்று மேத்தா ஒரு நிகழ்வை விவரிக்கிறார்.

இந்தக் காலகட்டத்தில் வைசியர்களும், சூத்திரர்களின் சில பிரிவினரும் ஒன்று சேர்ந்து கஹபதிகள் அல்லது குடும்பிகள் என்ற தனித்த வர்க்கம் ஒன்றை அமைத்தனர். செழிப்பான நிலங்களுக்கு அருகில் நிரந்தரக் குடியிருப்புகளை அமைத்துக்கொண்டனர். 'சத்திரியர்கள், பிராமணர்கள் போன்றே, கஹபதிகளும், பெரும்பான்மை மக்களிடமிருந்து அவர்களை வேறுபடுத்திக் காட்டிக்கொண்டனர்; அவர்களது படிநிலை குறித்த ஏதோ ஓர் உணர்வோ அல்லது அவர்களது மரபு குறித்த செருக்கோ இதற்குக் காரணமாக இருக்கலாம்' என்பது மேத்தாவின் கருத்து.[19] இவ்வாறாக, சமுதாயத்தின் இந்தப் புதிய அடுக்கு, காலப்போக்கில் தன்னை புதிய வர்க்கமாக வடிவமைத்துக் கொண்டிருக்கக் கூடும்.

சூத்திரர்கள்

பெரும் எண்ணிக்கையிலான மக்களைக் கொண்டது இந்த வர்க்கம்; பெரும்பாலும் இவர்கள் உழைக்கும் மக்கள். புத்தருக்கு முந்தைய காலகட்டத்தில், சூத்திர வர்க்கம் மெல்ல மெல்லக் கைவினைஞர்கள் போன்ற தொழில்சார்ந்த பல்வேறு குழுக்களாகப் பிரிந்தது. வேளாண் துறையில் வேலைப்பிரிவினை என்பது தெளிவாக வெளிப்படத் தொடங்கியிருந்தது. அவர்களுக்கென சொந்தக் குடும்பமோ, நிரந்தர வாழ்வோ இல்லாத எண்ணற்ற அடிமைகளும், பல்வேறு கைவினைஞர் குழுக்களும், கைவினைத் தொழில்புரிவோரும்

தம்மை தொழில்சார்ந்த குழுக்களாக உருவாக்கிக்கொண்டனர். பிராமணர்கள், சத்திரியர்கள், வைசியர்கள் தவிர்த்து கஹபதிகளும், குடும்பிகளும் தனித்தனி சமுதாயக் குழுக்களாக இருந்தனர்; குடும்ப வாழ்க்கை நன்கு அமையப்பெற்றதாக இருந்தது என்று ஜாதகக் கதைகள் குறிப்பிடுகின்றன. ஆனால், பெரும்பான்மை சூத்திர அடிமைகளுக்கு நிரந்தர குடும்பம் இல்லை. அப்படி ஒரு வாழ்க்கை இருந்திருந்தாலும், நிலையற்றதாக, தேவைக்கேற்ப வளைத்துக் கொள்ளக்கூடியதாக அது இருந்திருக்கக்கூடும்; பிராமணர்களது வாழ்க்கைத் தரநிலையை ஒப்பிடுகையில், எந்த அளவிலும் இதனை 'குடும்ப வாழ்க்கை' என்று அங்கீகரிக்க முடியாது. வேறுவிதத்தில் கூறினால், சூத்திர மக்களிடையே குடும்ப வாழ்க்கை என்பது நிரந்தரமற்றதாக, மாற்றம் பெற்றுக் கொண்டிருந்த நிலையில்தான் இருந்தது.[20]

சூத்திரக் கைவினைஞர்கள் மத்தியிலும் தொழில் சார்ந்தோர் இடையிலும் சாதிய நடைமுறைகள் தோன்றத் தொடங்கியிருந்தன. கிராமம் கிராமமாக திரிந்த குயவர்கள், நெசவாளர்கள், கொல்லர்கள், தச்சர்கள், தந்தத்தில் வேலைப்பாடுகள் செய்வோர், நடனமாடுவோர், பாணர்கள் போன்ற பல்வகைத் தொழில்புரிவோரும் மெல்ல மெல்ல ஒரேயிடத்தில் குடியிருக்க தொடங்கினர். பாம்பை வைத்து வித்தைக்காட்டுவோரும், கீரிப்பிள்ளையை வைத்து வேடிக்கைக் காட்டுவோரும் இதேபோன்ற வாழ்க்கையை நடத்தினர். மீன் பிடித்து வாழும் மீனவர்களும், கூடை முடைந்து வாழ்வோரும் இவர்களில் இருந்தனர்.[21] 'நூற்றாண்டுகளின் போக்கில், சாதியக் கொள்கை அதிக அளவில் புழக்கத்திற்கு வந்தது; அதன் தனித்தன்மை அதிகரிக்கத் தொடங்கியது; முன்னணி ஜாதிகளுக்கு மதிப்பு அதிகரித்தது; உற்பத்தியாளர்களின் பெருநிறுவனங்கள் அதிக அளவில் சாதி அமைப்பிற்குள் ஒன்றிணைத்துக் கொள்ளப்பட்டன' என்று ஃபிக் கூறுகிறார்.[22]

அந்தக் காலகட்டத்தில் சாதாரண மனிதர்களைவிடக் கீழான வாழ்க்கையை அடிமைகள் வாழ்ந்தனர். வேளாண் பொருளாதாரம் மாற்றத்தைச் சந்தித்துக் கொண்டிருந்த நேரம் அது; வனங்களை அழித்து நிலங்களை உருவாக்கல், விவசாயத்திற்கு ஏற்றவாறு அந்நிலத்தைப் பண்படுத்தல் ஆகியன அடிமைகளின் முக்கிய வேலைகளாக இருந்தன. வேளாண் அமைப்புமுறை, மெல்ல மெல்ல ஒருவிதமான பழங்குடி நிலவுடைமை முறையாக வளர்ச்சி அடைந்துகொண்டிருந்தது; இந்த முறையில் ஒவ்வொரு

குடும்பத்திற்கும் குறிப்பிட்ட அளவு நிலம் விவசாயத்திற்காக ஒதுக்கப்பட்டது.[23] இருப்பினும் பெருமளவு விவசாய நிலம் சத்திரியக் குடும்பங்களின் கட்டுப்பாட்டிலிருந்தது. நிலத்தில் வேலை செய்வதற்கு ஆட்சியாளர்கள் அடிமைகளை அமர்த்திக்கொண்டனர். அவர்களுக்கு மிகக் குறைவான உணவும், தங்குவதற்குக் குடிசைகளும் எஜமானர்கள் ஏற்பாடு செய்தனர். சில நேரங்களில் எஜமானர்கள் வசிக்கும் வளாகத்திற்கு உள்ளேயே குழுக்களாக அவர்கள் தங்கிக்கொண்டனர்.[24]

பிராமண எஜமானர்களால் சமுதாயத்திற்குள் மெதுவாகத் தீண்டாமை நுழைக்கப்பட்டது. குறிப்பிட்ட இந்த நடைமுறையை நிறுவியதன் வாயிலாக, பிராமணியச் சிந்தனை பல்வேறு சமுதாயக் குழுக்களுக்கும் விதிகளைத் தொகுத்தது; அப்போதிருந்த அமைப்பின் மீது தனது கட்டுப்பாட்டை அது முழுமைப்படுத்திக் கொண்டது. குறிப்பிட்ட ஒரு குழுவினர் செய்த வேலை தூய்மையற்றது என்று அதனுடன் களங்கத்தை இணைப்பது பிராமணர்களுக்கு வசதியாக இருந்தது. இயல்பில், பிராமணர்களின் சத்திரியர்களின் பார்வையில் அனைத்துச் சூத்திரர்களும் தீண்டத்தகாதவர்களே. சூத்திரச் சாதியினருக்கும் அந்த வர்க்கத்திலிருந்த குழுக்களுக்கும் பொருந்தக்கூடியதாக அது மாறிய பின்னர், இந்தத் தீண்டாமைப் பண்பாடு அதன் உச்சத்தைத் தொட்டது.[25]

'ஸ்வேதகேது ஜாதகம்' சாதிப் பெருமை பேசும் பிராமண இளைஞன் ஒருவனைப் பற்றிக் கூறுகிறது. செல்லும் வழியில் சண்டாளன் ஒருவனை அவன் சந்திக்கிறான். இளைஞன், 'நீ யார்?' என்று அவனைக் கேட்டதும், 'நான் ஒரு சண்டாளன்' என்று அவன் பதில் கூறுகிறான். இதைக் கேட்டதும் அந்த இளைஞன், சண்டாளனின் உடலைத் தீண்டிய காற்று தன்மேல் பட்டுவிடும் என்று அஞ்சி நகர்ந்து ஓடுகிறான். 'நான் உன்னைச் சபிக்கிறேன் சண்டாளனே! நீ ஒரு தீய சகுனம். காற்று வீசும் திசையிலிருந்து நகர்ந்து போ' என்று வேகமாகக் கத்தியவாறே தள்ளிப்போகிறான்.

ஜாதகக் கதைகள் பலவற்றிலும் சாதியை இழந்த நூற்றுக்கணக்கான பிராமணர்கள் பற்றிப் படிக்க முடிகிறது. சண்டாளர்களைத் தொட்டதற்காக அல்லது அவர்கள் தொட்ட உணவை உண்டதற்காக, நீரை அருந்தியதற்காக பிராமணர்கள் பலர் தற்கொலை செய்துகொள்கின்றனர். சண்டாளர்களின் நிலையை விளக்கும் மேத்தா, நகரம் அல்லது கிராமத்தின் எல்லைச் சுவர்களுக்குள் வசிக்க

பௌத்தத்திற்கு முந்தையச் சமுதாயம் | 67

அவர்களுக்கு அனுமதி மறுக்கப்பட்டது என்கிறார். 'கிராமத்திற்கு (*Bahinagare*) வெளியிலிருந்த சண்டாளர் குடியிருப்பில்தான் (*Chandala Gamaka*) அவர்கள் வசித்தனர். அவர்களின் தீண்டலும், ஏன் அவர்கள்மீது பட்ட காற்று மற்றவர்மீது பட்டால்கூட அது அசுத்தமாகக் கருதப்பட்டது.'[26] இந்தச் சண்டாளர்கள் தவிர்த்து, புகுசாக்கள் (*Pukkusas*-சுத்தம் செய்வோர்) நிசாதாக்கள் (வேட்டையாடுவோர்) போன்ற வேறு சாதியக் குழுக்களும் இருந்தனர். அனைத்து வகையான கீழ்நிலைப் பணிகளையும் இவர்கள் செய்தனர். இவ்வாறான கீழ்நிலை வேலைகள் செய்த வேறு பலரும் இருந்தனர். இவர்களை 'பூர்விக இனச் சாதியினர்' என்கிறார் ஃபிக்.[27]

பொருளாதார நிலைமைகள்

பிற நாடுகளைப் போலவே இந்தியாவிலும், மேம்பட்ட நாகரீகமும் பண்பாடும் நதிக்கரைகளில்தான் வளர்ச்சியடைந்தன; ஏனெனில், அத்தகைய புவிப்பரப்பில் வாழ்ந்த மக்களின் பொருளாதார நிலைமைகள் அந்த வளர்ச்சிக்குச் சாதகமாக இருந்தன. கங்கை-யமுனை, சிந்துச் சமவெளிகள் வளமான, செழிப்பான நிலங்களையும், வற்றா நீர்வளத்தையும் பெற்றிருந்தன. எனவே, அரிசியும் கரும்பும் மிகுதியாக விளைந்தன.[28] இந்தச் சமவெளிகளில்தான் பௌத்தக் கோட்பாடு வளர்ச்சியுற முடிந்தது. அந்தக் கோட்பாடு வளர்வதற்கு எத்தகையப் பொருளாதாரச் சூழல்கள் அடித்தளமாக இருந்தன என்பதை ஜாதகக் கதைகள் விவரிக்கின்றன.

மனித வாழ்க்கைக்கு மிகமுக்கிய ஆதாரமாக நிலம் இருந்திருக்கிறது. வேளாண்மை முறை பண்டைய பழங்குடியின முறையிலிருந்து மாற்றம் பெற்றது; அடிமைகளைப் பயன்படுத்தும் மேம்பட்ட வேளாண் முறையாக மாறிக்கொண்டிருந்தது.[29] விலங்குகளின் உபயோகம் மெதுவாகப் பயன்பாட்டிற்கு வரத்தொடங்கி, முக்கியத்துவம் அடைந்துகொண்டிருந்தது. ஜாதகக் கதைகள் கூறும் காலத்தில் நிலம் தவிர்த்து, தங்கம், வெள்ளி, விலையுயர்ந்த உலோகங்கள் போன்றவையும் பயன்பாட்டிலிருந்தன. வீட்டு உபயோகக் கருவிகள், வீட்டு விலங்குகள், காளைகள், குதிரைகள், தானியச் சேமிப்புகள் ஆகியவற்றுடன் அடிமைகளும், கூலிக்கு அமர்த்தப்பட்ட வேலைக்காரர்களும் சொத்துகளாகக் கருதப்பட்டனர். சிறிய கிராமங்கள் (*Gamaka*), சிறிய நகரங்கள் (*Nigamagama*), மாநகரம் அல்லது பெரிய நகரம் அல்லது எல்லைப்புற நகரத்தின்

கோட்டை வாயிலுக்கு அருகில் இருக்கும் கிராமங்கள் (*Dwaragama*), எல்லையோர கிராமங்கள் (*Paccantagama*) போன்றவைத் தோன்றின. வேளாண் பொருளாதாரம் வளர்ச்சியடைந்து கொண்டிருந்ததை இவை காட்டுகின்றன. எல்லையோர நகரங்கள், அந்த அரசனின் இராணுவ முகாமாக இருந்திருக்கக்கூடும். எல்லைப்புற கண்காணிப்பிற்காக நிரந்தரமாக படைமுகாம் ஒன்று அங்கே அமைந்திருக்கக்கூடும். பெரும்பாலான கிராமங்களில் 'கிராம போஜகர்' தான் கிராமத்தலைவர். நகர வாயிலுக்கு அருகிலான கிராமங்கள், அனைத்து கிராமங்களிலும் மிகவும் ஏழ்மையானவை; இதன் தலைவர், 'ஜேத்தகன்' என்று அழைக்கப்பட்டான்.

எல்லைப்புற கிராமங்களின் நிலைமைகளும் மோசமாக இருந்தன. ஏறக்குறைய அவை புதிதாக அமைக்கப்பட்ட பகுதிகள். அவற்றில் பழங்குடி வாழ்க்கை முறைதான் வலிமையாக இருந்தது. மாறிக்கொண்டே இருந்த பொருளாதாரச் சூழல், அவர்களைத் தொடர்ச்சியாகப் பசியாலும் பட்டினியாலும் வாட வைத்தது; ஏதேனும் மிச்சமிருந்தாலும் அதனைத் திருடர்களும் கொள்ளைக்காரர்களும் பறித்துக்கொண்டனர். 'இந்தக் காரணத்தால் இத்தகைய எல்லையோர கிராமங்கள் சிலவற்றிலிருந்து மக்கள் வெளியேற தொடங்கினர்; அதனால் அவை பாழடைந்த கிராமங்களாயின (*Puranagamathana*). அங்கு வசிப்பவர்களில், கலகக்காரன் யார், நம்பிக்கையானவன் யார் என்று வேறுபடுத்திப் பார்ப்பது சிரமமாக இருந்தது' என்று மேத்தா எழுதுகிறார். எல்லையோரங்களில் வசிக்கும் மக்களின் பொருளாதாரம் தொடக்க நிலையில்தான் இருந்தது. போதுமான உணவும், உறைவிடமும் வாழ்வாதாரமும் கிடைத்த இடங்களில் தங்களது குடியிருப்புகளை அவர்கள் அமைத்துக் கொண்டனர் என்று தெரிகிறது.[30]

தொடக்க நிலையிலிருந்து, வேளாண் முறைக்குச் சமுதாயம் மாறிக் கொண்டிருந்த சூழலில், உழைக்கும் மக்களின் முக்கியப் பணிகளில் ஒன்றாக வனங்களை அழித்து விளைநிலங்களாக்குவது இருந்தது. மிகப்பெருமளவில் இந்தப் பணியைச் செய்வதற்கு மக்களைக் கட்டாயப்படுத்தும், ஏற்றுக்கொள்ள வைக்கும் வகையில் நிர்வாக அமைப்பை ஆட்சியாளர்கள் வடிவமைக்க முயன்றனர். அதேநேரத்தில் அரசர்களின் வசமிருந்த நிலப்பகுதிகளில் வேலைசெய்வதற்கும், உற்பத்தியைப் பெருக்குவதற்கும் ஏராளமானோர் அடிமைகளாக்கப்பட்டனர். கௌதம புத்தரின் காலத்தில், சிறிய அளவிலான நிலவுடைமை மெதுவாக நடைமுறைக்கு

வரத்தொடங்கியிருந்தது. பெருமளவு நிலப்பரப்பு அரசர்களிடமும், அவரது குடும்பத்தாரிடமும் இருந்தது. இந்த இடத்தில் 'உடைமை' என்று குறிப்பிடப்படுவது தற்காலத்தில் புழக்கத்திலிருக்கும் 'சட்டரீதியான உடைமை' என்ற பொருளில் அல்ல என்பதை நினைவில் கொள்ளவேண்டும். பௌத்தத்திற்கு முந்தைய இந்தியாவில் உடைமை என்பதன் பொருள் மேலோட்டமானதே.[31] மேத்தா ஜாதகக் கதைகளை மேற்கோள் காட்டுகிறார்: 'ஆயிரம் கரிஸாக்கள் (ஏறத்தாழ எட்டாயிரம் ஏக்கர்கள்) அளவுள்ள பெரும் பண்ணை போன்ற நிலப்பரப்பு எல்லோரும் அறிந்த ஒன்றாக இருந்தது.' பஞ்சமும் வறட்சியும் நிலவிய, சோளப் பயிரும் விளையாத நாட்களில் உயிர் வாழ்வதற்காக பலரும் திருடத் தொடங்கிவிட்டனர் என்று 'வசந்தரா' ஜாதகக் கதை குறிப்பிடுகிறது. அடிப்படைத் தேவைகளுக்கும் வழியற்று, கடும் துயரங்களுக்கு ஆட்பட்ட ஏழை எளிய மக்கள், அரசர்களின் அவையில் கூட்டமாகக் கூடி அவர்களை நிந்தித்தனர்.[32]

புத்தரின் காலத்தில், அமைப்பில் தொழில்நுட்ப மாற்றங்களும் நிகழ்ந்து கொண்டிருந்தன. அதுவரையிலும் மனித ஆற்றல் பயன்பாட்டிலிருந்த வேளாண்மை நடவடிக்கைகளில் விலங்குகளின் பயன்பாடு நுழைந்தது.[33] ஏர் கொண்டு உழுவது, 'ஒன்றிலிருந்து இரண்டைப் பெறுவது' என்பதாக பொதுமக்கள் மத்தியில் பிரபலமாக இருந்தது என்று ஜாதக இலக்கியங்கள் குறிப்பிடுகின்றன. நெல் பிரதான உணவுப் பயிர் என்றாலும், விவசாயிகள், கரும்பையும் பருத்தியையும் பயிரிடத் தொடங்கியிருந்தனர்.[34] நெற்பயிருடன் சேர்ந்து பயறு வகைகளும் உற்பத்தி செய்யப்பட்டன. பார்லி, தினை, பட்டாணி, கொத்துக்கடலை, பீன்ஸ், எண்ணெய் வித்துகள் போன்றவையும் பயிரிடப்பட்டன என்று ஜாதகக் கதைகள் மூலம் அறியமுடிகிறது.

தொடக்கக் காலத்தில் கால்நடை வளர்ப்பையும், பால் பண்ணைத் தொழிலையும் ஆரியர்கள் அறிமுகப்படுத்தினர். காலப்போக்கில் பழங்குடி இனத்தவரும் இத்தொழில்களைப் பழக்கப்படுத்திக் கொண்டனர்.[35] பொ.ஆ.மு. ஏழாம், ஆறாம் நூற்றாண்டுகளில் யக்ஞங்களில் கால்நடைகளை பிராமணர்கள் பலியிட்டனர்.[36] விலங்குகளின் ஆற்றலைப் பயன்படுத்துவதின் சாத்தியப்பாடுகள் கண்டறியப்பட்டிருந்த காலம் அது. பெரும்பலனைத் தரக்கூடிய அந்தக் கண்டுபிடிப்பிற்கு இடையூறாக யக்ஞங்களில் கால்நடைகளைப் பலியிடுவது அமைந்தது. மாமிசம் உண்பதை வழக்கமாக்கிக்

கொண்டிருந்த பிராமணர்களுக்குப் பலியிடல்களை நடத்துவதில் சுயநலம் சார்ந்த அக்கறை இருந்தது. ராஜசூய யாகத்தை நடத்தி வைக்கும் தலைமை மதகுருவிற்கு அந்த யாகத்தின் முடிவில் 2,40,000 கால்நடைகள் தானமாக அளிக்கப்பட்டன.[37] ஆகவே, பலியிடும் யாகங்களை எதிர்ப்பதில் சத்திரிய, வைசிய வர்க்கத்தினருக்கு அரசியல் மற்றும் பொருளாதாரம் சார்ந்த அக்கறை இருந்தது.[38] இயல்பில், இந்த வர்க்கத்தினரிடையே பூசலும் சச்சரவும் ஏற்படுவதற்குக் காரணமாக யாகம் போன்ற நிகழ்வுகள் அமைந்தன.[39]

வேளாண் துறையின் வளர்ச்சியின் ஊடாக தொழில்நுட்ப-பொருளாதார கட்டமைப்பு ஒன்று ஏற்பட்டுக்கொண்டிருந்தது. அந்த மாற்றம் நிகழும்போதே சிறு தொழில்கள் தோன்றுவதற்கான ஓர் அடித்தளம் இந்தியாவில் ஏற்பட்டது. கைத்தொழில்களும், வீட்டு உபயோகப் பொருட்களை மையமாகக் கொண்ட தொழில்களும் பணப்பரிமாற்ற முறை மெல்ல மெல்லத் தோன்றுவதற்கு உதவின. எனினும் பண்டமாற்றே வியாபாரத்தின் முக்கிய வழிமுறையாக இருந்தது. பௌத்தத்திற்கு முந்தைய காலத்தின் செல்வவளம் எப்படி இருந்தது என்பதை மேத்தா விவரிக்கிறார்: 'தொழில்துறை மூலதனம் என்று ஏதாவது இருந்திருக்கும் என்றால், அது பல்வேறு கைவினைஞர்கள் பயன்படுத்திய கருவிகள் மற்றும் செயல்முறை சாதனங்களின் வடிவத்தில்தான் இருந்தது. தொழில்துறை நிறுவனங்கள் தனியாரின் சொத்தாகத்தான் இருந்தன; நிலம் என்பது, சமுதாயத்தின் கூட்டு உடைமை என்பதாகவோ, வேறுவகையான உற்பத்திக் காரணியாகவோ அமைந்திருக்கவில்லை.'

இறுதியாக ஒன்று, அந்தச் சமயத்தில் வெவ்வேறு வகையான தொழில்கள் காணப்பட்டன. அவற்றில் பெரும்பான்மை மீண்டும் மரபுவழியில் தொடர்ந்த தொழில்களாக மாறிப்போயின. இவை இயல்பில் பரிமாற்றத்திற்கான வசதிகளை மிகவும் இன்றியமையாதவை என்றாக்கின. 'ஓர் ஆடையை வாங்குவதற்காகப் பெண் ஒருத்தி வேலை செய்வது; சிறிது பணமும் துணியும் கொடுத்து அதற்குப் பதிலாக ஒரு நாய் வாங்கப்பட்டது குறித்தும்' கேள்விப்படுகிறோம். எனினும் பணப் பொருளாதாரம் இன்னும் புழக்கத்தில் வரவில்லை.

பௌத்தத்திற்கு முந்தைய காலகட்டத்தில் சுரங்கத் தொழில் பரவலாகக் காணப்படவில்லை; எனினும், பிரபலமாக இருந்தது என்று தோன்றுகிறது. ஜாதகக் கதைகள் பலவித உலோகங்கள்

பற்றிப் பேசுகின்றன. தங்கம், வெள்ளி, தாமிரம், பித்தளை, ஈயம், நாரம், பல்வேறு படிகக்கற்கள், வைரம, மாணிக்கக் கற்கள், முத்து, பவளம். உலோகங்கள் தவிர்த்து, நூற்றுக்கணக்கான கனிமங்கள் குறித்தும் அந்த் மக்கள் அறிந்திருந்தனர். உப்பு, நஞ்சுப்பொருட்கள், அஞ்சனம், மஞ்சள் தாளகம், குங்குமம் போன்றவையும் குறிப்பிடப்பட்டுள்ளன. இவையனைத்தும் சுரங்கத் தொழில் நன்றாக நடைபெற்றது என்ற முடிவிற்கு இயல்பாக நம்மை இட்டுச்செல்கின்றன. கௌடில்யர் அல்லது மெகஸ்தனிசிற்கு முந்தைய காலம் இது. அறிவியல் முறைகளை இத்தொழிலில் அவர்கள் பின்பற்றாமல் இருந்திருக்கலாம். இருப்பினும், ஜாதகக் கதைகள் கூறும் இந்தியாவில் பெருமளவு கனிம வளம் இருந்ததை இத்தகைய கனிமத் தொழில்கள் சந்தேகமற காட்டுகின்றன.[40]

வளர்ச்சியுறும் சமுதாயத்தின் உடன்நிகழ்வாக தேவைகள் பெருகின; இதன் காரணமாக சுரங்கத்தொழில் வளர்ச்சியடைந்தது. வேளாண் உற்பத்தியும் பெருகியது. இந்த முன்னேற்றத்திற்குத் தடையாக இருந்த சித்தாந்தம் எதையும் எதிர்க்கவேண்டிய தேவை இருந்தது. ஏனெனில், பெருகும் தேவைகளை நிறைவேற்ற, உற்பத்தியைப் பெருக்க வேண்டியிருந்தது. அதன் இறுதி காலத்திலிருந்த பிராமணிய தத்துவம், புதிய பொருளாதார அமைப்பு ஒன்று தோன்றுவதைத் தடைசெய்தது; புதிய உற்பத்திச் சக்திகளின் வளர்ச்சி அதனைச் சார்ந்திருக்கும் வர்க்கங்களின் முன்னேற்றத்திற்கு உதவக்கூடும்; எனவே, இந்தச் சூழலில் புதிய தத்துவ அமைப்பு ஒன்று மிகவும் தேவை என்பதைச் சமுதாயம் உணர்ந்தது.

இந்த மாற்றம் நிகழும்போதுதான், அடிப்படையில் வேளாண் வர்க்கமாக இருந்த வைசியர்கள் வேளாண்மைத் துறையிலிருந்து வணிக வெளிக்கு மாறினர்.[41] இவ்வாறு தொழில் சார்ந்த வணிக வர்க்கமொன்று தோன்றியது. தொடக்கநிலை மூலதன குவிப்பிற்கான அடித்தளம் ஒன்றை கருநிலை வடிவில் நிறுவுவது இயல்பாகவே நடந்தது. ஆனால் இதுபோன்று வளங்கள் குவிக்கப்பட்டதை முதலாளித்துவ அமைப்பின் வளர்ச்சியாகக் கருதமுடியாது. ஏனெனில், அக்காலத்திய அரசு, உருவாகிக் கொண்டிருந்த ஓர் அடிமை அரசாகும். அந்த அரசு கொஞ்சம் கொஞ்சமாக வரி வசூல் செய்யத்தொடங்கியது. எனினும் அந்த அரசு, மூலதனத்தை பெருக்கும் நோக்கில் வரி வருமானத்தை மீண்டும் முதலீடு செய்யவில்லை. சேகரிக்கப்பட்ட தங்கம், வெள்ளி, தானியங்கள் அனைத்தும் ஆட்சியாளர்களின் சொகுசு வாழ்க்கைக்குப் பயன்பட்டன;

உருவாகிக் கொண்டிருந்த அரசு நிறுவனங்களையும் ஒட்டுண்ணி வர்க்கங்களையும் பராமரிப்பதற்கு அவை பயன்பட்டன.

மூலதனத்தின் நிலைமையை மேத்தா இவ்வாறு விவரிக்கிறார்: ‘ஜாதகக் கதைகளின் காலகட்டத்திலும், தேசத்து வளத்தின் பெரும் பகுதியை வரி, வாடகை, அபராதம், தீர்வை என்ற பெயரில் அரசே எடுத்துக்கொண்டது. அரசின் மேற்பார்வையில் நடந்த பெரும் எண்ணிக்கையில் இருந்த அதனைச் சார்ந்தியங்கிய தொழில்களைப் பராமரிக்க வீணடிக்கப்பட்டது. அரசு மூலதனம் ஆக்கபூர்வமான காரியங்களில் முதலீடு செய்யப்பட்டது என்பதற்கான தடயம் ஏதுமில்லை.’ சொத்து வைத்திருந்த மற்றொரு வர்க்கத்தினர், சேத்திகள் (Sethi) எனப்பட்ட பணக்கார வணிகர்கள் அல்லது பணக்கார பிராமணர்கள். சிலரிடம் எண்பது கோடி அளவுக்குச் சொத்து இருந்ததாக விவரிக்கப்படுகிறது. தங்களிடமிருந்த உபரிச் செல்வத்தைச் சொகுசு வாழ்க்கையில் செலவிட்டனர்; தானங்கள் அளிப்பது போன்ற பலனற்ற நோக்கங்களுக்கு பயன்படுத்தினர்; அல்லது பதுக்கி வைத்தனர்.[42]

மேத்தா இவ்வாறு அவதானிக்கிறார்: ஜாதகக் கதைகளின் பண்பாட்டு காலகட்டம், வேத காலத்திற்கும் புத்தரின் காலத்திற்கும் இடையிலானது. அனைத்துவிதமான முதல் தொடக்கங்களையும் உள்ளடக்கியதாக இக்காலம் இருந்தது: வணிகர்களும் கைவினைக் குழுக்களும் உருவாகின; வளர்ச்சியுற்றன. இவை பிற்காலத்தில், திறமை, முக்கியத்துவம், அவற்றிற்கே உரித்தான விதிகள், பயன்பாடு, அதிகாரிகள் என்ற பண்புகளுடன் நிறுவனம் என்ற உயர்நிலையை அடைந்தன. இக்காலத்தில் தொழில்முறை குழுக்களும் மெதுவாக உருவாகத் தொடங்கின. இதற்கான ஆதாரங்கள் ஜாதகக்கதைகளில் காணப்படுகின்றன. கைவினைஞர்களின் ஒருங்கிணைந்த செயல்பாட்டிற்கு இவை உதவின. உற்பத்தியை ஒருங்கிணைக்கக் குயவர்களும் தச்சர்களும் அவர்களுக்குள் குழுக்களை உருவாக்கிக் கொண்டனர் என்று கும்கார ஜாதகமும், அலினசிட்ட ஜாதகமும் திரும்பத் திரும்பக் கூறுகின்றன. அவர்களது பொருட்களை விற்பதற்குத் தேவையான சந்தைகளையும் இந்தக் கைவினைஞர்கள் உருவாக்கிக் கொண்டனர் என்றும் கூறுகின்றன.[43]

நன்கு ஒருங்கிணைக்கப்பட்ட அரசிற்கு அரசியல் ரீதியாக ஆதரவு அளிக்கும் அளவிற்கு பௌத்தத்திற்கு முற்பட்ட காலத்தின் பொருளாதார நிலைமைகள் முதிர்ச்சி அடைந்திருந்தன என்பதை

இவை காட்டுகின்றன. ஒருங்கிணைக்கப்பட்ட இராணுவ அரசு, அது அமைந்திருந்த பொருளாதார, தத்துவார்த்த அடித்தளத்தைப் பொறுத்து, நேர்மறை அல்லது எதிர்மறை திசைவழியை தேர்ந்தெடுத்தது. அந்த நேரத்தில் மக்களின் பொருளாதார நிலைமைகள் ஏற்றத்தாழ்வுடன் இருந்தன என்பது நினைவில் இருத்தவேண்டிய முக்கிய விஷயம். வளமான வண்டல் மண் படிந்த சமவெளிகளில் வேளாண்மையும், கைவினைத் தொழில்களும், சிறிய அளவிலான முதலீடுகளில் வியாபாரமும், வணிகமும் வளர்ச்சியடைந்து கொண்டிருந்தன.

ஆனால், பெரும்பாலான மக்கள் பழங்குடி மரபிலான பொருளாதார, அரசியல் அமைப்புகளில்தான் வாழ்ந்தனர்.[44] புத்தரது காலத்தில், ஒட்டுமொத்த பழங்குடி குழுக்கள் மற்றும் அரை-பழங்குடி குழுக்களின் எண்ணிக்கையைவிடச் சமவெளிகளில் வாழ்ந்த மக்களின் எண்ணிக்கை குறைவாகவே இருந்திருக்கும். எனவே, இத்தகையச் சூழலில், ஆதிக்கத்திலிருக்கும் கோட்பாட்டிற்கு எதிராக ஓர் அரசியல் கோட்பாடு தோன்றவேண்டும் என்றால், சமுதாயத்திலிருக்கும் முன்னேற்றமடைந்த, வளர்ந்து கொண்டிருந்த, வளர்ச்சியடையாத மக்களுக்கிடையில் சமநிலை ஏற்படுத்தக் கூடியதாக அந்த கோட்பாடு இருக்கவேண்டும்.

அரசியல் நிலைமைகள்

பௌத்தத்திற்கு முந்தையக் காலத்தின் அரசியல் சூழல், மிகக்கவனமாக ஆய்வு செய்யப்பட வேண்டிய முக்கியமான ஒன்று. அந்தக் காலகட்டத்தைச் சரியாக மதிப்பீடு செய்வதற்கு, சமீப காலத்தில் பல அறிஞர்கள் தீவிர முயற்சிகளில் ஈடுபட்டனர். ஜாதகக்கதைகளையும், வேதங்களையும், புராண இலக்கியங்களையும் இதற்கான ஆதாரங்களாக அவர்கள் எடுத்துக்கொண்டனர். வரலாற்றுத் தொடர்புகளை நிறுவுவதற்கு தொல்லியல் தடயங்களை அவர்கள் எடுத்துக் கொள்கின்றனர். ஆனால் பௌத்தம் எழுச்சியுறுவதற்கும், அக்காலத்தில் பிராமணியத்திற்கு எதிராகச் சித்தாந்தங்கள் உருவாவதற்கும் காரணமாக அமைந்த அரசியல் நிலைமைகளை உறுதிசெய்வதற்கு மட்டுமே இந்த ஆய்வை நான் மேற்கொள்கிறேன்.

பௌத்தத்திற்கு முந்தையக் காலத்தில் இந்தியாவில், அரசு அதிகாரத்தில் ஏற்பட்ட மாற்றம், ஒருவிதத்தில் மக்களின் வாழ்க்கையில் ஏற்பட்ட பொருளாதார, சமுதாய மாற்றத்துடன் இணைந்து போனது. புத்தரின் காலத்தில், அரசு என்பது 'மகாஜனபதா' நிலையிலிருந்து

எதேச்சதிகார அரசு நிலைக்கு மாறிக்கொண்டிருந்தது.[45] மகதப் பேரரசு தோன்றும் வரையில், பல்வேறு மகாஜனபதாக்களுக்கு இடையில் வெறுப்பும் குருதியும் நிறைந்த போராட்டங்கள் நடைபெற்றன.[46] பொ.ஆ.மு. 800-600 இடையிலான காலத்தை மகாஜனபதா அரசுகளின் காலமாகக் கூறலாம் என்று ரத்திலால் மேத்தா கருதுகிறார். இந்தக் காலகட்டத்தில், வட இந்தியாவிலும் வடமேற்கு இந்தியாவிலும் பதினாறு பெரும் அரசுகள் இருந்தன. இந்தப் பதினாறு மகாஜனபதா அரசுகளில் காசி, கோசலம், அங்கம், மகதம், அஸாகா, அவந்தி, கலிங்கம் ஆகியன முக்கிய அரசுகள்.[47] அவை எந்த வகையான அரசுகள் என்பதற்குத் தடயங்கள், அங்குத்தர நிஹயாவிலும் பகவதி சுட்டாவிலும் காணப்படுகின்றன. இவற்றில் காசி அரசு மிகவும் வலிமையானதாகத் திகழ்ந்தது.

முடியரசுகளை வீழ்த்தியதில், காசி அரசுக்கு மிக முக்கிய பங்கு இருந்தது என்று ராய் சௌத்திரி கூறுகிறார். கோசலத்துடனும், அண்டை அரசுகளுடனும் காசி அரசர்கள் தொடர்ந்து போரிட்டுக் கொண்டிருந்தனர். காசியின் தலைநகரான வாரனாசி அக்காலத்தில் செல்வவளம் மிக்க நகரமாக இருந்தது. செழிப்புடன் விளங்கிய காசி அரசில் போர்க்கைதிகள் அடிமைகளாக மாற்றப்பட்டிருந்தனர். மகாசிலவ ஜாதகக் கதையொன்றில், வாரனாசியின் செல்வத்தையும் புகழையும் விவரிக்கும் அதன் முன்னாள் அமைச்சர்களில் ஒருவர் அந்நகரை ஈக்களால் சிதைக்கப்படாத அற்புதத் தேனடை என்கிறார். செல்வத்தில், பண்டைய பாபிலோன் நகரையும், மத்திய கால ரோம் நகரையும் ஒத்ததாக வாரனாசி இருந்தது; போரை விரும்பிய, நாகரீகமற்ற அண்டை அரசுகள் தாம் அடையவேண்டும் என்று பேராசைப்பட்ட பரிசாக அந்த நகர் விளங்கியது என்கிறார் ராய் சௌத்திரி.[48] காசி முதலில் நாகர்களிடம் வீழ்ந்தது. நாகர்களின் படையெடுப்பை 'அசுரர்களின்' படையெடுப்பு என்று ஜாதகக் கதைகள் சித்தரிக்கின்றன. அவர்களை 'அரக்கர்கள்' என்றும் 'ஆரியர் அல்லாதோர்' என்றும் கூறுகின்றன. ஆனால், இறுதியில் அவர்களை ஆரியர்கள் உள்வாங்கிக் கொண்டனர்.

நாகர்களிடம் இருந்துதான், வரலாற்றின் முதல் அரச மரபான மகதப் பேரரசு, சிசுநாகர் வம்சம் தோன்றியது.[49] கோசலர்கள் காசியின் மீது தொடர்ச்சியான படையெடுப்புகளை நடத்தினர். கோசல அரசன் வசிகன் காசி அரசைக் கைப்பற்றி அரசன் கதாவை சிறைப்பிடித்ததைக் கதா ஜாதகம் கூறுகிறது. காசி அரசன் மகாசிலவன் கோசல அரசன் தபசேனாவையும் அவனது அமைச்சர்களையும் சிறைபிடித்தான்.

தண்டனை என்ற பெயரில் அவர்களைச் சித்திரவதை செய்தான் என்று மகாசிலவ ஜாதகமும், ஏகராஜா ஜாதகமும் கூறுகின்றன என்று ரத்திலால் மேத்தா சொல்கிறார்.[50] இறுதியாக, காசி கம்சனின் கைகளில் வீழ்ந்தது என்று ஜாதகக் கதைகள் கூறுகின்றன. காசியை வெற்றி கொண்டவன் என்ற பொருள் தரும் 'பரஹசிகாஹோ' *(Barahasiggaho)* என்ற பட்டப்பெயர் அவனுக்கு நிலைத்தது. காசியின் வீழ்ச்சிக்கும் பௌத்தம் தோன்றியதற்கும் இடையில், நீண்ட கால இடைவெளி இருக்க வாய்ப்பில்லை என்று மேத்தா கணிக்கிறார். ஏனெனில், புத்தரின் காலத்தில் சுதந்திரமான பெரும் அரசு என்ற அளவில் மக்களின் மனத்தில் காசி பசுமையாக பதிந்திருந்தது. ஏன், அதற்குப் பின்னரும், அந்நகரில் அங்குத்தர நிகாயம் தொகுக்கப்பட்ட காலத்திலும் காசி மக்கள் மனத்தில் நிலைத்திருந்தது.

பாடலிபுத்திரத்தைத் தலைநகராகக் கொண்டு மகதப் பேரரசு நிறுவப்பட்டதும் மகாஜனபதா காலம் முடிவடைந்தது. சுற்றியிருந்த மகாஜனப்பதாக்களை வெற்றி கொண்ட பிம்பிசாரன் தனது மேலாதிக்கத்தின் கீழ் அவற்றை கொண்டு வந்தான். ஒருவிதத்தில் நெருக்கடி படிப்படியாகத் தீர்க்கப்பட்டது; மேம்பட்ட ஏதேச்சதிகார அரசு ஒன்று ஸ்தாபிக்கப்பட்டது. 'பிம்பிசாரனுக்குப் பிறகான காலத்து அரசியல் வரலாற்றின் முதன்மை அக்கறை, இரண்டு எதிரெதிர்ச் சக்திகளின் இயக்கத்தின்மீது இருந்தது. அவை எதிரெதிராக இயங்குகின்றன. ஒன்று மையத்தை நோக்கியும், மற்றொன்று மையத்திலிருந்து விலகியும் செல்கிறது. அதாவது தலமட்டத்தில், ஜனபதா ஆட்சி மீது விழைவு; மற்றொருபுறத்தில் ஜனபதாக்களை எல்லாம் ஒன்றிணைத்த எதேச்சதிகார அரசிற்கான விழைவு' என்று ராய் சௌத்திரி கூறுகிறார்.

முதல் இயக்கத்தை தன் சொற்களில் மனு சிறப்பாக விவரிக்கிறார்: 'மற்றவர்க்கு அடிபணிந்து போவது முற்றிலும் துயரம் நிறைந்தது; தனக்கே அடிபணிந்து போவது மகிழ்ச்சிக்கு இட்டுச்செல்கிறது.'[51] ராய் சௌத்திரி மேலும் குறிப்பிடுகிறார்: அதாவது ஓர் அரசியல் அதிகாரத்தின் கீழ் ஒன்றிணைவதற்கான வெளிப்படையான விழைவு 'பிராமணங்களின்' காலந்தொட்டே இருந்து வந்தது. இந்தப் பத்தியில் அதற்கான ஆதாரத்தைக் காணமுடியும். 'அவன் (அரசன்) அனைத்தாலும் சூழப்பட்டவனாக இருக்கட்டும்; அனைத்து நிலப்பரப்பும் அவனுடையதாகவும், அனைத்து உயிரினங்களும் அவன் கீழ் இயங்குவதாகவும், பெருங்கடல் சூழ்ந்திருக்கும் பூமியின்

ஒரு முனையிலிருந்து மறுமுனைவரை ஒரே அரசனாக (Ekaraja) அவன் விளங்கட்டும்.'

சமுதாய-அரசியல் சூழ்நிலை எதேச்சதிகார அரசுகளின் தோற்றத்திற்குச் சாதகமாக மாறிக்கொண்டிருந்தது; ஹரியன்காகுல இனக்குழுவின் இளவரசன் பிம்பிசாரன் தனக்குக் கிடைத்த வாய்ப்பை சரியாகப் பயன்படுத்திக் கொண்டான். மகாஜனபதாக்கள் சிலவற்றையும், சிறிய அரசுகளையும் கைப்பற்றப் பலரின் குருதி சிந்தப்பட்டது; அழிவு வேலைகளும் நடந்தன. மிகப்பரந்த அரசை ஆட்சி செய்யத் திறமையான, திட்டமிட்ட நிர்வாக அமைப்பை பிம்பிசாரன் உருவாக்க வேண்டியிருந்தது.

பிம்பிசாரன் காலத்தில் உயர் அதிகாரிகள் பல்வேறு வர்க்கங்களாக/ பிரிவுகளாகப் பிரிக்கப்பட்டிருந்தனர். 1) பொது விஷயங்களுக்குப் பொறுப்பேற்கும் அதிகாரிகள், 2) படைத்தளபதிகள், 3) நீதிபதிகள்... சிறையிலடைத்தல் மட்டுமின்றி தண்டனைகளும் அளிக்கப்பட்டன என்பதற்கு ஆதாரங்கள் கிடைத்துள்ளன. தண்டனைகளாகக் கசையடி கொடுத்தல், அடையாளக் குறியிடல், சிரச்சேதம் செய்தல், நாக்கை வெட்டுதல், இடுப்பெலும்பை நொறுக்குதல் போன்றவற்றை ராய் சௌத்திரி கூறுகிறார்.[52]

இவ்வாறாக, அரசு என்பது மேலும் மேலும் அடக்குமுறை நிறுவனமாக மாறிக்கொண்டிருந்தது. இதனை தோன்றிக் கொண்டிருந்த பண்டைய எதேச்சதிகார அரசின் பரிணாம வளர்ச்சியுடன் ஒப்பிட முடியும். கௌதம புத்தரின் காலத்தில் அரசு என்பது ஜனராஜ்யம், ஜனபதா, மகாஜனபதா என்ற நிலைகளைக் கடந்து தொடக்க-எதேச்சதிகார நிலையை அடைந்தது. உடனிகழ்வான எதிர்மறைப் பண்புகளையும் சுமந்து போதிய வளர்ச்சி பெற்றது. வளர்ச்சியடைந்த அரசு, நிரந்தரப் படைப்பிரிவுகளையும், நிர்வாக அமைப்பு போன்றவற்றைப் பராமரிக்க அடிமைகளைப் பிழிந்து எடுத்தது. பிராமணர்கள் மட்டுமின்றி, சத்திரிய ஆட்சியாளர்களும், படைப்பிரிவில் இணைந்த ஆயுதமேந்திய சூத்திரக் குழுக்களும் கூட சார்ந்துண்ணும் வர்க்கமாக உருமாறினர். உற்பத்தியின் சுமை சூத்திர அடிமைகள் மீதும், உருவாகிக் கொண்டிருந்த விவசாய வர்க்கத்தின் தோள்களிலும் ஏறியது. பிராமணச் சடங்குகளும், வேள்விகளில் விலங்குகள் கொல்லப்படுவதும் வேளாண் செயல்பாடுகளுக்குத் தடையாக இருந்தன. இந்த நெருக்கடிக்குத் தீர்வு காணவும், அமைப்பை

முன்னோக்கி நகர்த்தவும், பல்வேறு மாற்றுச் சிந்தனைப்பள்ளிகள் தோன்றத் தொடங்கின.

சிந்தனைப் பள்ளிகள்

அக்காலத்தில் அரசின் அதிகாரப்பூர்வமான கோட்பாடாக வேதப் பிராமணியம் இருந்தது; அதன் முக்கிய நடவடிக்கையாகத் தேவதைகளை மகிழ்விப்பது இருந்தது. பிராமணியம் மெல்ல மெல்லச் சமுதாயத்தைச் சாதிகளாகப் பிரித்தது. மானுடத்திற்கும் இயற்கைக்கும் இடையிலான உறவை இயல் கடந்த உலகப் பார்வையில் விவரிக்கத் தொடங்கியது. இதற்கு எதிராக வேறு சிந்தனைகளும் தோன்றின. மானுட வரலாற்றில், தொடர்ச்சியாகவும் பரவலாகவும் இரண்டு சிந்தனைகளே ஒன்றோடொன்று மோதிக்கொண்டிருந்தன. அவை இயல் கடந்த சிந்தனையும், பொருள்முதல் வாதச் சிந்தனையும்.[53] முன்னது மதத்தை அடிப்படையாகக் கொண்டது. இருத்தல் அல்லது பௌதிக யதார்த்தத்தின் இருப்பு மட்டுமே அனைத்து வளர்ச்சிக்கும், மாற்றத்திற்குமான மூலாதாரம் என்று பொருள்முதல் வாத சிந்தனை கருதியது.

ஏ.பி.ஷெப்டுலின் '...இருப்பினும்... கி.மு. முதல் ஆயிரமாண்டில்தான் ஏறத்தாழ நடைமுறையிலிருந்த கருத்துகளின் ஒருங்கிணைந்த பகுதியாகப் பொருள்முதல்வாதம் மாறியது. குறிப்பாக இந்தியாவையும், சீனாவையும் பொறுத்தவரை இது உண்மை. எடுத்துக்காட்டாக, 'உலகாயதம்' என்ற தத்துவப் போக்கு உலகப்பார்வை குறித்த முழுமையாக வளர்ச்சி பெற்ற பொருள்முதல் வாத தத்துவமாக இந்தியாவில் நடைமுறைக்கு வந்தது. ('உலகாயதம்' என்பது, 'லோகத்தை' அதாவது இந்த உலகத்தை மட்டுமே அங்கீகரிப்பவர்கள் முன்வைக்கும் கருத்தியல்). பிரஹஸ்பதி இந்தச் சிந்தனைப் பள்ளியை உருவாக்கினார்.[54] இவ்வாறு, உலகாயத சிந்தனைப் பள்ளி, முதல் பொருள்முதல் வாதச் சிந்தனைப் பள்ளியாக உலகளவில் அங்கீகாரம் பெற்றது.

பிராமணிய சிந்தனைப் பள்ளி உடலுக்கும் ஆத்மாவிற்கும் இடையிலான உறவிற்கு முக்கியத்துவம் தருவது; இந்த உடல் தற்காலிகமானது; ஆத்மா நிரந்தரமானது மற்றும் அது இயற்கையின் பகுதி. அறிந்திராத சக்திகளான தேவதைகளின் உருவாக்கமே ஆத்மா. இப்புவியில் மனித வாழ்க்கையின் மிக முக்கியக் கடமை தேவதைகளை மகிழ்விப்பது. இதைச் சுற்றித்தான் பலியிடல் என்ற

கருத்தைப் பிராமணர்கள் உருவாக்கினர்; ஆனால், காலப்போக்கில் இந்தப் பலிகொடுக்கும் நடைமுறை உலகம் முழுவதும் பரவியது; ஈவிரக்கமற்ற செயலாக உருமாறியது. இதைப்பற்றி மிகச்சிறந்த படைப்பொன்றை சில்வைன் லெவி ஆதாரத்துடன் எழுதியுள்ளார். இவரை எடுத்துக்காட்டும் ரைஸ் டேவிட்ஸ், 'பிராமணங்கள் பேசும் இறையியலைவிட மிகவும் கொடூரமான, மிகவும் லௌகீகமான ஒன்றை கற்பனை செய்வது மிகவும் கடினம். படிப்படியாகத் தூய்மைப்படுத்தப்பட்டு அறநெறித் துகில் போர்த்தப்பட்ட இவற்றின் காட்டுமிராண்டித்தனமான நடைமுறைகள் நம்மைத் திடுக்குறச் செய்கின்றன.'[55]

ஆத்மா என்ற கருத்துருவாக்கம் தத்துவ உலகிற்குப் பிராமணியத்தின் குறிப்பிடும்படியான பங்களிப்பு என்று கூறமுடியாது; ஏறத்தாழ அதே காலகட்டத்தில் உலகின் பிற பகுதிகளில் தோன்றிய 'ஆன்மா (soul)" என்ற இதைப்போன்ற கருத்துகளுடன் அது இணைந்து சென்றது. ஆனால், இந்த விஷயத்தில் குறிப்பிடவேண்டியது ஒன்று உள்ளது; உலகின் பிற பகுதிகளில் அக்காலகட்டத்தின் மதகுரு வர்க்கங்கள் இக்கருத்தைப் பயன்படுத்தியதைவிட, இதனைப் பிராமணியம் பிரயோகித்த முறை மிகவும் கொடூரமாக இருந்தது. இதன் விளைவாகத்தான் பலியிடும் சடங்கு தோன்றியது. அதற்குத் துணைபோவதாக கர்மம், மாயை போன்ற தத்துவார்த்தக் கருத்துகள் தோன்றின. இந்தியப் பிராமணிய வர்க்கம் தேவதைகளை 'திருப்திப்படுத்த' விலங்குகளைப் பலியிடும் செயல்களில் ஈடுபட்டது; அதற்காகப் பெருமளவில் செல்வத்தை வீணடித்தது.[56]

பிராமண வர்க்கம் தனது நலன்களை மறுவுறுதி செய்துகொள்ளவும் விரிவுபடுத்திக் கொள்ளவும் புதிய வழிமுறைகளைக் கண்டது; அரசியல் சார்ந்த, கொள்கை சார்ந்த புதிய கருத்துகளை உருவாக்கியது; தர்மம் (சற்றே தளர்வான பொருளில் 'சட்டம்') என்பதையும் தண்டம் (தண்டனை அல்லது 'பழிக்குப்பழி') என்பதையும் தோற்றுவித்தது. பிராமண தர்மம் என்பது பிரிவினை ஏற்படுத்தும் கருத்து. அடிப்படையில் சாதிப் படிநிலையை ஏற்றுக்கொள்வதை உணர்த்துகிறது. தினசரி வாழ்க்கையில் மனிதர்களைப் பாரபட்சமுடன் நடத்துவதை படிநிலைக்குள் அறநெறிப்படி சரியானது என்று ஏற்றுக்கொள்ள வைத்தது.[57] அதேநேரத்தில் வருணதர்மத்திற்கு எதிர்ப்பு எழாமல் பார்த்துக்கொள்ள 'தண்டம்' என்ற கருத்து உருவாக்கப்பட்டது. இந்தக் கொள்கைதான் ஆதிகாலத்திலிருந்தே இந்தியாவில் அரசை கொடூரமான அமைப்பாக்கியது. சாதி

அமைபபுமுறை நலன்களுக்கு உதவும் வகையில் தண்டம் என்பதை நேர்மையற்ற முறையில் அரசு பயன்படுத்தியது. ஒரே குற்றத்திற்கு வெவ்வேறு தண்டனைகள் வழங்கப்பட்டன. ஒரு குற்றத்திற்குப் பிராமணன் தண்டிக்கப்படாமலோ அல்லது குறைந்த தண்டனையோ பெறுவான்; அதே குற்றத்திற்குச் சூத்திரனுக்கு அதிகபட்ச தண்டனை விதிக்கப்பட்டது.[58]

பிராமணியத்திற்கு எதிராக இந்தியாவில் மூன்று சிந்தனைகள் தோன்றின: அவை, 1.உலகாயதம் (அல்லது சார்வாகம்), 2.ஜைனம், 3.பௌத்தம் ஆகியன. இந்த மூன்று சிந்தனைகளுக்கும் பிராமணியச் சிந்தனைக்கும் இடையிலான மோதலை, இலட்சியவாதத்திற்கும் பொருள்முதல் வாதத்திற்கும் இடையிலான மோதல் எனக்கூறலாம்.[59] உலகாயதச் சிந்தனையின் தத்துவார்த்த நிலைப்பாடு குறித்து டி.பி. சட்டோபாத்யா இவ்வாறு கூறுகிறார்: "அறிவும் ஆய்ந்து துணிதலும் உடலுருவைப் பெற்ற ஆன்மாவின் நிலைகளாகக் கருதப்பட்டன; ஆன்ம விடுதலையின்போது உடலிலிருந்து ஆன்மா விடுதலை பெறுகிறது; இதனைப் பிரக்ஞையிலிருந்து விடுபடுதல் எனலாம். உடலற்ற ஆன்மாவைப் பற்றிப் பேசுவது சுத்த முட்டாள்தனம்; ஆன்ம விடுதலை என்ற கருத்தியலும் ஓரளவிற்கு மோசடியானது என்று உறுதியாகக் கூறமுடியும்; அதுவும், உறுதியான அறிவியல் சார்ந்து மானுட அறிவை நிறுவுவதில் ஓர் அடி முன் செல்வது என்பதைத் தவிர்த்து வேறொன்றுமில்லை; இந்தச் சிந்தனை உண்மையில் பண்டைய பொருள்முதல் வாதிகளான உலகாயத வாதிகள் அல்லது சார்வாகர்களால் முன்னெடுக்கப்பட்டது."

உலகாயதவாதிகளின் கருத்தில், 'உடல் இல்லாமல் ஆன்மா (சுயம்) என்பது இல்லை.' உடலுக்கு வெளியே ஆன்மாவிற்கு இருப்பில்லை; அல்லது அது சொர்க்கத்திற்கும் செல்வதில்லை. ஏன், மனிதனின் புலன் உணர்வும் உடலில்லாமல் தனித்து இயங்க முடியாது. அவர்களின் கருத்தில், புலன் உணர்வு என்பது புறவுலக எதார்த்தத்தை அகவுணர்வு பிரதிபலிப்பதே. இவ்வகையில் புலன் உணர்வின் மேம்பட்ட வடிவமான பகுத்தறிவும், புறவுலக எதார்த்தத்தின் அடிப்படையில் தோன்றுவதே. "எங்காவது ஏதேனும் ஒன்று இருக்குமென்றால், வேறொன்றின் இருப்பும் அங்கு இருக்கும்; அந்த ஒன்று இல்லையென்றால், அந்த மற்றொன்றும் இல்லை. முன்கூறப்பட்டது, பின் கூறப்பட்டதின் பண்பு என்று முடிவுசெய்கிறோம்; எடுத்துக்காட்டாக, நெருப்பின் பண்புகளென வெளிச்சத்தையும், உஷ்ணத்தையும் கூறுவதைக் கொள்ளலாம்'

என்றனர் உலகாயதவாதிகள். இவ்வாறாக, பிராமணியத்தின் இயல் உலகம் கடந்த சிந்தனையைக் கேள்வி கேட்டவர்கள், பொருள்முதல் வாதிகளான உலகாயதவாதிகளே.⁶⁰

ரைஸ் டேவிட்ஸின் 'The History and Literature of Buddhism' நூல் குறித்து தேசியச் செய்தித்தாளான தி ஹிந்துவில் விமர்சகர் ஒருவர் இவ்வாறு எழுதியிருந்தார்: 'புத்தருக்கு முந்தைய காலகட்டத்தில் ஆரியர்களின் உண்மையான நிலப்பரப்பு எது என்பது குறித்தும், பின்னாளில் அவர்கள் குடியேறிய இடம் குறித்தும் இந்தியாவில் பல்வேறு கோட்பாடுகளும் ஊகங்களும் நிலவின. இவை அனைத்தையும் 'வேதத்துடன் தொடர்புடைய' என்ற தலைப்பின் கீழ் ஒன்றுதிரட்டலாம். இதன் பொருள், ஆதி வேதங்களிலும், பின்னர் எழுந்த ஊகச் சிந்தனைகளிலும் காணப்பட்ட நம்பிக்கைகளின் அடிப்படையில் அவர்களது தோற்றம் கட்டமைக்கப்படுகிறது. இந்த மதம் சார்ந்த ஊகங்களுக்கு எதிரான வெளிப்படையான விரோதத்துடன் 'உலகாயதமும்' சாங்கிய தத்துவத்தின் வேதம்-அல்லாத, மதம்-சாராத கருத்துகளும் தோன்றின. நிச்சயமாகக் கொள்கை அடிப்படையிலும் நடைமுறையிலும் பிராமணியத்திற்கும், வேத மதத்திற்கும் எதிராகப் புத்தமதம் இயங்கியது என்பதை மறுக்கமுடியாது.'⁶¹

பௌத்தத்தைவிட மூத்த, சமகாலச் சிந்தனையான ஜைனம் இந்தியாவில் தோன்றிய இரண்டாவது பகுத்தறிவு சிந்தனை. ஜைன நிலைப்பாட்டின் புதுமையான அம்சம் அநேகந்த வாதம் ஆகும். தர்க்கக் கோட்பாடுகளான சியாத்-வாதமும் சப்த-பாங்கினயமும் இதனுடன் சேர்ந்தவை.⁶² வேதக் கொள்கைகளுக்குக் கூர்மையான எதிர்வினையாக முழுமையான அஹிம்சைக் கொள்கையை ஜைனம் உருவாக்கியது. அனைத்து ஜீவன்களிலும் இருக்கும் ஆன்மாவின் இயல்பு ஒன்றுதான் என்ற கருத்தை அவர்கள் உருவாக்கினர். ஆகவே விலங்கையோ அல்லது தாவரத்தையோ அல்லது மனிதரையோ கொல்வது என்பது அறப்பண்பின்படி ஒரே தன்மை கொண்டதே என்றனர்.⁶³

இந்த அம்சம் குறித்து சட்டோபாத்யாயா, "(இவ்வாறாக) அவற்றின் சாராம்சத்தைப் பொறுத்துத்தான் பொருட்கள் நிரந்தரமானவையா இல்லையா என்ற பொதுவான முடிவை இந்தக் கோட்பாடு கூறுகிறது; ஆனால், அவற்றில் எதிர்பாரா நிகழ்வுகளும் அல்லது குணங்களும் தோன்றும், பின்பு அழிந்தும் போகும். இதனை இப்படி

விவரிக்கலாம்: எந்தப் பொருளும் ஒரு பருப்பொருளாக எப்போதும் தொடர்ந்து இருக்கக்கூடும்; இருப்பினும், அந்தப் பருப்பொருள், எந்த வடிவத்தையும் எடுக்கும், பண்பையும் பெறக் கூடும்' என்று கூறுகிறார். எடுத்துக்காட்டாக 'களிமண்ணை ஒரு பொருளாக, அது நிரந்தரமானது என்று கூறலாம்; ஆனால், களிமண்ணிலிருந்து ஜாடியும் அல்லது அதன் வண்ணமும் தோன்றக்கூடும், அழிந்து போகவும் கூடும்' என்கிறார் அவர்.[64]

பிராமணியத்திற்கும் உலகாயதத்திற்கும் இடையில் ஒரு சமன்நிலையை ஏற்படுத்த ஜைனம் முயன்றது; ஆனால், இறுதியில் தீவிரமான அஹிம்சை நெறியில் சென்று முடிந்தது. தோன்றிக் கொண்டிருந்த பழங்குடி சமுதாயத்தில், ஜைனத்தால் வேரூன்ற முடியவில்லை; ஏனெனில் பொதுமக்களின் மன உணர்வுகளுடன், தனிநபர் வீடுபேற்றிற்கான ஜைன தத்துவம் இசைந்துபோக இயலவில்லை. வேறொருவகையில் கூறினால், அக்கால சமுதாயத்தின் இயல் உலகம் கடந்த தேவைகளை நிறைவேற்ற ஜைனத்தால் இயலவில்லை.

பிராமணியத்தை எதிர்கொள்ள அதிக அளவில் நடுநிலை நோக்குள்ள, சமச்சீரான, திறன்மிக்க தத்துவம் தேவையாக இருந்தது. அதாவது, அக்கால மக்களின் மன உணர்வைக் கிரகித்துக் கொண்ட, சராசரி மனித மனோநிலையைக் கவரக்கூடிய, சமுதாய வளர்ச்சிக்குத் தூண்டுகோலாக இருக்கக்கூடிய ஒரு தத்துவம் தேவைப்பட்டது. இத்தகைய சமுதாய, பொருளாதார கருத்தியல் சூழல்களின் உருவாக்கமே பௌத்தம்.

அடிக்குறிப்புகள்

1. D.D.Kosambi, *Culture and civilisation of Ancient India in Historical Outline* (New Delhi: Vikas Publishing House, 1976) see the chapter on *First Cities*, pp.53-71. See also Jeannine Auboyer, *Daily Life in Ancient India* (New Delhi: Asia Publishing House, 1967) . Also K.Antonova, G.Bongard-Levin, G.Kotovsky, *A History of India,* Book 1 (Moscow: Progress Publishers, 1974), pp.11-45. The authors systematically examine the nature of the Indo-Aryan and the Ganges Valley civilizations.

2. See Kosambi, An Introduction, p.110. Kosambi was the opinion that the lack of relevant archaeological findings, the absence of chronological data and the non-availability of records other than ritual or myth make our task hopeless.

3. Ratilal N.Mehta, *Pre-Buddist India* (Mumbai: Examiner Press, 1939), This book deals with political, administrative, economic, social and geographical aspects of pre-Buddhist India. Mehta based this major work mainly on *Jataka stories*, See p.vi.
4. The division of work between Brahmins, Kshatriyas, Vaisyas and Sudras was not entirely based on production, because the rituals and the priesthood were divorced from productive activity. See Romila Thapar, *Ancient Indian Social History: Some Interpretations* (New Delhi:Orient Longman, 1979), p.47.
5. Quoted in Mehta, *Pre-Buddhist India*, p.244.
6. The four varnas: -Brahmin,Kshatriya,Vaisya and Sudra –in pre-Buddhist India can be treated as classes The class system has slowly undergone a change as caste characteristics have been introduced into the Indian social system. In fact the caste system really acquired its present character only when the Sudras got divided into different caste segments. Kosambi says, "Caste in the pre-Buddha period was probably quite near to the class system that Rosas ascribed to the Jati [Rosas, "Caste and Class in India". In *Science and Society 2* (1943),]" But says Kosambi, "its strong hold was nearer the Indus Valley than Magadha, and it was extremely rigid and conservative." In many of his articles on ancient India, Kosambi uses the terms 'caste' and 'class' interchangeably. At times he uses caste/class so that exact definitions are avoided because the Indian reality with regard to 'class' has always been complex. Kosambi in fact states 'caste as class on a comparatively primitive level of production after the agrarian settlement, is also easily proved. Transition from tribe or guild to caste means primarily enrolment of the group in a hierarchical scheme of general society under Brahmin sanction.' But it is better to understand this usage only as a class category so far as the pre-Buddha period is concerned. Also see R.S.Sharma, *Sudras in Ancient India* (New Delhi:Motilal Banarsidass, 1980), pp. 16-19.
7. Mehta: has also used the terms 'class' and 'caste' interchangeably. See Mehta, *Pre-Buddhist India*, pp-244-264.
8. A.J.Sayed, ed., D.D. Kosambi on *History and Society: Problems of Interpretation* (Mumbai:Dept of History, University of Bombay,1985) pp.28-29.
9. Kosambi very aptly sums up the situation He says 'Brahmin ritual, moreover, was not just witch doctor's mumbo-jumbo, but accompanied a practical calender, fair meteorology, and sound working knowledge of agricultural techniques unknown to primitive tribal groups which never went beyond the digging –stick or hoe. But this kind of social position of the Brahmins

becomes possible only when a social group forms itself into a class.' See Sayed, *Kosambi*, p.29.

10. Kosambi also notes 'Without these superstitions assimilated by Brahminism at need, tribal society could not have been converted peacefully to new forms nor free savages changed into helpless serfs'. Had Brahminism not emerged as an ideological school, perhaps the intensive campaign they have carried out among tribal sections would not have been possible.

11. Mehta, *Pre-Buddhist India*, pp.247-248.

12. Brahmins stopped accepting food at non-Brahmin houses in pre-and post-Buddhist India and the practice continues today.

13. Mehta, *Pre-Buddhist India*, pp.246, 248, 251, 254. This word 'immolestability' occurs in the original and appears to be a typographical error for 'immolestability', or the Brahmin impunity before society and the law.

14. Mehta seems to have used term 'Khattiya' to means Kshatriya as used in Pali language. I am also using it in the same sense. See Mehta *Pre-Buddhist India*, pp. 253-254.

15. According to Romila Thapar, 'During the time of Buddha a major change in the agrarian structure was the emergence of large estates owned by individual Kshatriya families.' See Thapar, *Ancient Indian Social History*, p.43.

16. Fick, *Social Organisation*.

17. R.S.Sharma, *Material Culture and Social Formations in Ancient India* (New Delhi:Macmillan,1983), P.74.

18. Fick, *Social Organisation*, p.252.

19. The term 'Gahapati' was used as a synonym for 'Vaisya'. See Mehta, *Pre-Buddhist India*, p.255.

20. All over the world slaves were not allowed to have their own family life even when the master class had such a life. Even in India this could have been true. Though the nature of the slave system in India was different in form, it was certainly not so in content. According to Engels, in prehistoric local wars, defeated people would be killed and their flesh used to be eaten in the early stages, but later winners, instead of killing the defeated, enslaved them whereby their labour was forcefully used for the betterment of the slave owners. A settled family life for slaves was considered a hindrance to the free use of slave labour by the slave-master. It apppears that slaves were only able to have their own family life when society was transformed into the first stage of feudalism. The Sudras of India must have passed through more or less the

same stages. The subsequent transition was from individual chattel life to family bondage. Such family bondage can be seen even now.

21. Some *Jataka stories* mention the names of several artisan groups but only in Buddhist Suttas do we come across a vivid description of various castes. See Mehta, *Pre-Buddhist India*.

22. Quoted in Mehta, *Pre-Buddhist India*, p.257.

23. Sharma, *Sudras*, p.52.

24. Mehta, *Pre-Buddhist India*, pp.261-262. Also Thapar, *Ancient Indian Social History*, p.43.

25. Thapar *Ancient Indian Social History*, p.47. An examination of the present practices among the Sudras comprising Sudra upper castes, Backward Classes and Scheduled Castes we realize that even Backward Classes like washer men, barbers and sheep breeders treat SCs as untouchables., This practice also must have been there in the ancient period.

26. Mehta, *Pre-Buddhist India*, pp.261-262.

27. Quoted in Mehta, *Pre-Buddhist India* p.254.

28. Ibid. P.182.

29. Sharma, *Material Culture*, p.118.

30. Mehta, *Pre-Buddhist India*, p.182.

31. Whoever was cultivating a particular piece of land was treated as the owner. This was possible because vast areas of forest lands were available for clearing off.

32. *Vassantara Jataka*, p.401. Quoted in Mehta, *Pre-Buddhist India*, p.186.

33. Sharma, *Material Culture*, see chapter 7.

34. Mehta, *Pre-Buddhist India*, p.401.

35. Kosambi tells us that Sudras were converted in to Dasas, and while working as Dasas they learnt all the trades. See Kosambi, *An Introduction*, p.98.

36. Sharma, *Material Culture*, p.119.

37. Sharma *Ancient India* (Delhi. NCERT Publication 3, n.d) p.53.

38. See Kosambi, *Historical Outline*, p.103. Archaic verses ascribled to the Buddha read, 'Cattle are our friends, just like parents and other relatives, for cultivation depends upon them, Such feelings appeared to have been shared by the Kshatriyas and Vaisyas, and not by the beef eating Brahmins.

39. The conflict first expressed itself in the form of building an anti-Vedic movement. This trend is best expressed in the discussion of Uddalaka Aruni

and Setaketu. See *Setaketu and Uddalaka Jataka, III*, pp.231-237, Jataka, IV, pp.297-304 quoted in Mehta, *Pre-Buddhist India*, p.329.

40. Mehta, *Pre-Buddhist India*, pp. 182, 192-193.

41. The development of agriculture and mining naturally entails the exchange of goods and commodities. According to Mehta, by the time of the *Jatakas*, the manufacturing of textiles, spinning and weaving had developed. Metals and metallurgy, including the use of precious metals in jewellery were widely known. See Mehta, *Pre-Buddhist India*, pp.191-211. Also see R.C.Majumdar, *Corporate Life in Ancient India* (Calcutta:K.L.Mukhopadhyay, 1969), pp. 9-91. According to Majumdar there is evidence to show that there were organized activities by traders in the ancient period.

42. Koti: ten million, the modern 'crore'. Mehta quotes extensively from various Jatakas to establish some of his theoretical assumptions on formation of capital. See Mehta, *Pre-Buddhist India*, p.211; also see *Jataka*, III p.101.

43. Mehta, *Pre-Buddhist India*, p.212. Also see Thapar *Ancient Indian Social History*. p.44.

44. Mehta, *Pre-Buddhist India*, P.214 . Also see Thapar *Ancient Indian social History*. p.70. Thapar thinks that the proliferation of sects (Buddhist and non-Buddhist was due to the break up of tribal society.

45. Mehta, *Pre-Buddhist India*, p. 61-67.

46. Kosambi, *An Introduction*, p. 155.

47. Mehta, Pre-Buddhist India, p.61, Also see Rhys Davids, *Buddhist India*, p.23, D.R.Bhandarkar, *Carmichael Lectures*, 1918 and H.Raychaudhary , *Political History of Ancient India* (Calcutta. Macmillan, 1932) 3rd ed, pp. 67-68.

48. Raychaudhary, *Political History of Ancient India* (Calcutta: University of Calcutta, 1972) 17th ed., pp. 61,63,66.

49. The early Buddhist conception of Nagas was similar to that of the Brahmins. According to them the Nagas were non-Aryans and hence the conflict between Nagas and non-Nagas was described as Aryan Asura conflict. Mehta, *Pre-Buddhist India*, p.66.

50. For an account of these philosophical trends see D.P.Chattopadhyaya, *Indian Philosophy: A popular Introduction* (New Delhi: People's Publishing House, 1979).

51. See Rhys Davids, *Buddhist India*, p-25 and Raychaudhary, *Political History*, p.110. Also see Mehta, *Pre-Buddhist India*, p.67.

52. Rachaudhary, *Political History*, p 164, also 5th ed. P.208., Also see Auboyer *Daily Life*, p.59. Based on the *Jataka* description of the ancient prison system it can be said that prisons were fearsome establishments in which life was made unbearable for the inmates. According to Auboyer many prisoners died from the torture inflicted upon them and the privation they endured.

53. See Chattopadhyaya, *Indian Philosophy*, 'Idealism vs Materialism' pp.101-106.

54. A.P.Sheptulin, *Marxist-Leninist Philosophy* (Moscow: Progress Publishers, 1978) p.33.

55. Rhys Davids, *Buddhist India*, p.108.

56. The implication of the atma concept is that the body is separate from the soul. The atma has a permanent existence whereas the body is temporary. And the atma is governed by a god, therefore appealing to the god from time to time is important The brahminical forces relied mainly on this philosophical concept of atma to subdue the Sudra masses. See Chattopadhyaya *Indian Philosophy*, p. 185.

57. Auboyer, *Daily Life*, According to Auboyer karma is related to the theory of dharma, which is at once law, religion and moral order. See Saletore, *Political Thought*, pp. 15-24.

58. See Auboyer's chapter on 'The social structure and its Religious Principles', in *Daily Life*, pp.21-37. Also see Mehta, *Pre-Buddhist India*, pp. 224-265.

59. See Ambedkar, *Writings and Speeches*, vol.3. Also see Chanana, *Slavery*, pp.87-104, and Mehta, *Pre-Buddhist India*, p. 248.

60. See Sheptulin, *Marxist-Leninist Philosophy*, p.33, where he says that the Lokayatas harshly cirticised the religious beliefs that were then popular in India and were based on the Vedas, They resolutely opposed all forms of magic and superstition and exposed as false the priest's dogmas about the immortality of soul.

61. See T.W.Rhys Davids, *The History and Literature of Buddhism* (Varanasi: Bharatiya Publishing House, 1975), 6th ed. Press opinion as Introduction.

62. Chattopadhyaya, *Indian Philosophy*, p 132.

63. Chatterjee and Datta, *Introduction to Indian Philosophy*, pp.73-111.

64. Chattopadhyaya, *Indian Philosophy*.

3. கௌதம புத்தரின் வாழ்வும் தத்துவமும்

ஒரு மனிதன் பிறந்த சூழல், குடும்பச் சூழல், குழந்தைப்பருவ அனுபவங்கள் ஆகியவை அவனது சிந்திக்கும் செயல்முறையை வடிவமைக்கின்றன எனலாம். இத்தகைய நிலைமைகளையும் அனுபவங்களையும், பொருளாதார மற்றும் அரசியல் தாக்கங்களையும் ஆய்வு செய்வது முக்கியமானது. சுருக்கமாகக் கூறினால், புறவயச் சூழ்நிலைகளை ஆராய்வது. ஏனெனில், இத்தகைய நிலைமைகள்தான் அவனோ அல்லது அவளோ யார் என்பதை உருவாக்குகின்றன.

கௌதம புத்தர் போன்ற சிந்தனையாளரின் வாழ்வை ஆராய முயலும் அறிஞருக்கு மனத் தடைகள் ஏராளம் உண்டாகக்கூடும். புத்தரின் காலத்தில் வாழ்க்கை வரலாறு எழுதும் கலை வளர்ந்திருக்கவில்லை. அதுமட்டுமின்றி, அவரது இறப்பிற்குப்பின், அவரது வாழ்க்கை குறித்த விவரங்கள் அதிக அளவில் பதிவு செய்யப்படவில்லை. புத்தரைப் பற்றித் தொடக்கக்காலத்தில் அஸ்வகோஷ் கொஞ்சம் எழுதியுள்ளார். ஆனால், அதனை வாழ்க்கை வரலாறு என்று கூறவியலாது.[1] நவீன காலத்தில், குறிப்பாகக் காலனிய ஆட்சியின்போது, சில மேற்கத்திய எழுத்தாளர்கள் புத்தரின் வாழ்வை ஆராய முயன்றனர். அவர்களில் ரைஸ் டேவிட்ஸ், ஹெச்.ஓல்டென்பெர்க் ஆகியோரைக் குறிப்பிடுச் சொல்லலாம். இவர்களைத் தவிர வேறு யாரும் இத்தகைய ஆய்வை மேற்கொள்ளவில்லை.[2] இதன் பொருள் இந்திய வரலாற்றாசிரியர்கள் வேறெவரும் இக்களத்தில் ஆய்வேதும் செய்யவில்லை என்பதல்ல. ஆனால், அப்படி ஆய்வு ஏதாவது நடந்திருந்தாலும், கெடுவாய்ப்பாக அஸ்வகோஷ், ரைஸ் டேவிட்ஸ், ஓல்டென்பெர்க் ஆகியோரின் படைப்புகளை அடிப்படையாகக் கொண்டே அவை நடத்தப்பட்டன. பெரும்பாலும் இவை மதம் சார்ந்த கண்ணோட்டத்துடனே நடத்தப்பட்டன. புத்தர் குறித்துப் போதுமான, முறையான ஆவணங்கள் இல்லை. இருந்தபோதிலும், புத்தரின் சிந்தனையில் தாக்கம் ஏற்படுத்திய காரணிகளை அடையாளம் காண்பதற்காக,

கிடைத்திருக்கிற விவரங்களின் அடிப்படையில், அவரது வாழ்வை மறு ஆய்வுக்கு உட்படுத்த வேண்டியது அவசியமாகிறது.

குழந்தைப் பருவம்

புத்தருக்குப் பெற்றோர் வைத்த பெயர், கௌதமன். சுத்தோதனருக்கும், மாயாதேவிக்கும் பிறந்தவர். அவர் பிறந்த ஆண்டு குறித்து வேறுபட்ட கருத்துகள் உள்ளன. எனினும், பெரும்பான்மை வரலாற்றாசிரியர்கள் பொ.ஆ.முன் ஆறாம் நூற்றாண்டின் மத்தியில் புத்தர் பிறந்திருக்கலாம் என்பதை ஏற்றுக் கொள்கிறார்கள். ஆண்டு குறித்த கருத்து மாறுபாடைத் தவிர்க்க ஓல்டென்பெர்க், 'சாக்கியர்களின் நாட்டில் அந்த இனக்குழுவில், கிறிஸ்துவிற்குமுன் ஆறாம் நூற்றாண்டின் மத்தியில் ஏதோவொரு ஆண்டில் அரச குமாரன் சித்தார்த்தன், பிறந்திருக்கலாம்' என்று கூறுகிறார்.[3] பொ.ஆ.முன் 565க்கும் 485க்கும் இடைப்பட்ட காலத்தில் புத்தர் வாழ்ந்தார் என்று நடராஜன் கணக்கிடுகிறார். எனினும், சரியான தேதி, இன்றும் ஊகத்திற்கான விஷயமே என்றும் எச்சரிக்கிறார்.[4]

நமது ஆய்விற்கு, பொது ஆண்டிற்குமுன் ஆறாம் நூற்றாண்டின் மத்தியில் புத்தர் பிறந்தார் என்ற தகவல் போதுமானது. கென்னத் ஜே.சாண்டர்ஸ் இவ்வாறு கூறுகிறார்: 'அச்சிறுவன், சாக்கியர்களின் தலைநகருக்கும், கோலியர்களின் நகருக்கும் இடையிலான ஓரிடத்தில், பொது ஆண்டிற்குமுன் 560 ஆம் ஆண்டில் பிறந்திருக்கக் கூடும்.' கௌதமன் பிறந்த பூங்காவிற்கு 'லும்பினி' என்ற பெயர். பிற்காலத்தில் அந்த இடத்தில் பேரரசன் அசோகன் கல்தூண் ஒன்றை நிறுவினான். அதில், 'இந்த இடத்தில்தான் மேன்மகன் ஒருவன் பிறந்தான்.' என்று பொறிக்கப்பட்டுள்ளது. குழந்தை பிறந்து ஏழு நாட்களுக்குப்பின் மாயாதேவி இறந்துவிட்டாள். சுத்தோததனருக்கு பல மனைவிகள். அவர்களில் இளையவள் மகா பிரஜாபதி, தாயின் இழப்பை அக்குழந்தை உணராத வகையில் கௌதமனை அவள் வளர்த்தெடுத்தாள்.[5]

இமாலயத்தின் அடிவாரங்களில் பொ.ஆ. முன் ஆறாம் நூற்றாண்டு வாக்கில் ஆரிய, மங்கோலிய ஆக்கிரமிப்பாளர்களின் குடியமர்வு தொடங்கியது. அதனைத் தொடர்ந்து கங்கைச் சமவெளியிலும் அவர்கள் பரவினர். சாக்கிய இனக்குழுவினர் இமாலயத்தின் கீழ்ச் சரிவுகளில், அடிவாரங்களில் வாழ்ந்திருந்தனர். அந்த இனக்குழுவின் ஆட்சியாளன் என்ற அந்தஸ்தைக் கௌதமனின்

தந்தை பெற்றிருந்தார். பெரும் இந்தியப் பேரரசுகளுக்கு வெளியில், அவற்றின் விளிம்புகளிலிருந்த சிறிய உயர்குடி அரசுகளில் ஒன்றாகச் சாக்கியர்களின் ராஜ்யம் இருந்தது என்று ஓல்டென்பர்க் விவரிக்கிறார்.[6] பேரரசுகள், சிறிய முடியரசுகளை நசுக்கி அடிமைப்படுத்திய காலம் அது: அதாவது 'பெரிய மீன்கள் சிறிய மீன்களைத் தின்பது'. புகழ்பெற்ற பண்டைய சட்டக் கருத்துருவான 'மத்ஸயநியாயம்' அல்லது 'மீனின் ஆட்சி' என்பது இவ்வாறாக உருவானது.[7]

கௌதமர் தனது இளமைப் பருவத்தை கபிலவாஸ்துவில் கழித்தார் என்பது வரலாறு. அந்நகரத்தில் மக்கள்தொகை அதிகம். யானைகள், தேர்கள், வண்டிகள், குதிரைகள் மற்றும் மனிதர்களால் அதன் குறுகலான தெருக்கள் நிரம்பி வழிந்தன. ஓர் அரசனின் குழந்தைக்குக் கிடைக்க வேண்டிய அனைத்துவிதமான சொகுசும் வசதிகளும் சிறுவன் கௌதமனுக்குக் கிடைத்தன. வயதில் முதிர்ந்திருந்த சுத்தோதனருக்குப் பிறந்தவன் என்பதால், வளமையான, உயர்வான சூழலில் குழந்தை வளர்வதற்குத் தேவையான அனைத்தையும் அரசன் கவனமாகச் செய்தார். சாண்டர்ஸ் இவ்வாறு கூறுகிறார்: 'தனக்குப்பின் அந்த இனக்குழுவின் தலைவனாகக் கௌதமன் வரவேண்டும் என்று சுத்தோதனர் விரும்பினார். அருகிலிருந்த அரசுகளைப் போலன்றி, வாரிசு அடிப்படையில்தான் சாக்கியர்களின் தலைமை முடிவு செய்யப்பட்டது. தலைமைப் பதவிக்குத் தேர்ந்தெடுக்கப்பட்ட 'நாயகன்' என்பவனால் லிச்சாவி அரசு ஆட்சி செய்யப்பட்டது.[8]

கௌதமன் சிறுவனாக இருந்த காலத்தில் பல்வேறு பிரதேசங்களில் பலவிதமான அரசியல் முறைகள் நடைமுறையில் இருந்தன. சில ஆட்சியாளர்கள் தேர்ந்தெடுக்கப்பட்டனர்; சிலர் வாரிசுரிமை முறையில் ஆட்சியாளர்கள் ஆயினர்.[9] கௌதமரின் குடும்பம் வாரிசுரிமைக் கொள்கையில் நம்பிக்கைக் கொண்டிருந்தது. லிச்சாவியின் பழங்குடி ஜனநாயக அரசை ஆண்ட இனக்குழு அரசனைத் தேர்ந்தெடுத்தது. ஏகாதிபத்திய முடியரசுகள் எழுச்சி பெறத் தொடங்கியிருந்த காலம் என்பதால் இத்தகைய அரசுகள் வீழ்ச்சியின் விளிம்பிலிருந்தன.

இயற்கை வளம் செறிந்த செழிப்பான நிலங்களில் கௌதமன் சுற்றி வந்தான். மக்களின் முக்கியத் தொழிலாக விவசாயமே இருந்தது. சாக்கிய அரசகுலத்தின் தொழிலும் அதுவே. கௌதமனின் தேசத்தினர் நெல் வேளாண்மையை நன்கு அறிந்தவர்கள். அவரது

தந்தையின் பெயரே இதற்கான எடுத்துக்காட்டு. சுத்தோதனர் என்பதற்குச் சுத்தமான அரிசி என்பதே பொருள். கௌதமன் இயற்கையை மிகவும் நேசித்தான். உயர்வான, இன்பமான வாழ்வைக் கௌதமன் வாழ்ந்தான். சீடர்களிடம் கௌதமர் அடிக்கடி இவ்வாறு சொல்வதுண்டு: 'பட்டாடைகளைத்தான் அணிந்து கொண்டிருந்தேன்; (வெளியில் சென்றால்) சேவகர்கள் என் தலைக்குமேல் எப்போதும் வெள்ளைக்குடை ஒன்றைப் பிடித்து வருவார்கள்.'[10]

அவர் செல்வ வளத்தை அனுபவித்தார். உல்லாச வாழ்க்கை வாழ்ந்தார். அரசுமுறை பயிற்சிகள் பெற்றார். எனினும் அவை சமுதாயத்தை பொதுவாக அவதானிப்பதைத் தடுக்கவில்லை. பொதுமக்களின் வாழ்க்கை பல வகையிலும் துன்பம் தோய்ந்ததாக இருந்தது. பிராமணர்கள், சத்திரியர்கள், வைசியர்கள், சூத்திரர்கள் என்ற நான்கு வர்க்கங்களாகச் சமுதாயம் பிரிக்கப்பட்டிருந்தது.[11] முன் அத்தியாயங்களில் பார்த்ததைப் போல பிராமணர்கள் பெரிய அளவில் யக்ஞங்களை நடத்தினர். சூத்திரர்கள் பல்வேறு ஜாதிகளாகப் பிளவுண்டிருந்தனர். சித்தாந்த வெளியிலும் உலகம் சார்ந்த விஷயங்களிலும் பிராமணர்களே முக்கியப் பொறுப்பில் இருந்தனர். புத்தரின் காலத்தில் வேதக் கல்வி இருந்தது என்பதற்கு மேலோட்டமான குறிப்புகள் காணப்படுகின்றன. எனினும் கௌதமனுக்கு வேதக் கல்வியில் முறையான பயிற்சி அளிக்கப்பட்டது என்பதற்கான ஆதாரங்கள் நம்மிடம் இல்லை.[12]

அரசர்களின் ஆலோசகர்களாக, அமைச்சர்களாகப் பிராமணர்கள் செயல்பட்டனர். எனினும், சில விஷயங்களில் பிராமணர்களுக்கும் சத்திரியர்களுக்கும் இடையில் பூசல்கள் எழுந்தன.[13] எழுச்சி பெற்றுக் கொண்டிருந்த அரசை நிர்வகிக்கும் பொறுப்பு என்னவோ சத்திரியர்களின் தோள்களில்தான் இருந்தது. அந்தக் காலகட்டத்தில் மக்களின் பொருளாதார நிலை தொடர்ச்சியாக நெருக்கடியில் ஆட்பட்டிருந்தது. விவசாயம் புதிய பிரச்சனைகளைக் கொண்டுவந்தது. அவ்வப்போது தற்காலிகமாகத்தான் விவசாயம் நடந்தது; அதனால் தொடர்ந்து பெருகிக்கொண்டிருந்த மக்கள்தொகைக்கு உணவளிக்கப் போதுமானதாக நிலங்களின் விளைச்சல் இல்லை. விவசாயத்திற்கு விலங்குகளைப் பயன்படுத்தலாம் என்பதைக் கண்டுபிடித்திருந்தனர்; எனினும், யக்ஞங்களில் விலங்குகளைப் பலியிடும் வழக்கம் இதற்குத் தடையாக அமைந்தது.[14]

கோசாம்பி கூறுகிறார்: 'இடைவிடாமல் நடந்த யுத்தங்களுக்கு முன்னதாக யக்ஞங்கள் அல்லது வேள்விகள் நடத்துவது வழக்கமாக இருந்தது. வேளாண் குடியினரும் வணிகர்களும் இதனால் அதிகமாகப் பாதிக்கப்பட்டனர்.'[15] இரண்டாவதாக, மாட்டிறைச்சி சாப்பிடுவதை வழக்கமாகக் கொண்டிருந்த பிராமண வர்க்கத்திற்கு யக்ஞங்களில் விலங்குகள் பலியிடுவதில் சுயநலம் சார்ந்த அக்கறை இருந்தது. பலியிடுதல் வாயிலாக எவ்வித உடலுழைப்புமின்றி தரமான உணவு அவர்களுக்குக் கிடைத்தது. மாறாக, விலங்குகளைப் பலியிடுவதை எதிர்ப்பதில் சத்திரியர்களுக்கும் வைசியர்களுக்கும் அரசியல், பொருளாதாரம் சார்ந்த அக்கறை இருந்தது, இத்தகைய சூழலால், பிராமண வர்க்கத்திற்கும், சத்திரிய மற்றும் வைசிய வர்க்கங்களுக்கும் இடையில் பூசல்கள் இயல்பாக உருவாகின.[16] பெருகிக்கொண்டிருந்த மக்கள்தொகையும், வேளாண்துறை நெருக்கடியும் பெரும்பான்மை மக்களைத் தொடர்ந்து பட்டினியிலும் துயரத்திலும் ஆழ்த்தின. ஏன், இறப்பிற்கும் காரணமாயின.

சிறுவன் கௌதமனின் காலத்தில் அரசு மாற்றம் அடைந்துகொண்டிருந்தது. பழங்குடியின அரசுகள், ஏகாதிபத்திய அரசின் ஆதிக்கத்தின்கீழ் வலுக்கட்டாயமாகக் கொண்டுவரப்பட்டன. இந்தப் பெரிய நோக்கத்தை நிறைவேற்றிக் கொள்ள, தொடர்ச்சியாக யுத்தங்கள் நிகழ்த்தப்பட்டன; அவற்றில் நூற்றுக்கணக்கில், ஆயிரக்கணக்கில் மக்கள் மடிந்தனர்.[17] என்.சி.பந்தோபாத்யாயா இவ்வாறு குறிப்பிடுகிறார்: 'ஒரு நூற்றாண்டிற்குள் ஏகாதிபத்தியச் செயல்பாடுகள் பெரும் வலிமை பெற்றன. தேசத்தின் முகம் முற்றிலுமாக மாறிப்போனது. சாக்கியர் என்ற இனமும், புத்தரது அரச குடும்பத்து உறவினர்களும் அவரின் கண்முன்னே அடியோடு அழிக்கப்பட்டனர். வளர்ந்து கொண்டிருந்த மகதத்தின் அரசதிகாரம், குறுகிய காலத்தில் லிச்சாவிகளின் அரசியல் முக்கியத்துவத்தை துடைத்தெறிந்தது. படிப்படியாக, ஒன்றன்பின் ஒன்றாகச் சிறிய பழங்குடி ஜனநாயகங்கள் அழிந்தன; தொடர்ந்து, மகதப் பேரரசின் விரிவாக்கத்தில் கோசலம், அவந்தி போன்ற பெரிய அரசுகள் அனைத்தும் மறைந்தன. அனைத்தையும் விழுங்கிவிடும் 'லேவியாதன்' போல, பலவீனமான அண்டை நாடுகளை மகதம் விழுங்கிக்கொண்டது'.[18]

இந்த நிலை மாற்றம், அடிப்படை உற்பத்தி முறையிலும் பெரும் தாக்கத்தை ஏற்படுத்தியது. மரமும் இரும்பும் கொண்டு உருவாக்கப்பட்ட கலப்பையின் பயன்பாடு, வேளாண்

உற்பத்தியில் புரட்சிகர மாற்றத்தைக் கொண்டுவந்தது. ஒருபுறத்தில் பிராமணிய சக்திகள் இந்த மாற்றத்தை எதிர்த்தன. அதேநேரத்தில் உற்பத்திமுறையால் ஏற்பட்ட முன்னேற்றத்தின் பலன்கள் அவர்களுக்கே கிடைக்கவேண்டும் என்பதற்கான முயற்சிகளையும் அந்த வர்க்கம் செய்தது.[19] கௌதமன் போன்ற உணர்வு வயப்பட்ட சிறுவனுக்கு, அவனைச் சுற்றி நிகழ்ந்த துயரங்கள் வேதனையைத் தந்திருக்கும். நோய்வாய்ப்பட்டவர்கள், முதியோர், சாகக்கிடந்தவர்களைப் புத்தர் காண நேர்ந்ததால் ஏற்பட்ட உணர்வெழுச்சியே கௌதமர் துறவு நிலையைத் தேடியதற்கான காரணம் என்று மரபுவழி வரலாற்றாசிரியர்கள் கூறுகின்றனர். இந்த விளக்கம் இனியும் நிறைவு தரும் ஒன்றாக இருக்க முடியாது.

கௌதமரை நெகிழ்வுறச் செய்தது எது என்பதை ராக்ஹில் பின்வருமாறு விவரிக்கிறார்: 'மகனின் மனத்தை மிகவும் தொந்தரவு செய்த விஷயங்களை அவர் மூலமாகத் தந்தை சுத்தோதனர் அறிகிறார். ஆகவே, அவரது கவனத்தைத் திசைதிருப்ப கிராமம் ஒன்றிற்கு அவரை அனுப்புகிறார். வயலில் உழவு வேலை செய்பவர்களைப் பார்க்கச் சொல்கிறார். ஆனால், அங்கு அந்தத் தொழிலாளிகள், தலையில் குத்திட்டு நிற்கும் முடியுடன், வெற்று கால்களுடன், மண்படிந்த உடலுடன், வியர்வைப் பெருக உழைத்துக் கொண்டிருந்தனர்; தார்க்குச்சி குத்தியதால் காளைகளின் முதுகும், புட்டங்களும் இரத்த விளாறாகக் காணப்பட்டன. பசியும் தாகமும் அவற்றை வாட்டின; வேகமாகத் துடிக்கும் இதயங்களுடன் சப்தமாக மூச்சுவிட்டு கொண்டு ஏர்க் கலப்பையை இழுக்க முடியாமல் இழுத்தன. ஈக்களும் பூச்சிகளும் அவற்றைக் கடித்துக் கொண்டிருந்தன. சீழ் பிடித்தக் காயங்களிலிருந்து குருதி வழிந்தோடியது; கலப்பையின் கொழு குத்தியதால் அந்த விலங்குகளின் கால்களில் காயம் வேறு. எச்சில் ஒழுகும் வாயிலும் மூக்கிலும் ஈக்களும் கொசுக்களும் மொய்த்தன. புத்தரின் மென்மையான இதயம் இரக்கத்தால் துடித்தது. 'நீங்கள் யாருடைய வேலையாட்கள்?' என்று அவர்களை அவர் கேட்டார். 'நாங்கள் அரசனின் உடைமைகள்' என்று அவர்கள் பதிலிறுத்தனர். 'இன்றிலிருந்து நீங்கள் அடிமைகள் இல்லை. இனிமேல் நீங்கள் வேலையாட்கள் அல்ல; நீங்கள் விரும்பும் இடத்திற்குச் செல்லுங்கள்; மகிழ்ச்சியுடன் வாழுங்கள் என்றார் புத்தர்.'[20]

இந்தக் கதை இரண்டு விஷயங்களைச் சுட்டுகிறது: முதலாவது. அந்தக் காலத்தில் நிலமும் அதில் வேலை செய்யும் சூத்திர அடிமைகளும் அரசனின் உடைமைகள்; அடிமைகளின் நிலைமை

மிகவும் வருந்தத்தக்கதாக இருந்தது. இரண்டாவது. வேளாண் உற்பத்திக்காக பாரம் இழக்கும் விலங்குகள் பயன்படுத்தப்பட்டன. அத்துடன் முழுமையாக உருவாக்கப்பட்டிராத உற்பத்திக் கருவிகள் பயன்படுத்தப்பட்டன. வேளான் உற்பத்தி முறையும், அடிமைகளின், காளைகளின் நிலைமையும் கௌதமருக்கு வேதனையைத் தந்தன; இத்தகைய நிலையிலிருந்து அவற்றை விடுவிக்க வேண்டும் என்ற உறுதி அவருக்குள் ஏற்பட்டது.

சின்னஞ்சிறு வயதில் அந்தச் சிறுவன், 'சர்வதிகார அரசர்கள் சிலர் அளித்த கொடூரமான தண்டனைகள் பற்றிய கதைகளை ஆர்வத்துடன் கேட்பான். அருகாமை நாடுகளைக் கபளீகரம் செய்ய நடத்தப்பட்ட பேராசை மிக்க படையெடுப்புகள் பற்றியும் கேட்பான்' என்று சாண்டர்ஸ் விவரிக்கிறார். அவர் மேலும், 'ஆட்சியாளர்கள் மக்களைப் பிடித்துவரச் செய்வார்கள்; அவர்களுக்குப் பலவிதமான தண்டனைகளை அளிப்பார்கள். சாட்டையால் விளாசுதல், பிரம்பாலும், தென்னம்பாளையாலும் அடித்தல்; பாதத்தை வெட்டுதல்; இரண்டு காதுகளையும் மூக்கையும் வெட்டுதல்; கொதிக்கும் எண்ணெய்யை உடல் மேல் ஊற்றுதல், நாய்களை விட்டுக் கடிக்க வைத்தல், உடலைக் கூறுபோடுதல்; உயிருடன் கழுவேற்றுதல் அல்லது தலையைத் துண்டித்தல் போன்ற தண்டனைகள் அவை' என்று விவரிக்கிறார்.

சாண்டர்ஸ், 'மாபெரும் அரசுகளான மகதத்திற்கும் கோசலத்திற்கும் இடையில் வளர்ந்து கொண்டிருந்த பகைமைதான் அக்காலத்து அரசியலின் முதன்மை விவாதமாக இருந்தது; சிறுவன் கௌதமன் இதையும் கவனித்துக் கொண்டிருந்தான்; கோசல அரசு விரைவாக வளர்ச்சி அடைந்துவிட்டது. எனவே, அதற்கும் மகதத்திற்கும் இடையிலான பெரும் போராட்டம் தவிர்க்க முடியாததாக ஆனது. சாக்கியர், லிச்சாவியர் போன்ற இனக்குழுக்களை தங்களுடன் இணைத்துக் கொள்ள இரண்டு எதிரிகளும் பெரும் முக்கியத்துவம் அளித்தனர். உண்மையில், லிச்சாவியர்களின் உதவியால்தான் மகதத்தின் அரசன் உச்சத்தை அடைந்தான்.' என்று மேலும் கூறுகிறார்.[21]

இந்தச் சமுதாய, பொருளாதாரச் சூழல் கௌதமனிடம் ஆழ்ந்த தாக்கத்தை ஏற்படுத்தியது.

இளமைப் பருவமும் திருமணமும்

மிக இளம் வயதிலேயே யசோதரையைக் கௌதமர் மணம் செய்துகொண்டார். இராகுலன் என்ற மகனும் பிறந்தான்.[22] அந்தச் சமயத்தில்தான் அவரது சிந்தனையில் தீவிரமான மாற்றம் நிகழ்ந்தது. மனிதர்களுக்கு ஏற்படும் பெரும் இடர்களால் துயரம் உண்டாகிறது; எனினும் தவிர்க்க முடிந்தவையாக அவருக்குத் தோன்றின. பழங்குடியின மக்கள் தங்களது இன மரபுகளிலிருந்து மாறிவிட்டனர்; சமவெளிகளில் குடியமரத் தொடங்கினர். வளர்ந்து கொண்டிருந்த பேரரசுகள் இதனால் அச்சம் கொண்டன. எதிர்வினையாகப் பேரரசர்கள் ஆயிரக்கணக்கான பழங்குடி மக்களைக் கொடூரமான யுத்தங்களில் கொன்றனர். அந்தப் பழங்குடியின மக்களிடையே பிரிவினை ஏற்படுத்தவும், அடக்கியாளவும் பிராமண அமைச்சர்கள் திட்டங்கள் தீட்டித் தந்தனர்.[23] கௌதமரைப் பெருமளவிற்குத் தொந்தரவு செய்த கேள்வி இதுதான்: யுத்தங்களைத் தவிர்க்க முடியாதா?

அவரை வேதனைக்குள்ளாக்கிய இரண்டாவது அவலமான சூழல், லட்சக்கணக்கில் மக்கள் கொள்ளை நோய்களில் மடிந்தது. 'கொள்ளை நோய்களால் ஏற்படும் சாவைத் தடுக்க முடியாதா?' என்ற கேள்வியும் அவருக்குள் எழுந்தது. அவரை உறுத்திய மூன்றாவது விஷயம் உணவுப் பஞ்சத்தால் அக்காலத்தில் நிகழ்ந்த பெருமளவிலான பட்டினிச்சாவு. காடுகளின் வளம் பெருமளவிற்குக் குறைந்துபோனது. மக்களது தேவைகளை ஈடுசெய்யும் வகையில் வேளாண் விளைச்சல் பெருகவில்லை.[24] அவரை வேதனைப் படுத்திய இறுதிப் பிரச்சனை, வளர்ச்சி அடைவது எப்படி என்ற விடை தெரியாக் கேள்வி.

இவை தவிர்த்து, மரபுவழி வரலாறு சொல்வதுபோல், நோயால், முதுமையால், மனநோய் போன்றவற்றால் மனிதர்கள் அடையும் துயரங்களையும் அவர் நேரிடையாகப் பார்த்தார். ஆனால், அரசால் உண்டாகும் பிரச்சனைகளுக்கும் சமுதாய-பொருளாதாரப் பிரச்சனைகளுக்கும் தீர்வு காண அரச வாழ்வைத் துறப்பதற்கு அவருக்கு இவை மட்டுமே போதுமான காரணங்களாக இருந்திருக்க முடியாது.

கௌதமரின் துறவு

இளவரசனாக அரசு நிர்வாகத்தின் கடிவாளத்தைக் கையில் எடுப்பதா? அல்லது வேறொரு தீவிரமான செயலுக்காக வாழ்க்கையைத் தியாகம் செய்வதா? கடும் மன உளைச்சலுக்குப் பிறகு புத்தர் அப்போது எடுத்த முடிவு மிக முக்கியமானது. ஆட்சிக் கட்டிலில் அமர்ந்தால், ஆள்பவன் தனது முடியரசைப் பாதுகாக்கவும் வலிமைப்படுத்தவும் தேவையான அனைத்தையும் செய்யவேண்டும். அரசைப் பராமரிக்கவும் விரிவாக்கவும் யுத்தங்கள் தவிர்க்க முடியாதவை. சாக்கியர்களுடன் நேரடிப் போட்டியிலிருந்த வேறு பல அரசுகள் இந்த அடிப்படையில் தம்மை விஸ்தரித்துக் கொண்டன. மகத அரசு மேலும் மேலும் அதிக அளவில் ஆக்கிரமிப்புகளில் ஈடுபட்டது. அந்தக் காலத்தில், மெய்ஞானம் பெறவும், இறைசக்தி பெறவும் துறவு மேற்கொள்வது பொதுவான வழிமுறையாக இருந்தது. முனிவர்களும் ரிஷிகளும் சமூகத்தில் பெரும் அந்தஸ்தையும் மரியாதையையும் பெற்றிருந்தனர்.[25] ஆகவே கௌதமரும், பெரும்பான்மை மக்கள் அந்த நாட்களில் சந்தித்த பெரும் பிரச்சனைகளுக்கான தீர்வை கண்டறியத் தேவையான ஞானத்தைப் பெற நினைத்தார். அதனைத் தேடித் திரிந்து அடைவதற்கு உதவியாக இளவரசுப் பட்டத்தைத் துறப்பதற்கு முடிவு செய்தார்.

வீட்டை விட்டு அவர் எப்படி வெளியேறினார் என்பதை ஓல்டென்பெர்க் விவரிக்கிறார்: விரைந்து வெளியேற எண்ணியவருக்கு புதிய வரவான மகனின் நினைவு வந்தது. ‘குழந்தையைப் பார்க்கவேண்டும்.’ மனைவி தூங்கிக்கொண்டிருந்த அறைக்குள் சென்றார். தரையில் விரிக்கப்பட்டிருந்த படுக்கையில், குழந்தையின் தலையில் கைவிரல்கள் பட்டுக்கொண்டிருக்க அவள் படுத்திருந்தாள். திடீரென்று அவருக்குத் தோன்றியது. ‘குழந்தையை அணைத்துக் கொள்ளலாம் என்று எண்ணி மனைவியின் கையை நகர்த்தினால், அவள் விழித்து கொள்ளக்கூடும்; எனவே நான் புத்தராக மாறியபின் இங்கு திரும்பி வருவேன். எனது மகனைப் பார்ப்பேன்.’

ஓல்டென்பெர்க் மேலும் விவரிக்கிறார்: ‘இளம் வயதில், இளமையின் மலர்ச்சியில், வாழ்க்கையின் முதல் புத்துணர்வுப் பருவத்தில் இருக்கும்போது அவர் வீட்டைவிட்டு வெளியேறினார். அவரது பெற்றோர்கள் இதனை விரும்பவில்லை; கண்ணீர் சிந்தினர், கதறி அழுதனர். துறவுநிலைக்குச் சென்ற கௌதமர் தலையையும், முகத்தையும் மழித்து கொண்டார். மஞ்சள் நிற ஆடையணிந்தார்.

வீட்டைத் துறந்து வெளியேறினார்.'²⁶ வீட்டைவிட்டு வெளியேறிய நாளிலிருந்து மனநிம்மதியற்று அலைந்தார். இத்தனை ஆண்டுகளும் அவரைத் தொந்தரவு செய்துகொண்டிருந்த பிரச்சனைகள் குறித்துச் சிந்தித்தார். வீட்டைவிட்டு வெளியேறியபோது அவர் வயது இருபத்தொன்பதுதான். எனினும், சுற்றியிருந்த மனிதர்களின் அவதிக்குக் காரணமான பிரச்சனைகள்பற்றி தீவிரமாக சிந்திக்கும் அளவிற்கு அவர் மனப்பக்குவம் பெற்றிருந்தார்.²⁷

ஏழு ஆண்டுக் காலம், தீவிரமாக, சமுதாய-அரசியல் பிரச்சனைகள் குறித்து அவர் ஆராய்ந்தார், விசாரித்தறிந்தார். கேள்விகளுக்கான விடையைத் தேடி அலைந்தார். ஏழாவது ஆண்டில் அப்படி மிகத் தீவிரமான தியானச் சிந்தனையிலிருந்தபோது அவருக்குள் சில தீர்வுகள் தோன்றியதாகக் கௌதமர் உணர்ந்தார். எனினும், திடீரென்று ஞான நிலை பெற்றவராக அவர் மாறவில்லை. தியானம் செய்த காலத்தில் எலும்புகள் தெரியுமளவிற்கு அவரது உடல் மெலிந்துபோனது. துறவு வாழ்வு என்பது அந்த காலத்தில் மிகவும் கரடுமுரடாகவே இருந்தது.

துறவி ஒருவரின் சுயவரலாறு இவ்வாறு செல்கிறது: 'வீணாகிப் போன, உதிர்ந்து போன நாணலாக என் அவயங்கள் ஆகிவிட்டன. இடுப்பு, ஒட்டகத்தின் குளம்பு போலாகிவிட்டது; முதுகெலும்பு நெளிந்த கயிறாகிவிட்டது. பட்டினியின் உச்சத்தால் இடுப்பெலும்புகள் இடிந்த வீட்டின் கூரையிலிருந்து சரிந்து கிடக்கும் மர உத்திரங்கள் போலாகின. மிக ஆழமான கிணற்றின் அடியில் கிடக்கும் நீரின் பளபளப்பைப் பார்க்க முடியாது; அதுபோல கண்குழிகளுக்குள் புதைந்த என் விழிகள் ஏறத்தாழ மறைந்துவிட்டன. பறிக்கப்பட்ட காய்கறிகள் சமைக்கப்படாமல் வெயிலில் வைக்கப்பட்டால் சிதைந்து சுருங்கிப் போய்விடுவதுபோல எனது தலையும் உள்ளே ஒன்றுமில்லாததைப் போல் சுருங்கிவிட்டது. கைகளால் வயிற்றின் மேல்புறத்தைத் தொட்டால் விரல்கள் முதுகெலும்பை உணர்ந்தன; உடலின் மேல்புறத்தை தடவிக் கொடுத்தால் சிதைந்துபோன தோலுடன் வேர்க்கால்கள் இற்றுப்போன முடிகள் கைகளுடன் வருகின்றன.'²⁸

கௌதமரின் நிலையும் இதிலிருந்து வேறுபட்டிருக்கவில்லை. 'ஏறத்தாழ சாவின் விளிம்பிற்கு அவர் சென்றுவிட்டார்; அவரது மகன் இறந்துவிட்டான் என்ற செய்தியை சுத்தோதனரிடம் சொல்ல ஆட்கள் விரைந்தனர். ஆனால், ஞானத்தை அடையும் வழி சுய-சித்திரவதை

கௌதம புத்தரின் வாழ்வும் தத்துவமும் | 97

அல்ல என்பதை அவர் அறிந்தார்; "காற்றில் முடிச்சுப் போட முயல்வதை" இறுதி நேரத்தில் சிறந்த தெளிவான மனநிலையில் அவர் உணர்ந்துகொண்டார். துறவுநிலை பண்புகளிலிருந்து வழுவினால், 'தன்மீது அதிகம் பரிவு காட்டவேண்டிய நேரத்தில்' சீடர்கள் தன்னைவிட்டு விலகிச் சென்றுவிடுவார்கள் என்று அறிந்தும் புத்தர் உணவு எடுத்துக்கொள்ளத் தொடங்கினார். சாதாரண வாழ்க்கை முறைக்குத் திரும்பினார். தபசி ஆகவேண்டும் என்ற எண்ணத்தைக் கைவிட்டார்; 'பரிபிரஜாகர்' (ஊர் சுற்றுபவர்) ஆனார்.'²⁹

எவ்விதமான கற்றல் முறையிலும் ஏற்றமும் இறக்கமும் இருக்கும்; கௌதமரும் அவ்வாறே இடர்பாடுகளையும் வெற்றிகளையும் சந்தித்தார். தவ வழியைக் கைவிட்டபின் மீண்டும் ஊர் ஊராகச் செல்லத் தொடங்கினார். இறுதியாக, புதிய கொள்கைகளுடன் அமைப்பு ஒன்று உருவாக்கப்பட வேண்டும்; தேக்கநிலைக்குக் காரணமான அனைத்துக் கொள்கைகளும் எதிர்க்கப்பட வேண்டும் என்பதை உணர்ந்தார். கௌதமர் புத்த கயாவில் 'ஞானம்' அடைந்தார் என்று கூறப்படுகிறது. அதாவது அவருக்குள் சுழன்று கொண்டிருந்த கேள்விகளுக்கான தீர்வை, 'அறிந்து கொண்டேன்' என்று அவர் அறிவித்த இடமாக அது இருக்கும் என்று தோன்றுகிறது.

இருப்பினும் முக்கியமானது வேறொன்று இருந்தது. இந்தக் கற்கும் காலத்தில் கௌதமரின் சீடர்கள் அவரது உறுதிப்பாட்டின்மீது சந்தேகம் கொண்டனர். பலமுறை அவரை விட்டு விலகிச்சென்றனர். எடுத்துக்காட்டாக, தொடர்ந்து பல நாட்கள், மாதக்கணக்கில் உண்ணாமல் இருப்பதைக் கைவிடப்போவதாகப் புத்தர் கூறினார். இப்படிப் பட்டினிகிடப்பதன் மூலம் பல்வேறு விஷயங்கள் குறித்தும் நிகழ்வுகள் குறித்தும் தேவையான அறிவைப் பெறமுடியாது என்று உணர்ந்ததாகப் புத்தர் கூறினார். ஆகவே, தேடித் திரிந்து, அலைந்து உலகத்தை ஊன்றிக் கவனிக்கத் தேவையான உடல் வலிமையை மீண்டும் பெற உண்ணா நோன்பைக் கைவிட முடிவுசெய்தார். இதனால், சீடர்கள் பலர் அவரை விட்டகன்றனர். இப்படித் துறவுநிலையின் வழிமுறைகளை மாற்றுவது அவரது உறுதியின்மையைக் காட்டுவதாகச் சீடர்கள் கூறினர். ஆனால், தான் ஊக்கத்துடன் இருந்ததை, குறிக்கோள் மனத்தில் ஆழமாகப் பதிந்திருந்ததைக் கௌதமர் நிரூபித்தார். சாண்டர்ஸ் இவ்வாறு கூறுகிறார்: 'அந்த பயங்கரமான ஆறு ஆண்டுகளுக்குப் பின், அவர் ஞானம் பெற்ற அந்த மாபெரும் நாள் வந்தது. ஆற்றங்கரையில் பெரும் மரக்கூட்டங்களுக்கு அருகில், மரத்தின் நிழலில்

தோற்றுப்போனவராக, மதிப்பிழந்தவராக, கைவிடப்பட்டவராக அவர் கண்ணயர்ந்தார். அந்த நேரத்தில்தான் அந்த உண்மை ஒளி அவருக்குள் தோன்றியது.'[30]

கௌதமர் 'உண்மையை' அறிந்தார் என்று சாண்டர்ஸ் விவரிக்கிறார்; எனினும் 'உண்மை' மற்றும் 'உண்மையற்றவை' என்ற கருத்தாக்கங்கள் ஒன்றுக்கொன்று தொடர்புடையவை. மதம் மற்றும் அரசியல் சார்ந்த உரையாடல்களில் இக்கருத்தாக்கங்கள் பயன்படுகின்றன. எனினும் புத்தர் உணர்ந்து கொண்ட உண்மை, மதம் சார்ந்தது என்பதைவிட அரசியல் சார்ந்தது. தன் மனத்தில் எழுந்த கேள்விகளும் அதற்கான தீர்வுகளும் சமுதாய-அரசியல் பிரச்சனைகளுடன் தொடர்புடையவை என்பதைத் தனது தேடலின்போது கௌதமர் அறிந்துகொண்டார். சாரநாத்தில் முதல் உபதேசம் தொடங்கி புத்தர் அளித்த தீர்வுகள் அனைத்தும், ஏழு ஆண்டுகால சுய-தேடலில் அவருக்குள் தோன்றியவையே. இந்த இடத்தில்தான் ரிஷிகளின் பிராமணியக் கருத்தோட்டங்களிலிருந்து கௌதமர் வேறுபடுகிறார். உண்மையில், கௌதமரின் இந்த ஏழு ஆண்டுகால போராட்டத்தைத் தபஸ் என்று கூறுவது தவறு.

தபஸ் என்பது தெய்வீகச் சக்திகளை வழிபடுவது. தனிமனிதன் தன் வீடுபேற்றுக்காக இறைவனிடம் வேண்டுவது. ஹிந்து இறையியலின்படி, பிரம்மன், விஷ்ணு, சிவன், அல்லது இவர்களது அவதாரங்களிடம் இத்தகைய வேண்டுதல்களை வைக்கலாம். கௌதமர், தனது தேடல் காலம் முழுவதும் எந்த நிலையிலும் கடவுளை வேண்டவில்லை. கடவுளின் வரம் அவருக்குக் கிடைத்தது என்று எந்த இடத்திலும் கூறப்படவும் இல்லை. தேடலின் தொடக்க நாட்களில் கடவுள் போன்ற மதம் சார்ந்த கருத்தாக்கங்கள் குறித்த அவரது மௌனத்தையும், அலட்சியத்தையும் ஒருவர் பார்க்கமுடியும். உண்மையில், அந்தக் காலகட்டத்தில் கௌதமர் கடுமையான பயிற்சிகள் மேற்கொண்டார், மனத்தை ஒருமுகப்படுத்த கற்றுக்கொண்டார். இவையனைத்தும் குறிப்பிட்ட முறைவழியில் வாழ்விற்கும் சிந்தனைக்கும் உடலையும் மனத்தையும் பக்குவப்படுத்திக் கொள்ளவே.

நவீன காலத்தில், சற்றே மாறுபட்ட வடிவத்தில் இத்தகைய பயிற்சியைக் காந்தி மேற்கொண்டார். ஆனால், காந்தி மேற்கொண்ட சுய-பயிற்சி கடவுள் என்ற கருத்தியலை உள்ளடக்கியது. கௌதமர், இயல் கடந்த மெய்ப்பொருள் சிந்தனையிலிருந்து நகர்ந்து உலகாயத

சிந்தனைக்குச் செல்லமுயன்றார்; ஆனால், காந்தி, பொருள்முதல் வாதம் அரசியல் சிந்தனையைப் பெருமளவிற்கு ஆட்கொண்டுவிட்ட நேரத்தில் இயல் கடந்த மெய்ப்பொருள் சிந்தனைக்குத் திரும்ப முயன்றார்.[31] இந்த இடத்தில்தான் காந்தியின் பின்னோக்கிச் செல்லும் போக்கையும், பெருமளவிலான கௌதமரின் முற்போக்கையும் காணமுடியும்.[32] இருப்பினும், காந்தியும் புத்தரும் ஓர் ஒற்றுமையைக் கொண்டுள்ளனர். அவர்கள் தாம் கண்டறிந்த துறவுமுறையைத் தழுவிக்கொண்ட பிறகும், வாழ்ந்த சமுதாயத்தின் சமுதாய-அரசியல் வாழ்விலிருந்து தங்களை விடுவித்துக் கொள்ளவில்லை.

கௌதமர் தனது சீடர்களிடம், 'தோலும், நரம்புகளும், எலும்புகளும் சிதைந்து போனாலும், உயிர்க்குருதி வற்றிப்போனாலும், ஞானத்தைப் பெறும்வரை இங்கே அமர்ந்திருப்பேன்' என்று உறுதியாகக் கூறினார்.[33] 'அறிவொளி என்னுள் எழுச்சி பெற்றவுடன், இச்சை என்னும் போதையிலிருந்து இதயமும் மனமும் விடுபட்டுவிடும்; மறுபிறவி, அறியாமை போன்ற மயக்கங்களிலிருந்தும் விடுபட்டுவிடுவேன். அத்தகைய விடுதலையால், எனக்குள் அறிவும் சுதந்திரமும் தோன்றும்; மறுபிறவி முடிவுக்கு வந்துவிடும்; இலட்சியம் நிறைவேறிவிடும்'[34] என்று மேலும் கூறினார். கௌதமரின் சொற்கள், புத்த கயாவில் அறிவில் ஒரு நிலையை அவர் அடைந்துவிட்டதைச் சுட்டுகின்றன. இச்சை, மறுபிறவி, அறியாமை, சுதந்திரமற்ற நிலை போன்ற சில தத்துவார்த்த கேள்விகளுக்குக் கிடைத்த தீர்வுகள் அரசுடனும் அதிகாரத்துடனும் தொடர்புடையன என்பதை அந்த இடத்தில் அவர் உணரத் தொடங்குகிறார்.

அரசின் அதிகாரம் வளர்ந்து கொண்டிருந்த நிலையில், தனியார் சொத்துடைமை மீதும், அதிகாரத்தின் மீதும் பேராசையும் அதிகரித்துக் கொண்டிருந்தது; தன்னுடன் அழிவையும், உயிர்களின் இழப்பையும் அது கொண்டு வந்தது. இந்த விஷயங்கள் குறித்தும், பிரச்சனைகள் குறித்தும் இருந்த அறியாமை பாதுகாப்பற்ற நிலையையும், அச்சத்தையும் தோற்றுவித்தது. அந்தக் காலத்து அறிவியல் அறிவைக் கொண்டு மழை, இடி, மின்னல் போன்ற இயற்கை நிகழ்வுகளைப் பகுத்தறிய முடியவில்லை; அறிவுக்குப் பொருத்தமான அறிவியல் சொற்களால் விளக்க முடியவில்லை. சடங்குகளின் மீது நம்பிக்கையை வளர்க்கும் மூடநம்பிக்கைகள் புழக்கத்திலிருந்தன. இயற்கைச் சக்திகளின் செயல்பாடுகளை முறையான வழியில் மக்களுக்கு விளக்கவேண்டிய தேவை இருந்தது. அறியாமையை எப்படிப் போக்குவது என்பது பற்றி கௌதமர் நிச்சயம் தீவிரமாகச்

சிந்தித்திருப்பார். சுதந்திரம் என்ற விஷயம் தத்துவம் சார்ந்தது என்பதுடன் அரசியல் சார்ந்ததும் ஆகும். எதேச்சதிகார அரசு தோன்றி, வளரத் தொடங்கியவுடன், அதுவரையிலும் மக்கள் அனுபவித்துக் கொண்டிருந்த இயல்பான சுதந்திரம் சிதைய ஆரம்பித்தது. இவ்வாறு 'அரிக்கப்பட்டுக் கொண்டிருந்த சுதந்திரத்திற்கு' சங்க அமைப்பில் கௌதமர் தீர்வு ஒன்றைக் கண்டறிந்தார். அவற்றை பற்றிப் பின்வரும் அத்தியாயங்களில் விவரமாகக் காணலாம்.

தீர்வு கிட்டியதாக அவர் உணர்ந்த நான்காவது விஷயம், மறுபிறவி. அக்காலத்தில் 'புனர்ஜென்மம்' என்ற கருத்தாக்கம் நன்கு வேருன்றத் தொடங்கியிருந்தது. 'பாவம்', 'புண்ணியம்' என்ற கருத்துகளை ஹிந்து மதம் அருகருகே வைத்திருந்தது. கிறிஸ்து, இஸ்லாம் மதங்கள்போலன்றி, பாவம் செய்தவர்கள் மறுபடியும் பிறப்பார்கள் என்ற கருத்து ஹிந்து மதத்திலிருந்தது. அதுமட்டுமின்றி, சென்ற பிறவியின் பாவத்தைப் போக்கிக் கொள்ளவே இந்தப்பிறவி என்றும் உபதேசம் செய்தது. இந்தப் பிறவியில் வேதச் சடங்குகளைத் தவறாமல் கடைப்பிடிப்பதன் மூலம் செய்த பாவங்களை அழிக்க முடியும்; அந்தப் 'பாவாத்மா' மறுபிறவியற்ற நிலையை எய்த முடியும் என்றும் கூறியது.

அதுமட்டுமின்றி, பாவம் செய்தவர்கள் நாய்களாக, பன்றிகளாக, இழிபிறவிகள் என்று கருதப்படும் உயிர்களாகப் பிறப்பார்கள் என்று ஹிந்து மதம் பரப்புரை செய்தது. சண்டாளனாக அல்லது சூத்திரனாகப் பிறப்பதும்கூட சென்ற பிறவியில் செய்த பாவத்தால் என்று கூறுவதே இதன் உட்பொருள். எனவே, மறுபிறவி என்பதை ஹிந்துயிசத்தின் மையமாக வைப்பதில் பிராமணர்களுக்கும் முனிவர்களுக்கும் சந்நியாசிகளுக்கும் தனிப்பட்ட அக்கறை இருந்தது. மறுபிறவி என்ற பிராமணக் கொள்கையை எதிர்கொள்ள கௌதமர் புதியதொரு விளக்கத்தைக் கண்டறிந்தார். நேர்மையான சொற்கள், நேர்மையான செயல்பாடுகள் மூலம் மறுபிறவியைத் தவிர்க்கலாம் என்பதே அவரது தீர்வு. மேற்கண்ட இக்கருத்துகள் பிராமணச் சடங்குகளுடன் தொடர்புடையவை அல்ல. அந்தக் காலகட்டத்தில் கௌதமரின் மிக முக்கியமான பங்களிப்பாக இதனைக் கூறலாம்.[35] தன்னை அறிவதற்காகப் புத்தர் மேற்கொண்ட சித்திரவதை போன்ற பயிற்சிக்குப் பின், விவேகம் நிறைந்தவராகக் கௌதமர் உருவெடுத்தார். பின்னர் புத்தர் என்று அழைக்கப்பட்டார். கௌதமர் என்ற மனிதன் புத்தராக உருமாற்றம் பெற்றது, அவரது வாழ்வின் மிக முக்கியமான காலகட்டம். இந்தியத் தத்துவ வரலாற்றிலும்.

புத்தர் தனது உபதேசங்களை மிகுந்த தன்னம்பிக்கையுடன் தொடங்கினார். தெளிந்த அறிவால் திடமான மனத்தைப் பெற்றார். பின்வரும் சொற்களால் தன்னை அவர் அறிவித்துக் கொண்டார். 'இச்சைகளின் வலையை அறுத்தெறிய, மனிதர்களை ஒருநிலையிலிருந்து வேறொரு நிலைக்குச் சுழற்றியடிக்கும் அலைகளை நிறுத்த, துயரங்களெனும் சுழல்களிலிருந்து அவர்களைக் காப்பாற்ற, சிற்றின்ப வேட்கைக்கு முற்றுப்புள்ளி வைக்க, அதன் கொடுக்கின் கூர்மையை முறிக்க, உண்மையெனும் வெளிச்சத்தால் அறியாமை இருளைப் போக்க, அந்த அடிப்படையில் மக்களை உண்மையான நிப்பான (நிர்வாண) நிலைக்கு அழைத்துச் செல்லும் வழி உலகத்தில் என்னைத் தவிர வேறு எவருக்கும் தெரியாது.'[36]

இத்தகைய தன்னம்பிக்கை அந்நாட்களில் மிகவும் தேவையாக இருந்தது. ஓர் ஆசிரியரின் நம்பகத்தன்மை அவரது தன்னம்பிக்கை மூலம் முதலில் நிலைநாட்டப்பட வேண்டும். எடுத்துக்காட்டாக, புத்தர் உண்ணாநோன்பை நிறுத்தியவுடன் ஐந்து துறவிகள் அவரை விட்டு விலகினர். புத்தராக மாறியபின், கௌதமர் அவர்களை வாரனாசியில் சந்திக்கிறார். அவர்கள் புத்தரைப் புறக்கணிக்க முயன்றனர்.[37] புத்தரைச் சாதாரணமாக 'நண்பர் கௌதமன்' என்றே அவர்கள் அழைக்க விரும்பினர். ஆனால், தாம் அவ்வாறு அழைக்கப்படுவதை கௌதமர் மறுத்தார். 'ததாகதன்' என்று தன்னை அழைக்குமாறு கூறினார். அவர்களுக்கு 'வெற்றிச் சக்கரத்தின் சுழற்சி' (தம்ம சக்கர பவத்தன சுட்டா) என்ற உபதேசத்தை அளித்தார்.

புத்தரது தத்துவத்தின் தோற்றம்

கௌதமர் மான் பூங்காவில் தான் ஆற்றிய உரையைத் தொடர்ந்து, உபதேசங்கள் செய்வதை வழக்கமாகக் கொண்டார்; சங்க அமைப்பை நிறுவினார். அங்குதான் 'அஷ்ட சீலம்' என்ற உன்னதமான எண்வகை மார்க்கத்தை அறிவித்தார்: நற்பார்வை, நல்விழைவு, நன்மொழி, நற்செய்கை, நல்வாழ்க்கை, நன்முயற்சி, நல்மனநிலை, நற்பேரானந்தம் ஆகியன அவை. எண்வகை மார்க்கத்தை அடிப்படையாகக் கொண்டே புத்தரது தத்துவம் தோற்றம் கொண்டது. டி.டி.கோசாம்பி, 'பௌத்தத்தின் கரு, உன்னதமான எண்வகை மார்க்கமாகும்' என்கிறார்.[38]

உள்ளபடிக்கு, 'பிரபஞ்சம் முறையாக இயங்குகிறது; அதன் இயக்கத்திற்கு அடிப்படையாக விசை ஒன்று இருக்கிறது'

என்று முதன்முதலில் புத்தர்தான் அறிவித்தார். மனிதர்களின் அறிவுக்கோட்பாட்டில் இந்தக் கருத்து பெரும் தாக்கத்தை ஏற்படுத்தியது; ஏனெனில் அக்காலத்திய சமுதாயத்திற்கு, இயற்கை குறித்தும், அதனுடன் மானுடத்திற்கு இருந்த உறவுநிலை குறித்தும் கலவையான புரிதலே இருந்தது. பிரபஞ்சம் எப்படி இயங்குகிறது என்பதை எவரும் அறிந்திருக்கவில்லை. ஏதோ ஒருவழியில் புத்தரே அதனைக் கண்டறிந்தார்.

அவரது எண்வகை மார்க்கம், நடுநிலைப் பாதை என்ற பெயரைப் பெற்றது. பௌத்தச் சிந்தனை நடுநிலைப்பாதை என்று ஏன் அழைக்கப்பட வேண்டும்? இது நடுநிலைப் பாதை என்றால், பண்டைய காலத்திலிருந்த வலது, இடது பாதைகள் எவை? வேத மதம் கடவுள் வழிபாட்டை அடிப்படையாகக் கொண்டது. மனித அறிவின் வளர்ச்சிக்குத் தடைபோடும் முட்டுக்கட்டையாக மதம் மாறியது. அது உரைத்த 'கர்மம்' என்ற கொள்கை முழுமையாக உருப்பெறவில்லை. உருவாக்கத்தில் இருந்தது. இருப்பினும், கர்மம், பாவம், மறுபிறவி போன்ற வேதக் கருத்தாக்கங்கள் அறிவுத் தேடல் கொண்ட மனத்தை அரித்துக் கொண்டிருந்த கேள்விகளுக்குப் போதிய விடையைக் கொடுக்கவில்லை. வேறுவகையில் கூறினால், வேதப் பிராமணியம், பிற்போக்குச் சிந்தனைப்பள்ளியாக மாறியது; ஆனால், மக்களின் விழைவுகள் அதைத் தாண்டியும் பெருகத் தொடங்கின.[39]

புத்தரின் காலத்திற்கு மிகவும் முன்னதாக, சார்வாகம், ஜைனம் என்ற இரண்டு சிந்தனைப் பள்ளிகள் இருந்தன. சடங்குகள் சார்ந்த பிராமணிய அமைப்பை எதிர்கொள்ள அவை தோன்றின. சார்வாகர்கள் அனைத்தையும் முற்றிலும் பொருள்முதல் வாத அடிப்படையில் விளக்க முயன்றனர். இயற்கையை மீறிய சக்திகள் இருக்கிறது என்பதை அவர்கள் முற்றிலும் மறுத்தனர். ஒவ்வொரு சிறு நிகழ்வையும் பொருள்முதல் வாதத்துடன் தொடர்புப்படுத்தி விளக்கினர்; ஆனால், அதுவும் எளிதில் புரிந்துகொள்ள முடியாத முறையில் விவரிக்கப்பட்டன. அக்காலகட்டத்தின் மக்கள் பெற்றிருந்த இயல்பான வளர்ச்சியில் இந்த விளக்கங்களை அவர்களால் புரிந்துகொள்ள முடியவில்லை. இதன் விளைவாக மக்களின் கற்பனையில் சார்வாகர்களால் இடம்பிடிக்க முடியவில்லை.[40]

பௌத்தச் சிந்தனைக்குச் சற்றே முன்னதாக ஜைன சிந்தனை தோன்றியது. வன்முறை மிகுந்த வேத யக்ஞ நிகழ்வுகளுக்கு மாற்றாக, அகிம்சையை முழுமையாகக் கடைப்பிடிப்பதை

அது முன்மொழிந்தது.[41] உணவுக்காக மட்டுமின்றி, வேறு காரணங்களுக்காகவும் விலங்குகளைக் கொல்வதை அது எதிர்த்தது. வேலையில் ஈடுபட்டிருக்கும்போது எதிர்பாராமல் புழு பூச்சிகள் மடிந்துபோவதும் வன்முறையில் சேர்ந்ததுதான் என்று அவர்கள் கூறினர்.[42] நீண்ட காலத்திற்கு முன்பாகவே ஜைன மதம், திகம்பரம் (ஆடையணியாமல் வாழ்வது), ஸ்வேதம்பரம் (வெள்ளையாடை மட்டுமே அணிவது) என்று இரண்டாகப் பிரிந்துபோனது. ஜைனத்தைத் தோற்றுவித்த வர்த்தமான மகாவீரர் நிர்வாணத்தைக் கடைப்பிடித்தார்.[43] ஜைன வாழ்வியலின் முக்கிய அம்சங்களாக நிர்வாணமும், முழுமையான அகிம்சையும் பின்பற்றப்பட்டன. அன்றைய இந்திய வாழ்வு முறையிலும், அரசிலும், அதன் நிர்வாகத்திலும் சிக்கலான சூழல்கள் அதிகரித்து கொண்டிருந்தன; மக்களுக்கு அளிக்க உறுதியான தீர்வு எதுவும் அம்மதத்திடம் இல்லை.

மறுபுறத்தில் அரசும் அதன் நிர்வாகமும் கடவுளின் விருப்பத்தாலும் மகிழ்வாலும் தோன்றியவை என்று வேத மதம் வலியுறுத்தியது. நடந்து கொண்டிருந்த ஈவிரக்கமற்றச் செயல்களும் 'சங்கதீத ராஜ்யம்' *(Sanghatitha Rajya)* என்ற பெயரில் நியாயப்படுத்தப்பட்டன.[44] மத்ஸ்யநியாயத்தை வேத மதம் நிறுவிக்கொண்டிருந்தது. அத்துடன் வருணதர்மமும் நியாயப்படுத்தப்பட்டது. இதன் பின்னணியில், அக்கால சமுதாயத்தின் சராசரி மனோநிலையை கருத்தில்கொண்டு, பல விஷயங்களை விளக்கவேண்டிய தேவை இருந்தது. மகாவீரர் அதிதீவிரமான நிலையை எடுத்தார்; இறைவனின் இருப்பை உறுதியாக மறுத்தார்; பொருள்முதல் வாத உலகின் முக்கியத்துவத்தையும் ஏற்க மறுத்தார். அதுமட்டுமின்றி, தீவிரமான பிரச்சனை எதற்கும் அவரிடம் திட்டவட்டமான விளக்கம் இல்லை. வாதம் செய்யவேண்டும் என்பதற்காக வாதிடுவது, அனுஷ்டிக்க வேண்டும் என்பதற்காக அனுஷ்டானம் என்பதாகவே வர்த்தமானரின் செயல்கள் அக்காலத்தவர்க்குத் தோன்றின. இதன் காரணமாகவே ஜைனம் இந்திய மண்ணில் வேரூன்ற முடியவில்லை.

இந்த நேரத்தில்தான், தனது நடுநிலைப் பாதையை அல்லது அஷ்ட சீலத்தைப் புத்தர் உருவாக்கினார். இக்கொள்கையை முறைப்படுத்தியதன் வாயிலாகச் சீடர்கள் மத்தியிலும், பொதுமக்கள் மத்தியிலும் அறநெறியின்பால் நம்பிக்கையை உருவாக்கினார். சார்வாகர்கள் போலன்றி, தனது தத்துவார்த்தக் கண்ணோட்டத்தை நிர்வாணம் என்பதன் அடிப்படையில் விளக்கினார். வேதக்

கருத்துருவான 'மோட்சம்' என்பதற்கு இணையாக நிர்வாணம் என்பதைப் பேசாமல், முற்றிலும் புதிய முறையில் கருத்துருவாக்கம் செய்தார்.[45] புனர்ஜென்மம் என்ற கருத்து பண்டைய இந்தியா முழுவதும் நிச்சயம் வியாபித்திருந்த ஒன்றுதான்; வேத மதம் அதனைக் கடவுளுடன் தொடர்புபடுத்திப் பரப்புரை செய்தது.[46] கடவுளை மகிழ்ச்சியடையச் செய்தால்தான் ஒருவர் மறுபிறவியைத் தவிர்க்க முடியும் என்று வேத மதம் கூறியது. ஆனால், புத்தர் இந்தத் தர்க்க முறையை மாற்றினார். சக மனிதர்களுக்கு நல்லது செய்வதன் மூலம் ஒருவர் நிர்வாணம் அடைய முடியும் என்றார்.[47] நிர்வாணத்தின் திறவுகோல் எண்வகை மார்க்கத்தைப் பின்பற்றுவதில் இருக்கிறது என்றார்.

மறுபிறவியைத் தவிர்க்கவேனடும் என்பதற்காக இவ்வாறு தெரியாத கடவுள்களைத் திருப்திப்படுத்தத் தேவையில்லை என்று புத்தர் சுட்டிக்காட்டினார். ஆனால், பொருளாதார நிலைமைகளை மேம்படுத்த மற்றவர்க்கு உதவத் தொடங்க வேண்டும். சகமனிதர்களுக்கு அநீதி இழைப்பதைக் கட்டாயம் தவிர்க்கவேண்டும்.[48] தத்துவார்த்த அடிப்படையில் சொல்லவேண்டும் என்றால் பௌத்தக் கொள்கையின் முக்கிய அம்சமாக நிர்வாணம் இருந்தது எனலாம். சாக்ரடீஸின் நீதி, ஹெகலின் ஆன்மா ஆகியவற்றுடன் இதை ஒப்புமைப்படுத்திப் பார்க்கலாம்.[49]

தூய பொருள்முதல் வாதியாக புத்தர் தோற்றமளிக்கவில்லை; ஆனால், பொருள்முதல் வாதம், ஆன்மீகம் ஆகிய இரண்டின் கலவையாக இருந்தார். பொருள்முதல் வாத-ஆன்மீக இயக்கவியல் அறிஞராக *(Materio-Spiritual Dialectician)* அவர் உருவானார். கடவுளின் இருப்பு குறித்து அவர் வேண்டுமென்றே மௌனமாக இருந்தார். கடவுள் இல்லை என்று மக்களை நம்பவைப்பதில் இருக்கும் சிரமும், அத்தகைய உரையாடல் பொருத்தமற்றது என்பதுமே அதற்குக் காரணம். உள்ளபடிக்கு, கடவுள் இருக்கிறார் அல்லது இல்லை என்பதை நிரூபிக்கும் சிரமமான வேலையிலிருந்து மக்களை அப்பால் அழைத்துச் செல்ல விரும்பினார். சில விஷயங்களில், மிக ஆக்ரோஷமான வாதங்களைவிட மௌனம் பெரும் தாக்கத்தை ஏற்படுத்தும் என்பதே புத்தரின் எண்ணம். தான் கூறியது சரி என்பதை நிரூபிக்கவும் செய்தார். மௌனத்தின் மூலம் ஆயிரக்கணக்கான மக்களை அதை ஏற்றுக்கொள்ள வைத்தார். அவர் அகிம்சையைப் பேசினார். ஆனால், ஜைனர்கள் போல் நடந்துகொள்ளவில்லை. (மாட்டிறைச்சி உண்பது போன்ற) பிராமணியம் ஈடுபாட்டுடன்

செய்த வன்முறைச் செயல்களைத் தடுப்பதுடன் நிறுத்திக்கொண்டார். ஏனெனில் இது (மாடுகளைக் கொல்வது) வேளாண்மையின் வளர்ச்சிக்கு குறுக்கே நின்றது. அதுபோலவே, யுத்தங்களில் மனிதர்கள் கொல்லப்படுவதைத் தடுக்கவும் அவர் அகிம்சையைப் பேசினார்.

எண்வகை மார்க்கம்

புத்தரது தத்துவத்தின் கருவாக இருக்கும் இந்த எட்டுக் கொள்கைகள் இதுவரையிலும் விவரமாக விவாதிக்கப்படவில்லை. எண்வகை மார்க்கத்தைத் தெளிவாகப் புரிந்துகொள்ள, அதில் உள்ளடங்கி இருக்கும் முக்கியமான கருத்துகளை ஆய்வு செய்யலாம்.[50]

நற்பார்வை

யதார்த்தத்தைப் புரிந்துகொள்ளாமல் அதனை மாற்ற முயல்வது சாத்தியமில்லை என்றார் புத்தர். கோசாம்பி கூறுவதுபோல், 'அடங்கா ஆசை, பேராசை, பொருள் தேடும் ஆசை போன்ற தாமே தேடிக்கொள்ளும் துயரால் இந்த உலகம் நிரம்பியிருக்கிறது. ஆசையை அழிப்பதன்மூலமே அமைதி கிட்டும்.'[51] சரியான கண்ணோட்டம் இதற்கு மிக முக்கியமானது; அல்லது வேறு வகையில் கூறினால், வளர்ச்சியை சரியாகப் புரிந்துகொள்ள இயலாத ஒருவரால், அதன் இயக்கத்தில் திறனுடன் தலையிட இயலாது. புத்தரின் நற்பார்வை கருத்து அறநெறி பார்வை கொண்டது. வாழ்வு குறித்த சரியான கண்ணோட்டத்தைப் பெறுவதன்மூலம், சீடர்கள் அவர்களது அறநெறி ஆற்றலை தூய்மையாக்கிக் கொள்ள புத்தர் வேண்டினார்.

நல்விழைவு

நற்பார்வை இருந்தால் மட்டும் போதாது; நற்பார்வையை செயலாக மாற்றுவதையும் ஒருவர் குறிக்கோளாகக் கொள்ளவேண்டும். இதனைச் செயல்படுத்த, தான் சாதிக்க நினைப்பது என்ன என்பதிலும் ஒருவர் தெளிவாக இருக்கவேண்டும். புத்தரின் நல்விழைவுக் கொள்கை அந்த இலட்சியத்தை அடைவதை நோக்கமாகக் கொண்டது. மற்றவரது இழப்பில் தனது சொத்தையோ, அதிகாரத்தையோ பெருக்குவதற்கு ஒருவர் ஆசைப்படக்கூடாது என்ற சிந்தனையுடன் இந்த இரண்டாவது கொள்கை இணைந்து போவதாக கோசாம்பி கருதுகிறார். புலன் அனுபவத்திற்காகவும்,

ஆடம்பர வாழ்விற்காகவும் ஒருவர் தன்னை இழந்துவிடக் கூடாது என்பதும் இதில் அடக்கம்.

நன்மொழி

மொழி என்பது எண்ணங்களின், கருத்துகளின் வெளிப்பாடு; எனினும், ஒருவரது பேச்சு ஒழுங்காக அமைவதற்கு அதிக அளவிற்கு அவர் பயிற்சி செய்ய வேண்டும் என்றார் புத்தர். சரியான பேச்சின் மூலமாகத்தான் ஒருவர் மற்றொருவரின்மீது செல்வாக்கு செலுத்தமுடியும். எனவே, சீடர்கள் அந்தக் கலையை வளர்த்துக் கொள்ள வேண்டும் என்று விரும்பினார். மக்களுக்கும் பெருமளவில் அக்கலையைக் கற்றுத்தர வேண்டும் என்றார். அதன் மூலம் சமுதாயம் தூய்மையடையும்.[52] பொய், பழிசுமத்துதல், புறங்கூறுதல், வம்பு பேசுதல் போன்று நாவை தவறாகப் பயன்படுத்தும் செயல்கள் சமுதாய ஒழுங்கமைவைச் சீர்குலைக்கும்; ஆனால், நல்ல பேச்சு, மக்களிடையே நட்புணர்வை வளர்க்கும்; அதன் மூலம் சரியான சமுதாயத்தை உருவாக்க முடியும் என்பது அவர் எண்ணம்.

நன்னடத்தை

மனித நடத்தை என்பது ஒருவரது பயிற்சியின் ஒரு பகுதி. அதனைப் பெற விரும்புபவர் தனிப்பட்ட கட்டுப்பாடுகளின் மூலம் அதனைப் பெறமுடியும் (இது அவரது அனுபவம்); அல்லது சங்கம் முன்வைக்கும் வழிமுறையாலும் பெறமுடியும். ஒரு மனிதன் நன்னடத்தை பெறுவதற்கு உதவும் வகையில் சங்கத்தை நிறுவ புத்தர் முடிவெடுத்தார். பின்னர் அது அரசியல் பயிற்சிக்கான மையமாக மாறியது. கொல்வது, மற்றவரைத் துன்புறுத்துவது போன்ற செயல்களிலிருந்து விலகியிருப்பதும் நற்செய்கையில் அடங்கும்.[53]

நல்வாழ்க்கை

இந்தக் கொள்கை மூலம், துறவு நெறியையும், வரம்பிற்கு உட்பட்ட அகிம்சை நெறியையும் செயல்படுத்த புத்தர் விரும்பினார். அறநெறி பிறழ்ந்த சூழல் நிலவியதால் அக்கால சமுதாயத்தில் திருட்டும், செல்வத்தைப் பெருக்கிக்கொள்ளும் செயல்களும் நிரம்பியிருந்தன. நல்வாழ்க்கை என்பதே அறநெறி சார்ந்த செயல் என்று அவர் பரப்புரை செய்தார்; சங்கத்தையும் சமுதாயத்தையும் இந்தக் கொள்கைமூலம் வடிவமைக்க புத்தர் விரும்பினார். இந்தக் கொள்கை ஒருவிதத்தில் உழைப்பிற்கு மரியாதை கொடுப்பதை நோக்கமாகக்

கொண்டிருந்தது. ஏனெனில், அவரது காலத்தில் உழைப்புச் சுரண்டல் என்பது பரவத் தொடங்கியிருந்தது. உழைப்பிற்கு மதிப்பு குறைந்து கொண்டிருந்தது.

நன்முயற்சி

இலட்சியங்களை அடைவதற்கு உறுதியுடன் இடைவிடாமல் முயற்சிக்க வேண்டும். அந்த உறுதியை அதிகப்படுத்துவதே இக்கொள்கையின் நோக்கம். அமைப்பின் குறிக்கோளை அடைய முயற்சிப்பதற்கான பேரார்வத்தை சீடர்களிடமும், பொதுமக்களிடமும் புகுத்துவதே இதன் நோக்கம்.

நல்லெண்ணம்

சரியான சிந்தனையின் காரணமாகத்தான் நற்பார்வை உருவாகிறது என்பது புத்தரின் கருத்து. நல்ல மனநிலை என்று புத்தர் இதனை அழைக்கிறார். சரியான பொருளாதாரச் சூழ்நிலைகளில் சரியான சிந்தனை உருவாகிறது என்று உரைத்த முதல் மனிதர் புத்தர். ஆகவே, சரியான சிந்தனையை அடைவதற்கு தேவையான நிலைமைகளை வளர்த்தெடுக்க உழைப்பு தேவையாகிறது.[54]

நற்பேரானந்தம்

பௌத்த மொழியில் இதனை சுய-கட்டுப்பாடு என்று கூறலாம். உலகத்தில் காணக்கிடக்கும் பலவித ஈர்ப்புகளுக்கு ஆட்பட்டுவிடாமல் கட்டுப்பாட்டுடன் இருக்கவேண்டும் என்று புத்தர் விரும்பினார். நற்பேரானந்தம் என்பதில், பாலுணர்வு இச்சையிலிருந்து விலகி இருப்பதும் அடக்கம் என்று கருதினார். வாழ்நாள் முழுவதும், விழிப்புணர்வையும் சுய-கட்டுப்பாட்டையும் வலியுறுத்தினார். இரந்துண்ணல், சங்கத்தைச் சார்ந்து 'குடும்பமற்றிருத்தல்', 'சொத்தின்மை' போன்ற கருத்துகளை நற்பேரானந்தக் கொள்கையின் விரிவாக்கங்களாகக் கூறலாம். 'கிரேக்கர்கள் ஜிம்னாஸ்டிக்ஸ் பயிற்சியை உடலுக்கு முக்கியமானதாகக் கருதுவதுபோல் பௌத்தத்திற்கு நற்பேரானந்தம்' என்று இந்த எட்டாவது மார்க்கம் பற்றி கோசாம்பி கூறுகிறார்.[55]

பௌத்தச் சித்தாந்தத்தை முறைப்படியான ஆய்வுக்கு உட்படுத்தும்போது இந்தத் தத்துவார்த்த விஷயங்களின் நோக்கம் புலப்படுகிறது. இவையனைத்தும், ஹிந்து அரசர்கள் நிறுவிய அரசுக்கும் நிர்வாக அமைப்புகளுக்கும் கோட்பாட்டு அடிப்படையிலான ஒரு

மாற்றை முன்மொழிகின்றன. தம்மம் என்ற கருத்தை ஹிந்துச் சிந்தனையாளர்களும், புத்தரும் பயன்படுத்தினர்; எனினும் அதற்கு அவர்கள் கூறிய பொருள் முற்றிலும் வேறுபட்டது. பௌத்தம் கூறும் தம்மம் என்ற கருத்து, புத்தரின் நடுநிலைப்பாதையை அடிப்படையாகக் கொண்டது. இந்த அம்சம் குறித்து அடுத்துவரும் அத்தியாயங்களில் விரிவாகக் காணலாம்.

புத்தர் மான் பூங்காவில் ஆற்றிய உரை தொடங்கி வாழ்நாளின் இறுதிவரையிலும் ஏராளமான சங்கங்களை நிறுவினார். அதன்மூலம், ஆட்சியாளர்கள் உட்பட அக்காலத்து முக்கியமான மனிதர்களின் சிந்தனையில் தாக்கத்தை ஏற்படுத்தினார். சத்திரிய ஆண்களும் பெண்களும் தங்களது ராஜ்ஜியங்களை விட்டு வெளியேறி சங்கத்தில் இணைந்தனர். அவரது தந்தைவழி உறவினரான தேவதத்தன், அவரை வளர்த்த சித்தி மகா பிரஜாபதி, மகன் ராகுலன் உட்பட அவரது குடும்பத்து உறுப்பினர்கள் பலரும் சங்கத்தில் இணைந்தனர். புத்தரின் பணியைத் தொடர்ந்து முன்னெடுத்துச் செல்லும் பொறுப்பை ஏற்றுக்கொண்ட புகழ்பெற்ற பேராசான்கள் ஆனந்தர், உபாலி, மகா காஸப்பர் ஆகியோரை சங்க அமைப்புதான் உருவாக்கியது. வன்முறையைக் கைக்கொண்ட பேரரசர் அசோகன் பின்னாளில் பௌத்தத்தால் வசீகரிக்கப்பட்டார். இறுதியில் வலிமை மிக்க பேரரசைத் துறந்து சங்க அமைப்பில் இணைந்தார்.

புத்தர் தனது என்பதாவது வயதில் (பொ.ஆ.முன் 480-485 க்குள்) இறந்தார். அவரது இறப்பிற்குப்பின், அவர் நிறுவிய கொள்கைகளின் அடியொற்றி அவரது சீடர்கள் இயங்கினர். புத்தரது சீடர் ஆனந்தருக்கும் அவரது பழைய பிராமண நண்பருக்குமிடையில் நடந்த உரையாடல் ஆர்வம் தரக்கூடியது. அந்தப் பிராமணர், 'புத்தர் இறந்தபின், அவர் இடத்திலிருந்து தொடர்ந்து பணியாற்ற அவருக்கு இணையான தகுதியுள்ள வேறு யாரேனும் இருக்கிறார்களா?' என்று கேட்கிறார். அதற்கு ஆனந்தர் இப்படிப் பதிலளித்தார்: 'மேன்மையான அவருக்கு இணையாக எவர் இருக்கமுடியும்? தனது முயற்சியால் உண்மையின் தத்துவத்தை அவர் உணர்ந்தார்; அதனை நடைமுறைக்குக் கொண்டு வந்தார். அவரது உபதேசங்களையும், அவர் நிறுவிச் சென்றிருக்கும் முன்மாதிரியான விஷயங்களையும் பின்பற்றுவது மட்டுமே அவருடைய சீடர்களான நாங்கள் செய்யக் கூடியது.' ஆனந்தரின் இந்தப் பதில், 'விதிகளை நம்புங்கள், மனிதனை அல்ல என்ற சொற்களுக்கு இணையானது' என்று டெய்சகு ஐகேடா (Daisaku Ikeda) கூறுகிறார்.[56]

புத்தர், பொதுச்சமூகத்திற்கு நன்னடத்தை விதிகளை அமைத்துத் தந்த முதல் பழம்பெரும் சிந்தனையாளர். முன்னர் பார்த்ததுபோல யுத்தங்களும், விரோதமும் அக்கால சமுதாயத்தைச் சூறையாடிக் கொண்டிருந்தன. பிராமணிய யக்ஞ பண்பாட்டுச் சூழலில் புத்தரின் எண்வகை மார்க்கத்தைப் புரிந்துகொள்ள வேண்டும். பிராமணியச் சடங்குகளையும், தேவையற்ற வழிகளில் செல்வத்தை வீணடிப்பதை தவிர்க்கவும், எதிர்க்கவும் மக்களிடம் புத்தர் நேரடியாக உரையாற்றினார்.

நவீன உலகில் சாதியமும், சுரண்டலும், நுகர்வியப் போக்குகளும் அதிகரித்துக் கொண்டுள்ளன. இச்சூழலில் புத்தரின் எண்வகை மார்க்கம் குறித்து ஒரு தீவிரமான மறு-ஆய்வு தேவை; அதன்மூலம், இன்றைக்கு அவசியமான 'சிக்கனப் பண்பாட்டை' கட்டமைக்க முடியும். நவீன உலகின் பொதுச்சமூகம் இந்த விஷயம் குறித்து தீவிரமாக விவாதிக்கவேண்டும். போட்டிச் சூழலையும் நுகர்விய பண்பாட்டையுமே அரசு ஊக்குவிக்கிறது. நவீன காலத்தின் புகழ்பெற்ற சிந்தனையாளர் மா சேதுங் சிக்கனக் கொள்கையை ஏற்றுக்கொண்டவர். அந்நாட்டு விடுதலைப்போரின்போது கட்சி உறுப்பினர்களின்மீது கட்டுப்பாடு சார்ந்த பல்வேறு கொள்கைகளை மாவோ சுமத்தினார். புரட்சி வெற்றியடைந்த பிறகும், இதைப்போன்ற, குறிப்பாக நுகர்வியத்திற்கு எதிரான கட்டுப்பாடுகள் பெருமளவிற்கு முயற்சிக்கப்பட்டன. 'சிக்கனத்திற்கான சமுதாய அடித்தளம்' ஒன்றைக் கட்டமைப்பதில் மாவோ பெருமளவில் வெற்றியடைந்தார். இந்தியச் சமுதாயம் போன்ற ஓர் அமைப்பில் சிக்கனத்தின் பண்டைய வேர்கள் பௌத்தத் தத்துவத்திலும், கோட்பாட்டிலும் வேரூன்றியுள்ளன.

புத்தர் வளர்ந்த சூழலும், நிலைமைகளும் ஒரு பார்வையை, கண்ணோட்டத்தை, தத்துவத்தை அவருக்குத் தந்தன. புத்தரது கருத்துகள் அனைத்தையும், அரசு குறித்தும் சமுதாயம் குறித்தும் அவர் கொண்டிருந்த பார்வையுடன் பொருத்திப் புரிந்துகொள்ள முயலவேண்டும். இதனைப் பின்வரும் அத்தியாயங்களில் பார்க்கலாம்.

அடிக்குறிப்புகள்

1. Asva Ghosha's *Buddha Charita* is the earliest account of Buddha and his sangha written around 100 CE. See Asva Ghosha, *A Life of the Buddha*, tr.Samuel Beal, SBE. (New Delhi: Motilal Banarsidass, 1965), vol.29.
2. T.W.Rhys Davids and H.Oldenberg, apart from writing biographies of the Buddha, have translated most of the Buddhist Suttas into English and German.
3. Oldenberg, *Buddha* 'Siddhartha' is another title acquired by Buddha in the process of his teaching, meaning 'One who has acquired everything in his lifetime'. Oldenberg was a professor at the University of Berlin and edited the Vinaya Pitaka and Dipavamsa in Pali.
4. S.Natarajan, *Political and Cultural History of India* (Secunderabad: privately published,1981), Vol.1,5th ed. P.36.
5. Kenneth J. Saunders, *Gautama Buddha: A Biography*, based on the canonical books of the Theravadin (New Delhi; Light and Life Publishers, 1978), pp.10,13.
6. Oldenberg, *Buddha*, p.97.
7. The concept of *matsyanyaya* was used in a systematic way by Kautilya and subsequent Hindu lawgivers of ancient India. This concept denotes that the stronger rules over the weaker. The rule of the jungle prevails. It is an equivalent of the saying 'Might is Right'.
8. Saunders, *Gautama Buddha*, p.12.
9. Chattopadhyaya, *Lokayata*, pp.467-474.
10. Saunders, *Gautama Buddha*, p.12.
11. D.D.Kosambi in *Historical Outline* argues that 'the existence of new classes in the Gangetic basin of the sixth century is undeniable. The free peasants and farmers were one. The Neo-Vedic pastoral class of Vaisyas within the tribe was replaced by agriculturists for whom the tribe had ceased to exist.' Though the Vaisya class did not yet exist as a separate class in the sixth century BCE, by the time Gautama was born the process of its formation had begun. Earlier this class was part of the Sudra class. See *Historical outline*, p.100.
12. Saunders, *Gautama Buddha*, p 15. Only once it is mentioned that the Buddha had some formal education from his gurus and learned something of the earlier Vedas.

13. Narayana Chandra Bandyopadhyaya, *Hindu Policy and Political Theories* (Jaipur : Printwell Publishers, 1989), p.258.
14. Sharma, *Material culture*, chapter 7. The iron ploughsahare was employed to overcome this crisis only in 600 BCE.
15. Kosambi, *Historical Outline*, p.101.
16. See Kancha Ilaiah, 'Buddhism as Political Philosophy' in *Social Science Probings*, 3(4), Dec. 1986 for the author's analysis of this aspect.
17. Mehta *Pre-Buddhist India*, pp. 61-67.
18. Bandopadhyaya, *Hindu Polity and Political Theories*, p.258.
19. See R.S. Sharma's *Ancient India*, pp.57-59.
20. Rockhill, *Life of the Buddha*, p.23.
21. According to Saunders accounts of this sort are available in Buddhist books which describe the methods of torture inflicted for sins such as theft, highway robbery and adultery. See Saunders, *Gautama Buddha*, pp.15-19.
22. Oldenberg says 'we are told that the Buddha was married but whether to one or several wives is not known. Her name appears to have been unknown to the ancient church. Copius inventions of later time first filled up these gaps in various ways.' Oldenberg, *Buddha*, p.101.
23. See Kosambi, *Historical Outline*, p.145 for a detailed description of the schemes of Kautilya to divide and subdue the tribals.
24. Sharma, *Material Culture*, p.71.
25. Many Hindu ascetics who renounced worldly life resorted to solitary prayers to appeal to the Gods. Hindu asceticism was merely a self-attainment process without bothering about the society or world.
26. Oldenberg, *Buddha*, p.104.
27. ...
28. Saunders, *Gautama Buddha*, p.24. Wandering far and wide gave him scope to observe nature, people, different cultures and civilizations. His appreciation of nature's beauty and of tribalism were results of this wandering. His political understanding, like that of Rousseau, emerges of this wandering and observing things. Also see Rockhill, *Life of Buddha*, pp-29-30.
29. *Digha Nikaya*, tr. Rhys Davids, provides evidence that Gautama himself said 'that indeed it is not a suitable form that I should live beset'. These eighty-four thousand wanderers went one way and Buddha went another way. *Sacred books of the Buddhists* (Oxford: Oxford University Press, 1910), p. 22.

30. Five of his associates left him when he abandoned meditation and starvation. See Saunders *Gautama Buddha*, pp. 33, 24.

31. Gandhi lived in an era when the dialectical materialist approach to life had become a basis for understanding society. Marx and Engels had already propagated their philosophy, and the Russian revolution had succeeded. In this context Gandhi becomes a retrogressive thinker.

32. It is important to note that the distinction drawn between the Gautama stage and Buddha hood by religious schools, in a way, is incorrect because throughout Gautama's life there is a link. His disciples and people around him gave him the title 'Buddha'., but Gautama acquired this maturity of mind in the process of his learning and teaching.

33. Quoted in Saunders, *Gautama Buddha*, p.25.

34. *Dhammapada*, pp 153-154, Sir Edwin Arnold's translation, quoted in Saunders, *Gautama Buddha*, p.25.

35. The contemporary world of Gautama was trying extensively to grapple with the problem of rebirth. Even in other parts of the world this was the crux of the philosophical problem. This in itself is a process of philosophical development, as it took the human race a long time to realise fully that they are born, grown and finally die. After human beings evolved from that stage, the concepts of rebirth, soul and body began to be grappled with. The metaphysical school went on saying that the soul is separate from the body. Depending on the approach of individuals to their God either the soul permanently merges with God or if the individual does not please God, the soul would leave the body and enter into some other body. The brahminical rishis' approach was that if individuals did not follow the Vedic dharma (to wit, it brahminical rituals were not practised) and if varna dharma was not followed the soul of an individual would enter into a worse body where the sufferings of the soul would increase.

36. Saunders *Gautama Buddha*, p. 26. 'Nibbana' here means 'satisfied with his own moral experience'.

37. Oldenberg, *Buddha*, pp. 125-126; Also see Saunders, *Gautama Buddha*, p.33.

38. Kosambi, *Historical Outline*, p.106.

39. Sharma, *Material Culture*, p.121.

40. Chatterjee and Datta, *Introduction to Indian Philosophy.*

41. Chattopadhyaya, *Lokayata*, p.131.

42. Kosambi, *Historical Outline*, p.105.

43. See The soul theory of the Jains' in Chatterjee and Datta, *Introduction of Indian Philosophy*, p.94. Also see Sergei Tokarev, *History of Religion*, (Moscow: Progress Publishers), p.174 and Chattopadhyaya, *Lokayata*, p.131.
44. See Tokarev, *History of Religion*, p.168. In Ambedkar, 'Philosophy of Hinduism', *Writing and Speeches*, vol. 3, we find a detailed examination of Manu's divine rights theory, pp. 3-92.
45. Here the word 'nirvana' is used in the sense of highest knowledge.
46. All the major ancient religious thinkers believed that every human being takes rebirth based on the deeds of that person in this life.
47. The term 'nirvana' is used here both in the sense of highest knowledge and also death. See Oldenberg, *Buddha*, pp.204, 221, 267, 329.
48. Ibid.p. 290.
49. Nersesyants, *Political Thought of Ancient Greece*, (Moscow: Progress Publishers, 1986), p. 97.
50. The English translation of the original eight principles Buddha talked about is available in *Sacred Books of the East*, vol.11. The principles are available in *Dhamma chakka Ppabattana Sutta*. Rhys Davids translates them as follows: (1) Right views (2) Right Aspirations (3) Right Speech (4) Right conduct (5) Right Livelihood (6) Right Effort (7) Right Mindfulness and (8) Right contemplation. See SBE vol.11, p. 147. The Pali Eight-Fold Path reds as follows *(1) Samma-Ditthi 92) Samma-Sankappa (3) Samma-Vaca ($) Samma-Kammanta (5) Samma Ajiva (6) Samma-Vayama (7) Samma-Sati and (8) Samma-Samadhi.* See *Digha Nikaya*, pp. 21-22.
51. Kosambi, *Historical Outline*, p.106. Also see Digha Nikaya, p.22.
52. Right speech involves abstinence from speaking false hood, from using harsh or trivial language. Conscious telling of lies should be avoided. See *Digha Nikaya*, p.22.
53. Bennet includes the five major abstentions (not to kill any living things, not to lay hands on another's property, not to touch another's wife, not to speak what is untrue, not to drink intoxicating drinks) that Buddha made part of the law,. See *Digha Nikaya*, p.23.
54. Right Mindfulness also includes the following moral prescribed by Buddha. One will have to find good things in order to cultivate them and evil things in order to avoid them. Distinction between good and bad is an essential component of Buddhism. See *Digha Nikaya*, p.23.
55. See Kosambi, *Historical outline*, p.106 also *Digha Nikaya*, pp. 23-24.
56. Daisaku Ikeda, *Buddhism the First Millennium*, (Tokyo: Kodansha 1978), p.16.

4. அரசும் அதன் தோற்றமும்

பண்டைய மக்களுக்கு அரசு என்பது நீண்ட காலத்திற்கு ஒரு புதிராகவே இருந்தது. ஆனால், சமுதாயம் மேலும் மேலும் சிக்கலாக வளர்ச்சியடைகையில் இதைப் பற்றிய மனிதர்களின் புரிதலும் மேலும் நவீனமடைந்தது. இது முதலில் சிந்தனையாளர்கள் சிலரின் தத்துவார்த்த கருத்துகளின் உருவாக்கத்தில் பிரதிபலித்தது. இதிலிருந்துதான் கடவுள் என்ற சிந்தனை தோன்றியது. பிரபஞ்சத்தை உருவாக்கியவர் கடவுள் என்றும் கூறப்பட்டது. அரசையும் சமுதாயத்தையும் உருவாக்கும் ஆற்றல் அவருக்கு அளிக்கப்பட்டது. அரசின் இந்தத் தெய்வீகத் தோற்றக் கொள்கையை மற்றவர்கள் கேள்விக்குட்படுத்தினர். இவ்வாறு உருவான விவாதங்களில் தத்துவவாதிகளும் அரசியல் சிந்தனையாளர்களும் மானுட வரலாறு முழுவதும் ஈடுபட்டிருந்தனர்.

அரசு என்பது அனைவரும் அறிந்த ஒன்றாக வெளிப்பட்ட நேரத்தில், தனிமனிதர்களின் வாழ்க்கையைக் கட்டுப்படுத்துவதில் அதன் பங்கும் அதிகரித்தது. அரசின் தோற்றமும் வளர்ச்சியும் குறித்த விவாதத்தை இது மேலும் துரிதப்படுத்தியது. அரசு பற்றிய விவாதம், மேலையுலகைப் போலவே பண்டைய இந்தியாவிலும் தீவிரமாக இருந்தது. இந்தியாவில் புழக்கத்திலிருந்த 'ராஜ்யம்' சொல் அரசு என்பதற்கு இணையானதே. முந்தைய அத்தியாயத்தில் கண்டதுபோல், புத்தரின் காலத்தில் கங்கைச் சமவெளி ஆறு மகாஜனபதா அரசுகளாக (ராஜ்யங்கள்) பிரிந்திருந்தது. அந்த அரசின் தலைவன் ராஜன் என்று அழைக்கப்பட்டான். ஹிந்துக் கோட்பாட்டாளர்களும் பௌத்தர்களும் ராஜன் என்ற சொல்லை, அரசன் என்பதற்கு இணையான உணர்வில்தான் பயன்படுத்தினர்.

ஏறத்தாழ இறையாண்மை என்பதற்கு இணையான 'சர்வபௌமத்வம்' என்ற சொல் பௌத்தர்களின் காலத்திலும் அதற்கு முந்தைய

காலத்திலும் பயன்பாட்டில் இருந்ததா என்று உறுதியாகத் தெரியவில்லை. ஆனால், ராஜன் அல்லது 'ராஜன்யா' என்பது பயன்பாட்டில் இருந்தது என்பது உறுதி. மேலை அரசியல் தத்துவத்தை கவனமாக ஆய்வு செய்ததில் இறையாண்மை என்ற கருத்து மத்திய காலத்தில்தான் பயன்பாட்டிற்கு வந்ததாகத் தெரிகிறது. மேலையுலகில் இறையாண்மை என்பதைக் கருத்துருவாக்கம் செய்த முதல் சிந்தனையாளர் ஜீன் போடின். கிழக்கிலும் மேற்கிலும் சில கருத்துகளின் வளர்ச்சியின்போது, அவற்றிற்கு வரலாறு மற்றும் தத்துவம் சார்ந்த இணையான விஷயங்கள் இரு திசைகளிலும் நடந்தன என்பது தெரிகிறது. அரசு என்பது உருவாகிய செயல்முறைதான் இந்தச் சூழ்நிலையில் மிக முக்கியமாக ஆராயப்பட வேண்டியதாக உள்ளது.

ரொமிலா தாப்பர் 'From Lineage to State' என்ற தனது மிகச் சிறந்த படைப்பின் முதல் அத்தியாயத்தில் நான்கு வேறுபட்ட சூழல்களை ஆராய்கிறார்: ரிக் வேத காலம், சிந்து-கங்கை பள்ளத்தாக்கில் தோன்றிய பிற்கால வேதச் சமுதாயங்கள், மேற்கு கங்கைச் சமவெளியும் கண(ஜன)-சங்க அமைப்பும், மத்திய கங்கைச் சமவெளியில் முடியரசுகளின் தோற்றம் ஆகியன அவை.[1] இந்த நான்கு அமைப்புகளையும் ஆராய்ந்தபின், 'இந்தப் பிரதேசங்களில் அரசு என்பதை உருவாக்கும் திசையை நோக்கி மாற்றங்கள் நிகழ்ந்துகொண்டு இருந்தன என்பதற்கான சான்றுகள் காணப்படுகின்றன' என்று அவர் முடிவுசெய்கிறார். அந்தக் காலகட்டத்தில் அரசு செய்தே தீரவேண்டிய செயல் ஒன்றும் இருந்தது; அதன் காரணமாகவே இந்த மாற்றம் ஏற்பட்டது என்கிறார். அதாவது அரசுக்கு வெளியிலும் உள்ளேயும் இறையாண்மையை நிறுவ வேண்டிய, பேணிக்காக்க வேண்டிய பொறுப்பு அரசுக்கு இருந்தது.

முதலாவது, ஆக்கிரமிப்பிலிருந்து நாட்டைப் பாதுகாப்பது. இரண்டாவது, தேவையான சட்டங்களைப் பிரகடனம் செய்வதன்மூலம் நிறைவேற்றப்படுவது. பொ.ஆ.மு. ஆறாம் நூற்றாண்டில் மக்களின் வாழ்க்கை முறையை ஒழுங்குபடுத்தும் அளவிற்கு போதுமான வலிமையை அரசு பெற்றிருந்தது. அரசு படிப்படியாக பொதுப் பயன்பாட்டு விதிகளை உருவாக்கியது வரலாற்றுப் போக்குகளில் ஒன்றாக இருந்தது என்கிறார் ரொமிலா தாப்பர். பெரும்பாலும் சட்டங்களை முறையாக தொகுப்பதாகத்தான் இது இருந்தது. வரிகள் சீரமைக்கப்பட்டன; வசூலிக்கப்பட்டன. பின்னர் அரசின் நிரந்தர வருமானத்தின் ஒரு பகுதியாக அது மாறியது.

இந்தியாவில் கிடைத்திருக்கும் மிக ஆரம்பக்கால ஆதாரங்கள் இதைப்போன்ற செயல்களில் அரசு ஈடுபட்டதற்கான போதிய சான்றுகளைத் தருகின்றன.

பண்டைய இந்தியாவின் ஆரம்பக்கால அரசிற்கும் பண்டைய மேலை உலகின் அரசிற்கும் இடையில் ஓர் அடிப்படை வேறுபாடு இருக்கிறது. நாம் அறிந்திருப்பதுபோல், ஆரம்பக்கால கிரேக்க அரசுகள் நகர அரசுகளாக இருந்தன. பெரும்பாலும் ஐந்தாறு இனக்குழுத் தலைவர்களும் தேர்ந்தெடுக்கப்பட்ட ஓர் அரசனும் அடங்கிய செனட் அவற்றை நிர்வகித்தது. இந்தியத் துணைக்கண்டத்தில், சிந்து சமவெளி சமுதாயத்தில் நகர-அரசு அமைப்பு இருந்ததற்குச் சான்றுகள் கிடைத்துள்ளன. எனினும், அக்காலத்திய அரசியல் நிறுவனங்களின் இயல்பைப் பற்றி அதிகம் தெரிந்துகொள்ள முடியவில்லை. பழங்குடி ஜனநாயக அமைப்பு அல்லது பழங்குடி குடியரசு அமைப்பிலிருந்து 'கணபதிகளின்' தலைமையில் இயங்கிய 'கண' சங்கம் என்பதாக இந்திய அரசு மாற்றம் அடைந்தது. இந்த 'கணபதிகள்' உடல் வலிமை கொண்ட பழங்குடியினத் தலைவர்கள். பின்னர் அந்த அரசு ஜனபதா நிலைக்கு முன்னேறியது. இறுதியில் எதேச்சதிகார மகதப் பேரரசாக எழுச்சி பெற்றது. ஆகவே, மேலையுலகில் அரசு உருவாகிய முறையைப் போலன்றி, இந்தியாவில் அரசு அமைப்பு படிப்படியாகத்தான் உருவாகியது. அரசு எனும் நிலை கிரீஸைவிட மிக முன்னதாகவே இந்தியாவில் தோன்றியது; படிப்படியாக உயர்வான கட்டமைப்புகளுடன் வளர்ச்சியடைந்தது; அரசின் தோற்றம் குறித்தும் அதன் இயல்பு குறித்தும் விவாதிப்பதற்கான மிகப்பெரும் பரப்பை இந்தச் செயல்முறை கொண்டுள்ளது.[2]

புத்தரின் அணுகுமுறைகள்

பொ.ஆ.மு. ஒன்பதாவது நூற்றாண்டையும் ஆறாம் நூற்றாண்டையும் சேர்ந்த கிரீஸின் அரசியல் சிந்தனையாளர்களை நெர்செஸ்யான்ட்ஸ் கவனத்துடன் ஆராய்ந்துள்ளார். அவரது விளக்கம் இது: வரலாற்றின் ஆரம்பத்தில் கிரேக்கர்கள் உள்ளிட்ட பண்டைய மக்களின் உலகப்பார்வை புராணக்கதைகளை அடிப்படையாகக் கொண்டதாக இருந்தது. இருப்பினும், இந்த ஒற்றை ஒத்திசைவான கண்ணோட்டத்திலிருந்து அவர்களது அரசியல் பார்வையும் சட்டம் சார்ந்த பார்வையும் வேறுபட்டிருக்கவில்லை. இந்தப் புவியில் நடைபெறும் விஷயங்களின் ஒழுங்குமுறை, இந்தப் பிரபஞ்ச

அமைப்பின் ஒருங்கிணைந்த அங்கமாகவே கருதப்பட்டது; அதன் தோற்றமும் உள்ளடக்கமும் தெய்வீகத்தன்மை கொண்டதாகப் பார்க்கப்பட்டது. இவ்வுலகில் மனிதர்களின் வாழ்க்கையும், சமுதாய, அரசியல், நீதித்துறை நிறுவனங்களும், கடவுளுடன் மனிதர்களது உறவு, மனிதர்களுக்கிடையில் உறவு போன்றவையும் பிரபஞ்சம் குறித்தும் கடவுள் குறித்தும் புராணங்களில் காணப்பட்ட விவரிப்புகளின் அடிப்படையில், அந்த சட்டகத்திற்குள்தான் பேசப்பட்டன.[3]

நெர்செஸ்யாண்ட்ஸ் முன்வைத்த இந்தப் பொதுமைப்படுத்தலுக்கு மாறாக புராண சட்டகத்தைக் கௌதம புத்தர் கைவிட்டார். தனது கேள்வியை அவர் முற்றிலும் வித்தியாசமாக எழுப்புகிறார். அவரது ஆரம்ப உபதேசங்களில், '(இருப்பு சார்ந்த) நிலைமைகள் தம்மை வெளிப்படுத்திக் கொள்ளும்போது, அனைத்துச் சந்தேகங்களும் நிச்சயம் விலகிவிடும்' என்று புத்தர் கூறினார்.[4] தனக்கு, 'உருவாகியிருக்கும் அனைத்தினுடைய தோற்றங்களும் புலப்பட்டன' என்று புத்தர் கூறினார். இந்தப் பிரபஞ்சத்தின் தோற்றம், புவியின் தோற்றம், புவியில் மானுட வாழ்க்கையின் தோற்றம், மனிதர்களின் சமுதாய, அரசியல், நீதித்துறை நிறுவனங்களின் தோற்றம் ஆகியவற்றை தெளிவாக அறிந்து கொண்டதையே புத்தர் குறிப்பிட்டார் என்கிறார் நெர்செஸ்யாண்ட்ஸ். அந்தக் காலகட்டத்தில் கடவுளைப் பற்றிப் பேசாத ஒரே சிந்தனையாளர் புத்தர் மட்டுமே. அனைத்தையும் இயக்கவியல் வழிமுறையில்தான் அவர் கையாண்டார். '... சகோதரர்களே, கூர்ந்த கவனிப்பிலிருந்து செயலும், பகுத்தறிவதிலிருந்து நம்பிக்கையும் எழுகிறது' என்றார் புத்தர். அவர் மேலும், 'பெயரும் வடிவமும் இருக்குமிடத்தில் அறியும் திறன் இருக்கும்; பெயரும் வடிவமும், அறியும் திறனைக் கட்டுப்படுத்துகின்றன' என்றார்'.[5] ஒரு வடிவத்தை விளக்குவதே பெயர் என்பதையும், அறியும் திறன் சூழலால் கட்டுப்படுத்தப்படுகிறது என்பதையும் அவர் அறிந்தார்.

அவர் மனத்தில் கேள்விகள் எழத்தொடங்கியவுடன், இயக்கவியல் அடிப்படையிலான உரையாடல்களில் இவற்றிற்கான விடைகள் இயல்பாகவே கிடைத்தன; இயல் கடந்த வெளியில் விடைகளைத் தேட என்றைக்குமே அவர் முயற்சி செய்யவில்லை. பிராமணியத் தெய்வீகத்திற்கும் ஆன்மா என்ற கருத்திற்கும் இயக்கவியல் அடிப்படையிலான மாற்றை ஒன்றைப் புத்தர் முன்வைக்கிறார்.[6] 'உருவாதல் எங்கு இல்லையோ அங்கு பிறப்பு இல்லை;

உருவாதல் நிற்கும்போது பிறப்பும் நின்றுபோகிறது... தொடுதல் இல்லையென்றால், உணர்தல் இல்லை; தொடுதல் நிற்கும்போது, உணர்தலும் நின்றுபோகிறது' என்றார் அவர். இத்தகைய இயக்கவியல் அடிப்படையிலான காரண காரியத்திலிருந்து அறிவார்ந்த முடிவுகளை அடைந்தார்; இருப்பிற்கும் பிறப்பிற்கும், தொடுதலுக்கும் உணர்தலுக்கும் இடையிலான தொடர்பைக் கண்டறிந்தார். அதுபோல் பிராமணியக் கோட்பாடுகளின் வரம்புகளை புத்தர் மிக நன்றாக உணர்ந்திருந்தார்.

காஸப்பர் என்ற பிராமணத் துறவியின் கேள்விகளுக்கு புத்தர் இவ்வாறு பதிலளிக்கிறார். 'காஸப்பா, சொற்போர் புரிவதிலும் மயிர் பிளக்கும் வாதம் புரிவதிலும் திறமையான, புத்திசாலியான பிராமணர்கள் சிலர் உள்ளனர்... அவர்கள் மெய்யறிவைத் தேடிச் செல்வதாகக் கூறுகிறார்கள். உண்மையில் அவை ஊகத்தின் அடிப்படையிலான கொள்கைகளே.'[7] ஆய்வுமுறையில் கூறினால், பிராமணியத்திற்கும் பௌத்தத்திற்கும் இடையிலான மோதல் ஊகச் சிந்தனைக்கும் இயக்கவியல் பகுத்தறிவிற்கும் இடையிலான மோதலே. மானுடத்தின் இருப்பு என்ற சட்டகத்திற்குள்தான் புத்தர் தீர்வுகளைத் தேடிக்கொண்டிருந்தார். இந்த உலகில் வாழத் தகுதியானதாக வாழ்க்கையை ஆக்க வேண்டும் என்று விரும்பினார்.

பௌத்தம் முன்வைக்கும் மாற்றை ரைஸ் டேவிட்ஸ் விவரிக்கிறார்: வாழ்க்கை பற்றிய முந்தையப் பார்வைகளுக்கு எதிராக மாற்றுப் பார்வை ஒன்றைப் பௌத்தம் முன் வைத்தது; அதன் முக்கிய அடிப்படையாக, ஆன்மா என்ற கோட்பாட்டைக் கௌதமர் முற்றிலும் நிராகரித்தது இருந்தது. வேதாந்தமும் தத்துவ அறிஞர்கள் பலரும் முதன்மை அக்கறை கொண்டிருந்த ஆன்மா பற்றிய அனைத்துக் கருத்தாடல்களையும் சிறுபிள்ளைத்தனமானவை, பயனற்றவை என்றார் அவர். நிறைவான வாழ்க்கைக்கான இலட்சியத்திற்கும், அருக நிலையை அடைந்து வாழ்வதற்கும் விரோதமானவை என்றார்.[8] ரைஸ் டேவிட்ஸ் மேலும் சொல்கிறார்: 'ஒவ்வொன்றிற்கும், ஒவ்வொரு செயலுக்கும் காரணம் ஒன்று இருப்பதாகப் பௌத்தம் பிரகடனம் செய்கிறது. ஆனால், அதுமட்டுமே போதுமானதல்ல. 'விவாதம் மூலம் ஒரு காரணத்திலிருந்து அடுத்த காரணத்திற்கு அழைத்துச் செல்லவேண்டும்; இப்படியாக நம்பிக்கை எதுவுமின்றி அல்லது அனைத்து விஷயங்களுக்குமான இறுதிக் காரணத்தை விவரிக்கும் விருப்பமின்றி இப்படியே தொடர்ந்து செல்வதற்கான உண்மையான முறையாக இதுமட்டுமே இருக்கிறது.' பௌத்த

மடாலயத்தின் பதிவு ஒன்றை அவர் குறிப்பிடுகிறார். பௌத்தத்தின் பார்வையை அது நன்கு விவரிக்கிறது:

> காரணம் ஒன்றிலிருந்து
> தொடங்கும் அனைத்து விஷயங்களுக்கும்
> காரணத்தைப் புத்தர் கூறினார்;
> ஒவ்வொன்றும் அதன் முடிவை
> எவ்வாறு அடைகிறதென்றும்
> அவர் கூறினார்,
> இதுமட்டுமே அந்தத் துறவியின் சொல்.

பரிணாம வளர்ச்சி குறித்த பௌத்தத்தின் விளக்கங்களை ராக் ஹில் விவரிக்கிறார்; 'தனக்கு மகிழ்ச்சி அளித்த காலம் வரையிலும் ஆசிர்வதிக்கப்பட்டவர் முட்சிலிந்தா என்ற நாக அரசனுடன் இருந்தார். பின்னர் போதி மண்டாவிற்குச் சென்றார். அங்கு புல்தரையில் அமர்ந்து ஏழுநாட்கள் காரணங்களும் விளைவுகளும் கோட்பாட்டின் பன்னிரண்டு கூறுகளையும் ஆய்வு செய்தார். அந்தக் கோட்பாட்டை மனத்தில் நன்கு விளங்கிக்கொண்ட பின்னர் உதானா பற்றிப் பேசினார். 'உதானாவக்காவின்' இறுதிப்பாடல்களில் இது பதிவாகியுள்ளது.'⁹ காரணமும் விளைவும் கோட்பாட்டை முறையாக ஆராய்ந்த முதல் மனிதர் புத்தர் என்று தோன்றுகிறது. ஒவ்வொன்றிற்கும் ஒரு காரணம் இருக்கிறது; அந்தக் காரணம் அதற்கான விளைவைக் கொண்டிருக்கிறது என்பதை புத்தர் அறிந்தார். இந்தியாவின் பிராமணியச் சிந்தனையாளர்களை விட்டுவிடுவோம், இந்த விஷயத்தில் அவர் காலத்து மேலைச் சிந்தனையாளர்களைவிட அவர் மிக நீண்டதூரம் பயணித்திருந்தார்.¹⁰ அரசியல் தத்துவத்தில் காரணமும் விளைவும் என்ற பௌத்தக் கோட்பாடு, கிரீஸின் பித்தாகோரஸ் கோட்பாட்டிற்கு இணையான முக்கியத்துவம் வாய்ந்தது.¹¹

அரசு, அதன் தோற்றம், அதன் வளர்ச்சி குறித்த புத்தரின் புரிதலை, இந்தியாவின் இரண்டு புராதன சிந்தனைப் பள்ளிகளுக்கு இடையிலிருந்த முதன்மையான தத்துவார்த்த வேறுபாடுகளின் வெளிச்சத்தில் ஆராயவேண்டும். நூற்றாண்டுகளாக, பிராமணியச் சிந்தனைப்பள்ளி ஆன்மா, கர்மா என்ற கருத்துகளையே சார்ந்திருந்தது; ஆனால், இந்த இயல் கடந்த வெளி சார்ந்த விளக்கத்தைப் பௌத்தச் சிந்தனைப் பள்ளி ஏற்கவில்லை. மாறாக, அனைத்துக் கேள்விகளுக்கும் காரணமும் விளைவும் என்ற கண்ணோட்டத்தில் தீர்வு காணும்

மிக்க அறிவார்ந்த முறையைக் கண்டுபிடித்தது.[12] ஒவ்வொரு வளர்ச்சிக்கும் இடையிலான தொடர்புகளைப் புரிந்துகொள்ளவும் புத்தர் முயற்சித்தார். இவையனைத்தும் இங்கு இப்போது வாழும் வாழ்க்கையை மதிப்புள்ளதாக ஆக்கவே. பொ.ஆ.மு. ஆறாம் நூற்றாண்டில் மனிதர்கள் அப்போதும் காட்டுமிராண்டித்தனமான வாழ்க்கையில் உழன்று கொண்டிருந்தனர். அந்த நேரத்தில் புத்தர் அத்தகைய உயரத்தை அடைந்தது குறிப்பிடத்தக்கச் சாதனையாகும்.[13]

புத்தரின் இயக்கவியல் பார்வை அவரது சிந்தனையில் தாக்கத்தை ஏற்படுத்தியது. ஒவ்வொரு கட்டமைப்பையும், நிறுவனத்தையும் மனிதர்களுக்கு எவ்விதத்தில் அவை நலம் தரக்கூடும் என்ற அடிப்படையில் ஆய்வுக்குட்படுத்தினார். அரசு எவ்வாறு தோன்றியது என்ற கேள்வியைப் பகுத்தறிவுப் பார்வையில் ஆராய்வதற்கு அவரை இது இட்டுச்சென்றது.[14]

அரசு குறித்த பிராமணியக் கருத்தோட்டமும் பௌத்தக் கருத்துகளும்

அரசு குறித்த ஹிந்துப் பார்வையும், பௌத்தப் பார்வையும் வேறுபட்ட இரண்டு சிந்தனை ஓட்டங்களிலிருந்து தோன்றியவை. உருவாகிக்கொண்டிருந்த அரசு குறித்தும், மக்கள் குறித்தும் கௌடில்யருக்கு இருந்த பார்வையைக் கருத்தில் கொண்டு ஒப்பீட்டுச் சித்திரம் ஒன்றைத் தீட்டலாம். முடியரசை வலிமையாக முன்னிறுத்தியவர் கௌடில்யர். முடியரசைக் கேள்வி கேட்கும் அல்லது அதனைக் குறைத்து மதிப்பிடும் எந்த அச்சுறுத்தலையும் அவர் அவமதிப்பாகக் கருதினார். பழங்குடியினர் தமது சமுதாய அமைப்புகளில் ஜனநாயக நிறுவனங்களைப் பாதுகாத்து வைத்திருந்தனர். அந்தப் பழங்குடி மக்களின் ஒற்றுமையைச் சீர்குலைக்கவும் அவர்களை அழிக்கவும் தேவையான வழிமுறைகளை கௌடில்யர் திட்டமிட்டார். அக்காலத்தில் உருவாகிக் கொண்டிருந்த எதேச்சாதிகார ஆட்சியாளர்கள் அரசு குறித்துக் கொண்டிருந்த கொள்கையைத்தான் கௌடில்யர் பிரதிபலித்தார்.[15] இந்தப் பழங்குடி ஜனநாயகக் கட்டமைப்புகளில் இனக்குழுக்கள் இடையிலான உறவை கௌடில்யர் உடைத்தெறிந்தார். எப்படி அது செய்து முடிக்கப்பட்டது என்பதை அவர் விளக்குகிறார்.

‘பழங்குடி அமைப்புகளுக்குள் ஒற்றர்கள் அனுப்பப்படுவார்கள். (பழங்குடியினர் தங்கள் அரசியல் அமைப்பை சங்கம் என்றழைத்தனர்; புத்தர் அவர்களிடமிருந்து இந்தச் சொல்லைக் கடன் வாங்கியிருக்கலாம்

என்று தோன்றுகிறது). அந்தச் சமூகத்தினரிடையே பொறாமை, வெறுப்பு ஏதேனும் காணப்படுகிறதா, அவர்களுக்குள் சச்சரவுகள் ஏதாவது இருக்கிறதா என்று தேடுவார்கள். அவர்களுக்குள் பிரிவினை ஏற்படும் வகையில் அவற்றை மேலும் தூண்டிவிடுவார்கள். ‘ஆச்சார்யர்கள்’ என்ற போர்வையில் சென்று இனக்குழுத் தலைவர்கள் மத்தியில் சிறுபிள்ளைத்தனமான குழப்பங்களை உண்டாக்குவார்கள். விடுதிகளிலும், பொதுமகளிர் விடுதிகளிலும் கூர்மையான புத்தியுடைய ஒற்றர்கள் புகுவார்கள்; தலைவர்களுக்கு முன்னால் அவர்களுக்குக் கீழுள்ளவர்களைப் புகழ்ந்து பேசிக் கோபமூட்டுவார்கள். சோதிடக்காரர்கள் என்ற போர்வையிலும் வேறு வேடங்களிலும் சங்க அமைப்புகளுக்குள் புகுந்து, இளவரசர்களின் குல அடையாளங்களைப் புகழ்ந்து பெரிதுபடுத்திப் பேசுவார்கள். அதன் காரணமாக நேர்மையான சங்கத் தலைவர்கள் இளவரசனுக்குத் தாழ்ந்து போகும் சூழல் ஏற்படும். அந்த இளவரசன் இந்த அரசனுக்கோ அல்லது வேறு அரசனுக்கோ பிறந்தவனாகவோ இருக்கலாம்.’

‘இப்படி ஏற்பாடு செய்யப்பட்டவர்களுக்குப் பரிசாகக் கால்நடைகளும், மனிதர்களும் (பணியாளர்கள்!), வேறு பொருட்களும் அரசன் அளிப்பான். இந்த வகையில் இனக்குழுத் தலைவர்கள் வெற்றிகொள்ளப்படுவார்கள். தெருச்சண்டை போல் அமளி நடக்கும் சமயங்களில் வைன் விற்பவர்களாக ஒற்றர்கள் நடிப்பார்கள். மகன் பிறந்திருக்கிறான் என்றோ, திருமணம் என்றோ அல்லது யாராவது இறந்துவிட்டார் என்றோ சொல்லி நூற்றுக்கணக்கில் மதுக்குடுவைகளை விநியோகிப்பார்கள். பிறர் அறியாமல் அந்த மதுவில் ‘மாதவம்’ என்ற (பாலுணர்வைத் தூண்டும்) சாறு கலக்கப்படும். சங்கத் தலைவர்களின் மனத்தில் பேராசையைத் தூண்ட, பொதுக்கூடங்களின் வாசல்களிலும் கோவில்களிலும் தங்கமோதிரங்கள் அவர்களுக்கு அன்பளிப்பாக அளிக்கப்படும். அல்லது அந்த இடங்களில் அவர்கள் எடுத்துக்கொள்ளும் வகையில் தங்கம் வைக்கப்படும்.

பொதுமகளிரை அல்லது நடனப் பெண்களை, ஆட்டக்காரர்களை அல்லது நடிகர்களை தம் கட்டுப்பாட்டில் வைத்திருப்போர் பழங்குடியினரின் அமைப்புகளுக்குள் எப்படியாவது நுழைந்துவிடுவார்கள்; மயக்கும் அழகுள்ள இளம்பெண்களைக் காட்சிப்படுத்தி தலைவர்களின் காமத்தைத் தூண்டுவார்கள்; அந்தப் பெண்கள் மீது ஆசையை வளர்த்துக்கொண்ட தலைவர்களுக்குக்

கோபம் ஏற்படும் வகையில், அந்த பெண்களை மற்றவர்கள் கடத்துவதற்கு ஏற்பாடு செய்வார்கள்; அல்லது ஏதாவது வகையில் அந்தத் தலைவர்களுக்குள் சண்டையை உண்டாக்குவார்கள். இவ்வாறு உருவாகும் கலவரத்தில் புத்திசாலித்தனமான ஒற்றர்கள் தங்களுக்கு இட்ட பணியை முடித்துவிடுவார்கள். பின் காமுகன் கொல்லப்பட்டான் என்று அறிவிப்பார்கள்.

தன்மீது பிரியம் கொண்டிருப்பவனை (ஒரு தலைவன்) ஏமாற்றி வேறொரு தலைவனிடம் செல்லும் பெண், புதியவனிடம், 'என் மனது உன்மீது இருக்கிறது; ஆனால், அந்தத் தலைவன் என்னைத் தொந்தரவு செய்கிறான். அவன் உயிரோடு இருக்கும்வரை என்னால் இங்கு உன்னோடு மகிழ்ச்சியாக இருக்க முடியாது' என்று கூறுவாள். இவ்வாறு ஒருவனை கொல்ல மற்றவன் தூண்டப்படுவான். இரவில் வலுக்கட்டாயமாக தூக்கிச் செல்ல ஏற்பாடு செய்யப்படும் பெண், தன்னைத் தூக்கிச் செல்பவனை, பூங்காவிலோ அல்லது கேளிக்கை வனத்திலோ வைத்து கூர்மையான ஆயுதத்தாலோ அல்லது மறைத்து வைத்திருக்கும் விஷத்தைக் கொடுத்தோ, அவன் அத்துமீறினான் என்று கொலைசெய்துவிடுவாள். அதன்பின் அவள், 'என் அன்பிற்குரியவரை இன்னொருவன் கொலை செய்துவிட்டான்' என்று கூறுவாள்.

பாலுணர்வால் தூண்டப்பட்டிருப்பவனிடம் இரவு நேரத்தில் ஒற்றன் ஒருவன் துறவிபோல் வேடம் பூண்டு செல்வான். அவனிடம், இந்தக் களிம்பால் பெண்களை வசீகரிக்க முடியும் என்று சொல்லி விஷம் கலந்த களிம்பை அவனுக்குக் கொடுத்துவிட்டு மறைந்துபோவான்; அந்த இடத்திற்கு வரும் வேறு ஒற்றர்கள் இந்தச் செயல் எதிரியின் வேலை என்று அறிவிப்பார்கள். விதவைகள் அல்லது பிச்சைக் காரர்கள் வேடத்தில் சாதாரண பெண்கள் சங்கத் தலைவர்களிடம் அனுப்பப்படுவார்கள். அவர்களுக்குத் தனிப்பட்ட உத்தரவுகள் அளிக்கப்பட்டிருக்கும். அரசனிடம் கொடுத்து வைத்திருக்கும் பொருள் குறித்துத் தங்களுக்குள் தகராறு என்பதுபோல் நடிப்பார்கள். அந்தச் சங்கத் தலைவனைப் பிரச்சனையைத் தீர்த்து வைக்கச் சொல்வார்கள். உடலைக்காட்டி தலைவனுக்குக் காமவெறி ஏற்றுவார்கள்.

பொதுமகளிர் அல்லது நடனப்பெண்கள் அல்லது பாடல்கள் பாடுவோர் காதலனை மாலை நேரத்தில் ரகசியமான வீட்டில் சந்திப்பதற்கு நேரம் குறிப்பார்கள். அவ்வாறு சந்திக்கும்போது

புத்திசாலி ஒற்றர்கள் அவர்களைக் கொன்றுவிடுவார்கள்; அல்லது சங்கிலியால் கட்டி இழுத்துச் சென்றுவிடுவார்கள். பெண்களை அதிகம் விரும்பும் சங்கத் தலைவனிடம் ஒற்றன் ஒருவன் இப்படிக் கூறுவான்: '... கிராமத்தில் அந்த ஏழையை அப்புறப்படுத்திவிட்டோம்; அவன் மனைவி ராணியாக இருக்கத் தகுதியுள்ள பேரழகி. அவள் உங்களிடம் இருக்க வேண்டியவள்.' அவளைத் தூக்கி வந்து இந்தத் தலைவனிடம் ஒப்படைத்த பதினைந்து நாட்களுக்குப்பிறகு, வேறொரு ஒற்றன் துறவியின் வேடத்தில் பழங்குடி சபையில் அந்தத் தலைவன் மீது குற்றம் சுமத்திப் பேசுவான்: 'இந்த மனிதன், என் மனைவியை அல்லது மருமகளை அல்லது சகோதரியை அல்லது மகளை வலுக்கட்டாயமாகத் தூக்கிவந்துவிட்டான்.' அந்த தலைவனுக்குச் சங்கம் தண்டனை விதிக்கும். அப்போது, அரசன் அவனைக் கைது செய்து சித்திரவதை செய்வான்.

திறன்மிக்க ஒற்றர்கள் பிச்சைக்காரர்கள் வேடத்தில் இரவில் அலைவார்கள்; மாறுவேடங்களில் அலையும் ஒற்றர்கள் 'பிராமணன் ஒருவனைக் கொலை செய்த இந்த மனிதன், பிராமணப் பெண் ஒருத்தியுடன் தகாத உறவு வைத்திருந்தவன்' என்பதுபோல் தலைவர்கள்மீது பழிசொல்வார்கள். சோதிடக்காரன் வேடத்தில் வரும் ஒற்றன், திருமணமாக வேண்டிய பெண் ஒருத்தியைப் பற்றிக் கணித்துக் கூறுவதுபோல் இப்படிச் சொல்வான்: 'அந்த மனிதனின் மகள் ராணியாகப் போகிறவள்; அதுமட்டுமின்றி ஒரு ராஜாவுக்கு தாயாகப் போகிறவள். எப்படியாவது அவளை, வலுக்கட்டாயமாக என்றாலும் நீ அடைந்துவிடு.' அந்தத் தலைவனால் அவளை அடைய முடியவில்லை என்றால், அவனது எதிரிகளைத் தூண்டிவிடுவார்கள். யாராவது ஓர் எதிரி இதில் வெற்றி அடைந்துவிட்டால், மோதல் தவிர்க்க முடியாததாகிவிடும்.

மனைவியிடம் பிரியமாக இருக்கும் ஒரு தலைவனிடம் பிச்சை எடுப்பவள் வேடத்தில் வரும் பெண் இப்படிக் கூறுவாள்: 'அந்தத் (வேறொரு) தலைவன் தனது இளமை மீது பெரும் கர்வத்துடன் இருக்கிறான். என்னிடம் உங்கள் மனைவியை மயக்கச் சொல்லியிருக்கிறான். அவனது பயமுறுத்தலுக்குப் பயந்து, அவன் கொடுத்த கடிதத்தையும் நகைகளையும் உங்கள் மனைவிக்காக கொண்டு வந்திருக்கிறேன். உங்கள் மனைவிக்கு ஒன்றும் தெரியாது. அவள் அப்பாவி. ஆனால், அவனுக்கு எதிராக ரகசியமாக நடவடிக்கை எடுங்கள்; உங்கள் வெற்றிக்காக நான் ஆர்வத்துடன் காத்திருக்கிறேன்' என்று கூறுவாள்.[16]

மேற்கூறிய எடுத்துக்காட்டுகளில் எதிரிகளை முறையாக அழிப்பதற்குக் கௌடில்யர் பயன்படுத்திய கொடூரமான வழிமுறைகளைப் பார்த்தோம். இதில் நாம் கவனிக்க வேண்டிய முக்கிய விஷயம், அவரது அரசியல் இலக்கு: அதாவது முடியரசு வலிமைப்படுத்தப்பட வேண்டும். பழங்குடி ஜனநாயக அமைப்புகள் சீர்குலைக்கப்பட்டு, அழிக்கப்பட வேண்டும். நிச்சயமாக, இந்தச் செயல்கள் மூலம் இரக்கமற்ற கொடூரமான அரசியல் பண்பாட்டின் தந்தையாக கௌடில்யர் உருவானார்.[17]

சங்க அமைப்பு, அரசின் குடியரசு வடிவமே என்று ஹிந்துச் சிந்தனையாளர்களும் பௌத்தச் சிந்தனையாளர்களும் ஒரேவிதமாகவே ஏற்றனர் என்பது கே.பி.ஜெயஸ்வாலின் உறுதியான கருத்து. இந்தக் கருத்து சங்க அமைப்பைச் சீர்குலைக்க கௌடில்யர் முயன்றார் என்பதற்கு எதிரானதாக இருக்கிறது. மிக முக்கிய அறிஞர்களில் ஒருவரான ஜெயஸ்வால் பண்டைய இந்திய அரசு அமைவு பற்றி அசலான ஆய்வுகளை நடத்தியவர். ஆனால், கோட்பாட்டளவில் இரண்டு விஷயங்களில் அவர் தவறு செய்துள்ளார். முதலாவது: இந்தியாவில் ஜனநாயக மரபு இருந்திருக்கவில்லை என்ற காலனிய வாதத்தைத் தவறு என்று நிரூபிக்க, பழமையானவை அனைத்தும் ஹிந்து மரபின் பகுதியே என்று அவர் கூறுவது. பௌத்த இலக்கியங்களை, குறிப்பாக புத்தரின் கோட்பாட்டு மாதிரிகளை ஹிந்து மாதிரிகளாகவே அவர் பயன்படுத்தினார். எடுத்துக்காட்டாக சங்கம் என்பது முற்றிலும் பௌத்தத்தின் கண்டுபிடிப்பு; ஆனால், ஹிந்து நிறுவனமாக சங்கம் எடுத்துக்கொள்ளப்பட்டது. புத்தர் கூறிய மதச் சகோதரத்துவ வரலாறு, இந்தியாவின் ஹிந்துக் குடியரசுகளின் ஜனநாயக அமைப்பிலிருந்து தோன்றியதாக ஜெயஸ்வால் கூறுகிறார்.[18] அவர் மேலும், 'ஹிந்துயிசத்திடமிருந்து கடன் வாங்கியது போன்ற செயல்தான் இது. அதேநேரத்தில் அதன் பின்னால் ஓர் அசல் சிந்தனை இருந்தது. மிகச் சிறந்த அறிவாளி மட்டுமே இதனை உணர்ந்திருக்க முடியும். ஓர் அரசியல் நிறுவனத்தின் அரசியலமைப்பை மதமாக மாற்றியதிலும், அந்த மதம் நீடித்திருக்க ஓர் அமைப்பைப் புத்திசாலித்தனத்துடன் வடிவமைத்ததிலும் புத்தரின் அசல் தன்மை, அடங்கியிருந்தது' என்கிறார்.

ஜெயஸ்வாலின் இரண்டாவது வாதம்: தனது மத நோக்கங்களை அடைவதற்காக அக்காலத்து அரசியல் நிறுவனங்களைப் பௌத்தம் பயன்படுத்திக் கொண்டது என்பது. ஆனால், Hindu Polity என்ற தனது நூலில் அவர் அதிகமாகப் பயன்படுத்தியிருக்கும் தரவுகள், புத்தரை மத

குருவாகக் காட்டுவதற்குப் பதிலாக ஓர் அரசியல் சிந்தனையாளராக நிரூபிக்கவே பயன்பட்டுள்ளன. அதுமட்டுமின்றி, புத்தர் உயிருடன் இருக்கையில் அவரோ அல்லது அவரது சீடர்களோ சங்கத்தை மத நிறுவனமாக நடத்தினார்கள் என்பதை நிரூபிக்க ஆதாரமேதும் இல்லை.[19] மாறாக, பிராமணர்கள் சடங்கு சார்ந்த பலியிடல்களைப் பின்பற்றினர் என்பதால் ஹிந்துச் சிந்தனையாளர்கள் அனைத்தையும் மதமாக மாற்றுவதற்கு முயற்சித்தனர். ஏறத்தாழ அனைத்து ஹிந்து வரலாற்றாசிரியர்களும் கௌடில்யரை 'மதச்சார்பற்ற' சிந்தனையாளராகவே முன்னிறுத்துகின்றனர். புத்தரின் காலத்தைச் சேர்ந்த பிராமண இலக்கண அறிஞர் பாணினியையும் ஜெயஸ்வால் 'மதச்சார்பற்ற' சிந்தனையாளர் என்றே கூறுகிறார். ஆனால், அவர் புத்தரை எப்போதும் அப்படிக் கருதியதில்லை.[20]

இருப்பினும் பழங்குடியின அமைப்புகளைச் சீர்குலைப்பதில் கௌடில்யர் கொண்டிருந்த அணுகுமுறை ஹிந்து பொதுச் சிந்தனையுடன் ஒருங்கிணைந்து போகிறது. பழங்குடியின குடியரசுகளின் அமைப்புகள் குறித்தும் அவை நீடித்திருப்பது எப்படி என்பது குறித்தும் புத்தர் வேறுபட்ட அணுகுமுறை கொண்டிருந்தார். அரசு என்பதின் கருவுருவாக்க நிலையே பழங்குடி அமைப்பு என்று அவர் நம்பினார்; மேலும், எதிர்மறை அரசை உருவாக்குவது எது என்பதையும் புத்தர் அறிந்திருந்தார் எனத் தோன்றுகிறது. கௌடில்யர் போன்ற ஹிந்துச் சிந்தனையாளர்களின் அணுகுமுறைகளுக்கு முற்றிலும் மாறாக, தினசரிப் பயன்பாட்டின் அடிப்படையில் பிரச்சனைகளைப் புத்தர் ஆராய்ந்தார். கௌடில்யர் பழங்குடி குடியரசுகளை அழிப்பதற்கு முயன்றார்; ஆனால், புத்தர் அவற்றைப் பாதுகாக்கவே அணுகினார். [21]

புத்தரது காலகட்டத்தில் வஜ்ஜியன் என்ற பழங்குடியின கூட்டமைப்பு இருந்தது. அதனைத் தாக்கி தனது பேரரசுடன் இணைத்துக்கொள்ள அரசன் அஜாதசத்ரு விரும்பினான். தாக்குதலைத் தொடங்குவதற்கு முன்னர் புத்தரின் கருத்தை அறிந்துகொள்ள அவன் விரும்பினான்; ராஜகிருகத்தில் தங்கியிருந்த புத்தரிடம் பிராமண அமைச்சர் ஒருவரை அனுப்பினான். புத்தரைச் சந்தித்து வஜ்ஜியன் குடியரசை அழிக்க எண்ணும் அரசனின் விருப்பத்தை அமைச்சர் எடுத்துக் கூறியதும், அந்த யோசனையைப் புத்தர் திட்டவட்டமாக நிராகரித்தார்.

மகா பரிநிப்பானா சுட்டாவில் புத்தர் கூறியதாக இவ்வாறு பதிவாகியுள்ளது: ஆசிர்வதிக்கப்பட்டவர் (தனது சீடர் ஆனந்தனிடம்)

கேட்கிறார். 'ஆனந்தா, வஜ்ஜியன்கள் அடிக்கடி கூடுகிறார்கள்; இனக்குழுவின் பொதுக் கூட்டங்களை அடிக்கடி நடத்துகிறார்கள் என்று கேள்விப்பட்டாயா?' 'பிரபுவே, நான் அப்படிக் கேள்விப்பட்டேன்' என்றார் ஆனந்தன். ஆசிர்வதிக்கப்பட்டவர் தொடர்ந்து பேசுகிறார். 'ஆனந்தா, வஜ்ஜியன்கள் இவ்வாறு அடிக்கடி ஒன்று கூடுவதும், பொதுக்கூட்டங்களை அடிக்கடி நடத்துவது தொடரும் வரையிலும் அவர்கள் அழிந்து போகமாட்டார்கள்; செழித்து வளர்வார்கள்.'

'ஆனந்தா, இணக்கத்துடன் வஜ்ஜியன்கள் கூடுவதும், இணக்கத்துடன் எழுச்சி பெறுவதும், தங்கள் காரியங்களை இணக்கத்துடன் செய்யும் காலம் வரையிலும்—ஏற்கனவே நிறுவப்படாத ஒன்றைச் சட்டமாக ஆக்கும் வரையிலும், ஏற்கனவே சட்டமாக்கப்பட்ட ஒன்றை ரத்துசெய்யாத வரையிலும், முன்னாட்களில் நிறுவப்பட்ட வஜ்ஜியன்களின் பழமையான நிறுவனங்களுடன் இணக்கமாக நடந்துகொள்ளும் வரையிலும் - ஒரு வஜ்ஜியன் தனது மூத்தோரை மதிப்பது, மரியாதை செய்வது, வணங்குவது, அவர்களுக்கு ஆதரவாக இருப்பது, அவர்கள் சொல்வதைக் கேட்பதைக் கடமையாக மேற்கொள்ளும் காலம் வரையிலும் – அந்த இனக்குழுக்களைச் சேர்ந்த பெண்களோ அல்லது சிறுமிகளோ வலுக்கட்டாயமாகவோ அல்லது கடத்தப்பட்டோ காவலில் வைக்கப்படாமல் இருக்கும் வரையிலும் - நகரத்திலோ அல்லது நாட்டின் வேறு பகுதியிலோ இருக்கும் வஜ்ஜியன்களின் கோவில்களை மதித்து, மரியாதை செலுத்தி அவர்கள் போற்றும் நாட்கள் வரையிலும், முன்னர் அளிக்கப்பட்டும், நிகழ்த்தப்பட்டும் இருந்து இப்போது வழக்கொழிந்து போய்விட்ட நிவேதனங்களையும் வழிபாடுகளையும் அனுமதிக்காத வரையிலும் – அவர்கள் மத்தியில் வாழும் அருகர்களுக்குச் சரியான பாதுகாப்பையும், ஆதரவையும் முழுமையாக அவர்கள் அளிக்கும் வரையிலும்,[22] அதன் காரணமாக இவர்களது ஆட்சிப் பிரதேசத்திற்குள் அருகர்கள் தொடர்ந்து வருகை தருவது இருக்கும் வரையிலும், அங்குள்ள அருகர்கள் பிரச்சனையின்றி வாழ்வதற்கு வழியிருக்கும் வரையிலும் – வஜ்ஜியன்கள் அழிந்து போகமாட்டார்கள்; அவர்கள் செழித்து வளர்வார்கள்'.[23]

வஜ்ஜியன்கள் தன்னாட்சி நடத்திக்கொள்ள அனுமதிப்பதைப் புத்தர் நியாயப்படுத்தினார். அதற்கான மதிப்புமிக்க முக்கியக் காரணம் அக்குழுவினரின் அரசியலில் நிலவிய ஜனநாயகம். அஜாதசத்ருவிற்குப் பிறகுதான் கௌடில்யர் வாழ்ந்தார். எனினும், ஹிந்து ஆட்சியாளர்கள் செய்ததை, புத்தரின் காலகட்டத்திலும் அதற்கு முன்னும் அவர்கள்

செய்ய விரும்பியவற்றை கௌடில்யர் சட்டப்பூர்வமாக்கினார். பழங்குடி சங்கங்கள் குறித்து கௌடில்யர் கூறியதிலும், வஜ்ஜியன் பழங்குடியினர் பற்றி அஜாதசத்ரு கூறியதிலும் குறிப்பிடும்படியான ஒற்றுமையை ஒருவர் பார்க்கமுடியும். அஜாதசத்ருவின் எண்ணங்களை மகா பரிநிப்பானா சுட்டா பதிவு செய்துள்ளது. வஜ்ஜியன் பழங்குடி குடியரசுகளை இணைத்துக்கொள்ளும் திட்டத்தை புத்தர் எதிர்த்தார். எனினும் அவரது எச்சரிக்கையை அஜாதசத்ரு நிராகரித்தான். வஜ்ஜியன் வாழ்க்கை முறையில் இருந்த நல்ல விஷயங்களை அவன் மதிக்கவில்லை. அவற்றிற்கு முக்கியத்துவம் அளிக்கவில்லை. தனது பேரரசின் நலனைத்தான் முன்னிறுத்தினான். 'வஜ்ஜியன்கள் எவ்வளவு வல்லமை மிக்கவர்களாக, ஆற்றல் கொண்டவர்களாக இருந்தாலும் அவர்களைத் தாக்குவேன்; வஜ்ஜியன்களை வேரறுப்பேன், வஜ்ஜியன்களை முற்றிலும் அழித்துவிடுவேன்' என்றான் அவன்.[24]

இந்தியச் சிந்தனை மரபில் வலதுசாரிப் பள்ளியின் நாயகனாக அஜாதசத்ரு மாறியதற்கு இதுவும் ஒரு காரணம். ஹிந்துத் தேசியத்தின் 'மாதிரி' அரசனாகவும் அவன் முன்னிறுத்தப்பட்டான். 'அகண்ட பாரதம்' கோட்பாட்டில் நம்பிக்கை உள்ளவர்களுக்கு அஜாதசத்ரு வலிமையான அடையாளமாக இருக்கிறான்; ஏனெனில், புத்தர் புகழ்ந்து பேசிய, பாதுகாக்கப்பட வேண்டும் என்று கூறிய பழங்குடி குடியரசுகளை அழித்தவன் அவன். சாதாரணமாக, கைப்பற்றுவது என்று மட்டும் அவன் பேசவில்லை; அடியோடு அழிக்கவேண்டும் என்று பேசினான். கௌடில்யரைப் போலவே, பழங்குடி குடியரசுகள் மீது அவனுக்கும் வெறுப்பு இருந்தது.[25] இத்தகைய ஹிந்துக் கண்ணோட்டத்திற்கு முற்றிலும் மாறாக, இந்த அரசுகள் குறித்து மிகுந்த ஜனநாயக அடிப்படையிலான அறிவார்ந்த நிலைப்பாடு புத்தருக்கு இருந்தது.

முதலாவதாக, வழக்கமான கூட்டங்கள், வெளிப்படையான விவாதங்கள் என்று ஜனநாயக நடைமுறையைத் தொடர்ந்து அவர்கள் பின்பற்றுகிறார்களா; அவற்றை மதிக்கிறார்களா; வயதானவர்களும் பெண்களும் அங்கு பாதுகாப்பாக இருக்கிறார்களா என்று அறிந்து கொள்ள புத்தர் விரும்பினார். வஜ்ஜியன்கள் துறவிகளையும் வெளிப்பிரதேசத்தைச் சேர்ந்தவரையும் மதிக்கிறார்களா, அவர்கள் தங்குவதற்கு இடம் தருகிறார்களா என்று அறிய விரும்பினார். இந்த நல்ல வழக்கங்கள் வஜ்ஜியன்களிடம் இருக்கின்றன என்பதை ஆனந்தன் வழியாகப் புத்தர் அறிந்துகொண்டார்; ஆகவே, அழிவிலிருந்து அவர்கள் பாதுகாக்கப்பட வேண்டும்; மேலும் செழித்து

வளர்வதற்கு உதவவேண்டும் என்று விரும்பினார். (அரசனிடமிருந்து வந்த) 'அந்தப் பிராமண தூதர் அந்த இடத்தைவிட்டு அகன்றதும், பிக்குகளின் அவையைக் கூட்டினார்; அதில் ஒரு சமூகத்தின் நலனிற்கான அடிப்படைத் தேவைகள் குறித்து அவர்களுக்கு உபதேசித்தார்.'

எதிர்காலத்தில் எந்த ஜனநாயக அரசையும் நிர்வகிக்க உதவும் ஏழு அடிப்படைக் கொள்கைகளாகப் புத்தர் இவற்றை கூறுகிறார். அவையாவன:

1. பிக்குகள் முழுமையான சபையை அடிக்கடி கூட்டி, விவாதிக்க வேண்டும்.
2. இணக்கத்துடன் அவர்கள் கூட வேண்டும், இணக்கத்துடன் எழுச்சி பெற வேண்டும், சங்கத்தின் கடமைகளை உடன்பாட்டுடன் ஏற்று நடத்தவேண்டும்.
3. ஏற்கனவே தடைசெய்யப்பட்ட ஒன்றைப் பிக்குகள் நிறுவ முயலக்கூடாது. ஏற்கனவே நிறுவப்பட்ட ஒன்றை ரத்து செய்ய முயற்சிக்கக் கூடாது. சங்கத்தில் வகுக்கப்பட்ட விதிகளின் படி செயல்பட வேண்டும்.
4. இனத்தின் மூத்தவர்களை, தந்தைகளை, சங்கத்தின் தலைவர்களை, இனத்தின் சகோதரர்கள் மதிக்க வேண்டும், மரியாதை செய்ய வேண்டும், போற்றவேண்டும்; அவர்கள் கூறுவதைக் கேட்பதை கடமையாக்கிக் கொள்ளவேண்டும்.
5. சகோதரர்கள் அடங்கா ஆசையின் தாக்கத்திற்கு ஆளாகக்கூடாது.
6. தனிமை நிரம்பிய வாழ்வைச் சகோதரர்கள் ஆனந்தமானதாகக் கருத வேண்டும்.
7. சகோதரர்கள் தங்கள் மனத்தை இவற்றிற்குப் பழக்கப்படுத்திக் கொள்ள வேண்டும்; பிக்குகள், வீழ்வதற்கு விரும்பாமல், செழித்து வளர்வதற்கு முயலவேண்டும்.

பழங்கால இந்தியக் குடியரசுகள் பின்பற்றிய அரசியலமைப்பின் வயிற்றில் உதித்ததே புத்தரின் மதச் சகோதரத்துவ வரலாறு. இந்த நாட்டிற்கு மட்டுமல்ல பரந்த உலகத்திற்கும் இது ஆர்வமூட்டும் விஷயம் என்கிறார் ஜெயஸ்வால். மேலும் அவர், இந்த இந்தியக் குடியரசுகள், ஹிந்துக் குடியரசுகளே என்ற முடிவுக்கும் அவர் வருகிறார்.[26] மேலைப் பண்பாட்டு அடிப்படையிலான காலனிய வாதங்களுக்கு எதிராக ஜெயஸ்வால் முன்வைக்கும் இந்த வாதத்தில்

தேசியவாத விழைவுகள் அடங்கியுள்ளன. எனினும், சந்தேகமின்றி இது வரலாற்றிலிருந்து விலகும் போக்கே.

புத்தரது வாதங்கள் அரசியல் அடிப்படையில் இருக்கும்போது பௌத்தத்தை ஒரு மத அமைப்பாகக் கூறுவது சரியான வாதமல்ல.[27] அதுமட்டுமின்றி, முன்மாதிரியாக புத்தர் பின்பற்றிய பழங்குடியின குடியரசு நடைமுறைகள், ஹிந்து மதகுரு-அரசன் கூட்டுறவால் உருவான வழக்கங்களின் தொடர்ச்சி என்று கருதுவதற்கும் ஆதாரம் ஏதுமில்லை. ஜனநாயக நடைமுறைகளைப் பின்பற்றிய பழங்குடி குடியரசுகளுக்கும் ஹிந்து மதத்திற்கும் எந்தத் தொடர்பும் இல்லை; அரசு, ஒரு ஹிந்து ஏகாதிபத்தியமாக மாறுவதை அவை எதிர்த்தன. பழங்குடியின் குடியரசு மரபைப் பாதுகாக்கும் நோக்கிலேயே பௌத்தம் 'நடுநிலைப் பாதை' கொள்கையை நிறுவியது. இந்தச் செயல்முறையின் மிகச் சிறந்த எடுத்துக்காட்டாகச் சங்கம் திகழ்ந்தது. பௌத்தத்திலிருந்து ஜெயஸ்வால் பரவலாகச் சான்றுகளை மேற்கோள் காட்டுகிறார். ஆனால், அவற்றைத் தனது ஹிந்துக் கோட்பாட்டிற்கு ஏற்றவாறு மாற்றிக் கொள்கிறார்.[28]

அரசு பற்றியும் அதன் தோற்றம் குறித்தும் புத்தருக்கு உறுதியான பார்வை இருந்தது. ஹிந்துச் சிந்தனையாளர்கள் ஏகாதிபத்திய அரசை அல்லது 'சங்கதீத ராஜ்யத்தை' நிறுவுவதை தமது திட்டங்களாக வைத்திருந்தனர். ஆனால், இதற்கு எதிராகக் குடியரசுகளையும் ஜனநாயக நிறுவனங்களையும் பாதுகாத்தவராகப் புத்தர் இருந்தார். ஜனநாயகக் கட்டமைப்புகள் மீது புத்தருக்குப் பரிவு மிக்கக் கண்ணோட்டம் இருந்தது என்று ஆர்.சி.மஜும்தார் மிகச்சரியாக விவரிக்கிறார். 'இந்தப் புதிய சிந்தனைப் பள்ளிக்கு அரசியல் நிறுவனங்களின்மீது உண்மையான பரிவு இருந்தது. கௌடில்யரின் சிந்தனைப் பள்ளிக்கும் இதற்கும் இருந்த வேறுபாடு மிக முக்கியமானது. 'கண' அமைப்புகளுக்கு அழிவைக் கொண்டுவரக்கூடிய விஷயங்களை இது முன்மொழியவில்லை; படுகுழிகளிலும் ஆபத்துகளிலும் விழுந்துவிடாமல், அத்தகைய விஷயங்களிலிருந்து அவை மீள்வதற்கு ஆரோக்கியமான பரிந்துரைகளைப் பௌத்தம் அளித்தது.[29]

இந்த மாதிரியான சிந்தனையை விரும்பாதவர்கள் ஹிந்துயிசத்தை நம்பியவர்கள் மத்தியிலும் இருந்தனர். ஜெயஸ்வாலுக்கும் மஜும்தாருக்கும் இடையிலிருந்த வேறுபாட்டை ஒருவர் காணமுடியும். பௌத்த சங்க நடைமுறைகளை ஹிந்துயிசத்திற்குள்

உள்வாங்கிக் கொள்வதே ஜெயஸ்வாலின் திட்டம்; பௌத்தத்தை ஹிந்துயிசத்திற்குள் உள்வாங்கிக்கொள்ளும் ஹிந்து திட்டத்தின் ஒரு அம்சமே இது. வரலாற்றை தங்களது நலனிற்காகப் பயன்படுத்திக்கொண்ட இனவாத சக்திகளுக்குத்தான் இந்த வரலாற்று விலகல் உதவியது. மேலைப் பண்பாட்டு அடிப்படையிலான பார்வையையும் காலனியத்தையும் எதிர்ப்பது என்ற போர்வையில் வரலாற்றையும் இனவாதத்திற்கு உட்படுத்தியதுதான் உண்மையாக நிகழ்ந்தது.

அரசின் தோற்றம் குறித்த புத்தரின் கொள்கை

அரசின் தோற்றம் குறித்த பொது விவாதத்திற்கு முன்னதாக மானுட இயல்பு பற்றி ஒரு கலந்துரையாடல் நிச்சயம் நடக்கவேண்டும். ஏனென்றால், ஓர் அரசின் அடிப்படை இயல்பு குறித்த அனுமானம், மானுட இயல்பு குறித்த ஒருவரின் புரிதலைச் சார்ந்திருக்கிறது. சமுதாய ஒப்பந்தக் கோட்பாட்டை பேசிய மேலை அறிஞர்கள் அனைவரும் மானுட இயல்பு குறித்து அவர்களுக்கு இருந்த புரிதலின் அடிப்படையில்தான் தங்கள் வாதங்களை வைத்தனர். இந்த முக்கியமான கேள்வியின் அடிப்படையில்தான் அரசின் தோற்றம் குறித்த அவர்களது முடிவுகள் அமைந்தன.

மனிதர்கள் அடிப்படையில் சுயநலமிகள், பொல்லாதவர்கள் என்று ஹோப்ஸ் கருதினார்; ஆகவே 'லேவியாதன்' என்ற அரசு மாதிரியை அவர் ஆதரித்தார். மனிதர்களது சுய-அழிவிற்குக் காரணமான தீய குணத்திலிருந்துதான் சமுதாய ஒப்பந்தம் ஒன்றிற்கான அடிப்படைத் தேவை எழுகிறது என்கிறார் அவர். அரசாங்கம் என்பது தோன்றுவதற்கு முன்னர் இருந்த சமுதாயத்தில் (State of Nature) 'அனைவரும் அனைவருக்கு எதிராகவும் சண்டையிட்டு கொள்வார்கள்'.[30] இதனால் அனைத்து குடிமக்களும் லேவியாதன் என்ற நிறுவனத்திடம் தங்களது உரிமைகளை ஒப்படைப்பது என்பதாக அவரது ஒப்பந்தக் கொள்கை அமைந்தது; இதற்கு மாறாக லாக்கே, மனிதர்கள் இயல்பில் சுயநலமிகள் அல்ல; ஒருவருக்கொருவர் உதவியாக இருப்பவர்களே என்பதிலிருந்து தனது பார்வையைத் தொடங்குகிறார்.

வாழ்க்கை நிலைமைகளை மேம்படுத்திக் கொள்வது, விரிவாக்கிக் கொள்வது என்ற அடிப்படையில்தான் ஓர் அரசு உருவாக்கத்தின் தேவை எழுகிறது. இவ்வாறு மனிதர்கள் இரண்டு ஒப்பந்தங்களில்

கையெழுத்திடுகிறார்கள் என்கிறார் லாக்கே. ஒன்று, சமுதாயம் சார்ந்தது; மற்றொன்று அரசாங்கம் தொடர்பானது; இந்த இரண்டு ஒப்பந்தங்களிலும் குடிமக்கள் அவர்களது உரிமைகள் அனைத்தையும் ஒப்படைப்பது இல்லை. லாக்கே, நெகிழ்வுத் தன்மை கொண்ட நிறுவனமாக அரசை எண்ணுகிறார். மாற்றத்திற்கான தேவை ஏற்படும்போது தனது கட்டமைப்பை அது மாற்றிக்கொள்கிறது. ஆகவே லாக்கேவின் ஒப்பந்தம் ஒரு ஜனநாயக ஒப்பந்தம்; ஜனநாயக அரசை உருவாக்குவது. 1649ல் நிகழ்ந்த 'பியூரிட்டன்' புரட்சியில், ஆளப்படுபவர்களின் ஒப்புதல் அடிப்படையில்தான் அரசாங்கம் அமையவேண்டும் என்ற கோட்பாட்டை ஜான் லாக்கே உருவாக்கினார்.[31] வாழ்வதற்கான உரிமை, சுதந்திரத்திற்கான உரிமை, சொத்துரிமை ஆகிய இயற்கை உரிமைகள் அடங்கிய லாக்கேவின் கருத்து, வரம்பிற்குட்பட்ட அரசாங்கத்தின் அடித்தளமாக அமைந்தது. இதனால்தான் கார்ல் மார்க்ஸ் இவரை ஜனநாயகப் புரட்சியை முன்கூட்டியே அறிவித்தவர் என்று புகழ்ந்தார்.

சமுதாய ஒப்பந்தம் குறித்துப் பேசிய இறுதி நபராக ஆனால் முக்கியமானவராக ரூஸோ அறியப்படுகிறார். பிரெஞ்சுப் புரட்சிக்கான விதைகளைத் தூவியவர் அவர். மனிதர்கள் இயல்பில் உயர்ந்தவர்கள் என்கிறார் அவர். 'இயற்கை அரசில்', அவர்கள் 'உயர்வான காட்டுமிராண்டிகள்'. பழமையான நிலையில் இருக்கும் மனிதர்களின் மனநிலையும் பழமையான நிலையில்தான் இருக்கும் என்று அவர் கண்டறிந்தார். பழமைத்தனம் என்ற வயிற்றில்தான் ஒப்பீட்டளவில் பகுத்தறிவுச் சிந்தனை தோன்றுகிறது. அதாவது சரியான மதிப்பீடுகளின் அடிப்படையில் அமையும் சமுதாயங்கள்தான் செழிப்புறுகின்றன; தொழில்மயமாக்கத்தால் அல்ல.

ரூஸோ இவ்வாறு கூறுகிறார்; 'பழங்கால மனிதனை அவனது அடிப்படைத் தேவைகள் ஆதிக்கம் செலுத்தின; முதலாவது, அடிப்படை உள்ளுணர்வான தன்னைப் பாதுகாத்துக் கொள்ளுதல்; உயிர்வாழ்வதற்குச் சாதகமான பௌதீகச் சூழலில் இந்த விஷயம் எளிதாக நிறைவேறுகிறது; அதேநேரத்தில், அவனுக்குள் இருக்கும் 'இயல்பான பரிவு' என்ற உள்ளுணர்வு மற்றவரிடம் வேண்டுமென்றே மூர்க்கத்துடன் அவன் நடந்து கொள்வதைத் தடுக்கிறது. ஒருவர் துயருறுவதைப் பார்க்கும்போது தன்னியல்பாக எழும் விரக்தியே இதற்குக் காரணம்'[32] இந்த அடிப்படையில்தான், 'இயற்கை அரசை' நோக்கித் திரும்புவதற்கு அவர் அறைகூவல் விடுக்கிறார்; அதுமட்டுமின்றி, 'பொது விருப்பத்தின்' அடிப்படையில்

அரசியலமைப்பை உருவாக்குங்கள் என்றும் வேண்டுகிறார். இந்த விருப்பம், சிறுபான்மை மக்களுடையதும் அல்ல. பெரும்பான்மை மக்களுடையதும் அல்ல. சரியான மதிப்பீடுகளையும் மக்களது உரிமைகளையும் பேணிப் பாதுகாக்கப் புரட்சிகர மாற்றத்தை அவர் நியாயப்படுத்துகிறார். சமுதாய ஒப்பந்தம் குறித்துப் பேசிய பரவலாக அறியப்பட்ட நவீன மேலை அறிஞர்களின் பார்வையின் வெளிச்சத்தில், மனித இயல்பு குறித்தும் அரசின் தோற்றம் குறித்தும் ஹிந்து மதமும் பௌத்தமும் கொண்டிருந்த கருத்துகளை ஆராயலாம்.

ஹிந்து புனித உரிமைகள் கோட்பாடு

பண்டைய ஹிந்துச் சிந்தனையாளர்கள் வலிமையான ஏகாதிபத்திய அரசுகளை ஆதரித்தனர். பழங்குடி ஜனநாயகக் குடியரசுகளை அவர்கள் வெறுத்தனர். மானிட இயல்பைச் சர்வாதிகாரப் பார்வையில் அவர்கள் புரிந்து கொண்டதே இதற்குக் காரணம். வேத (ஹிந்து) சிந்தனையின் இரண்டு மாபெரும் பிரதிநிதிகளாக கௌடில்யரும் மனுவும் கருதப்படுகின்றனர். மனிதர்கள் இயல்பில் சுயநலமிகள்; நல்லொழுக்கமற்ற இந்தச் சாதாரண மனிதர்களைத் தண்டனை என்ற அச்சுறுத்தலால் மட்டுமே சரியான பாதையில் செலுத்தமுடியும் என்று அவர்கள் கருதினர்.[33] ‘ஒட்டுமொத்த மனித இனமும் தண்டனை என்ற அச்சத்தால்தான் கட்டுப்பட்டிருக்கிறது; தவறு செய்யாத மனிதனைக் கண்டுபிடிப்பது கடினம்; உண்மையில், தண்டனை என்ற அச்சத்தின் மூலமே இந்தப் பிரபஞ்சம் ஆசிர்வாதங்களை (blessings) அனுபவிக்கிறது’ என்று வெளிப்படையாக மனு கூறியுள்ளதாக சேல்டோர் பதிவு செய்துள்ளார்.[34]

மனித இயல்பு குறித்த இந்தப் புரிதலின் விளைவுதான் ‘மத்ஸயநியாயம்’ என்ற அவர்களது கருத்து. இதிலிருந்துதான் அரசு இயந்திரத்தின் முக்கிய அங்கமான தண்டம் என்பதை உருவாக்கினார்கள். அரசு என்பது இல்லாத இயற்கையான அரசு முன்னர் இருந்தது என்று ஹிந்துத் தத்துவ அறிஞர்கள் நம்பினார்; இயற்கை அரசு என்பதற்குள் இரண்டு வகை மக்கள் இருந்ததாக ஹிந்துக் கோட்பாடு அனுமானிக்கிறது; அவர்கள், சுராக்களும் (தேவதைகள், தேவர்கள்), அசுரர்களும் (ராட்சதர்கள்). அ-ராஜகம் இருந்ததால்தான், தேவர்களுக்கு எதிராக ராட்சதர்கள் கிளர்ச்சி செய்தனர் என்பது ஹிந்துச் சிந்தனையாளர்கள் வாதம்.[35] ஆகவே தேவர்கள் பிரம்மனை அணுகினர். தேவர்களைக் காக்கவும், ஒழுங்கை நிலைநாட்டவும் வலிமையான மனிதன் ஒருவனை

உருவாக்கும்படி கேட்டனர். இவ்வாறாகத் தண்டத்தின் உதவியோடு ஆட்சிசெய்ய ஒருவனை பிரம்மன் உருவாக்கினார். 'தெய்வீக உரிமை' அடிப்படையில் எழுந்த விளக்கம் இது. எனினும், ஆளும் வர்க்கமான 'தேவர்களைக்' காப்பதற்கு அரசு என்பதை கடவுள் படைத்தார் என்று அது சுட்டிக்காட்டுகிறது; மக்கள் மீது அல்லது ராட்சதர்கள் மீது ஆட்சியாளர்களோ அல்லது தேவர்களோ எந்த அளவிற்கும் வலிமையைப் பிரயோகிக்கலாம் என்றும் நியாயப்படுத்துகிறது.

மகாபாரதத்தின் சாந்தி பருவம், தெய்வீக தோற்றக் கொள்கையையும் சமுதாய ஒப்பந்தத்தையும் குறிப்பிடுகிறது; எனினும், முதலாவதிற்கு அதிக அழுத்தம் கொடுக்கப்பட்டுள்ளது. அரசாதிபத்தியம் எப்படி உருவாக்கப்பட்டது என்பதை சாந்தி பருவத்தின் 59வது அத்தியாயம் விரிவாக விளக்குவதாக ஆர்.எஸ்.சர்மா கூறுகிறார். நிர்வாகத்தின் பொறுப்பை ஏற்றுக்கொள்ள விஷ்ணு தன் மனத்திலிருந்து மகன் ஒருவனை உருவாக்கினார் என்று அது கூறுகிறது. ஆனால், அவனும் அவன் வழிவந்த பலரும் இந்த உலகத்தைப் புறக்கணித்தனர்; ஆகவே, உலகம் 'வேனா' என்ற அரசனின் கொடுங்கோலாட்சியில் சிக்கிக்கொள்கிறது. இந்த அரசனின் வாழ்விற்கு முடிவு கட்டிய ரிஷிகள் வேனாவின் தொடையிலிருந்து 'பிருது'வை உருவாக்கினர். இவன் விஷ்ணுவின் எட்டாம் தலைமுறை.

ரிஷிகள், அவர்கள் கூறும் நிபந்தனைகள் அடிப்படையில்தான் அரியணை ஏறமுடியும் என்று பிருது வைன்யாவிடம் தெளிவாகத் தெரிவித்தனர். தண்டநீதி கோட்பாட்டின் படி அவன் ஆட்சி செய்யவேண்டும்; தண்டனைக்கு அப்பாற்பட்டவர்களாகப் பிராமணர்களை நடத்தவேண்டும்; சாதிகள் கலந்துவிடாமல் இந்த உலகத்தைக் காக்கவேண்டும் என்றனர். அவ்வாறே பிருது, ரிஷிகளின் தெய்வங்களுக்கு உறுதிகொடுக்கிறான்: ஆண்களில் வீரியம் மிக்கவர்களான, உயர்வாக ஆசிர்வதிக்கப்பட்ட பிராமணர்களை எப்போதும் வழிபடுவேன் என்கிறான்.[36] இந்த விளக்கத்தின்படி விஷ்ணுவின் உருவாக்கமே அரசு என்பதும், முதன்மைக் கடவுளான அவரின் அவதாரங்களே, தசாவதாரங்கள் என்பதும் தெரிகிறது.[37]

பிராமணர்கள் எத்தகைய குற்றம் செய்திருந்தாலும் தண்டனையிலிருந்து பிருது அவர்களுக்கு விலக்களித்தான். அரசு பற்றிய பிராமணியக் கண்ணோட்டம் இதிலிருந்து தெளிவாக வெளிப்படுகிறது. சாதிகளுக்கு இடையிலான கலப்பு பிராமண மேலாதிக்கத்தை வீழ்த்திவிடக்கூடும் என்பதால் அது தடுக்கப்பட்டது. இரண்டாவது

நிலையில், ஒப்பந்தம் ஒன்றைப் பற்றிய குறிப்பு இருக்கிறது; ஆனால் அது ஒருபுறம் பிராமணர்களும் (ரிஷிகள்) மறுபுறம் கடவுள் மற்றும் பிருதுவுக்கும் இடையிலான உடன்படிக்கை பற்றித்தான் பேசுகிறது. சத்திரியர்கள், வைசியர்கள், சூத்திரர்கள் எவரும் இதில் குறிப்பிடப்படவில்லை. இங்கே ஆர்.எஸ்.சர்மாவின் விமர்சனம் மிகவும் முக்கியமானது: 'ஒப்பந்தம் மக்களுடன் போடப்படவில்லை, பிராமணர்களுடன் போடப்பட்டுள்ளது என்பது குறிப்பிட வேண்டிய ஒன்று. அரசனிடமிருந்து சிறப்புச் சலுகைகளையும் பாதுகாப்பையும் கோரும் ஒப்பந்தம் அது.'[38] தண்டநீதிக் கோட்பாடுகளின்படி தான் அரசன் ஆட்சி செய்யவேண்டும் என்று தெளிவான அறிவுறுத்தல்கள் அவனுக்கு இருந்தன என்பது முக்கியமானது.

அரசு, 'அடக்குமுறை' அரசாக இருக்கவேண்டும்; பிராமணர் அல்லாதோரைத் தண்டிப்பது அதன் நோக்கமாக இருக்கவேண்டும் என்று தண்டநீதிக் கோட்பாடுகள் தெளிவாகக் கூறுகின்றன. பிராமணர்கள் தான் அதனை கருவுருவாக்கம் செய்தனர்; எனினும், தர்மம் (நீதி) பற்றிய எந்தக் குறிப்பும் அதில் இல்லை.[39] ஹிந்து அரசியல் கொள்கையில் தெய்வீக உரிமைக் கொள்கை போதிய இடம் பெற்றிருக்கவில்லை என்று வாதிட ஜெயஸ்வால் முயற்சிக்கிறார். கௌடில்யரின் அர்த்தசாஸ்திரத்தில், மனுவின் தர்ம சாஸ்திரத்தில், 'சாந்தி பருவத்தில்' விவரித்திருப்பதுபோல் அரசோ அல்லது அரசனோ கடவுளின் உருவாக்கமே என்ற அவரது கூற்றிற்கு ஏற்கத்தக்க விளக்கத்தை அவர் அளிக்கவில்லை. பிராமணர்களுக்கு இருந்த சிறப்பு அந்தஸ்தை ஹிந்துச் சிந்தனையாளர்கள் எப்படி நியாயப்படுத்தினர் என்றும் அவர் விளக்கவில்லை. மாறாக ஒரு பொதுவான அறிவிப்பை வெளியிடுகிறார்: 'அரச நிலை' என்ற ஹிந்துக் கொள்கை, தெய்வீகத்தின் இடத்திலிருந்து ஆள்வது என்பதாகவோ தேவ நிந்தனைக்குரிய ஏகாதிகாரமாகவோ சிதைந்துபோக அனுமதிக்கப்படவில்லை; ஹிந்து அரசனுக்கு படைத்தவனின் தெய்வீக விருப்பத்தில் ஏமாற்றுவித்தை சாத்தியமில்லை. ஏனெனில், ஆட்சி செய்பவர்களின் பணிகளுடன் மதகுருவின் திறமைகள் இணைவதற்கு அந்த இனம் என்றும் அனுமதித்ததில்லை.[40]

இவ்வாறிருக்கையில், சாதி அமைப்பு நீடித்திருப்பதையும், தண்டனைகளிலிருந்து பிராமணர்களுக்கு விலக்கு அளிக்கப்பட்டதையும் ஜெயஸ்வால் எப்படி நியாயப்படுத்துகிறார் என்று தெரியவில்லை? பிராமணர்கள் (மது குருக்கள்) என்றைக்குமே அரசர்களாக (ஆட்சியாளர்கள்) இருந்ததில்லை; இது உண்மையென்றாலும்,

ஆட்சியாளர்களின் மீதான பிராமணிய அதிகாரம் என்றைக்கும் கேள்விக்கு அப்பாற்பட்டது. மேலையுலக சூழலில், மதகுருக்கள் அல்லது போப்பாண்டவர்கள் ஆகியோரைவிட ஹிந்து மதத்தின் பிராமணர்கள், அதிக அதிகாரம் பெற்றவர்களாக இருந்தனர். பல ஐரோப்பியப் பேரரசுகள், கத்தோலிக்கத் திருச்சபையின் அதிகாரத்திற்கு எதிராகக் கலகம் செய்திருக்கின்றன; சர்ச்சின் ஆதிக்கத்தைத் தூக்கி எறிந்துள்ளன; சர்ச்சுக்கும் அரசுக்கும் இடையில் பிளவை ஏற்படுத்தி இருக்கின்றன. ஆனால், இந்தியாவில் கோவில்களுக்கு அளிக்கப்பட்டிருக்கும் அதிகாரத்திற்கும் அரசிற்கும் இடையில் அத்தகைய தெளிவான இடைவெளியை என்றைக்கும் பிராமணியம் அனுமதித்ததில்லை. கட்டுப்பாடுகள் மூலமும் உள்வாங்கிக் கொள்வதன் வழியாகவும் தமது மேலாதிக்கத்தைப் பல நூற்றாண்டுகளாக காத்துவருகின்றனர்.

ஹிந்துச் சிந்தனையாளர்களின் தெய்வீக உரிமைக் கோட்பாடு வரலாற்றில் நன்கு இசைந்து சென்ற ஒன்றாக இருந்தது. ஜெயஸ்வால் மட்டுமல்ல, சேல்டோரும் அல்டேகரும் கூட இந்த அடிப்படையில்தான் தங்கள் வாதத்தை வைத்தனர். இந்த இடத்தில்தான் மதச்சார்பற்றதென்று அவர்கள் கூறும் தத்துவத்துடன் அவர்களது சமூக நலன்கள் இணைந்துபோகின்றன. ஆனால், ஆர்.எஸ்.சர்மா மட்டுமே இந்த இன ரீதியிலான விளக்கத்திற்கு எதிராக நின்றவர். 'ஜெயஸ்வால் கூறுவதுபோல், அரசனின் உறுதிமொழிக்கு மக்கள் 'ஆமென்' (எவாமஸ்து) என்று ஒப்புதல் குரல் கொடுத்தார்கள் என்பதற்கு எந்த ஆதாரமும் இல்லை. மிகத் தெளிவாக அந்த உறுதிமொழியைத் தெய்வங்கள்தான் அளித்தன. அரசன் அந்த உறுதிமொழியை எடுத்துக்கொள்ளும்போது பெரும் ரிஷிகள் (பரமாச்சார்யா) மட்டுமே 'ஆமென்' என்றனர். கற்பனையில் மட்டுமே ஒட்டுமொத்த மக்களையும் இவர்கள் பிரதிநிதித்துவம் செய்தார்கள் என்று எண்ண முடியும்.'[41]

ஆகவே, சுருக்கமாகக் கூறினால் புத்தர் காலத்திற்கு முன்னரோ, அவர் காலத்திலோ அல்லது அவருக்குப் பிறகோ வாழ்ந்த ஹிந்து அரசியல் சிந்தனையாளர்கள் எவரும் மனிதர்களது நேர்மறை இயல்பின்மீது நம்பிக்கை அற்றவர்களாக இருந்தனர். ஆகவேதான், 'இயற்கை அரசு' என்பது ஒழுங்கற்றது, கொடூரமானது என்று அவர்கள் கருதினர். இந்த அடிப்படையில் அவர்களது வாதம் ஹோப்ஸ் கூறுவதை ஒத்திருக்கிறது. அரசின் தோற்றம் என்ற கோட்பாட்டைப் பேசும்போது அவர்கள் தெய்வீக உரிமை கோட்பாட்டாளர்கள்.

இறையாண்மை என்று வரும்போது அவர்கள் முழுமையான ஆதிக்கவாதிகள்; ஐரோப்பாவின் எதேச்சாதிகாரப் பேரரசர்கள் அல்லது கொடுங்கோலர்கள் போன்று 'அடக்குமுறை' தண்டனை (தண்டம்) மீது நம்பிக்கைக் கொண்டவர்கள்.

புத்தரின் சமுதாய ஒப்பந்தக் கோட்பாடு

ஹிந்துக் கோட்பாடுகளுக்கு நேர்மாறாக, புத்தர் காரணமும் விளைவும் என்ற கொள்கையிலிருந்து தொடங்குகிறார். இயற்கை அரசில் அனைவருக்கும் அனைத்தும் நன்றாக இருந்ததாகப் புத்தர் கருதினார். மனிதர்கள் அனைவரும் மற்றவர்களுக்கு உதவியாகவே இருந்தனர்; உணவிலும் ஆதார வளங்களிலும் பற்றாக்குறை ஏற்பட்டபோதுதான், அவர்கள் தங்களுக்குள் போட்டியிடத் தொடங்கினர். இயற்கை அரசின், பழமையான, சுதந்திரமான வாழ்க்கை முறையை விலையாகக் கொடுத்துத்தான் கட்டுப்பாட்டிற்கு உட்பட்ட சமுதாயம் தோன்றியது என்று துல்வா பிடகத்தின் மூன்றாம் பகுதி விளக்குகிறது.[42] திக நிகாய பிடகமும் கூறுகிறது. புத்தரது வேண்டுகோளின்படி, இந்த 'உலகமும், அந்த உலகத்தில் வாழ்ந்திருந்த பண்டைய மக்களும் எவ்வாறு மீளுருவாக்கம்' பெற்றனர் என்ற கதையை மொக்கல்லனன் விவரிப்பதாக 'துல்வா' கூறுகிறது. ஐந்தாம் பாகத்தில், புத்தரே இந்தக் கதையைப் பிக்குகளுக்குக் கூறுகிறார்.

கதை இப்படிச் செல்கிறது: பழங்காலத்தில், 'பிக்குகளுக்குச் சமைப்பதற்கு அரிசி தேவைப்பட்டால் மாலையிலோ அல்லது காலையிலோ வெளியில் சென்று தேவையானதை வாங்கிவருவார்கள். இப்படி ஒருமுறை நடந்தது. பொறுமையற்ற ஒரு பிக்கு இரண்டு வேளைக்குத் தேவையானதை எடுத்துவந்தார்; (இது தெரியாத) மற்றொருவர் அவரைப் பார்த்து, "வா, அரிசி வாங்கி வருவோம்" என்கிறார். அதற்கு அந்தப் பிக்கு, "உமக்குத் தேவையான அரிசியை நீர் பார்த்துக்கொள்; நான் ஒரேதடவையில் காலைக்கும் மாலைக்கும் தேவையானதை எடுத்து வந்துவிட்டேன்" என்று பதிலளித்தார். அடுத்த பிக்கு இவ்வாறு எண்ணிக் கொண்டார்: "நல்லது, அற்புதம்! நான் இரண்டு, மூன்று அல்லது ஏழு நாட்களுக்கும் எடுத்துக்கொள்வேன்." அதன்படி செய்தார். பிறகு, வேறொரு பிக்கு இவரிடம் வந்து, "வாரும், அரிசி வாங்கி வருவோம்" என்றார். அதற்கு அவர் "உமக்குத் தேவையான அரிசியை நீர் பார்த்துக்கொள். நான் இரண்டு மூன்று அல்லது ஏழு நாட்களுக்குத் தேவையானதை எடுத்துக் கொண்டேன்" என்றார். மற்றவர், "நல்லது, நான் சென்று

பதினைந்து நாட்களுக்கு அல்லது ஒரு மாதத்திற்கான அரிசியை எடுத்து வருவேன்" என்றார். அதன்படி எடுத்துவந்தார்.'

அதிகார எழுச்சிக்கு வித்திட்ட ஒப்பந்தத்தில் மக்கள் தம்மை இணைத்துக்கொள்ள அவர்களைத் துரத்திய நிலைமைகள் குறித்து புத்தருக்கு இருந்த புரிதலை மிகச் சிறந்த முறையில் இந்தக் கதை வெளிப்படுத்துகிறது. கதையில் அரிசி ஒரு குறியீடாகத்தான் பயன்பட்டுள்ளது; எனினும், பௌத்தத் தர்க்கம் குறித்த மிகமுக்கியக் குறிப்புகளை இந்தக் கதை நமக்கு தருகிறது. ஒரு கட்டத்தில் ஒவ்வொருவரும் தமக்கு ஒரு நாளைக்குத் தேவையான அரிசியை பெற்றனர். உணவையோ அல்லது வள ஆதாரங்களையோ பாதுகாத்து வைக்கவேண்டிய தேவை ஏற்படவில்லை. அநேகமாக, மக்களின் எண்ணிக்கை உயர்ந்தபோதும், உணவு பற்றாக்குறை ஏற்பட்டபோதும் எதிர்காலத்திற்குச் சேகரித்து வைப்பது குறித்து மக்கள் சிந்திக்கத் தொடங்கினர். இப்படி உணவைச் சேகரித்து வைப்பது, ஒரு நாள், இரண்டு நாள், ஏழு நாட்கள் அல்லது ஒரு மாதம் என்பதாகத் தொடங்கியது என்கிறார் புத்தர்.

ஆனால், நடைமுறையில் இந்த வழக்கம் பற்றாக்குறையை அதிகரிக்கச் செய்தது. ஏனென்றால், சிலருக்கு எதுவும் கிடைக்காத நிலையில் மற்றவர்கள் உணவுப் பொருட்களைச் சேகரிப்பதிலும், சேமித்து வைப்பதிலும் சிறந்தவர்களாக இருந்தனர். இந்தக் குழுவினர் இவ்வாறு சேமித்து வைப்பது, வயிற்றுக்குப் போதுமான அளவு என்ற வரம்புடன் நின்றுவிடவில்லை. இந்த நிலை இரண்டு அம்சங்களைக் கொண்டிருந்தது: இவ்வாறு வள ஆதாரங்களைச் சேமித்து வைத்தோர் மத்தியில் சொத்து சேர்க்கும் உரிமை கருவாக உருக்கொள்ள ஆரம்பித்தது. மற்றொன்று, சேகரித்து உண்ணும் நடைமுறையைப் பின்பற்றியவர்களுக்கு வாழ்வதற்கான உரிமையையும் மறுப்பதாக அமைந்தது.

மனித இயல்பு குறித்த பௌத்தக் கண்ணோட்டமும் அதே கதையில் தெளிவாக வெளிப்படுகிறது. ஒருவர் மற்றொருவரிடம், 'நாம் அரிசி வாங்கச் செல்வோம்' என்கிறார். பதில், 'பல நாட்களுக்குத் தேவையான அரிசியைப் பெற்று வந்துவிட்டேன்' என்பதாக வருகிறது. இதில் முதலாமவர் தனக்கான அரிசியைப் பெறுவது பற்றி பேசுகிறார்; ஆனால் இரண்டாவது நபரைத் தாக்கி அவரிடமிருந்து அந்த அரிசியை எடுத்துக்கொள்வதைப் பற்றிப் பேசவில்லை. தெரிந்தெடுத்த இந்த விவரிப்பில் கதை சொல்கிறவரான புத்தர்,

மனிதர்கள் அடிப்படையில் வன்முறையற்றவர்கள், நல்லவர்கள் என்றே கூறுகிறார். உணவுப்பொருள் ஏராளமாக இருக்கும்போது ஒவ்வொருவரும் மற்றொருவருக்கு உதவுகிறார்கள்.

அரசின் தோற்றத்தைப் புத்தர் எப்படி விவரிக்கிறார் என்று பார்ப்போம். '...மனிதர்கள் இயற்கையில் வளரக்கூடிய அரிசியைச் சேமித்து வைத்துக்கொள்ள தொடங்கியதும், அதற்குப் பற்றாக்குறை ஏற்பட்டது... பிறகு இந்த மனிதர்கள் துயரத்திலும், கவலையிலும் புலம்பியவாறு ஒன்றுகூடி பேசினர்; "கணவான்களே, இதற்கு முன்பு நம் மத்தியில் மாசற்ற, புலன்கள் குறைபாடற்ற தூய்மையான மனிதர்கள் இருந்தனர்... ஆனால், இப்போது நாம் நமது நிலங்களுக்கு இடையில் கோடுகள் வரைந்து எல்லைகளை நிர்ணயம் செய்துகொள்வோம்." பின்னர் அவ்வாறே கோடுகளை வரைந்து, எல்லைகளை நிர்ணயம் செய்துகொண்டனர். "இது உன்னுடையது, இது என்னுடையது" (என்றனர் அவர்கள்). உலகில் எல்லைக்கோடுகள் அமைந்த விதத்தின் முதல் நிலை இது.'[43]

சொத்து என்பதை ஒரு நிறுவனமாக உருவாக்க மனிதர்கள் முதலில் தமக்கிடையே ஒப்பந்தம் ஒன்றை ஏற்படுத்திக்கொண்டனர் என்கிறார் புத்தர். அரசு அல்லது இறையாண்மை உருவாக்கத்தை நோக்கிய முதல் அடி இது. அவர்கள் முடிவுக்குக் கொண்டுவந்த 'இயற்கை அரசு' பாதுகாக்கப்பட வேண்டிய அளவிற்கு மதிப்பு மிக்கது என்பதால் மக்கள் புலம்பினர். இருப்பினும் மாறிவிட்ட நிலைமைகள், அவர்கள் இந்த நிறுவனத்தைத் தேர்ந்தெடுக்கக் கட்டாயப்படுத்தின. 'இதற்கு முன்பு நம் மத்தியில் மாசற்ற புலன்கள் குறைபாடற்ற தூய்மையான மனிதர்கள் இருந்தனர்...' என்ற இந்தக் கூற்று மிகவும் முக்கியமானது. அனைத்தும் ஏராளமாகக் கிடைத்த, மனிதர்கள் முற்றிலும் சுயநலமற்றவர்களாக இருந்த காலகட்டத்தை அது குறிப்பிடுகிறது.

புத்தரது முதல் ஒப்பந்தம், லாக்கேயின் முதல் ஒப்பந்தத்தை நமக்கு நினைவூட்டுகிறது. லாக்கே இவ்வாறு கூறுகிறார்: இயற்கை அரசு நிலவிய காலத்தில் மக்கள் தாமாகவே முன்வந்து ஒன்றாக வாழ்ந்தனர். 'அவர்கள் தம் வசதிக்காக, பாதுகாப்பிற்காக, அமைதியான வாழ்விற்காக, ஒவ்வொருவரும் மற்றவருக்காக வாழ்ந்தனர்; சொத்துகளைப் பாதுகாப்பான முறையில் அனுபவிப்பதற்கும் அதற்கு எதிராக ஏதேனும் நடக்காமல் இருக்க மேம்பட்ட பாதுகாப்பிற்காகவும் ஒன்று சேர்வதற்கு' அவர்கள் ஒப்புக்கொண்டனர்.[44] லாக்கே இதனை

'சமுதாய ஒப்பந்தம்' என்று கூறினார்; எனினும் சொத்து என்பதை ஒரு நிறுவனமாக உருவாக்கவும் அதனைப் பாதுகாக்கவுமே இந்த ஒப்பந்தம் கையெழுத்திடப்பட்டது.

புத்தர் என்ன சொல்கிறார் என்பதைப் பார்ப்போம்: 'இதன்பின், ஒருவனுடைய அரிசியை அவனது ஒப்புதலின்றி மற்றவன் தனக்காக எடுத்துக்கொண்டான். இதனைப் பார்த்த மற்றவர்கள் "அவனுடைய ஒப்புதலின்றி, ஏதோ உன்னுடையதைப் போல் அவன் அரிசியை நீ ஏன் எடுத்துக்கொண்டாய்? இதை மீண்டும் செய்யக்கூடாது" என்று அவனிடம் கூறினர். ஆனால், அவனோ, இரண்டாவது முறையும் மூன்றாவது முறையும் மற்றவனின் ஒப்புதலின்றி அவனுடைய அரிசியை எடுத்துக்கொண்டான். பார்த்திருந்த மற்றவர்கள், "அவன் அனுமதியின்றி அவனது அரிசியை நீ ஏன் எடுத்துக்கொண்டாய்?" என்று அவனைப் பிடித்து கூட்டத்தின் மத்தியில் நிறுத்தினர். "கணவான்களே, மற்றவனின் அனுமதியின்றி அவனது அரிசியைத் திருடிய குற்றத்தை செய்திருக்கிறான்" என்று கூறினர். பின்னர் அவனிடம், "அவன் அனுமதியின்றி அரிசியை ஏன் எடுத்தாய்?... இப்போது நீ போகலாம்... இனிமேல் இந்தத் தவற்றைச் செய்யாதே" என்று அறிவுறுத்தினர். ஆனால், திருடியவன் அவர்களைப் பார்த்து, "கணவான்களே, ஏதோ அரிசி விஷயமாக இவர்கள் என்னைப் பிடித்து வந்து இந்தச் சபையில் நிறுத்தியிருக்கிறார்கள். என்னை இவர்கள் மோசமாக நடத்தினார்கள்" என்று கூறினான்.

அதைக்கேட்ட அவை அவனுக்குக் கொடுக்கப்பட்ட தண்டனை சரியா என்று மதிப்பீடு செய்யும். 'அவனைக் கொண்டுவந்தவர்களிடம், அரிசி குறித்துப் பேசியவர்களிடம் அவையினர், "எங்கள் மத்தியில் அவனை நீங்கள் கொண்டுவந்ததால் தவறு ஒன்றைச் செய்திருக்கிறீர்கள்; இப்போது செல்லுங்கள். மீண்டும் இந்தத் தவற்றைச் செய்யாதீர்கள்" என்று கூறும். செய்த குற்றத்திற்கு தகுந்த சரியான தண்டனை அளிப்பதற்கு ஒரு சட்டப்பூர்வமான அதிகார அமைப்பின் தேவையை இந்தச் சம்பவம் உணர்த்துகிறது. இவ்வாறு, நிர்வாக அமைப்பொன்றை உருவாக்க வேண்டியதின் தேவை எழுந்தது.

புத்தர் தொடர்ந்து கூறுகிறார்: 'பின் அவர்கள் இப்படி நினைத்தார்கள். "சற்றுமுன் நடந்ததைக் கருத்தில் கொள்ளுங்கள்; நாம் அனைவரும் ஒன்றுகூடிப் பேசுவோம்; நம் மத்தியிலிருந்து சிறந்த, பெரிய, அழகான, வலிமை மிக்கவர்களைத் தேர்ந்தெடுப்போம்; அவர்களை

நமது நிலத்தின் தலைவர்களாக்குவோம்; நம்மில் தண்டனைக்குரிய செயல்கள் செய்பவரை அவர்கள் தண்டிப்பார்கள்; போற்றுதற்குரிய காரியம் ஆற்றுபவர்களுக்குச் சன்மானம் அளிப்பார்கள்; நமது நிலத்தில் விளையும் பொருட்களிலிருந்து, நாம் சேகரிக்கும் பழங்களிலிருந்து ஒரு பகுதியை நாம் அவர்களுக்கு அளிப்போம்." 'ஆகவே அவர்கள் (முடிவு செய்ததுபோல்) ஒன்று கூடினார்கள்; அவர்களது நிலங்கள் அனைத்திற்கும் ஒருவனைத் தலைவனாக்கினார்கள்; பின்வருமாறு அவனிடம் கூறினர்: "இனிமேல் நீங்கள் எங்களில் தண்டனைக்குரியவரைத் தண்டிப்பீர்கள்; சன்மானம் பெறத் தகுதியுடையவர்க்குச் சன்மானம் அளிப்பீர்கள்; எங்கள் நிலங்களில் விளையும் பொருட்களிலிருந்து, நாங்கள் சேகரிக்கும் பழங்களிலிருந்து ஒரு பகுதியை உங்களுக்கு அளிப்போம்.'"[45]

புத்தர் மேலும் சொல்கிறார்: 'பலரும் அவனுக்கு மரியாதை செய்வதால் அவன் 'பலரால் மதிக்கப்படுபவன்' அல்லது 'மகா சன்மதா' என்று அழைக்கப்பட்டான்; நிலங்களுக்குத் தலைவன் என்பதாலும், தீங்கு ஏற்படாமல் அவற்றைப் பாதுகாப்பதாலும், 'நிலங்களைப் பாதுகாப்பவன்' அல்லது சத்திரியன் என்ற பெயரும் அவனுக்குக் கிடைத்தது. அவன் நியாயமானவன், விவேகமானவன்; சட்டத்தின் மூலம் மக்களுக்கு மகிழ்ச்சியைக் கொண்டுவந்தவன். ஆகவே அவன் "அரசன்" அல்லது ராஜா என்று அழைக்கப்பட்டான்'. தீக நிகாய பிடகத்தில் சொல்லப்படுவதும் இதைப் போன்ற கதையே; ஆர்.எஸ்.சர்மா அதனை விவரித்திருப்பார். ஆகவே, இந்த இரண்டாவது ஒப்பந்தத்தில் ராஜாவின் தலைமையில் அரசு ஒன்றை மக்கள் உருவாக்கினர். புத்தர் கூறியதென்று சொல்லப்படும் இந்த விவரிப்பில் ஒரு குழப்பம் இருக்கிறது. அதாவது நிலங்களைப் பாதுகாக்கும் உரிமை மக்கள் குழு ஒன்றிற்கு அளிக்கப்பட்டதா அல்லது தனிநபர் ஒருவருக்கு மட்டும் அளிக்கப்பட்டதா என்பதே அது. ஓர் இடத்தில் பன்மை பயன்படுத்தப்படுகிறது: 'மக்கள் ஓரிடத்தில் ஒன்றுகூடினர்; நம் மத்தியிலிருந்து சிறந்த, பெரிய, அழகான, வலிமை மிக்கவர்களைத் தேர்ந்தெடுப்போம்; நமது நிலத்தின் தலைவர்களாக்குவோம்.' இறுதியில், அந்த விவரக்குறிப்பு தேர்ந்தெடுக்கப்பட்டவர் ராஜா என்பதாகக் குறுகிப்போகிறது.

இருப்பினும், 'நிலங்களைப் பாதுகாப்பவன்' அல்லது 'சத்திரியன்' என்ற சொற்களைப் புத்தர் பயன்படுத்துவதில் சத்திரியர்களுக்கு ஆதரவான அவரது சார்புநிலை நன்கு தெளிவாகிறது. புத்தரின் கொள்கையை மிகப் பொருத்தமாக ஆர்.எஸ்.சர்மா விளக்குகிறார்:

'அரசின் தோற்றம் குறித்த சமுதாயம் ஒப்பந்தம் ஒன்றைத் தொடக்ககால பிராமணிய இலக்கியம் எதிர்பார்த்திருந்தது. எனினும், பௌத்த மத நூலான திக நிகாயத்தில் தான் முதன் முதலாக, தெளிவான, வளர்ச்சியடைந்த இந்தக் கோட்பாடு வெளிப்படுகிறது. அங்கு பேசப்படும் 'படைப்பின்' கதை ரூஸோ முன்வைக்கும் முழு நிறைவான அரசை நமக்கு நினைவூட்டுகிறது; இதன் தொடர்ச்சியாக ஹோப்ஸ் சித்தரிக்கும் 'இயற்கை அரசு' நினைவுக்கு வருகிறது.'[46] ஆனால், புத்தர் கூறும் 'இயற்கை அரசை' ஹோப்ஸ் முன்வைக்கும் அரசுடன் சர்மா ஒப்பிடுவது சரியல்ல; ஏனென்றால், ஹோப்ஸ் விளக்குவதுபோல், எந்த இடத்திலும் மனிதர்களை சுயநலமிகள் என்றோ கொடூரமானவர்கள் என்றோ புத்தர் குறிப்பிடவில்லை. புத்தரின் விளக்கம், ரூஸோ கூறுவதுபோல் இல்லாவிடினும் லாக்கேயின் விளக்கத்தை ஒத்திருந்தது. ஆனால், ஹோப்ஸை விட லாக்கேவைத்தான ரூஸோ அதிகம் பின்பற்றினார்.[47]

பௌத்தம் கூறும் ஒப்பந்தம் தனிமனிதனுக்கும் மக்களுக்கும் இடையிலானதா அல்லது ஒருபுறத்தில் ஒரு குழு அல்லது வர்க்கமும் மற்றொருபுறத்தில் மக்களுக்கும் இடையில் ஏற்பட்டதா என்ற சந்தேகத்தை ஆர்.எஸ்.சர்மா தெளிவுபடுத்துகிறார். 'ஆரம்பத்தில் இந்த ஒப்பந்தம் ஒற்றைச் சத்திரியனுக்கும் மக்களுக்குமிடையில் ஏற்பட்டது; ஆனால், பின்னாளில் சத்திரிய வர்க்கத்துடன் என்பதாக அது நீட்டிக்கப்பட்டது' என்கிறார்.[48] தீக நிகாய பிடகத்தில் கூறப்படும் படைப்பின் கதையின் இறுதியில் 'இவ்வாறாக உயர் வர்க்கத்தைச் சேர்ந்தவர்களின் 'சமுதாய வட்டம்' அல்லது 'சத்திரிய மண்டலம்' தோன்றியது' என்று கூறப்படுகிறது. இப்படியாக, 'இங்கு விவரிக்கப்படுவது ஆதிகால சத்திரிய ஆட்சியாளனுக்கும் மக்களுக்கும் இடையிலான ஒப்பந்தம் மட்டுமல்ல; மாறாக, சத்திரிய குழுக்கள் அடங்கிய ஆளும் வர்க்கத்திற்கும் சத்திரியரல்லாத மக்களுக்கும் இடையிலான ஒப்பந்தமாகவும்' இருந்தது. சர்மாவின் கருத்தில், 'இந்த ஒப்பந்தம் வெளிப்படையாகப் புத்தரது காலத்தில் வடகிழக்கு இந்தியாவில் அன்றைக்கு வழக்கத்திலிருந்த சிறிய இனக் குழுக்களின் ஆட்சியை நியாயப்படுத்தியது; அதை வலிமைப்படுத்தும் நோக்கம் கொண்டிருந்தது; மக்களின் ஆதரவு என்ற ஆடையை அதற்கு அளித்தது; மக்கள் வழக்கமாக வரிகள் அளிப்பதற்கு அனுமதியும் தந்தது.'[49]

இந்தக் கொள்கையை உருவாக்குவதில் புத்தருக்கு ஓர் அரசியல் நோக்கம் இருந்தது என்பது சர்மாவின் வாதத்தில் தொனிக்கிறது.

ஆனால், சமுதாய ஒப்பந்தம் குறித்துப் பேசிய நவீன மேலை அறிஞர்களிடமும் அரசியல் நோக்கம் இருந்தது என்பது உண்மை. தங்களது தேவைகளுக்கேற்ற ஒப்பந்தம் ஒன்றை உருவாக்கியதில் ஹோப்ஸ், லாக்கே, ரூஸோ ஆகியோருக்கு அரசியல் நோக்கம் இருந்தது. ஹோப்ஸ் எதேச்சாதிகார முடியரசை மீட்டெடுக்க விரும்பினார். லாக்கே பாராளுமன்ற ஜனநாயகத்தை நிறுவ விரும்பினார். ரூஸோ பிரான்சில் ஜனநாயகப் புரட்சியை நிகழ்த்த விரும்பினார். பொ.ஆ.மு. ஏறத்தாழ ஆறாம் நூற்றாண்டிலேயே அரசின் தோற்றம் குறித்த கொள்கை ஒன்றைப் புத்தர் கட்டமைத்தார் என்பது முக்கியமானது. படைப்பின் கதையில் அதனை அவர் சித்தரிக்கிறார்.

பிராமணிய விளக்கங்களுக்கு நேர்மாறாக, ஆய்வுமுறையிலும் தர்க்க அடிப்படையிலும் அரசின் தோற்றம் குறித்த பௌத்தக் கோட்பாடு அதிகம் ஆக்கப்பூர்வமானதாக, பகுத்தறிவு மிக்கதாக இருந்தது. அரசியல் அடிப்படையில் சூத்திரர்களின், பழங்குடியினரின் விழைவுகளைப் பௌத்தக் கோட்பாடு எடுத்துரைத்தது.⁵⁰ பிராமணர்களின் இடம் எது என்பது பற்றி ஒப்பந்தத்தில் குறிப்பேதும் இல்லை; சட்டத்தின் ஆட்சிக்கு உட்பட்ட ஏனைய மக்களைப் போலவே பிராமணர்களும் நடத்தப்பட வேண்டும் என்பதையே இது சுட்டுகிறது. ஆர்.எஸ்.சர்மாவின் கருத்தில், 'ஐத்தரேய பிராமணத்தில் குறிப்பிடப்படுவதுபோல், வீரியம் மற்றும் வலிமை போன்ற குணங்களுக்கு கொடுக்கப்பட்ட முக்கியத்துவம் அழகு, பிரபல்யம், கவர்ச்சி, திறமை ஆகியவற்றிற்கு இடம் பெயர்ந்தது. வேறுவகையில் கூறினால், அழகியல் சார்ந்த பௌதீகப் பண்புகள், தலை மற்றும் இதயத்துடன் தொடர்புடைய உணர்வுகளுடன் இணைக்கப்பட்டன; இந்த மாற்றம் நிச்சயமாக வலிமையையும் வன்முறையையும் பயன்படுத்துவதை எதிர்த்த பௌத்தத்திற்கு ஆதரவான நிலையால் ஏற்பட்டது.' உடல் வலிமைக்குப் பிராமணியம் அளித்த முக்கியத்துவம், தண்டநீதி அடிப்படையில் ஆட்சி செய்தவர்களது கொள்கையுடன் தொடர்புடையது. மாறாக ஆட்சியாளன் தம்மத்தால் கட்டுப்படுத்தப்பட வேண்டும் என்பது புத்தரின் அணுகுமுறை. 'விதிமுறை அல்லது தம்மத்தின் அடிப்படையில் அவன் செயலாற்ற வேண்டும் என்பதே ஆட்சியாளரின் அதிகாரத்திற்குப் பௌத்த ஒப்பந்தம் முன்வைக்கும் ஒரே நிபந்தனை' என்கிறார் சர்மா. ஒப்பந்தத்தின் ஒரு பகுதியாக இது கூறப்படவில்லை என்றாலும், 'தம்மத்தின் வழி நின்று ராஜா மக்களை மகிழ்விக்கிறான் என்று ஓர் இடத்தில் கூறப்பட்டுள்ளது.'⁵¹

தண்டத்தைப் பயன்படுத்துவது பற்றி புத்தரது ஒப்பந்தம் மௌனமாக இருக்கிறது; ஆனால், ஒப்பந்தம் ஒன்றை ஏற்பதற்கு முன்னால், 'நம்மில் தண்டிக்கப்பட வேண்டியவர்களை ஆட்சி செய்பவன் தண்டிக்க வேண்டும்' என்ற விஷயத்தை மக்கள் தமக்குள் இருத்திக்கொள்ள வேண்டும் என்றது. அதேநேரத்தில், சமுதாயத்திற்கு நல்லது செய்வோருக்கு வெகுமதி அளிக்கச்சொல்லி ஆள்பவனை மக்கள் கேட்கவேண்டும். மக்கள் தம்மீது கடமைகளைத் தாமே சுமத்திக் கொள்கிறார்கள்; அவற்றில் முதன்மையானது வரி செலுத்துவது; அவர்களது நிலங்களைப் பாதுகாப்பது ஆள்பவனின் முக்கியக் கடமை. ஆர்.எஸ்.சர்மா உள்ளிட்ட பல அறிஞர்கள் இந்த வேண்டுகோளை (மக்களின்) சொத்தை பாதுகாக்க வைத்த முறையீடு என்று விளக்குகிறார்கள். ஆனால், தனிப்பட்ட வாழ்க்கையில் சொத்து வைத்துக் கொள்வதை எதிர்த்த புத்தர், நிலவுடைமை நிறுவனத்தை எப்படி ஆதரித்திருப்பார்? ஒருவேளை, நிலத்திற்குச் சொந்தக்காரர்கள் தாங்களே என்று சொல்லி முடியரசர்கள் அவற்றை எடுத்துக் கொள்வதற்கு முன்னால் சமூகத்தின் கூட்டுரிமையில் இருந்த நிலங்கள் பற்றி புத்தர் பேசியிருக்கலாம்.[52]

நிச்சயமாக, ஒப்பந்தத்தின்படி அவன் ஆட்சி செய்யவில்லை என்றால், ஆள்பவனை மாற்றுவதற்கு மக்களுக்கு உரிமை இருக்கிறதா என்பது போன்ற வேறு பல விஷயங்களிலும் புத்தரின் ஒப்பந்தம் மௌனம் காக்கிறது. அவர் இந்தக் கோட்பாட்டை உருவாக்கிய காலகட்டத்தை வைத்துப் பார்க்கையில் இத்தகைய வரம்பெல்லைகள் அவருக்கு இருந்திருக்கச் சாத்தியமுண்டு. அவரது காலத்திய வரம்பெல்லைகள் அவை. முதல் ஒப்பந்தத்தில் 'சொத்து' என்ற சொல் பயன்படுத்தப்படுகிறது. ஆனால், இரண்டாவதில் அதற்கான குறிப்புகள் எங்கும் இல்லை. 'நிலங்களுக்குப் பாதுகாப்பு' என்பது அடிக்கடி குறிப்பிடப்படுகிறது. முதல் ஒப்பந்தத்திலும் அரிசி என்பதைக் குறிக்கவே 'சொத்து' என்ற சொல் பயன்படுகிறது; அது நிலத்தைக் குறிக்கவில்லை. இது பெரும் வேறுபாட்டை ஏற்படுத்துகிறது.

அரசின் தோற்றம் குறித்தும் ஒப்பந்தம் குறித்தும் புத்தர் மிகத் தெளிவான விளக்கங்கள் அளித்திருக்கிறார். அப்படி இருக்கையில் ஜெயஸ்வால், அல்டேகர், சேல்டோர் போன்ற நவீன ஹிந்து அறிஞர்கள் பலரும் ஏன் அவற்றைப் புறக்கணித்தனர்? அவர்களை விமர்சிப்பதற்கு முன்னால், பௌத்தம் முன்வைக்கும் ஒப்பந்தம் குறித்த அவர்கள் கருத்து என்ன என்பதைச் சுருக்கமாக ஆய்வு

செய்யலாம். ஜெயஸ்வால் தனது Hindu Polity நூலில் 'முடிசூட்டுவிழா உறுதிமொழி ஏற்கும் புனிதச் சடங்கும் அரசர்களின் தெய்வீகத் தோற்றக் கொள்கையும்' என்று ஓர் ஐந்து பக்க அத்தியாயத்தை எழுதியுள்ளார்; சமுதாய ஒப்பந்தம் குறித்த பௌத்தக் கோட்பாடு பற்றி அதில் அவர் குறிப்பிடவில்லை. உண்மையில் அந்த முழு அத்தியாயத்தையும் கௌடில்யரின் தண்டநீதியை ஆதரிக்கவே அவர் அர்ப்பணித்துள்ளார். ஹிந்துச் சிந்தனையாளர்கள் தெய்வீக உரிமை கொள்கை மீது எப்போதும் நம்பிக்கை கொண்டிருந்தனர் என்ற கூற்றை ஒப்புக்கொள்ள மறுத்து அத்தியாயத்தை முடிக்கிறார்.

இதைவிட மிக முக்கியமானது சேல்டோர் இந்த விஷயத்தை கையாளும் முறை. அரசுநிலை குறித்த பௌத்தக் கருத்தியலை ஓர் அத்தியாயத்தில் அவர் ஆய்வு செய்கிறார்; இதுபற்றி திக நிகாய பிடகமும் துல்வா பிடகமும் கூறியிருப்பதை விளக்கும் அவர் ஒரு விநோதமான முடிவுக்கு வருகிறார். 'ஆனால், திக நிகாய பிடகமோ அல்லது துல்வா பிடகமோ, அரசாதிபத்தியத்திற்கு சத்திரியர்கள் கோரும் உரிமையை ஏளனம்தான் செய்கின்றன; இதைத் தவிர்த்து, அரசாதிபத்தியம் என்ற பண்டைய ஹிந்துக் கருத்தியலுக்கு உருப்படியாக எதுவும் செய்யவில்லை'.[53] ஆனால், ஹிந்துயிசத்திற்கு எதிராகத் தோன்றிய சிந்தனைப் பள்ளி, அரசாதிபத்தியம் என்ற ஹிந்து கருத்தியலுக்குப் பங்களிக்க வேண்டும் என்று சேல்டோர் எப்படி எதிர்பார்க்கிறார் என்பதை அவரது வாதத்திலிருந்து புரிந்துகொள்ள முடியவில்லை. திக நிகாயம் கூறும் விளக்கம், சத்திரியர்கள் முன்வைக்கும் கோரிக்கைகளைக் கேலி செய்வதாக இல்லை; ஆனால், ஆர்.எஸ்.சர்மா மிகச்சரியாகக் குறிப்பிடுவதுபோல், 'சத்திரியர்களுக்கும் மக்களுக்கும் இடையில் ஏற்பட்ட ஒப்பந்தத்தை' ஏளனம் செய்கிறது.

ஒப்பந்தம் உருவான கதையை விவரிக்கும் சேல்டோரின் அவதானிப்பு வியப்பைத் தருகிறது: 'அவன் நிலங்களின் தலைவனாக இருப்பதாலும், தீங்கு ஏற்படாமல் அவற்றைப் பாதுகாப்பதாலும் அவன் சத்திரியன் அல்லது நிலங்களின் காவலன் என்றழைக்கப்பட்டான்'.[54] அதே பக்கத்தில் 'அரசாதிபத்தியத்திற்குச் சத்திரியர்கள் கோரும் உரிமையை (புத்தர்) ஏளனம் செய்தார்' என்ற முரண்பாடான கருத்தையும் பதிவுசெய்கிறார். 'கௌடில்யரது அர்த்த சாஸ்திரத்தில் காணக்கிடக்கும் சிந்தனைகளைத்தான் துல்வா பிடகம் அறிந்தோ அல்லது அறியாமலோ எடுத்துரைக்கிறது' என்று சேல்டோர் கூறும்போது புத்தருக்கு எதிரான அவரது

பார்வை தெளிவாக வெளிப்படுகிறது.[55] புத்தரது சிந்தனைகள் எவ்விதத்திலும் கௌடில்யரின் கருத்துகளுடன் ஒத்திருக்கவில்லை; எனினும், இது புத்தருக்கு எதிரான ஹிந்துயிசச் சார்புநிலை தவிர்த்து வேறொன்றுமில்லை. கௌடில்யரை நேர்மறை சிந்தனையாளராகச் சித்தரிக்க சேல்டோர், அல்டேகர் போன்ற அறிஞர்கள் அதிகச் சிரமங்கள் எடுத்துக் கொண்டனர். அதேநேரத்தில் புத்தரிடம் அவர்கள் இரக்கம் காட்டவில்லை; அவர்கள் அணுகுமுறை பௌத்தத்திற்கு எதிரானதாகத்தான் இருந்தது.

அரசின் தோற்றம் குறித்து பௌத்தத்திற்கு இருந்த புரிதலை மிகச் சுவாரஸ்யமான சூழல் ஒன்றில் அல்டேகர் விளக்குகிறார்: 'ஐரோப்பாவில் அரசு குறித்த தெய்வீகத் தோற்றக் கொள்கை கிறித்துவக் கோட்பாட்டின் தாக்கத்தால்தான் பரவியிருந்தது என்பதை நாம் பார்க்க முடிகிறது. குறிப்பாக மத்திய காலகட்டத்தில். கடவுளால் நியமிக்கப்பட்ட பிரதிநிதியாக, தெய்வீக உரிமை சார்ந்து அரசன் ஆட்சி நடத்திய காலம் அது. இதே போன்றதொரு கருத்தை இஸ்லாமும் பகிர்ந்து கொண்டிருந்தது. திக நிகாய பிடகம் கூறும் வடிவமும் மேற்கூறிய விவரத்தைப் பெருமளவிற்கு ஒத்துள்ளது (அழுத்தம் சேர்க்கப்பட்டுள்ளது-ஆ.ர்).' பௌத்தர்கள் கடவுள் மீது நம்பிக்கை இல்லாதவர்கள்; ஆகவே, 'முதல்' அரசனையும் விதிமுறையையும் உருவாக்கியது பிரம்மதேவன் என்பது இயல்பாகவே அவர்கள் கோட்பாட்டில் இடம்பெறவில்லை என்கிறார் அவர். ஆனால், நினைவில் இல்லாத, மிகத் தொலைதூரத்துக் கடந்தகாலத்தில் பொற்காலம் ஒன்று இருந்ததாக நமக்குக் கூறப்பட்டுள்ளது. மிகத் தூய்மையான, ஒளிவீசும் உடல்களுடன், நல்லொழுக்கத்துடனும் மகிழ்வுடனும் மக்கள் அப்போது வாழ்ந்தனர். எப்படியோ இந்த நிலைமையில் தாழ்ச்சி ஏற்பட்டது; குழப்பங்களும் கூச்சல்களும் எழுந்தன; இதற்கு எப்படி முற்றுப்புள்ளி வைப்பது என்று மக்கள் திகைத்தனர். இதையடுத்து 'மகாஜனசம்மதா' என்று அழைக்கப்பட்ட மனிதன் காட்சியில் தோன்றினான்.[56]

இந்தக் கோட்பாடு முற்றிலும் முரண்பாடுகள் நிறைந்தது என்ற எண்ணத்தையே அல்டேகர் தரும் விளக்கம் ஏற்படுத்துகிறது. கிறித்துவ, இஸ்லாமிய தெய்வீக உரிமைகள் குறித்து அவர் பேசுகிறார். 'திக நிகாய பிடகம் கூறும் வடிவமும் மேலே கூறப்படுவதை ஒத்துள்ளது' என்று கூறும் அவர் அடுத்த வரியிலேயே, 'கடவுள் என்பதில் பௌத்தர்களுக்கு நம்பிக்கை இல்லை; ஆகவே முதல் அரசனையும் விதிமுறையையும் உருவாக்கியது பிரம்மதேவன்

என்பது அதில் இடம்பெறவில்லை' என்கிறார். 'குழப்பங்களும் கூச்சல்களும் எழுந்தன' போன்ற சொற்றொடர்களை அவர் பயன்படுத்துகிறார். ஆனால், இங்கே கூறப்படும் துல்வா பிடகக் கதையிலோ, சர்மா விரிவாக விளக்கும் திக நிகாய பிடகக் கதையிலோ குழப்பங்களும், கூச்சல்களும் நிறைந்த நிகழ்வுகள் எந்த இடத்திலும் கூறப்படவில்லை. 'தெய்வத்தன்மை நிறைந்த வாழ்க்கை சாதாரண வாழ்க்கையாக இழிந்து போய்விட்டது'[57] என்று சர்மா கூறினாலும், நிகழ்ந்த மாற்றங்கள் குறித்து இப்படிப்பட்டச் சொற்களில் அந்தக் கதை பேசவில்லை. உண்மையில், மிகவும் இயக்கவியல் அடிப்படையில் அதனைக் கையாளுகிறது.

மேலையுலகக் கோட்பாடுகளுடன் ஒப்பீடு

சமுதாய ஒப்பந்தம் குறித்துப் பேசும் நவீன மேலை அறிஞர்களுடன் ஒப்பிடுகையில் அவர்களைவிட இரண்டாயிரம் ஆண்டுகட்கு முந்தியவராக புத்தர் இருக்கிறார். தொழிற்புரட்சி உருவான சூழலில் ஹோப்ஸ், லாக்கே, ரூஸோ ஆகியோருக்கு அரசு குறித்த, அதன் அதிகாரம் குறித்த கொள்கைகள் முக்கியமாக இருந்தன. உருவாகிக் கொண்டிருந்த பாராளுமன்ற அமைப்புகளும் முக்கியமானவை; சமுதாய-அரசியல் அமைப்புகளை நிலப்பிரபுத்துவ நிலையிலிருந்து முதலாளித்துவ நிலைக்கு அவை மாற்றிக்கொண்டிருந்தன. அக்காலகட்டத்தில் உருவாகிக்கொண்டிருந்த அரசியல் கோட்பாட்டின் முழு வடிவத்தையும் பார்வையிடும் சாதகமான வாய்ப்பு மேலையுலக அறிஞர்களுக்கு இருந்தது. எழுத்துப்பூர்வமான, முறைப்படுத்தப்பட்ட சிந்தனை-அமைப்பை அவர்கள் உடனடியாகப் பயன்படுத்திக் கொண்டனர். அடிமைமுறையும் முடியரசுகளும் உருவாகிக்கொண்டிருந்த சூழலில், 2600 ஆண்டுகளுக்கு முன்பு இந்தக் கோட்பாட்டை உருவாக்கிய புத்தருக்கு, அத்தகைய வாய்ப்பு கிடைத்திருக்கவில்லை.

'அரசு என்பது இல்லாத' இயற்கையான அரசை ஹோப்ஸ் கற்பனை செய்தார்; பற்றாக்குறைக்கு மத்தியில் சமத்துவமும், வளர்ச்சியற்ற நிலையில் அறியாமையும் நிலவிய சூழலில் ஆதிகால கம்யூனிஸ்ட் சமுதாயம் ஒன்றை கார்ல் மார்க்சும் ஃப்ரெடெரிக் ஏங்கல்சும் கற்பனை செய்தனர். இவ்விரண்டிற்கும் இடைப்பட்ட காலம் குறித்த ஏராளமான மானுடவியல் தரவுகள் கிடைத்துள்ளன. கார்ல் மார்க்சும் ஏங்கல்சும் தமது படைப்பிற்கு 'இதுவரையிலும் இருந்த அனைத்துச் சமுதாயங்களின் வரலாறு' என்ற தலைப்பிட்டனர்;

ஹாக்ஸ்தாசெனும் மோர்கனும் சொத்துமீதான பொதுஉரிமைக் கொள்கையைக் கண்டுபிடித்தப்பின், 'அனைத்து எழுதப்பட்ட வரலாறு' என்று தலைப்பை மாற்றவேண்டி இருந்தது.[58] மார்க்சியம், மேம்பட்ட பொருள்முதல் வாத கோட்பாடுதான். எனினும், பண்டைய சமுதாயம் பற்றிய ஊகச் சிந்தனைக் கேள்விகள் எழும்போது, வரம்புகள் நிறைந்ததாக இருக்கிறது. பல்வேறு காலகட்டங்களில் சமுதாயம் எப்படி இருந்தது என்பது குறித்து ஒரு மதிப்பீட்டிற்கு வருவதற்கு ஊகம்செய்ய வேண்டியுள்ளது. இந்தக் கண்ணோட்டத்தில் பார்க்கையில் புத்தரிடம் வரம்புகள் அதிகம் காணப்படுகின்றன. புரிந்த வகையில் அப்படித்தான் உள்ளது.

அவர்கள் வாழ்ந்த காலத்தின் காரணமாக, அது ஊகச் சிந்தனையாக இருந்தாலும், சமுதாய ஒப்பந்தக் கோட்பாடு ஒன்றை உருவாக்க ஹோப்ஸ், லாக்கே, ரூஸோ ஆகியோருக்கு சாதகமான சூழல் இருந்தது. எனினும் இந்தக் கோட்பாடுகளிலிருக்கும் சாதக பாதகங்களையும், பலங்களையும் பலவீனங்களையும் வெளிக்கொணர மறுமதிப்பீடு தேவை. அனைத்துக் கோட்பாடுகளையும், அவை தோன்றுவதற்கு அடிப்படையாக அமைந்த சமுதாய, பொருளாதார சூழலையும் ஆய்வதற்கு மார்க்சியமும், இயக்கவியல் பொருள்முதல் வாதமும் ஏராளமான வாய்ப்பை இன்றைக்குத் தந்துள்ளன.

புத்தர் கால சமுதாய-அரசியல் சூழலின் அடிப்படையில் ஆய்வு செய்கையில், புத்தர் கட்டமைத்த அரசின் தோற்றம் குறித்த கோட்பாடு அவரது அறிவின் முதிர்ச்சியைக் காட்டுகிறது. ஒருபுறம் புத்தரது கோட்பாட்டின் தோற்றம், மறுபுறம் ஹிந்துச் சிந்தனையாளர்களின் தெய்வீக உரிமை அணுகுமுறை. இவற்றிலிருந்து பண்டைய இந்தியாவில் நிலவிய அரசியல் சிந்தனையின் பல்வேறு வண்ணங்களை நம்மால் உறுதியாக மறுகட்டமைப்புச் செய்ய இயலும். எதிர்க் கருத்துகள் கொண்டிருந்த புத்தரும், ஹிந்துச் சிந்தனையாளர்களும் எவ்வாறு வேறுபட்டனர் என்ற மதிப்பீட்டைச் செய்யமுடியும்.

கௌடில்யரையும் மனுவையும் விதந்தோதும் நவீன காலத்து அறிஞர்கள், சமுதாய ஒப்பந்தக் கொள்கை முன்னிறுத்தும் ஆபத்துகளை உணர்ந்ததால் அந்தக் கொள்கையையே கண்டனம் செய்தனர். சமுதாய ஒப்பந்தக் கோட்பாட்டின் முக்கியத்துவத்தை விமர்சிக்கும் அல்டேகர், 'அரசாங்கத்தின் தோற்றம் குறித்த ஒப்பந்தக் கோட்பாடு ஒரு மோசமான வரலாறு, தவறான தர்க்கம் என்று

இப்போது பொதுவாக ஏற்கப்பட்டுள்ளது' என்கிறார்.[59] ஆனால், நிச்சயமாகக் கடவுளின் சொற்களிலிருந்து ஓர் அரசை உருவாக்குவது என்பதைவிட, சமுதாய முரண்பாடுகளிலிருந்து ஓர் அரசை உருவாக்குவதுதான் வரலாறாக இருக்கமுடியுமல்லவா? சமுதாய ஒப்பந்தம் குறித்து முதலில் பேசியவர் புத்தர்தான் என்று இப்போது ஒப்புக்கொள்ள முடியும். அவரிடம் காணப்படும் அனைத்து வரம்புகளையும் தாண்டி, சமுதாய ஒப்பந்தம் குறித்துப் பேசிய அனைவருக்கும், அவர் முன்னோடியாக இருக்கிறார்; தந்தையாகவும் புத்தரே இருக்கிறார்.

அடிக்குறிப்புகள்

1. Jean Bodin (1530-1597) was a French thinker who witnessed the Huguenot wars between Protestants and catholics. This led him to write Six Books of the *Commonwealth*, outlining the modern sovereign state and the duties of the king. Romila Thapar has used the term *rajanyas* as equivalent to 'ruling family'. See *From Lineage to state* (New Delhi: Oxford University Press, 1984) pp.30-33,144.

2. Thapar opines that the Vedic texts which provide this evidence are the Rig Veda and what is generally termed the later Vedic literature (namely, the Sama, Yajur and Atharva Vedas together with their associated texts the *Upanishads, Aranyakas and Brahmanas*) The suggested data for the earlier sections of the Rig Veda would be some times between the latter part of the second millennium and the early first millennium BCE. The later Vedic literature is dated closer the mid-first millennium BCE ranging from the eighth to the sixth centuries. The two epics, the *Mahabharata* and the *Ramayana* are quite evidently compiled at various periods. They were being edited until as late as the mid-first millennium CE but sections of the texts still relate to earlier societies, possibly going back to the early first millennium BCE and perhaps to some even earlier memories. See Thapar 'The Historian and the Epic', in *Annals of the Bhandarkar Oriental Research Institute 9* (1979) : 199-213: Thapar, 'Exile and the Kingdom', in Some Thoughts on the *Ramayana* (Bangalore n.p 1978) p.15.

3. Nersesyants, *Ancient Greece*, p. 7.

4. Oldenberg, *Buddha*, p.115.

5. *Digha Nikaya*, p.26.

6. The Brahminical concepts of soul and punarjanma promised rewards in heaven, but in fact were making human life miserable: such misery was explained away as due to earlier births and karma.

7. In *Digha Nikaya*, it is said that where there is no contact of any sort there cannot be any reaction of sight, hearing, smell, taste, touch or imagination, p.27 Also see *Digha Nikaya*, pp. 58,121.
8. Rhys Davids, *Buddhism: Its History and Literature* (London and Newyork:G.P.Putnam's Sons) p.29.
9. Rockhill, *Life of the Buddha*, p.35.
10. Marx and Engels paid rich tributes to ancient Greek political thinkers for the simple reason that they initiated a dialectical debate on the interlinks of economic and political systems. Had they been aware of the Buddhist methodology and dialectical and materialist outlook of Buddha they would have perhaps paid richer tributes to him. See: Marx and Engels, *Selected Works*, Vol.3. (Moscow: Progress Publishers, 1973), pp. 63-127.
11. For more on Pythagoras, see Nersesyants, *Ancient Greece*, pp.25-28.
12. See *Digha Nikaya* pp.25-28.
13. See Majumdar, *Corporate Life*. pp 219-220, where he describes the remarkable achievements of Buddha in establishing democratic institutions.
14. See Alexander Platigorsky, *The Buddhist Philosophy of Thought, Essays in Interpretation* (London:Curzon, 1984), p.3. Platigorsky elaborately discuss Buddhist methodology.
15. Though Kautilya lived about 300 years later than Buddha, he reflected the synthesis of the earlier brahminical ideology. After a careful examination of available literature D.P.Chattopadhyaya has said that the policy of Kautilya was put in actual practice long before he theoretically formulated it. As Kautilya himself mentions, there is a long list of predecessors who had formulated his theory earlier. See Chattopadhyaya, *Lokayata*, p.177.
16. Kautilya, Adhikarna, 11. Freely translated by Chattopadhyaya, see *Lokayata* pp 172-173.
17. For details Kancha Ilaiah, 'Kautilyan Political Culture'. In *Frontier* (August6, 13 August 1987).
18. See Jayaswal, *Hindu Polity* p.42. also Majumdar, *Corporate Life*, p.242. Majumdar recognized the fact that Kautilya single-mindedly worked for the disintegration of republican democratic sytems. He records that his truly remarkable power of inventing ingenious devices were used only to sow dissension among the republics.
19. According to Jayaswal the term 'gana' signified the form of government, while 'sangha' on the other hand signified the state. If this is so, then the Buddhists'

naming their organization 'sangha' indicates that Buddhism was not a religion but a political ideology. See *Hindu Polity*, p.24.

20. Jayaswal says 'In the days of Panini, Buddhist and Jaina sanghas either did not exist (and in that case Panini's date would be about 600 BCE) or they had not become important. See *Hindu Polity*, p.28.

21. Trevor Ling, *The Buddha's Philosophy of Man* (London:Dent,1981). Ling suggests that the Buddhist sanghas were operating as a link between tribal republican sanghas and the kingly states, See his *introduction*, p. xix.

22. Arhats means wanderers, ascetics or foreigners., The tribal republics were known for their treatment of such wanderers. For a detailed story see *Maha Parinibbana Sutta*, pp 1-11. The Sanskrit 'arhat' is related the Pali 'arahant' which came to mean 'saint' or 'perfected one' in later Buddhist terminology.

23. *Digha Nikaya, Maha Parinibbana Sutta*, trans, Rhys Davids, *Sacred Boioks of the Buddhists* (London Henry Frowde, 1910), pp. 78-83 see also Chattopadhyaya, *Lokayata*. where he quotes the same passage to explain the views of Buddha. Also see Trevor Ling, *Buddha's Philosophy*, p xvi. He calls Ajatasatru's attempt an all-out military campaign against the Vajjian federation, one of the few republican federations which at that time had survived the onslaught of the monarchical attack in Northern India. Acording to Trevor Ling Buddha was worried about the future of republican federation itself.

24. Chattopadhyaya, *Lokayata*, p.174.

25. According to Majumdar, *Corporate Life*, p.246 in the Atthakatha detailed documentation is available which explains the unscrupulous methods adopted by Ajatasatru to sow seeds of dissension among the Vajjians to destroy them, in spite of the fact that Buddha advised against it.

26. Jayaswal, *Hindu Polity*, p.42.

27. It is important to note that even Majumdar devotes a whole chapter to the Buddhist sangha to examine the religious corporations of ancient India. Even in his analysis sangha life comes out as more political than religious. See Majumdar, *Corporate Life*, pp.271-306.

28. Such an argument has proved to be dangerous much later. In 1989 when the controversy over the Ram Janmabhoomi and the Babri Masjid arose, Hindu communal elements started arguing the Buddhism was not a separate school but part of Hinduism. They put forth this argument, because some progressive Indian historians raised the issue that as a majority of so called Hindu temples were old Buddhist shrines, the Hindus (that is, the Viswa Hindu Parishad) should allow the Buddhists to take them back. In retaliation Hindu communal forces started claiming Buddhism to be indivisible from Hinduism.

29. See Majumdar's analysis of Kautilya and Buddha in his *Corporate Life*, pp. 242-243, which in many respects corroborates my arguments, though the tone and tenor and the conclusions he draws are different.

30. Quoted in Sabine, *History,* 4th ed p.429.

31. Julian H Franklin, *John Locke and Theory of Sovereignty* (London:Cambridge University Press, 1978), pp. 90-91.

32. Ronald Grimsley, *The Philosophy of Rousseau* (London: Oxord University Press, 1973), see the chapter on 'The State of Nature and the Nature of Man', pp.29-42. It must be noted here that 'rice' in this text, like 'bread' or 'meat' in the Bible stands rhetorically for 'food'.

33. There is a controversy with regard to the dates of Manu and Kautilya. Some historians believe that Manu lived much before Kautilya, may be around the same period that Buddha lived. But some say that Manu lived later than Kautilya. According to them, Manu's codification of laws reflected the post-Kautilyan period also. I do not intend to go into this controversy at all. I take both these thinkers as representatives of a particular ideology and analyse their ideas from the point of view. In the vast aeon of ancient Indian history and institutional growth, a hundred years this side or that does not make much difference., Besides, the tendency of transcribers to add to and edit the text has made notions of a single author problematic.

34. See Saletore, *Political Thought*, pp.66-70.

35. The terms 'devatas' and 'rakshasas' are used to denote the Aryans (fair people) and the Dravidians (black people). A number of Dravida scholars, of late, have argued that these theories operate to justify racial discrimination.

36. Sharma, *Aspects*, p.73.

37. Lord Vishnu is said to have incarnated ten times. Gautama Buddha is also said to be of the ten incarnations of Lord Vishnu.

38. Sharma, *Aspects*, p.17.

39. Dharma, according to brahminical theoreticians, does not mean justice for all, but the maintenance of varnadharma. This aspect we shall examine in detail in another chapter.

40. Jayaswal, *Hindu Polity*, p.228.

41. Sharma, *Aspects*, p.73.

42. *Dulva* is Tibetan word which means 'Life of Buddha'.

43. Rockhill, *Life of the Buddha*. Rockhill only translates the original *Dulva* into English and gives it the shape of biography, pp.5-6.

44. C.Maxey Chester, *Political Philosophies*, (New Delhi Macmillan ,1950), p.225.
45. Rockhill, *Life of the Buddha*, p.6. Here the word 'their' indicates that the thief was taken to a group of people who must have gathered for some other purpose.
46. Sharma, *Aspects*, p.65.
47. See Kancha Ilaiah, *'Buddhism as Political Philosophy*, (Social science probings 3,4 (Dec. 1986) : 424.
48. Sharma takes this from *Digha Nikaya,* III, 93, SBB, see *Aspects*, p.68.
49. Sharma, *Aspects*, p.69.
50. According to Trevor Ling, Buddha compromised with the monarchical state under the prevailing political conditions. His concept of state is different from the brahminical concept of kingship. In the brahminical concept the king had cosmic and divine roles. See Ling, *Buddha's Philosophy*, p. xvii.
51. Sharma, *Aspects*, p-68
52. As we have seen in the third chapter, when Buddha asked the farmers at work in the fields ' who they were' their reply was that they were the 'property of the king'. From that time he developed contempt for private property itself. This attitude of Buddha we can see in his practice throughout his life.
53. Saletore, *Political Thought*, p.324.
54. Sharma, *Aspects*, p.68.
55. Saletore, *Political Thought*, pp.342, 325.
56. Altekar, *Sate and Government*, p.29.
57. Sharma, *Aspects*, p.66.
58. In a footnote to the Communist Manifesto Engels adds, in 1847, that the pre-history of society, the social organization existing previous to recorded history, was all but unknown. Since then, Haxthausen has discovered common ownership of land in Russia. Maurer proved it to be the social foundation from which all Teutonic races started in history and by and by village communities were found to be or have been the primitive form of society everywhere from India to Ireland The inner organization of this primitive communistic society was laid bare in its typical from by Morgan's crowning discovery of the true nature of the 'gens and its relation to the tribe'. *Marx and Engels, Selected Works*, vol.1, pp.108-109.
59. Altekar, *State and Government*, p-31.

5. நீதிமுறை, ஜனநாயகம், நிர்வாகம்

இந்தியாவின் பல்வேறு பிரதேசங்களில் வெவ்வேறு வகையான அரசியல் முறைகள் தழைத்திருந்த காலத்தில் புத்தர் வாழ்ந்தார். பலவகை அரசியல் முறைகள் குறித்த எடுத்துக்காட்டுகள் பௌத்த இலக்கியங்களில் காணப்படுகின்றன; எனினும், வட இந்தியாவின் மத்தியிலிருந்த ஒரு நாட்டிலிருந்து தெற்கே தக்காணத்திற்குச் சென்ற வணிகர் குழுவினரின் விவரிப்புகளைக் குறிப்பிடுவது போதுமானதாக இருக்கும். தக்காணத்தின் அரசன் அவர்களைப் பார்த்துக் கேட்கிறான்: 'பண்புமிக்க வணிகர்களே, உங்கள் நாட்டை ஆட்சி செய்யும் அரசன் யார்?' அதற்கு அந்த வணிகர்கள், 'சிலர் "கணங்களின்" ஆட்சியின் கீழ் இருக்கின்றனர்; மற்றவர்கள் சில முடியரசுகளின் கீழ் இருக்கின்றனர்.'[1] ஆனால், பழங்குடியினக் குடியரசுகள் முடியரசுகளாக மாறிக்கொண்டிருந்தன; இதுதான் அப்போதைய முக்கியப் போக்கு. முதல் முடியரசை நிறுவியவர் புத்தர் காலத்தின் பிம்பிசாரன்.

அரசியல் அதிகாரத்தை மையப்படுத்துவதுதான் முடியரசின் இயல்பான போக்காக இருந்தது; அதாவது அமைப்பை முற்றிலும் ஒரு தனி நபரை அதாவது அரசனைச் சார்ந்திருக்கும்படி செய்வது. மக்களின் தினசரி வாழ்க்கைக்கு அதிக அர்த்தம் தரக்கூடியதாக எந்த அமைப்பு இருக்கிறது என்ற அடிப்படையில் அக்காலத்து அரசியல் தத்துவ அறிஞர்கள் நிலைப்பாட்டை எடுத்தனர். இந்த இடத்தில்தான் அரசியல் அமைப்பு குறித்த வேதக் கருத்துகளும் பௌத்தப் பார்வைகளும் வேறுபடுகின்றன.[2] அக்காலத் தீர்க்கதரிசிகளில் புத்தர் மட்டுமே மக்களுக்குச் சுதந்திரம், சமத்துவம், சகோதரத்துவ கனவுகளை அளிக்க முடிந்தவராக இருந்தார் என்று சட்டோபாத்யாயா திட்டவட்டமாகக் கூறுகிறார்.[3] எனினும், இந்தக் கனவு பதினெட்டாம் நூற்றாண்டின் பிற்பகுதியில் ஐரோப்பாவில் ரூஸோவும் வால்டேரும் கண்ட கனவு போன்றதல்ல; இருக்கவும் முடியாது.[4]

இந்தியாவில் ஜனநாயக மரபு இருந்தது என்பதை மேலைப் பண்பாட்டு அணுகுமுறையும் அல்லது கீழைப் பண்பாட்டு அணுகுமுறையும் முற்றிலும் மறுக்கிறது. ஜேம்ஸ் மில், வில்லியம் ஜோன்ஸ் போன்ற காலனிய அரசியல் விஞ்ஞானிகள் இந்த அணுகுமுறை கொண்டவர்கள். இந்தியர்களுக்குச் சுதந்திரம் அளித்த போதும் அவர்கள் அதை வரமாகப் பார்க்கவில்லை; மாறாகச் சாபமாகத்தான் பார்த்தனர் என்பதே அவர்கள் பார்வை.[5] எந்தக் காலத்திலும், இந்தியாவில் சுதந்திரம் என்ற கருத்து நிலவவில்லை; அல்லது எங்கும் பழக்கத்திலும் இல்லை என்பதே அந்தக் காலனியவாதிகளின் நிலைப்பாடு. இந்த எண்ணம் தவறு என்பதை நிரூபிக்க ஜெயஸ்வால் போன்ற ஹிந்து அரசியல் ஆய்வாளர்கள் முயற்சி செய்தனர்; ஆனால், ஜெயஸ்வாலின் வாதங்கள் கலவையாக இருந்தன என்று தெரிகிறது. பண்டைய ஹிந்து அரசியல் அமைப்பு, ஓரளவுக்குப் பண்டைய ஏதென்சின் குடியரசு முறையைப் போலத்தான் இருந்தது; சில பகுதிகளில் கிரேட் பிரிட்டன் போன்று அரசியலமைப்பு வழியிலான முடியரசு முறை இருந்தது என்று நிரூபிக்க முயல்கிறார். பண்டைய இந்தியக் குடியரசுகள் ஏதென்சின் மாதிரியைப் போல் இருந்தன என்று ஏற்றுக்கொள்வது சரியாக இருக்கலாம். எனினும், மகாஜனபதாக்களையும் முடியரசு அமைப்புகளையும் கிரேட் பிரிட்டனிலிருந்த முடியரசுகளுடன் ஒப்பிடுவது சரியாக இருக்காது. டி.ஆர்.பண்டார்கர், ஆர்.சி. மஜும்தார் ஆகியோர் ஜெயஸ்வாலின் அடியொற்றியே செல்கின்றனர் என்கிறார் ஆர்.எஸ்.சர்மா.[6]

கௌதமர் காலத்து நீதிமுறை, ஜனநாயகம், நிர்வாகத்தின் இயல்பு ஆகிய கருத்துகளை ஆய்வு செய்வதே இந்த அத்தியாயத்தில் நமது நோக்கம். புத்தர் காலச் சமுதாயத்தில், நீதிமுறை, ஜனநாயகம் குறித்த பௌத்தச் சிந்தனைகள் எவ்விதமான தாக்கத்தை ஏற்படுத்தின என்பதையும் பார்ப்போம். வேதகால ஹிந்துப் பள்ளியும் பௌத்தப் பள்ளியும் இவற்றிற்கு என்ன பொருள் கொண்டிருந்தன என்பதையும் பார்க்கலாம். ஹிந்துக் கருத்தியலின் நடைமுறைகளுக்கு எதிரான நிலையைப் புத்தர் கொண்டிருந்தாரா என்பதை ஆராய்வதும் முக்கியமானது.

நீதிமுறை குறித்த ஹிந்துக் கருத்து

'தர்மம்' என்ற சொல்லை மேலை கருத்தான நீதி என்பதற்கு இணையாகப் பயன்படுத்துவதில் ஒரு பிரச்சனை உள்ளது.[7] ஹிந்து எழுத்தாளர்கள் சிலர் தர்மம் என்பதை நீதி என்பதற்கு

இணையாகப் பயன்படுத்துகிறார்கள்; சிலர் தண்டம் என்ற சொல்லை இவ்வகையில் பயன்படுத்துகிறார்கள். இங்கு நாம் தர்மம் என்ற கருத்தைத் தோராயமாக பண்டைய மேலைக் கருத்தான நீதி என்பதற்கு இணையாக எடுத்துக்கொள்ளலாம்; தண்டம் என்பதற்கு இணையாக அல்ல. இதற்கு எளிமையான காரணம், தினசரி பயன்பாட்டில் தர்மம் என்பது நீதி என்பதாகவும் தண்டம் என்பது தண்டனையாகவும் புரிந்துகொள்ளப்படுகிறது.[8] எனினும், தர்மம் என்ற ஹிந்து கருத்து வருண தர்மத்தை அல்லது சாதிய நீதியைத்தான் எடுத்துரைக்கிறது; அதேநேரத்தில் மேலை அறிஞர்கள் கூறும் கருத்து வர்க்க நீதியை உணர்த்துகிறது. புத்தர் பேசும் தம்மத்தின் கருத்து ஹிந்து தர்மத்திலிருந்து முற்றிலும் வேறுபட்டது.

கௌடில்யரின் தர்மம்

கௌடில்யரின் அர்த்தசாத்திரம் இந்திய அரசியல் சிந்தனையின் சிறப்பான விஷயங்களைப் பிரதிபலிக்கவில்லை என்கிறார் ஏ.பி. கீத். அவரது கணிப்பு தவறு என்கிறார் சேல்டோர்; மேலைச் சிந்தனையாளர்களின் மனத்தில் பிளேட்டோ இருப்பதுபோன்ற நிலையில் இந்தியர்களின் சிந்தனையில் கௌடில்யர் இடம் பெற்றுள்ளார் என்று உறுதிப்படக் கூறுகிறார்.[9] கௌடில்யருக்கு ஆதரவாக அழுத்தமாக அவர் பேசுவதால் தர்மம் குறித்த அவரது கருத்துகளை ஆய்வு செய்யலாம். ஏனெனில் இந்தக் கருத்திற்கு அர்த்தசாத்திரம் கொடுக்கும் அழுத்தம் காரணமாக, மிகவும் குறிப்பாக அர்த்தசாத்திரம் நம்பகமான ஆதார நூலாகக் கருதப்படுகிறது. மூன்று வேதங்களின் நிலைப்பாட்டைத்தான் அர்த்தசாஸ்திரத்தில் அவர் பேசும் தர்மமும் அதர்மமும் பிரதிபலிக்கின்றன என்கிறார் கௌடில்யர்.[10] அவர் பேசும் தர்மம், குடிமக்கள், ஆட்சியாளர்கள் என்ற இருதரப்பாரையும் கட்டுப்படுத்துகிறது. குடிமக்களுக்குத் தர்மமாக இருப்பது, ஆட்சியாளருக்குக் கடப்பாடாக இருக்கிறது; ஆட்சியாளருக்குத் தர்மமாக இருப்பது மக்களுக்குக் கடப்பாடாக மாறுகிறது.[11]

'நான்கு சாதிகளும் (வருணங்கள்), நான்கு நிலைகள் கொண்ட மதம் சார்ந்த வாழ்க்கையும் கொண்டவர்களாக மக்கள் இருக்கின்றனர். செங்கோலின் உதவியுடன் அரசன் அவர்களை ஆளுகிறான். அவர்களது கடமைகளையும் தொழில்களையும் தவறாது கடைபிடிக்கிறவர்களாக, அதேநேரத்தில் விதிக்கப்பட்டப் பாதையிலிருந்து விலகாவண்ணம் மக்கள் வைக்கப்படுகிறார்கள்.'[12]

ஒவ்வொரு வருணமும் அதற்குரிய செயல்களைச் செய்யவேண்டும் என்று கௌடில்யர் வலியுறுத்துவதாக ஆர்.எஸ்.சர்மா கூறுகிறார்: 'தன் கடமையைச் சரியாக அனுசரிக்கும் மனிதன் சொர்க்கத்தையும் முடிவிலா பேரின்பத்தையும் அடைகிறான்.' தன் கடமையிலிருந்து அவன் தவறினால், சாதிகளுக்கு இடையே குழப்பம் ஏற்படும், இந்த உலகம் அழிந்துவிடும். குடிமக்கள் சாதிக் கட்டுப்பாடுகளை மீறுவதற்கு அரசன் அனுமதிக்கக்கூடாது; அப்படி அவர்கள் மீறினாலோ அல்லது தாண்டினாலோ தண்டநீதியைப் பிரயோகிக்க வேண்டும் என்று கௌடில்யர் அறிவுறுத்துகிறார். இந்த நான்கு சாதிகளும், சாதி அமைப்பு முறையை அனுசரித்து நடந்தால் அவர்கள் செழிப்பார்கள்; என்றைக்கும் அழிய மாட்டார்கள்.[13]

உண்மையில், சாதிக் கட்டமைப்பைப் பேணிக்காப்பது பிராமணர்-சத்திரியர் இருவருக்கும் நன்மை பயப்பது என்ற அடிப்படையில் 'வல்லமையே சரியானது' என்ற கொள்கையை கௌடில்யரின் தர்மம் பேசுகிறது. சாதிப் படிநிலையில் சூத்திரர்கள், அடிமைகள் என்ற நிலைக்கு கீழிறக்கப்படுகிறார்கள்; தொழில் சார்ந்த வேலைப்பிரிவினையுடன் சாதி கட்டமைப்பு இணைக்கப்படுவது மேலும் மோசமானது. முன்பே பார்த்ததுபோல், சண்டாளர்கள் என்ற கருத்து ஏற்கனவே கௌடில்யரின் காலத்தில் வழக்கத்திலிருந்தது; அதுபோன்றே தீண்டாமையும்.[14] இதைப்போன்ற சூழலில் 'சாதி அமைப்பை பாதுகாக்கக் கூடியதாக' தர்மத்தை வரையறுப்பது, வெளிப்படையாகச் சூத்திரர்களையும் தீண்டத்தகாதவர்களையும் கட்டுப்படுத்தி, அடிமைப்படுத்தி வைக்கும் நோக்கம் கொண்டதே. கௌடில்யர் பழங்குடியினருக்கு செய்தது என்ன? அவர்களைக் கட்டுக்குள் வைக்கவும், அவர்களைப் பயன்படுத்திக் கொள்ளவும் அரசுகளுக்கு அவர் உதவிசெய்தார்; பழங்குடியினரின் தேசங்கள் சிறுசிறு பகுதிகளாக சிதறுண்டு போகவும், சாதியால் கட்டுப்படுத்தப்பட்டிருந்த சமுதாய அமைப்பிற்குள் அவற்றை உள்வாங்கிக்கொள்ளவும் உதவி செய்தார். மனுவின் விதிகளும், மகாபாரதமும் (சாந்தி பருவம் அல்லது கீதை) கூறும் கருத்துகளில் அடிப்படை சாராம்சத்தில் வேறுபாடு ஏதுமில்லை.

இவ்வாறு, ஹிந்து இலக்கியங்களில் தண்டம் என்பதற்கு அதிக அழுத்தம் கொடுக்கப்பட்டிருந்தது.[15] 'சதபத பிராமணத்தில்' தண்டத்தைச் சுழற்றுபவராக அரசன் குறிப்பிடப்படுகிறான். அதேநேரத்தில் அவன் தண்டனையிலிருந்து பாதுகாக்கப்படுகிறான்.[16] சதபத பிராமணத்தில் கூறப்பட்டிருப்பதுபோல், தண்டனை

அறிவியலின் ஆதிகாலத் தன்மைக்கு மனுஸ்மிருதியில் தரப்பட்டுள்ள முக்கியத்துவத்தைத் தண்ட நீதி நியாயப்படுத்துகிறது' என்கிறார் சேல்டோர். கொடூரமாகத் தண்டிக்கப் பயன்படுத்தப்பட்ட முறைகளை சேல்டோர் கூறியதுபோல் 'அறிவியல்' என்று அழைக்கமுடியுமா? கௌடில்யர் குறித்து முழுமையான நூல் ஒன்றை எழுதியுள்ள சோம்நாத் தார், 'ஒட்டுமொத்த சமுதாயக் கட்டுமானத்தின் அச்சாக கௌடில்யரின் தண்டநீதி இருந்தது. இதைச் சார்ந்துதான் அரசின் நல்வாழ்வு இருந்தது; அரசியலின் அறிவியலைத் தண்டநீதி பிரதிநிதித்துவம் செய்கிறது'¹⁷ என்று கூறுகிறார்:

தண்டநீதி தர்மத்தைச் சார்ந்து நிற்பது என்று நிரூபிக்க சேல்டோர், பண்டார்கர், கோஷல் ஆகியோர் மிகவும் சிரமப்பட்டனர். எனினும் இந்தக் கோட்பாடு உற்பத்தி செய்த உப-பொருளான சாதி அமைப்புமுறை மக்களின் இயல்பான இயக்கங்களுக்கு தடையாக இருந்தது; பிராமணியச் சக்திகளுக்கு ஆதரவாக தர்மம் செயல்பட்டதை இது உணர்த்துகிறது. இந்தக் கோட்பாட்டின் உதவிகொண்டுதான் பழங்குடியினர் அடக்கப்பட்டனர். பிராமண மேலாதிக்கமும் பாதுகாக்கப்பட்டது. ஹிந்துத் தத்துவத்தில் தர்மத்திற்கு மேலாக முக்கியத்துவம் பெற்றதாகத் தண்டநீதி இருக்கிறது என்பதற்குத் தெளிவான ஆதாரம் இது. ஹிந்துத் தண்ட நீதிக்கு எதிர்வினையாகப் பௌத்தத் தம்மம் என்ன சொல்கிறது? நவீனக் காலத்து ஹிந்துச் சிந்தனையாளர்கள், பௌத்தத் தம்மத்தின் முக்கியத்துவத்தைப் புரிந்துகொள்ளத் தவறிவிட்டனர்; அதனை ஆய்வு செய்யவே இல்லை.¹⁸

நீதிமுறை குறித்து புத்தர்

புத்தரது தம்மத்தையும் அதன் அடிநாதமாக இருக்கும் தத்துவத்தையும் விளக்க, அம்பேத்கர் 'சுட்டங்களை' மேற்கோள் காட்டுகிறார். புத்தரின் கருத்தில் தம்மம் என்பது நேர்மை; வாழ்வின் அனைத்துப் பரிமாணங்களிலும் மனிதர்களுக்கு இடையில் சரியான உறவு நிலையுடன் இருத்தல். புத்தரின் தம்மத்தை, சமத்துவத்திற்கு இணையானதாகக் கருதும் அம்பேத்கர் 'பரஸ்பர உறவுடன் இருவர் வாழும்போது, விரும்புகிறார்களோ இல்லையோ தம்மத்திற்கான இடத்தை அவர்கள் கண்டறிய வேண்டும்; இருவரும் அதிலிருந்து தப்பமுடியாது. ஒரு சமுதாயம், அரசாங்கத்தின் கருவியாக காவல்துறையை அதாவது சர்வாதிகாரத்தைத் தேர்வு செய்யலாம்.

அல்லது அந்தச் சமுதாயம் தம்மத்தையும் நீதிபதியையும் தேர்ந்தெடுத்துக் கொள்ளலாம்' என்கிறார்:

புத்தரின் தம்மத்தில் தண்டத்திற்கு இடமில்லை. அவரது பார்வையில் தம்மத்தில் 'பிரஜனனமும்' கருணையும் இருக்கின்றன. பிரஜனனம் என்பதைப் புத்தர் 'புரிதல்' என்றுரைக்கிறார். தம்மத்தின் இரண்டு அடித்தளங்களில் ஒன்றாகப் புத்தரின் பிரஜனனம் இருந்தது என்று அம்பேத்கர் உறுதியாகக் கூறுகிறார். ஏனெனில், புத்தர் எந்த இடத்திலும் மூட நம்பிக்கைக்கு இடங்கொடுக்கவில்லை.[19] ஆசைக்கோ பேராசைக்கோ இடங்கொடுக்கக் கூடாது என்று சீடர்களிடம் புத்தர் திரும்பத் திரும்பக் கூறுவார்; அவரது வேண்டுகோள் அந்த மனிதர்களின் தனிப்பட்ட வாழ்க்கை முறைக்கானது மட்டுமல்ல; அருகாமையிலிருந்த சிறிய குடியரசுகளையும் அல்லது ஜனநாயக அரசுகளையும் யுத்தம் செய்து கைப்பற்றுவது, வலிமையைக் காட்டி அச்சுறுத்திச் சேர்த்துக்கொள்வது என்று தம் அரசை விஸ்தரிக்க முயற்சிக்கும் ஆட்சியாளருக்கும் பொருந்தக்கூடியது. சாதியாலும் வர்க்க வேறுபாடுகளாலும் பிளவுண்டிருந்த சமுதாயம், அடிமைகளாக இருந்த பெரும்பான்மை மக்களை அப்படியே நீடித்திருக்கச் செய்ய தண்டத்தைப் பயன்படுத்துவதைப் பிராமணியச் சட்டம் நியாயப்படுத்தியது. இத்தகைய அடிமை முறையைப் புத்தர் எதிர்த்தார்; ஆகவே, புத்தருக்கு தம்மம் என்பது, சுதந்திரம்.

புத்தரின் நோக்கங்களை மிகத் தெளிவாக வெளிப்படுத்தும் கதையொன்று விநய பிடகத்தில் (துல்வா) உள்ளது. நைரஞ்சனா நதியின் கரையில் புத்தர் அமர்ந்துள்ளார். தீயவன் ஒருவன், 'ஆசிர்வதிக்கப்பட்டவரே, நீர் இறப்பதற்கான நேரம் வந்தது' என்று அவரிடம் கூறுகிறான். புத்தருக்கு உடல்நிலை சரியில்லை; விரைவில் இறந்துவிடுவார் என்பதே இதன் பொருள். புத்தர் அவனுக்குப் பதிலிறுக்கிறார்: 'மாறா, எனது சீடர்கள் விவேகம் நிறைந்தவர்களாக, விரைந்து புரிந்துகொள்ளக் கூடியவர்களாக மாறாத வரையிலும், பிக்குகளும், பிக்குணிகளும், இருபாலினத்தைச் சேர்ந்த சாதாரண சீடர்களும் தம்மத்தின் அடிப்படையில் தமது எதிரிகளை எதிர்கொள்ளத் திறன் பெறாத வரையிலும், எனது அறநெறி உபதேசங்கள் அனைத்து தேசங்களிலும் பரவாத வரையிலும் நான் இறந்துபோக மாட்டேன்.'[20] புத்தர் இங்கு குறிப்பிட்டுப் பேசும் எதிரிகள், பிராமணியச் சிந்தனையாளர்கள் தவிர்த்து வேறு யாராக இருக்கமுடியும்? சமத்துவமின்மை பேசிய 'நீதிமுறை'க்கு

எதிராகத் தனது அரசியல் நீதியைப் பரப்புவதில் புத்தருக்கு இருந்த வைராக்கியத்தை அவரது குரலில் நாம் கேட்க முடிகிறது.

அம்பேத்கர் விளக்குவதுபோல், பௌத்தம் பேசும் தம்மத்தின் பொருள் ஹிந்து தர்மத்திலிருந்து முற்றிலும் வேறானது. புத்தரின் கருத்தில் தூய்மையான வாழ்க்கையை வாழ்வதே தம்மம்; வாழ்க்கையில் பூரணத்துவத்தை அடைவது தம்மம்; நிப்பானத்தில் வாழ்வது தம்மம்;[21] வேட்கையை விடுவது தம்மம்; ஒழுக்கத்துடன் வாழ்வதற்கான சாதனமாக கர்மாவை எண்ணுவது தம்மம். ஹிந்துத் தர்மத்திற்கும் பௌத்தத் தம்மத்திற்கும் இடையிலான வேறுபாட்டை தெளிவுபடுத்தும் அம்பேத்கர், கௌதமரும் சங்கமும் தம்மம் அல்லாதவையாக எவற்றைப் பார்த்தனர் என்பதைப் பட்டியலிடுகிறார்: 'இயற்கைக்கு அப்பாற்பட்ட விஷயங்களின்மீது நம்பிக்கை வைத்தல் தம்மம் இல்லை; ஈஸ்வரன் (கடவுள்) மீது நம்பிக்கைவைப்பது தம்மத்தின் அடிப்படை அல்ல; பிரம்மாவுடன் ஒன்றிணைவதைப் பேசும் தர்மம், தவறான தம்மம் ஆகும்; ஆன்மாவின் மீது நம்பிக்கைக் கொள்வது தம்மம் இல்லை; யாக வேள்விகளில் நம்பிக்கை கொள்வதும் தம்மம் இல்லை.' இவை போன்ற இன்னும் சிலவற்றை அவர் கூறுகிறார். நீதிமுறை குறித்து பௌத்தத்திற்கு இருந்த இந்தப் புரிதல், அரசுடன் நேரடித் தொடர்புடையதாகத் தோன்றவில்லை; எனினும், அரசின் மீதும் சமுதாயத்தின் மீதும் பல தாக்கங்களை ஏற்படுத்தியது.[22]

பௌத்தம் பேசிய நீதிமுறை அகிம்சையையும் சமத்துவத்தையும் அடிப்படையாகக் கொண்டது; தண்ட நீதி என்ற ஹிந்துக் கருத்து அடிப்படையில் அடிபணிய வைக்கும் கருவியாகப் பயன்பட்டது. இதன் எதிர்க் கொள்கையாகப் பௌத்த நீதிமுறை இருந்தது. ஆகவே புத்தர் தனது விளக்கவுரைகளில் தண்டநீதி பற்றிப் பேசவில்லை. ஹிந்து சமுதாய அமைப்பிற்கு மாறாக, பௌத்தச் சங்கமும், வாழ்க்கை முறையும் முற்றிலும் விதிமுறைகள் மற்றும் அறநெறிகளின் அடிப்படையில் இயங்கின; உடல்ரீதியான வற்புறுத்தல் மூலம் இல்லை.[23] அறநெறி மூலமாகத்தான் சங்கம் மக்கள்மீது செல்வாக்கு செலுத்தியது. அவர்கள்மீது அடக்குமுறையைச் செலுத்தி அல்ல.

தேவதத்தனுக்கும் புத்தருக்கும் இடையிலான விவாதங்களில் சமத்துவ அணுகுமுறையும், அடக்குமுறை பயன்படுத்தப்படாததும் மிகத் தெளிவாக வெளிப்படுகிறது. உண்மையில், புத்தரைக் கொல்வதற்குத் தேவதத்தன் பலமுறை முயற்சிக்கிறார்; எனினும்

கௌதமரும் அவரது சீடர்களும் அவரைத் தனிமைப்படுத்த மட்டுமே முயன்றனர்; அவருக்கு எதிராக எப்போதும் அவர்கள் பலத்தைப் பயன்படுத்தவில்லை. சங்கத்தை விட்டு வெளியேற விரும்பிய சனக்குட்டன் என்பவருக்கு புத்தர் உடனடியாக, எளிதாக அனுமதி தந்தார்; விரும்பிய வாழ்க்கையை வாழும்படி கூறினார்.[24] பிராமணர்கள் சட்டம் என்று அறிவித்த விதிமுறைகளிலிருந்து மாறுபட்டு இயல்பாக வாழ்க்கை நடத்த விரும்பியவர்களுக்கு எதிராக ஹிந்துக்கள் கொண்டிருந்த அணுகுமுறைக்கு முற்றிலும் வேறானது இது.

இத்தகைய தம்மம் என்ற கருத்தால் ஏற்பட்ட அரசியல் தாக்கங்கள் வேறுபட்டவை. ஆர்.எஸ்.சர்மா, 'பௌத்த ஒப்பந்தக் கோட்பாட்டில் ஓர் ஆட்சியாளனுக்குக் கூறப்பட்ட ஒரே நிபந்தனையாக தம்மத்தின் அடிப்படையில் அவன் செயல்பட வேண்டும்' என்பது இருந்தது என்கிறார். இங்கு அவர் தம்மத்தை 'விதிமுறை' என்பதாக வரையறுக்கிறார்; ஹிந்து தர்மத்திலிருக்கும் தேவையற்ற மூடநம்பிக்கை விஷயங்கள் தம்மத்தில் இல்லை. மேலும் அவர், 'ஆட்சியாளர்கள் மீது சுமத்தப்பட்டிருந்த கடமைகள் கவனிக்கத்தக்கவை; அந்தக் காலகட்டத்தின் குடியரசுக் கொள்கையுடன், பௌத்தத்தின் சீர்திருத்த அணுகுமுறையுடன் அவை இணைந்து போகக்கூடியவை' என்று கூறுகிறார்.[25] பௌத்தத் தம்மம் பல அம்சங்களில் பிளேட்டோ கூறிய நீதிக் கருத்தை ஒத்திருக்கிறது. பிளேட்டோ கூறும் நீதிமுறை, வர்க்க வேறுபாடுகளை அனுமதிக்கிறது. எனினும், புத்தரது தம்மத்தைப்போல், சமுதாயத்தின் பிரச்சனைகளுக்கு மனிதத்தன்மை மிக்க அணுகுமுறையை உள்ளடக்கியதாக இருக்கிறது.[26] அம்பேத்கர், 'ஹிந்துயிசத்தின் அதிகாரப்பூர்வ போதனை' சமத்துவமின்மைதான் என்று எழுதுகிறார். இந்தச் சமத்துவமின்மை போதனையை உறுதியாக உள்ளடக்கியதாக 'சதுர் வருண' சித்தாந்தம் இருக்கிறது. இதற்கு எதிராகப் புத்தர் சமத்துவத்திற்காக நின்றார்.[27]

ஜனநாயகம்

இந்த விஷயத்தின்மீது இந்திய அறிஞர்கள் பெருமளவிற்கு வேறுபட்ட கருத்துகளைக் கொண்டுள்ளனர். இந்தியாவில் ஜனநாயக மரபு என்பதே இருந்திருக்கவில்லை என்பது மேலை நாட்டவரின் முன்மொழிவு. எடுத்துக்காட்டியது போல், இந்த அனுமானம் தவறு என்று நிரூபிக்க, பத்தொன்பதாம் இருபதாம் நூற்றாண்டின் ஹிந்து அறிஞர்கள் பண்டைய ஜனநாயக அமைப்புகள் குறித்து

ஆய்வு மேற்கொண்டனர். கே.பி. ஜெயஸ்வால் எழுதிய *Hindu Polity*, ஆர்.சி.மஜூம்தாரின் *Corporate Life in Ancient India* ஆகியன பெருமளவிற்கு இந்த நோக்கத்துடன் செய்யப்பட்ட இரண்டு பெரிய தொடக்கக்கால ஆய்வுகள் ஆகும். இவற்றைத் தொடர்ந்து ஆர்.எஸ்.சர்மா, ஏ.எஸ்.அல்டேகர், பி.ஏ.சேல்டோர் ஆகியோரின் படைப்புகளும் வெளிவந்தன. இந்த முயற்சிகளில் பௌத்த இலக்கியங்கள், குறிப்பாகப் புத்தரின் அசலான உபதேசங்களும் உரைகளும் பெருமளவிற்கு அனைத்து ஆய்வாளர்களாலும் பயன்படுத்தப்பட்டன. எனினும் கௌடில்யரையும் மனுவையும் சித்தரித்ததுபோல் புத்தரை அரசியல் சிந்தனையாளராக அவர்கள் சித்தரிக்கவில்லை.

பண்டைய இந்தியாவில் ஜனநாயகக் குடியரசு நிறுவனங்களாக இயங்கிக் கொண்டிருந்தவை என்று பல அமைப்புகளை ஹிந்துத் தேசிய அறிஞர்கள் பட்டியலிட்டனர். அவற்றில் முக்கியமானவை, ‘கணம், விததா, சபா, சமிதி’ ஆகியன. இந்த நிறுவனங்களைச் சுருக்கமாக விவரிப்போம்: ‘கணம்’ என்பது பழங்குடியினரின் சிறிய ஆட்சியமைப்பு; சில நேரங்களில் இதனை ‘கோத்ர’ அமைப்புடன் அடையாளப்படுத்த முடியும். இந்த அமைப்பில் அனைத்து அரசியல் முடிவுகளும் மக்கள் அனைவரையும் கலந்தாலோசித்தே எடுக்கப்பட்டது.[28] வேத நிறுவனமான விததா ஒரு குடும்பக் கவுன்சில் எனலாம். இந்த அமைப்பை இரோகுவை★ கவுன்சிலுடன் ஒப்பிடலாம் என்கிறார் சர்மா. பொதுவாக இந்த அமைப்பு ‘கண’த்தைச் சேர்ந்த அனைத்து ஆண், பெண் உறுப்பினர்களுக்கான ஜனநாயக அவை போன்று இயங்கியது.[29] இந்தச் சபையில் பெண்கள் பங்கு பெற்றிருந்தனர். ஆனால், பிற்கால ஹிந்து நிறுவனங்களில் அவர்களது பங்கேற்பு தடைசெய்யப்பட்டது.

சபா, கற்றறிந்தோரின் அவையாக விளங்கியது. சபாவைப் பற்றிய தெளிவான தகவல்களைப் புத்தரின் ஜாதகக் கதைகள் தருகின்றன. ஜாதகக் கதையொன்றில், ‘நல்ல மனிதர்கள் இல்லாத சபை, ஒரு சபையே இல்லை; தம்மத்தைப் (நீதி) பேசாதவர்கள் நல்ல மனிதர்கள் அல்லர்.’ ‘தனிப்பட்ட உணர்வுக் கிளர்ச்சிகளைத் தவிர்த்து நீதியைப் பேசுபவர்கள்தாம் நல்ல மனிதர்கள்’ என்ற வரிகள் காணப்படுகின்றன. தர்மம் என்பதற்கு ஹிந்துக்களின்,

---

★ இரோகுவை (Iroquois) குடும்பத்தின் மொழியைப் பேசும் வட அமெரிக்காவின் இந்தியத் தொல்குடி குழுக்களில் ஒன்று.

பௌத்தர்களின் பார்வையில் இரண்டு வெவ்வேறு அர்த்தங்கள் உள்ளன; எனவே, அநேகமாக வருணதர்மத்தை ஹிந்து சபா நீடித்திருக்கச் செய்ததாகத் தோன்றுகிறது. சபாவை விட மிகவும் பிற்காலத்தில் தோன்றிய நிறுவனம் 'சமிதி'. இந்தச் சொல்லுக்கு 'ஒன்றுகூடிச் சந்திப்பது' என்பது பொருள்; ஜெயஸ்வால் இதற்கு 'அவை' என்பதாகப் பொருள் கூறுகிறார். இந்த அமைப்பு வேத காலத்தில் தோன்றியிருக்கலாம் என்கிறார். எனினும், பிற அறிஞர்கள் இந்த விளக்கத்தைச் சந்தேகிக்கின்றனர்; சமிதிக்கு அரசியல் சார்ந்த அல்லது மதம் சார்ந்த தலைமை இருந்திருக்கலாம் என்று அவர்கள் சந்தேகிக்கின்றனர்.[30] அரசியல் சமிதிகள் சிலவற்றில் ராஜாக்கள் கலந்துகொண்டனர் என்கிறார் ஆர்.எஸ்.சர்மா. மதம் சார்ந்த செயல்களில் ஈடுபட்ட சிலவற்றிற்கு மத குருக்கள் தலைமையேற்றிருக்கிறார்கள்.'[31] இருப்பினும், இந்த நிறுவனங்கள் அனைத்தும் பழங்குடி ஜனநாயக மரபுகளில் வேரூன்றியவை.

அறிஞர்களில் ஒரு சிலர் மட்டுமே சங்கத்தின் இயல்பு குறித்து ஆய்வு செய்துள்ளனர். பௌத்த சபை சங்கம் என்ற பெயரில்தான் அறியப்பட்டிருந்தது. பௌத்த முழக்கமான, 'புத்தம் சரணம் கச்சாமி, தம்மம் சரணம் கச்சாமி, சங்கம் சரணம் கச்சாமி' என்பதும் அனைவரும் அறிந்ததுதான். சங்கத்தின் கருத்தைச் சற்று விரிவாக ஜெயஸ்வால் விவாதிக்கிறார்.[32] பாணினி கூறும் விளக்கத்திற்கு முக்கியத்துவம் கொடுக்கிறார்; என்றாலும் பாணினியைப் பொறுத்தவரைச் சங்கம் என்பது ஓர் அரசியல் அமைப்பைக் குறிக்கும் தொழில்நுட்ப சொல் மட்டுமே என்று ஜெயஸ்வால் தெளிவாக விளக்குகிறார்.[33] அதே நேரத்தில், பாணினியின் காலத்தில் பௌத்த அல்லது ஜைன சங்கங்கள் இருந்திருக்கவில்லை அல்லது முக்கியத்துவம் பெற்றிருக்கவில்லை என்றும் தனித்துக் குறிப்பிடுகிறார். புத்தருக்குப் பிற்பட்ட காலத்தில்தான் பாணினி வாழ்ந்தார் என்பதை வைத்துப் பார்க்கும்போது பாணினியின் காலத்தில் சங்கம் ஏற்கனவே நிலைபெற்ற ஒன்றாக இருந்திருக்க வேண்டும் என்று ஜெயஸ்வால் கருதுகிறார். புத்தர் இறந்தபின்னும் முதல், இரண்டாம், மூன்றாம், நான்காம் கவுன்சில்கள் ஆற்றிய பணியால் சங்கம் தொடர்ந்து பரந்து விரிந்து கொண்டிருந்தது.[34] சங்கங்களை, கிரேக்க (ஹெலனிக்) நகர அரசுகளுக்கு இணையான குடியரசுகளாகக் கூறலாம் என்று ஜெயஸ்வால் ஒப்புக்கொள்கிறார்.[35] தொடர்ந்த தலைமுறைகளில் இந்தியப் பண்பாட்டிற்கு பௌத்தம் அளித்த முக்கிய பங்களிப்புகளில் முக்கியமானதாகச் சங்கத்தின் கொள்கையும் நடைமுறையும் அமைந்தன.

புத்தர், அவர் காலத்தில் சுதந்திரத்துடன் இயங்கிய பழங்குடி சமுதாயத்தை தான் உருவாக்கிய சங்கத்திற்கான மாதிரியாக எடுத்துக்கொண்டார்; அதன் மூலம் மற்ற சமுதாய அமைப்பாளர்களிடமிருந்து அடிப்படையில் தனித்து நின்றார் என்கிறார் டி.பி.சட்டோபாத்யாயா. இந்தப் பரந்த உலகத்தில் பழக்க வழக்கங்களும், நிறுவனங்களும் திட்டமிட்டு முறையாக அழிக்கப்பட்டுக் கொண்டிருந்தன; இதற்கு தத்துவ அடிப்படையிலான மாற்றாக, உணர்வுபூர்வமாக சங்கம் வடிவமைக்கப்பட்டது.[36] சங்கத்தின் தோற்றத்திற்கு அடிப்படையாய் அமைந்த இந்த அம்சம் குறித்து 'மகா பரிநிப்பான சுட்டம்' பல விவரங்களைத் தருகிறது.

புத்தர் சங்கத்தை நிறுவிய காலகட்டம் இந்திய வரலாற்றில் முக்கியமானதொரு காலம். சுதந்திரமாக இயங்கிக் கொண்டிருந்த பழங்குடியினர் அழித்து ஒழிக்கப்பட்டனர்; விரிவடைந்து கொண்டிருந்த அரசு அதிகாரத்தின் எல்லைக்குள் அவர்கள் கொண்டுவரப்பட்டனர்; பழங்குடியின சமத்துவ மதிப்பீடுகள் அழிக்கப்பட்டு, அவற்றின்மேல் புதிய மதிப்பீடுகள் திணிக்கப்பட்டதை மக்கள் எதிர்கொண்ட காலகட்டம் அது. இந்தச் சூழலில் பழங்குடியின சமுதாய அமைப்பை மாதிரியாகக் கொண்டு புத்தர் தனது சங்க அமைப்பைத் தோற்றுவித்தார்; பழங்குடிச் சமுதாயம் பின்பற்றிய கொள்கைகளின் அடிப்படையில் வாழ்க்கையை வடிவமைத்துக் கொள்ளும்படி பிக்குகளுக்கும் பிக்குணிகளுக்கும் புத்தர் அறிவுறுத்தினார்.[37] சங்கத்தைத் தோற்றுவித்ததன் மூலம், இறந்து கொண்டிருந்த பழங்குடி கூட்டாட்சியின், அதன் தொலைந்துபோன நிதர்சனத்தின் சாயல் கொண்ட அமைப்பைப் புத்தர் அக்காலத்து மக்களுக்கு அளித்தார்.

புராண காஸப்பர், அஜிதா கேசகம்பளி, பகுத காஹயனா, மக்களி கோசலா, வர்த்தமான மகாவீரர் போன்ற அவர் காலத்துத் தீர்க்கதரிசிகள் போலன்றி, புத்தர் அவரது நோக்கத்தில் வெற்றி பெற்றதற்குச் சங்க அமைப்பை அவர் சுவீகரித்துக் கொண்டதே காரணம். அதன் வாயிலாக, உள்ளார்ந்த அற்புதமான நிலைத்த தன்மை கொண்ட, சகாப்தத்தின் சிறப்பானதொரு நுண்வெளியின் (Microcosm) மாதிரியை அவரால் உருவாக்க முடிந்தது. ஆனால், இந்த நிலையில் அந்த அமைப்பு உண்மையில் எப்படி வேலை செய்தது? அதனை நிர்வகித்த கொள்கைகள் எவை? எந்த அளவிற்கு ஜனநாயக அடிப்படையில் அது இயங்கியது? இந்தக் கேள்விகளுக்கு விடை தேட, பௌத்தம் பின்பற்றிய ஜனநாயகத்தின் இரண்டு

அம்சங்கள் ஆராயப்பட வேண்டும்: நிறுவன கட்டமைப்பிற்குள் அது தன்னை எவ்வாறு வெளிப்படுத்திக் கொண்டது? சங்கத்தின் வாழ்க்கை முறையிலும், சங்க உறுப்பினர்களின் பண்பாட்டிலும், நடத்தைகளிலும் தனிநபர்களுக்கு இடையிலான உறவுகளை அது எவ்வாறு நிர்வகித்தது?

நிறுவனமாகிய ஜனநாயகம்

சங்க வாழ்க்கை முறையிலிருந்த ஜனநாயகச் செயல்முறையை ஆய்வு செய்வதற்கு மூன்று முக்கிய அம்சங்களை சட்டோபாத்யாயா பட்டியலிடுகிறார்: 1. சங்கத்திற்குள் சேருவதற்கான நடைமுறை, 2. சங்கத்தின் உள்நிர்வாகம், 3. தனிநபர்களின் சொத்து அல்லது தனிச் சொத்து.[38] சங்கத்தின் ஜனநாயகம் குறித்த ஆய்வுகள் புத்தரது சிந்தனையின் இயல்பையும், அவர் உருவாக்கிய நிறுவனங்களில் காணப்பட்ட நடைமுறையையும் வெளிப்படுத்துகின்றன.

பௌத்த சங்கத்தில் அனுமதிக்கப்படுவதற்கு, ‘பப்பஜ்ஜா’★ மற்றும் ‘உபசம்பதா’★★ சடங்குகள் நிகழ்த்த வேண்டும் என்பது முன்நிபந்தனை. சங்கத்திற்குள் சேர விரும்புபவர் தலையை மழித்துக்கொள்ள வேண்டும். எனினும், மஞ்சள் ஆடை உடுத்திக் கொள்ளவேண்டும் என்பது கட்டாயமல்ல.[39] உண்மையில் உபசம்பதா என்பது சங்கத்திற்குள் ஒரு விண்ணப்பதாரரை அனுமதிப்பதற்கு உறுப்பினர்களின் முழு ஒப்புதலைப் பெறும் விரிவான நடைமுறை.[40] இந்த அம்சத்தில், பழங்குடியினரின் சபா மற்றும் சமிதியைவிடப் பௌத்த சங்கம் மிகவும் மேலானதாக இருந்தது; ஏனெனில், அவற்றில் உறவுமுறை அடிப்படையில் உறுப்பினர்கள் அனுமதிக்கப்பட்டனர். ஆனால், புத்தரது சங்கத்தின் கதவு எல்லோருக்கும் திறந்திருந்தது; சங்கத்தின் அடிப்படைக் கொள்கைகளையும் அல்லது விதிகளையும் ஏற்றுக்கொண்ட அனைவரும் அனுமதிக்கப்பட்டனர்; அதாவது அவர்கள் தமது உணவைப் பிச்சை எடுத்தோ அல்லது தாமே உற்பத்தி செய்தோ தான் பெறவேண்டும்; சொத்து வைத்திருக்கக்கூடாது. அனைத்து வர்க்கத்தினருக்கும் அவர்கள் உபதேசம் செய்ய வேண்டும்.[41]

★ பிக்குவாக விரும்புவருக்கு சங்கத்தில் சேருவதற்குமுன் அளிக்கப்படும் முதல் நிலை தீட்சை சடங்கு.

★★ உயர்நிலை தீட்சைக்கான சடங்கு.

சங்கத்திற்குள் அனுமதிக்கப்படும் நடைமுறையின் விரிவான சித்திரம் ஒன்றை விநய பிடகத்தின் மகாவக்கம் அளிக்கிறது. சங்கத்திற்குள் ஒரு புதிய பிக்குவை அல்லது பிக்குணியை அனுமதிக்க வழிகாட்டும் நெறிமுறைகளைப் புத்தரே அறிவிக்கிறார்: ஆசிர்வதிக்கப்பட்டவர் பிக்குகளிடம் உரையாற்றுகிறார். 'ஓ பிக்குகளே! உபசம்பதா தீட்சையைச் சங்கத்தின் முறையான நடவடிக்கை மூலம் அளிக்கவேண்டும் என்று பரிந்துரைக்கிறேன். மூன்று கேள்விகளுக்குப் பிறகு 'அறிவிப்பு' (natti) நிகழ்த்தப்படும்.

'பிக்குகளே, நீங்கள் உபசம்பதா தீட்சையைக் கட்டாயம் இந்த முறையில் தான் அளிக்கவேண்டும். கற்றறிந்த, தகுதியான பிக்கு, பின்வரும் அறிவிப்பைச் சங்கத்தின் முன் தெரிவிக்க வேண்டும்'. 'மதிப்பிற்குரியவர்களே, உபசம்பதா தீட்சையைப் பெறவிரும்பும் இந்த மனிதர்... சொல்வதைச் சங்கம் கேட்கட்டும். சங்கம் விரும்பினால், இந்த மனிதர்... 'உபைஜ்ஜஹயா' என்பதாக இந்த மனிதர்... க்கு உபசம்பதா தீட்சையை சங்கம் அளிக்கட்டும். இதுவே அறிவிப்பு...' இந்த அறிவிப்பு இரண்டு முறை கூறப்படும். பின் அந்த முன்மொழிவு வாக்குக்கு விடப்படும். அந்த அறிவிப்பு மேலும் இவ்வாறு செல்கிறது: 'போற்றுதற்குரிய சகோதரர்களில் எவராவது, இந்த மனிதர்... க்கு அவர் உபைஜ்ஹயா என்ற அடிப்படையில் அளிக்கப்பட்ட உபசம்பதா தீட்சைக்கு ஆதரவாக இருக்கிறார் என்றால் அவர் மௌனமாக இருக்கட்டும்; ஆதரிக்காதவர் எவராவது இருந்தால் அவர் பேசட்டும்.' இதனைப் பெரும்பான்மையோர் ஏற்றுக்கொண்டால், அந்த மனிதர் அனுமதிக்கப்பட்டவராகக் கருதப்படுவார்.⁴²

பிற்காலத்தில் புத்தரின் மூன்று நெருக்கமான சீடர்களில் ஒருவராக உபாலி மாறினார்; நாவிதரான அவர் சங்கத்தில் அனுமதிக்கப்பட்டபோது பெரும்பான்மையோர் ஒப்புதல் அளித்தனர்; ஆனால் தேவதத்தன் உறுதியாக எதிர்த்தார். துல்வா இவ்வாறு சொல்கிறது: தேவதத்தன் ஒப்புதல் அளிக்கவில்லை என்றதும் புத்தர் அவரை இணங்கிப் போகுமாறு வேண்டுகிறார்: 'உனது செருக்கைக் கைவிடுவதற்காக இந்தச் சங்கத்தில் நீ சேரவில்லையா?' என வினவுகிறார். எனினும் தேவதத்தன் மறுக்கிறார். முதல் முறையாகப் புத்தருக்கு அவர் கீழ்ப்படியவில்லை. அப்போதிலிருந்தே சங்கத்தில் தொடர்ந்து பிரச்சனைகள் எழுப்பியவாறு இருந்தார்.⁴³

ஜனநாயகம் தேவை என்பதில் புத்தர் உறுதியோடு இருந்தார். மேலே குறிப்பிடப்பட்ட கொள்கையிலும் நடைமுறையிலும் அது தெளிவாக வெளிப்படுகிறது; அதுமட்டுமின்றி எதிர்க்கருத்துக் கொண்டவர்களையும் ஜனநாயக அடிப்படையில் நடத்தவே அவர் விரும்பினார். காலத்திற்குக் காலம் விதிகளும் நடைமுறைகளும் மாறவில்லை என்பதை உணர்த்த இங்கு இது குறிப்பிடப்படவில்லை. சங்கம் வளர்ச்சி பெற்றாலும், அதன் அடிப்படை குணாம்சம் மாறவில்லை என்பதை உணர்த்தவே கூறப்படுகிறது; எனினும், உபசம்பதா சடங்கிற்கு புதிய விதிகள் உருவாக்கப்பட வேண்டியிருந்தது என்கிறார் சட்டோபாத்யாயா.[44] சங்கத்தில் அனுமதிப்பது மட்டுமின்றி, சங்கம் தொடர்பான பிற விஷயங்களும் ஜனநாயக அடிப்படையில்தான் விவாதிக்கப்பட்டன. இவை குறித்து ஜெயஸ்வால் விரிவாக ஆய்வு செய்துள்ளார். பௌத்தச் சங்கம் நடைமுறை நெறிகளை வகுத்து வைத்திருந்தது. மேலே கூறப்பட்ட எடுத்துக்காட்டில் உள்ளதுபோல், விவாதத்திற்குரிய ஆய்படுபொருளை ஒருவர் அறிமுகம் செய்வார்; ஒருவர் வாக்குகளைச் சேகரிப்பார்; ஒருவர் அவற்றை எண்ணுவார்; ஒருவர் அமர்வதற்கான இருக்கை வசதிகளைக் கவனிப்பார்; இப்படியாகக் காரியங்கள் நடக்கும். மிகப்பொருத்தமான எடுத்துக்காட்டு ஒன்றை வினயப் பிடகத்திலிருந்து ஜெயஸ்வால் கூறுகிறார். புத்தர் முன்மொழிந்ததன் அடிப்படையில் நிறைவேறிய தீர்மானம் ஒன்றைப் பார்க்கலாம்.

'குற்றம் சுமத்தப்பட்ட உவாலா என்ற பிக்கு அதனை மறுக்கிறார். பின்னர் ஒப்புக்கொள்கிறார்; ஒப்புக்கொண்ட பின் மறுபடியும் அதனை மறுக்கிறார். அவர் சங்க உறுப்பினர்களின் மத்தியில் விசாரிக்கப்படுகிறார்; அவரும் குற்றங்களைச் சுமத்துகிறார்; பொய் என்று தெரிந்தும் பொய் பேசுகிறார். இங்கு கூடியிருக்கும் சங்க உறுப்பினர்கள் பிக்குக்கு எதிரான தண்டனையை (தாஸப்ப பிவியாசுகா-கம்மா) முடிவு செய்யட்டும்.' இது முன்மொழிவு. இரண்டு முறை கூறப்பட்டபின், வாக்குக்கு விடப்படும். பிறகு இவ்வாறு கூறப்படும்: 'தண்டனைக்கு ஒப்புதல் அளிக்கும் போற்றுதலுக்குரிய எவரும் மௌனமாக இருக்கட்டும்; ஏற்காதவர்கள், பேசட்டும்.'[45] ஒருவேளை அனைத்து உறுப்பினர்களும் மௌனமாக இருந்தால், முடிவுசெய்யப்பட்ட தண்டனையை ஒப்புக்கொண்டதாக பொருள். தண்டனை என்ன என்பதற்கான குறிப்பு கிடைக்கவில்லை.

ஆனால், உவாலா கண்டிக்கப்பட்டிருப்பார் என்பதை அனுமானிக்க முடியும். ஏனெனில், பௌத்தச் சங்கங்களில், உறுப்பினர்களை

வெளியேற்றுவது என்பது மிகத் தீவிரமான நடவடிக்கையாகக் கருதப்பட்டது. அதுமட்டுமின்றி, தனது நிலையை விளக்க உவாலாவிற்கு வாய்ப்பு அளிக்கப்பட்டதா என்றும் தெரியவில்லை. குற்றம் சுமத்தப்பட்டவர் தனது கருத்தை அவையின் முன் எடுத்துரைக்கப் பழங்குடி குடியரசுகளில் வாய்ப்பு அளிக்கப்பட்டது; ஆகவே, இதைப்போன்ற வழக்கம் சங்க அமைப்புகளிலும் இருந்திருக்கக் கூடும். புத்தர் இறந்த பின்னும் இந்த நடைமுறை தொடர்ந்தது.[46]

அனைத்து விவாதங்களுக்கும் 'குறைவெண் வரம்பு' (quorum) தேவை என்பதைச் சங்கம் கண்டிப்புடன் பின்பற்றியது. சில உரையாசிரியர்கள், ஒரு குறிப்பிட்ட பகுதியிலிருக்கும் சங்கத்தின் அவையை நடத்த இருபது பேர் குறைவெண் வரம்பு என்று குறிப்பிடப்பட்டுள்ளதாகக் கூறுகின்றனர். குறைவெண் வரம்பு இல்லாமல் நிறைவேற்றப்படும் எந்த உத்தரவும் அதிகாரப்பூர்வமானதாகக் கருதப்படமாட்டாது. எனவே, வாய்வழி உத்தரவுகளும் அறிவுரைகளும் இருந்திருக்க வாய்ப்புண்டு. புத்தரும் அவரது மூன்று உயர்நிலை சீடர்களான, மகா காஸப்பரும், உபாலியும் ஆனந்தனும் சில சமயங்களில் வாய்வழி வழிகாட்டுதல்களை அளித்துள்ளனர்; அவற்றைப் பிக்குகளும் மதித்து நடந்துள்ளனர். 'கொறடா' என்பவர் பற்றியும் கூறப்பட்டுள்ளது. அவரது பொறுப்பு ஒவ்வொரு கூட்டத்திற்கும் தேவையான உறுப்பினர்கள் கூடுவதை உறுதி செய்வது.[47]

பௌத்த இலக்கியங்களில் வாக்களித்தல் பற்றி விரிவாக விவரிக்கப்பட்டுள்ளது. இந்த நடைமுறை 'சண்டா' (Chanda) என்று அழைக்கப்பட்டது. இதன் நேரிடையான பொருள் 'விருப்பம்' அல்லது 'ஆசை' என்பதாகும். ஒருவர் தனது வாக்கை அளிப்பதற்குக் கட்டுப்பாடுகள் ஏதுமில்லை. உடல்நிலை சரியில்லாத உறுப்பினர்கள், உடல் ஊனமுற்றவர்கள், அல்லது கூட்டத்திற்கு வர இயலாதவர்களின் வாக்குகளும் சேகரிக்கப்படும்; அவ்வாறு செய்யாமலிருப்பது தீவிர குற்றமாகும். இவ்வாறு வாக்குகள் சேகரிக்கப்பட்டாலும், குறிப்பிட்ட நபர் ஒருவர் விவாதத்தில் கலந்துகொள்வது அவசியம் என்று பெரும்பான்மை கருதினால், 'வராதவர்களின்' வாக்குகள் எண்ணப்பட மாட்டாது.[48]

மகாவக்கம் கூறும் இந்த நடைமுறைகளை ஜெயஸ்வால் இவ்வாறு விவரிக்கிறார்: ஒரு முன்மொழிவின் மீதான வாக்கெடுப்பில் (*natti-dutiya*) கலந்துகொண்டிருக்கும் பிக்குகள் அனைவரும் வாக்களிக்கும்

உரிமையுள்ளவர்கள்; ஆனால், தமது 'சண்டா'வை அவைக்குத் தெரிவிக்க விரும்பும் சிலர், 'தமது விருப்பம்' (அவைக்கு) முறையாகத் தெரிவிக்கப்படவில்லை என்று தெரிவிக்க விரும்பினால், கலந்து கொண்டிருக்கும் பிக்குகளின் எதிர்ப்பையும் மீறி அந்தச் செயல் நிகழ்த்தப்படுகிறது என்றால், அந்த முடிவு, முழுமையற்ற ஒரு கூட்டத்தில் எடுக்கப்பட்டதாகக் கருதப்படும்.' இந்தச் சூழலில் கூட்டத்திற்கு வராதவர்களின் வாக்குகள் எண்ணிக்கையில் சேர்த்துக்கொள்ளப்படாது.

பிரச்சனை ஒன்றின்மீது முடிவெடுக்கச் சங்கம் ரகசிய வாக்கெடுப்பையும் நடத்தலாம். அல்லது பெரும்பான்மையினரின் எண்ணத்தை, அவர்களைப் பேசச் சொல்லி உறுதிசெய்து கொள்ளலாம். இன்றைக்கு 'குரல் வாக்கு' என்று கூறப்படுவது போன்றதே இது. ரகசிய வாக்கெடுப்பு முறை பற்றி சங்கம் நன்கு அறிந்திருந்தது. எனினும் சங்கத்தில் உபாலி அனுமதிக்கப்பட்டதும் உவாலாவிற்குத் தண்டனை அளிக்கப்பட்டதும் குரல் வாக்கின் மூலமே முடிவானதாகத் தோன்றுகிறது. வண்ணச் சீட்டுகள் பயன்படுத்தப்பட்டு வாக்கெடுப்பு நடத்தப்பட்டதாக ஜெயஸ்வால் கூறுகிறார். 'சீட்டுகளைச் சேகரிப்பவர்' (சாலக்கிரஹர்) ஒட்டுமொத்த சங்கத்தாலும் நியமிக்கப்பட்டார். சீட்டின் வண்ணம் எதைக் குறிக்கிறது என்பதை அவர் விளக்குவார்; பின்னர் வாக்குகளை ரகசியமாகவோ அல்லது வெளிப்படையாகவோ சேகரிப்பார். இக்கால தேர்தல் அதிகாரியின் பணியை ஒத்தது இது எனலாம்.

இதில் ஆர்வமூட்டுவது என்னவென்றால், இந்தத் தேர்தல் அதிகாரியின் நியமனத்திற்கும் சங்கம் ஒப்புதல் அளிக்கவேண்டும். ஒரு தேர்தல் அதிகாரிக்குத் தேவையான தகுதிகளையும், அவரை நியமிக்கும் நடைமுறைகள் பற்றியும் சுல்லவக்கம் விவரிக்கிறது: 'வாக்குச் சீட்டுகளைச் சேகரிப்பவர்' பணிக்கு நியமிக்கப்படும் பிக்கு ஐந்து தகுதிகள் பெற்றிருக்கவேண்டும். அவர் பாரபட்சமாக நடந்துகொள்ளக் கூடாது; பிறருக்குத் தீங்கு நினைப்பவராக இருக்கக்கூடாது; அறிவீனமும் அச்சமும் கொண்டவராக இருக்கக்கூடாது; யாரிடம் வாக்கு வாங்கியிருக்கிறோம், யாரிடம் வாங்கவில்லை என்பதைச் சரியாக அறிந்து கொள்பவராக இருக்கவேண்டும்.'[49] அந்தப் பணிக்கு அவரை நியமிக்கும் நடைமுறைக்கு முன்னதாக அவரின் ஒப்புதல் பெறப்படவேண்டும்; அதன்பின் குரல் வாக்கு மூலம் முடிவு செய்யப்படும்.

சங்கத்தின் பணிகளை நிறைவேற்றக் குழுக்கள் சிலவற்றையும் அது நியமித்தது. அக்குழுக்களும் வாக்கெடுப்பு முறை மூலமே நியமிக்கப்பட்டன என்பதை ஜெயஸ்வால் பதிவு செய்கிறார். 'நீதி விசாரணைக்குழு'வின் முன்னால் வழக்கை விசாரித்துத் தீர்வு செய்யவேண்டும்' என்று பிக்குகளுக்குப் பௌத்த நூல்கள் அறிவுறுத்துகின்றன. பிரச்சனையின்மீது முடிவெடுக்க அந்தக் குழுவால் இயலவில்லை என்றால், பிரச்சனை தீர்க்கப்படும். இவ்வாறு குழுக்களுக்குப் பிரச்சனைகளை ஒதுக்கும் நிகழ்வுகள் பௌத்த நூல்களில் காணப்படுகின்றன. பிரச்சனையைப் பொறுத்து, தேவை ஏற்பட்டால் பல்வேறு பகுதிகளைச் சேர்ந்தவர்களும் குழுவில் பிரதிநிதிகளாக சேர்க்கப்பட்டனர். சுல்லவக்கம் இதற்கான குறிப்புகளைத் தருகிறது: 'இந்தப் பிரச்சனையை விசாரிக்கும்போது இலக்கற்ற பேச்சுகள்தாம் நம்மிடையே அதிகம் நடந்தன. ஆகவே, கிழக்குத் திசை சார்ந்த பிக்குகள் நால்வருக்கும் மேற்குத்திசை சார்ந்த பிக்குகள் நால்வருக்கும் பிரச்சனையைத் தீர்த்து வைக்கச் சங்கம் அதிகாரம் வழங்கட்டும்.'

இவ்வாறு அனைத்துப் பிரச்சனைகளின் தீர்விற்கும் வழிகாட்டும் கொள்கையாக தம்மம் இருந்தது; முடிவு எடுக்கப்பட்டுவிட்டால், மீண்டும் அதுகுறித்து விவாதம் இருக்காது. அப்படித் திரும்பவும் விவாதிக்கப்படுவது குற்றமாகும் (பச்சிட்டியா). அவ்வாறு முயற்சிப்பவர் சங்கத்தால் விசாரிக்கப்படுவார்.[50] இறுதியாக, பொது வாக்கெடுப்பு எவ்வாறு நடத்தப்பட வேண்டும் என்பதற்கும் குறிப்புகள் காணப்படுகின்றன. ஓர் அரசனோ அல்லது ஆட்சியாளனோ எப்படித் தேர்ந்தெடுக்கப்பட வேண்டும் என்பதற்குப் பௌத்தம் முன்மொழிந்த சாதாரண கருத்து மட்டுமே இது. எனினும், பழங்குடி ஜனநாயகக் குடியரசுகளில் அரசுத் தொடர்பான பெரிய விஷயங்கள், அனைத்து மக்களின் கருத்துகளையும் கேட்டறிந்து முடிவு செய்யப்படுவது நடைமுறையாக இருந்தது; பௌத்தர்களும் இதனை ஏற்றுக்கொண்டிருக்க வேண்டும்.

இந்த நடைமுறைகளைப் பின்பற்றுவதில் புத்தர் சங்கத்திற்கு வழிகாட்டி இருக்கிறார். சங்க நலனிற்காக நிறைவேற்றப்பட வேண்டிய விதிகள் குறித்து முழுமையான தெளிவு புத்தருக்கு இருந்தது. புத்தர், 'பிக்குகளே, சங்கம் ஆறுவிதமான அதிகாரப்பூர்வமான செயல்களை நிகழ்த்த முடியும்' என்கிறார். அவை 'விதிகளுக்குப் புறம்பான நடவடிக்கை, முழுமையற்ற கூட்டத்தினால் எடுக்கப்படும் நடவடிக்கை, முழுமையான

கூட்டம் ஒன்றில் எடுக்கப்படும் நடவடிக்கை, முழுமையான கூட்டத்தில் எடுக்கப்படும் அதிகாரப்பூர்வமானது என்பதுபோல் தோன்றும் நடவடிக்கை, முழுமையான கூட்டத்தில் எடுக்கப்படும் அதிகாரப்பூர்வமான நடவடிக்கை.'

முழுமையான கூட்டத்தில் நிறைவேற்றப்படும் அதிகாரப்பூர்வ நடவடிக்கை மட்டுமே தம்மத்தின் ஆன்மாவை உண்மையாகப் பிரதிபலிக்கிறது' என்பது அவரது கருத்து. அவர் மேலும் கூறுகிறார்: 'பிக்குகளே! முழுமையற்ற கூட்டத்தால் அதிகாரப்பூர்வ நடவடிக்கை ஒன்று விதிகளுக்குப் புறம்பாக எடுக்கப்பட்டால், அது உண்மையான நடவடிக்கை அல்ல; அதனைச் செயல்படுத்தக்கூடாது. பிக்குகளே! கூட்டத்திலிருக்கும் பிக்குகளின் எதிர்ப்பையும் மீறி, அதிகாரப்பூர்வ நடவடிக்கை ஒன்று எடுக்கப்பட்டால், அதுவும் விதிகளுக்குப் புறம்பானது, ஆட்சேபனைக்குரியது, செல்லாதது. உண்மையான நடவடிக்கை அல்ல; அதனைச் செயல்படுத்தக்கூடாது.'[51]

அவரது காலத்து ஜனநாயகக் குடியரசுகளிடமிருந்து புத்தர் அதிகமாகக் கற்றுக்கொண்டிருக்க வேண்டும். சங்கத்தில் எழுந்த குறிப்பிட்ட சில பிரச்சனைகளின் தீர்விற்கு, பழங்குடியினரின் நடைமுறை விதிகளையே புத்தர் பின்பற்றினார் என்று ஜெயஸ்வால் மிகச்சரியாகக் குறிப்பிடுகிறார். 'புத்தரும் அத்தகையக் குடியரசுகள் ஒன்றிலிருந்து வந்தவர்தான்; குடியரசுச் சமுதாயங்களின் மத்தியில்தான் பெரும்பாலும் அவர் வாழ்ந்தார்; அவர்கள் செயல்படும் முறை புத்தருக்கு மிகவும் பழக்கமானது; அவற்றைத் தனது அமைப்பின் நலனுக்கு ஏற்ப புத்தர் பயன்படுத்திக்கொண்டார்.'[52] ஆனால், பெரும்பான்மையான அறிஞர்கள், சங்கம் நிறுவிய ஜனநாயகப் பண்பாட்டையும் அந்தப் பண்பாட்டிற்குள் இருந்த தனிநபர்களுக்கு இடையிலான உறவுகளின் தன்மையையும் ஆய்வு செய்யவில்லை.

தனிநபர்களுக்கு இடையிலான உறவுகள்

ஒரு ஜனநாயக நிறுவனம் பின்பற்ற வேண்டிய விஷயம் இது; மக்கள் தமது பண்பாட்டின் ஒருபகுதியாக ஆக்கிக்கொள்ள வேண்டிய விஷயமும் கூட. உண்மையில் நிறுவனங்களில் ஜனநாயகச் செயல்பாடுகளை உறுதிசெய்வதை விடவும் மக்களின் தினசரி வாழ்வில் ஜனநாயக நடவடிக்கைகளைப் புகுத்துவது மிகவும் கடினம். ஜனநாயக அடிப்படையில் நடந்துகொள்வதையும், மற்றவர்களை அவ்வாறு நடந்துகொள்ள வைப்பதையும் முக்கிய விஷயமாகப்

புத்தர் கருதினார். இதற்கான மிக முக்கிய எடுத்துக்காட்டாக சங்கத்தில் பெண்களை அனுமதிப்பது குறித்து ஆனந்தனுக்கும் புத்தருக்கும் இடையில் நடந்த விவாதத்தைக் கூறலாம்.

கபிலவாஸ்துவின் ராணியும் புத்தரின் சித்தியுமான மகா பிரஜாபதி, சங்கத்தில் சேரும் நோக்கத்துடன் அவரைத் தேடி வந்தார். நீண்ட தூரம் நடந்து வந்திருந்தார்; சங்கத்தில் சேருவதற்குப் பெண்களை அனுமதிக்கும்படியும், அவர்களும் பூர்ணத்துவம் அடைய முயற்சிக்கட்டும் என்றும் வேண்டினார். 'பிக்குணி ஆகவும் தூய்மையுடன் வாழவும் அனுமதிக்கும்படி ஆசிர்வதிக்கப்பட்டவரை வேண்டுகிறேன்.' அவர் மிகவும் இறைஞ்சினார். ஆனால், அவரது வேண்டுகோளைப் புத்தர் மறுத்துவிட்டார். வெளியில் அமர்ந்து பிரஜாபதி தேம்பியழத் தொடங்கினார். அதைப் பார்த்த ஆனந்தன் என்ன விஷயம் என்று வினவினார். தனது வேண்டுகோளை ஆனந்தனிடம் பிரஜாபதி எடுத்துரைத்தார்.

புத்தர் தங்கியிருந்த வைசாலி நகரத்திற்கு அவர் கபிலவாஸ்துவிலிருந்து வந்திருந்தார். வீங்கிய அவரது பாதங்களையும், களைத்துப் போயிருந்த முகத்தையும், துவண்டுபோயிருந்த அவரையும் பார்த்த ஆனந்தன், அவர் சார்பாகப் புத்தரிடம் வேண்டினார். பெண் துறவிகளுக்கு ஓர் அமைப்பை உருவாக்கும் முன்மொழிவைப் புத்தர் மீண்டும் மறுத்துவிட்டார். அதன் பின்னர் ஆனந்தன் அவருடன் இது குறித்து விவாதம் செய்கிறார். பெண்களும் நிர்வாணத்தை அடைய முடியும் என்று அவர் (புத்தர்) அறிவித்ததை ஆனந்தன் புத்தருக்கு நினைவூட்டுகிறார். புத்தர் அதனை ஒப்புக்கொள்கிறார். பின்னர் ஆனந்தன் கேட்கிறார், 'ஆசிர்வதிக்கப்பட்டவராகிய உங்களைத் தேடி வந்த ஒருவருக்கு நீங்கள் எப்படி ஆக உயர்ந்த பலனை மறுக்கமுடியும்?' இறுதியில் புத்தர் கூறுகிறார், 'ஆனந்தா, இந்த அமைப்பிற்குள் பெண்கள் அனுமதிக்கப்பட்டால், அமைப்பின் விதிகள் நீண்ட காலத்திற்கு நிலைத்திருக்கமாட்டா. ஆனந்தா, இருப்பினும் பின் கூறப்படும் எட்டு விதிகளை கௌதமி மகா பிரஜாபதி ஏற்றுக்கொண்டால் அவரை சங்கத்திற்குள் அனுமதிக்கலாம்.' இதன்பின் சங்கத்தின் அவையில் முன்மொழிவு ஒன்று ஒப்புதலுக்கு வைக்கப்படுகிறது. பெண்களுக்கான அனுமதியை புத்தர் வன்மையாக மறுத்தாலும், அதன் மீதான விவாதமொன்றில் கலந்துகொள்ள வேண்டிய கட்டாயத்திற்கு ஆட்படுகிறார். இவ்வாறு அனுமதி மறுப்பது புத்தரது கொள்கைகளின்படி தவறென்று

நிரூபிக்கப்படுகிறது; தவற்றை ஒப்புக்கொண்ட புத்தர், சங்கத்தில் பெண்களை அனுமதித்தார்.[53]

மேலும் ஓர் எடுத்துக்காட்டைக் கூறலாம். மூப்படைந்த புத்தர், தனக்கொரு உதவியாளர் வைத்துக்கொள்ள விரும்புகிறார். சங்கத்தில் தனது வேண்டுகோளை வைக்கிறார். சிலர் முன்வருகின்றனர். ஆனால், அவர்களும் வயதானவர்களாக இருந்தனர்; அவர்களுக்கே உதவியாளர் தேவை என்று புத்தர் கூறுகிறார். பிறகு மொக்கல்லனன் என்பவர் ஆனந்தனைப் பரிந்துரைக்கிறார்; புத்தர் அதனை ஏற்றுக்கொள்கிறார். புத்தரும் மொக்கல்லனனும் ஆனந்தனை, அந்தப் பணியை ஏற்றுக்கொள்ள விருப்பமா என்று கேட்டனர். ஆனந்தன் முதலில் மறுக்கிறார்; அதற்கு அவர் கூறிய காரணம்: 'புத்தருக்கு உதவியாளராக இருப்பது சிரமமான காரியம். வலிமையான, வளைந்த நீண்ட தந்தங்களும், உயர்ந்த மத்தகமும் கொண்ட, எதிரியைச் சந்திக்க எப்போதும் தயாராக இருக்கும், போரில் களியாட்டம் போடக்கூடிய மாதங்கா காட்டின் வல்லமை மிக்க அறுபது வயது யானையின் அருகில் செல்வது சிரமம்; அதுபோலவே, ஆசிர்வதிக்கப்பட்டவரான புத்தருக்குப் பணிவிடை செய்வதும் சிரமமான செயல். ஆகவே, அவரது உதவியாளனாக என்னைத் தேர்ந்தெடுக்காதீர்கள்.'[54]

பின்னர், அவர் அந்த வேலையை ஏற்றுக்கொள்ள இணங்கவைக்கப்பட்டார்; புத்தரின் இறப்பு வரையிலும் அவருக்குச் சேவை செய்தார்.[55] ஆனால், அவரது கூற்று குறிப்பிடத்தக்க உள்ளார்ந்த ஜனநாயக பண்பாடு ஒன்றை வெளிப்படுத்துகிறது. சங்க வாழ்க்கைமுறை படிநிலை சார்ந்த ஒன்றாக இருந்திருந்தால், ஆனந்தன் போன்ற ஓர் இளஞ்சீடன் புத்தரின் முன்னிலையில் அவ்வளவு வேடிக்கையாக பேசியிருக்க முடியாது. இதைப் போன்ற மேலும் பல நிகழ்வுகளைக் கூறலாம். சீடர்கள் தமக்குள் வேடிக்கையாகப் பேசிக்கொள்வதும், ஒருவரையொருவர் மறுத்துப் பேசிக்கொள்வதும் சங்க வாழ்க்கையின் பகுதியாகவே கருதப்பட்டன. உண்மையில், சங்கத்திற்குள் தேவதத்தன் செய்த இடைஞ்சல்களும், கவனமாக மேற்கொள்ளப்பட்ட ஜனநாயக நடைமுறைகளால் எப்போதும் கட்டுக்குள் வைக்கப்பட்டன.

சங்க வாழ்க்கைமுறை, படிநிலை அமைப்பைப் பின்பற்றிய ஹிந்து வாழ்க்கை முறைக்கு முற்றிலும் மாறுபட்டதாக இருந்தது. உறவினர்களுக்கு ஆதரவு நிலை எடுத்தல், சிலருக்குச் சாதகமாக

நடந்துகொள்ளல் போன்றவற்றைப் புத்தர் எதிர்த்தார். அவர் மகன் ராகுலன் ஆறாவது வயதில் சங்கத்தில் சேர்ந்தான்; என்றைக்குமே அவனால் முக்கியத்துவம் பெற்ற பிக்குவாக முடியவில்லை. தனது தந்தையைச் சங்க அமைப்பிற்குள் கொண்டுவர புத்தர் முயன்றார். ஆனால், அதில் அவர் வெற்றியடையவில்லை.

புத்தரின் தந்தைவழி உறவினரான தேவதத்தன் சங்கத்தில் முக்கியத்துவம் பெற்ற பிக்குவாக தன்னை அறிவித்துக்கொள்ளத் தொடர்ந்து முயற்சித்தார்; ஒருமுறை அவர், 'நான் அவர்களுக்கு (சீடர்களுக்கு) வழிகாட்டுவேன்; அந்த நேரத்தில் ஆசிர்வதிக்கப்பட்டவர், வேறு எதைப் பற்றியும் சிந்திக்காமல் வசதியாக வாழலாம்.' என்று கூறினார்; இந்த ஆலோசனையைப் பற்றிக் கேள்விப்பட்ட புத்தர், 'முட்டாளே, இந்த மக்கள் கூட்டத்தின் நலனை, ஒழுக்கச் சீலர்களான கரிபுத்ரனிடமோ அல்லது மொக்கல்லனிடமோ ஒப்படைக்காமல், அழுக்கையும் எச்சிலையும் உண்ணக்கூடிய உன்னிடம் ஒப்படைப்பேன் என்றா நினைக்கிறாய்?' என்று அவனுக்குப் பதில் கூறுகிறார்.[56] சங்கத்தின் தகுதிக்கு ஏற்ப நடக்காதவர்களிடம் புத்தரது அணுகுமுறை எப்படி இருந்தது என்பதை இச்செயல் விளக்குகிறது.'

நிர்வாக அமைப்பு

பௌத்தச் சங்கம், உயர்ந்த மேம்பட்ட நிர்வாக அமைப்பை உருவாக்கியிருந்தது. விகாரங்களை நிர்வகிப்பது, சங்கத்தில் வசிப்பவர்களது உடைமைகளின் விவரங்களைப் பராமரிப்பது போன்றவற்றின் மீது புத்தர் கவனம் செலுத்தினார். ஒவ்வொரு குறிப்பிட்ட விஷயத்தையும் பிக்குக்கள் பதிவு செய்யவேண்டும் என்பதால், இந்தத் தனிப்பட்ட பணிகளைக் கவனிக்கக் குழுக்கள் பல அமைக்கப்பட்டன.[57]

பிக்குகளின் பொது அவை பற்றியும் நிர்வாகக் கட்டமைப்பு குறித்தும் ஆர்.சி.மஜூம்தார் பின்வருமாறு விவரிக்கிறார்: துறவிகளின் பொது அவைக்குத்தான் உச்சபட்ச அதிகாரம் இருந்தது கூட்டங்கள் நடத்தப்படும் நடைமுறை, நுட்பமான துல்லியத்துடன் வகுக்கப்பட்டிருந்தது. முதலாவது, ஒரு சமூகத்தைச் சேர்ந்த முழுமையாகத் தீட்சை பெற்ற பிக்குகள் அனைவரும் அந்த அவையின் உறுப்பினர்கள். ஏதோ குற்றத்திற்காகத் தண்டனை அடிப்படையில் தகுதியிழப்பிற்கு ஆளானாலொழிய, உறுப்பினர்கள்

அனைவருக்கும் வாக்களிக்கும் உரிமை உண்டு. வாக்களிக்கும் உரிமை உள்ள உறுப்பினர்கள் அனைவரும் அவைக்கூட்டத்தில் கலந்துகொண்டிருக்க வேண்டும். அல்லது வராமலிருந்து தங்களது ஒப்புதலை முறைப்படி தெரிவிக்க வேண்டும். அப்போதுதான் அந்தக் கூட்டம் சட்டப்பூர்வமானதாகக் கருதப்படும். குறைந்தபட்ச உறுப்பினர்கள் கூட்டத்தில் கலந்து கொண்டிருந்தால்தான், எடுக்கப்பட்ட நடவடிக்கை அதிகாரப்பூர்வமானதாகக் கருதப்படும். அல்லது மகாவக்கம் கூறுவதுபோல் 'குறைவெண் வரம்பு' விதிகள் பின்பற்ற வேண்டும். தீர்மானம் நிறைவேற்ற விரும்புபவர் முறையாகக் கூட்டப்பட்ட அவையில், கூடியிருக்கும் பிக்குகளின் முன், நிறைவேற்ற விரும்பும் தீர்மானத்தை முதலில் அறிவிக்க வேண்டும்.[58]

சங்கம் சிக்கலான கட்டமைப்புடன் இருந்தது என்பதை இந்த நடைமுறை உணர்த்துகிறது. தகுதியுள்ள உறுப்பினர்கள் யார், குற்றங்கள் இழைத்தவர்கள் யார் என்பது பற்றிய பட்டியல் பராமரிக்கப்பட்டது. விவாதங்களையும், தீர்மானங்களையும் இருக்கையை விட்டு எழுந்திராமல் பதிவு செய்யும் 'குறிப்பு எடுப்பவர்கள்' அல்லது எழுத்தர்கள் சங்கத்திலிருந்தனர். பௌத்தர்கள் தமது அரங்கமான சுதாம்மா சபாவில் (நல் விதியின் அரங்கு) நடத்திய கூட்டமொன்றை 'மகா கோவிந்தா' என்ற பௌத்த 'சுட்டன்டா' விவரிக்கிறது. அவையின் மேல்நிலை உறுப்பினர்கள் அமரும் வரிசைக்கு அடுத்ததாக பார்வையாளர் வரிசைக்கு முன்பாக, நான்கு இடங்களில் 'மகாராஜா' என்ற பட்டத்துடன் குறிப்பு எடுப்பவர்கள் நான்கு பேர் அவர்களுக்கென்று ஒதுக்கப்பட்ட இருக்கைகளில் அமர்ந்திருப்பார்கள். அவர்கள் தீர்மானங்களை காதால் கேட்டு நினைவில் வைத்துக்கொள்வார்கள்.[59] அந்தக் காலகட்டத்தில் இவ்வாறு குறிப்புகளை எழுதுவதற்கான எழுத்து வடிவம் அறியப்படாமலிருந்தது; எனவே, நடவடிக்கைகள் எழுத்து வடிவத்தில் குறிப்பெடுக்கப்பட்டனவா என்று தெரியவில்லை. ஆகவே இவை வாய்வழி பதிவாகத்தான் இருந்திருக்க முடியும். சில பௌத்தப் பிக்குக்கள் அவர்களது நினைவாற்றல் திறனுக்காக அறியப்பட்டிருந்தனர்.[60]

இழப்புக் காப்பீட்டிற்கான விதிகளும், நிறைவேற்றப்பட்ட ஏனைய விதிகளும் சட்டங்களும் எழுத்து வடிவில் கட்டாயமாகப் பதிவு செய்யப்பட்டன என்கிறார் ரைஸ் டேவிட்ஸ். மேலும் அவர், 'நீதித்துறை தொடர்பான விரிவான ஆவணங்கள் லிச்சாவியர்களால்

பராமரிக்கப்பட்டன என்பதை அறிவோம். 'கண' குடியரசுகளைச் சேர்ந்த பெரிய அமைப்புகளில் ஒன்றுக்கும் மேற்பட்ட எழுத்தர்கள் இருந்திருக்கின்றனர். உரையாற்றும் உறுப்பினர்களின் பேச்சை அவரது இடத்திற்கு அருகிலிருக்கும் எழுத்தர் தமது இருக்கையிலிருந்தவாறே பதிவு செய்வார்.[61] புத்தரின் காலத்தில் எழுதுகிற அளவிற்கு எழுத்து வடிவம் உருவாகியிருக்கவில்லை என்ற ஆதாரத்துடன் இந்தக் கருத்து முரண்படுகிறது.

மானுட நிறுவனங்கள் பலவற்றைப்போலவே, பௌத்தச் சங்கமும் எண்ணற்ற பிரச்சனைகளைச் சந்தித்தது. இந்தப் பிரச்சனைகள் குறித்து சுல்லவக்கம் பேசுகிறது. நிர்வாகத்தில், விஹாரங்களை (வசிப்பிடங்கள், அல்லது மடாலயங்கள்) பராமரிப்பதுதான் சிரமமானது. விஹாரத்து வாழ்க்கையின் ஒவ்வொரு அம்சத்திற்கும் புத்தர் விதிகள் வகுத்திருந்தார்; இருக்கைகளும் படுக்கைகளும் எப்படிப் போடப்பட்டிருக்க வேண்டும் என்பது தொடங்கி, நோயுற்றவர்களையும் வயதானவர்களையும் எப்படி நடத்துவது, பொருட்களையும் பண்டங்களையும் எப்படி விநியோகிப்பது, சங்கத்திற்குள் எழும் பிரச்சனைகளை எப்படித் தீர்ப்பது போன்ற அனைத்திற்கும் விதிகள் இருந்தன. நிகழ்வொன்றை சுல்லவக்கம் இவ்வாறு விவரிக்கிறது: உடல்நிலை சரியில்லாத பிக்குகள் சிலரை, இயலாதென்று அவர்கள் கூறிய நிலையிலும், எழுந்து நிற்கும்படி சில பிக்குகள் வற்புறுத்தியிருக்கின்றனர். அவைக் கூட்டம் ஒன்றில் இது நடந்திருக்கலாம்; இந்தச் செயல் புத்தருக்குத் தெரிவிக்கப்பட்டது. 'பிக்குகளே, நோயுற்ற மனிதரை எழுந்து நிற்கச் சொல்லாதீர்கள். யார் அப்படிச் செய்திருந்தாலும் அது துக்கட்டா (விதிகளை மீறிய) குற்றமாகும்.

அனுபவமற்ற பிக்குகளுக்கு, விஹாரத்தின் நல்லொழுக்க விதிகளை அவர்கள் புரிந்துகொள்ளும் வகையில் புத்தர் தெளிவாக எடுத்துரைத்தார்: காலணிகளை கழட்டி ஓரமாக வைத்தல், நுழைவதற்கு முன் மேலுடையைச் சரிசெய்து கொள்ளுதல், திருவோட்டை ஓரமாக வைத்துவிட்டு தமக்கான இருக்கைகளில் அமர்தல், பாம்புகளும் விலங்குகளும் உள்ளே வராவண்ணம் கதவுகளையும் ஜன்னல்களையும் சாத்தி வைத்தல் போன்றவை அவை. நீரை எப்படிப் பயன்படுத்துவது, விஹாரத்தை எப்படிச் சுத்தம் செய்வது, படுக்கைகளைத் தயார்செய்வது குறித்தும் அவர் விரிவாகக் கூறியுள்ளார்.[62] சமுதாயத்தின் பிற பகுதியினருக்கு எடுத்துக்காட்டாக இருக்கும்வகையில் சங்கத்திற்கான விதிகளை புத்தர் விரிவாக

வடிவமைத்தார் என்பது தெரிகிறது. அதுபோலவே, சங்கத்திற்கு உள்ளேயோ அல்லது வெளியிலோ பிக்குகள் பெண்களிடம் தவறாக நடந்துகொள்ள கூடாது என்பதற்கும் கண்டிப்பான உத்தரவுகள் பிறப்பிக்கப்பட்டிருந்தன: பிரம்மச்சரியத்தின் தேவை குறித்து அவர் மிகக் கண்டிப்புடன் இருந்தார்.[63] புத்தர் முன்வைத்த முழு நிறைவான வாழ்க்கை முறையில் இந்த ஓர் அம்சம் விமர்சனத்திற்குரியது. பிக்குகளின்மீது இயற்கைக்கு மாறான வாழ்க்கை முறையை அவர் திணித்தார்; எனினும், அவரது அமைப்பின் இந்தச் சுய-கட்டுப்பாடு ஒரு தலைமுறை காலத்திற்குள் முடிவிற்கு வந்துவிடக் கூடிய ஒன்றே.[64]

ஹிந்து அமைப்புகளுடன் ஓர் ஒப்பீடு

பௌத்தத்தின் ஜனநாயக அமைப்புகளையும் நிர்வாக அமைப்புகளையும் அக்காலத்து ஹிந்து அமைப்புகளுடன் ஒப்பிடுவது முக்கியமானது. ஜெயஸ்வால் தனது '*Hindu Polity*' என்ற நூலின் பதினொன்றாம் அத்தியாயத்தை 'ஹிந்துக் குடியரசுகளில் ஆலோசனை நடத்தும் முறை' என்ற தலைப்பில் எழுதியுள்ளார்; பண்டைய இந்தியாவில் ஜனநாயக நடைமுறைகள் வழக்கத்தில் இருந்தன என்பதை நிரூபிக்கப் பௌத்த ஆதாரங்களையே அவர் மேற்கோள் காட்டுகிறார். முடிவாக அவர், 'வழக்கமான ஹிந்துத் துறவிகளைப்போலன்றி, புத்தர் சங்கங்களுக்குச் சொத்து சேர்த்தார்; கூட்டங்கள் நடத்தினார், தீர்மானங்கள் நிறைவேற்றினார், குற்றமிழைத்தவர்களைத் தண்டித்தார். அவருடையது அரசியலமைப்பின் அடிப்படையில் ஓர் ஆன்மீகப் பிரசாரம்' என்று குறிப்பிடுகிறார்.[65] பௌத்தச் சங்கத்தின் நடைமுறையை 'ஹிந்து' என்பதுடன் தொடர்புப்படுத்தி ஜெயஸ்வால் மறைமுகமாகப் பேசுவது சந்தேகத்திற்குரியது. புத்தரை ஒரு துறவியாக நாம் ஏற்கலாம். எனினும், பல முக்கியமான மதிப்பீடுகளில், நடைமுறை வாழ்விலிருந்து முற்றிலும் விலகி, தனிப்பட்ட தியானத்திலும் தேடலிலும் ஈடுபட்ட ஹிந்து சாதுக்களிலிருந்து புத்தர் வேறுபட்டவராக இருந்தார். புத்தரைப் போல், அமைப்புகளை நிறுவுவதில் ஹிந்து சாதுக்களுக்கு என்றைக்கும் நம்பிக்கை இருந்ததில்லை.

அநேகமாக வேத காலத்திற்குப் பிறகு தோன்றிய குருகுலம் என்று அழைக்கப்பட்ட ஹிந்துப் பள்ளியைப் பௌத்த அமைப்பை ஒத்திருந்த நிறுவனமாகக் கூறலாம். குருகுலங்கள் ராஜ்யத்திற்கு வெளியிலிருந்தன என்றாலும் அவற்றிற்குப் புரவலர்கள் இருந்தனர்.

ஆனால், சங்கத்தைக் குருகுலத்துடன் ஒப்பிடும்போது பல வேறுபாடுகளைப் பார்க்கலாம். குருகுலங்கள் கற்பிக்கும் நிறுவனங்கள் மட்டுமே; அவை படிநிலை சார்ந்தவை. அவற்றில் சூத்திரர்களுக்கு அனுமதியில்லை. மேலும், குருகுலத்தில் சேரும் பிராமண, சத்திரிய, வைசிய மாணவர்களுக்கிடையே சமத்துவம் நிலவியதில்லை; அங்கு 'கூடுகை' என்ற கருத்து நிலவியதில்லை; அனைவருக்குமான விதிகளை உண்டாக்குவதும் அங்கு சாத்தியமில்லை. குருவின் சொல்லே இறுதியானது. எனவே, சங்கத்தின் நிர்வாக முறை, குருகுல நிர்வாகத்திலிருந்து முற்றிலும் வேறானது.[66]

நாம் பார்த்ததுபோல், புத்தர் தொடங்கிய விததா, சபா, சமிதி ஆகியன அடிப்படையில் பழங்குடியின அமைப்புகள் போன்றவையே.[67] ஆனால், அவற்றையும் ஹிந்து அமைப்புகள் என்று கூறுவது வரலாற்றுக்குப் புறம்பானது. பழங்குடியின சிறு அரசுகள் அச்சுறுத்தலைச் சந்தித்துக் கொண்டிருந்தன என்பதை அக்காலகட்டத்தில் அறிமுகமான வேதம் சார்ந்த பலியிடல்கள், சடங்குகள், யக்ஞங்கள் மீதான ஆய்வுகள், வெளிப்படுத்துகின்றன. எடுத்துக்காட்டாக, ராஜசூய யாகம் நடத்தும் நோக்கத்தின் சாரமாக, அதன் மூலமாக, பழங்குடி மக்களின் மீது ஆட்சி செய்வதற்கான உரிமையை ஒரு நபருக்கு அளித்தல் இருந்தது. உண்மையில் யக்ஞங்கள் என்பவை, ஒரு பிரதேசத்தின் மீது ஒரு மனிதனின் மேலாதிக்கத்தை அறிவிப்பதுதான். வேறொன்றுமில்லை.

வஜபேய யாகப் பலியிடலில், ஒரு பிராமணர் தலைமை மதகுருவாக அறிவிக்கப்படுகிறார்; அந்த யாகத்தில் ஒரு சத்திரியனுக்கு உலகளாவிய இறையாண்மை வழங்கப்படுகிறது.[68] ஹிந்து அரசின் கருவாக ஹிந்துக் குடும்பமும் சாதியும் இருந்தது என்பது இங்கு முக்கியமாகக் கவனிக்க வேண்டியது. இறுக்கமான சாதிப் பிரிவுகள்தான் ஹிந்து அரசுக்கு வலிமையைத் தருகின்றன. இத்தகையக் கட்டமைப்புகளை நிறுவனமயமாக்கவே யக்ஞங்கள் நடத்தப்பட்டன. நாம் பார்த்ததுபோல் சமத்துவ அமைப்பை உருவாக்குவதுதான் பௌத்தச் சங்கத்தின் நோக்கமாக இருந்தது. படிநிலை அமைப்புகளோ, இறையாண்மை நிலைப்பாடுகளோ அதில் காணப்படவில்லை.[69] பௌத்தம் பேசிய 'எதிலும் நம்பிக்கையற்ற கொள்கைக்கு எதிராக உன்னதமான "நியோ-ஆரியனிச" சிந்தனையை முன்மொழிந்தவர் கௌடில்யர்' என்ற நிலைப்பாட்டை ஹிந்துப் பேரினவாதம் கொண்டுள்ளது. கற்பனை

எல்லையை எவ்வளவுக்கு விரித்தாலும், பௌத்தம் சூனியவாதம் பேசியதென்று கூறமுடியாது.[70]

இந்திய அரசியல் நிர்ணய சபையில் பௌத்த நிறுவனங்கள் குறித்து அம்பேத்கர் அளித்த விளக்கம், ஹிந்து அறிஞர்களின் கருத்துகளுக்கு முற்றிலும் மாறுபட்டதாக இருந்தது. அவர் இவ்வாறு பேசினார்: 'பாராளுமன்றங்கள் பற்றியோ அல்லது பாராளுமன்ற நடைமுறைகுறித்தோ இந்தியா அறிந்திருக்கவில்லை என்று கூறமுடியாது. இந்தியாவில் பாராளுமன்றங்கள் இருந்தன; பௌத்தச் சங்கங்கள்தான் பாராளுமன்றங்கள் என்று பௌத்தச் சங்கங்கள் மீதான ஆய்வொன்று கூறுகிறது. இன்றைய நவீன உலகம் அறிந்திருக்கும் பாராளுமன்ற நடைமுறை விதிகளைச் சங்கங்கள் அன்றே அறிந்திருந்தன; அவற்றைப் பின்பற்றவும் செய்தன. இருக்கைகள் எப்படி அமைக்கப்பட வேண்டும் என்பதற்கும் விதிகள் இருந்தன; தீர்மானங்கள் கொண்டு வருவது குறித்தும், தீர்மானங்கள் குறித்தும், குறைவெண் வரம்பு, கொறடா, வாக்குகள் எண்ணுதல், வாக்குச் சீட்டுகள் மூலம் வாக்களித்தல், ஒருவர் மீது கண்டனத் தீர்மானம் கொண்டுவருதல், ஒழுங்கு முறைப்படுத்துதல், தீர்ப்பு வழங்குதல் போன்ற அனைத்திற்கும் விதிகள் இருந்தன. இந்தப் பாராளுமன்ற விதிகளைச் சங்கத்தின் கூட்டங்களுக்குப் புத்தர் பயன்படுத்தினார். எனினும், ஒருவரது பொருளாதார, சமுதாய, அரசியல் சுதந்திரத்தின் நடைமுறைச் செயல்பாட்டில்தான் பௌத்தத்தின் சாரம் இருக்கிறது. ஜனநாயகத்தின் வழிகாட்டியாகப் புத்தர் இருந்தார். சுதந்திரம், சமத்துவம், சகோதரத்துவம் குறித்துத் தீவிரமாக அவர் பேசினார்'.[71]

புத்தர் காலத்திலிருந்த பழக்கவழக்கங்களின் வெளிச்சத்தில் பார்க்கையில் அம்பேத்கரின் கூற்று மிகையானதாகத் தோன்றக்கூடும். ஆனால், அனைத்து நிறுவனங்களையும் அவை இயங்கிய சூழல்களின் காலகட்டத்தின் அடிப்படையில்தான் மதிப்பீடு செய்யவேண்டும்.

பண்டைய மேலைநாட்டுத் தத்துவ அறிஞர்களுடன் ஓர் ஒப்பீடு

புத்தருக்கும் சாக்ரடீசுக்கும் இடையில் மிகவும் குறிப்பிடும்படியான ஒற்றுமை உள்ளது. ஒரு புள்ளியை அடைவதற்கு உரையாடல் என்ற முறையை அவர்கள் பின்பற்றினர். அந்தப் புள்ளியை அவர்கள் இருவரும் உண்மை என்று அழைத்தனர். புத்தரைப் போலவே சாக்ரடீஸும் உண்மையை இடைவிடாமல் தேடுவதற்குத் தன்னை அர்ப்பணித்து கொண்டார். அதற்காகத் தனித்த நடைமுறை

ஒன்றைப் பின்பற்றினார். நண்பர்களும் சீடர்களும் அடங்கிய குழாமுடன் நகரத்தை வலம் வருவார். வாழ்க்கை நடத்த, தன்னுடன் வருபவர்களின் பெருந்தன்மை மிக்க மனத்தைத்தான் அவர் சார்ந்திருந்தார். அப்படி வலம் வரும்போது விவாதம் ஒன்றில் அவரை ஆழ்த்திவிடக்கூடிய யாரோ ஒருவரை நிச்சயம் அவர் சந்தித்துவிடுவார்'.[72] சாக்ரடீஸும் புத்தரும், அறநெறி சார்ந்த தமது வாதங்களால் மக்களை வென்றெடுக்க முயன்றனர். மக்களைத் தமது பக்கம் வென்றெடுக்கச் சங்கம் என்ற அமைப்பை நிறுவி அதற்கு வடிவம் தந்தவர் புத்தர்; ஆனால், சாக்ரடீஸ், தனிமனிதர்களுக்குப் புத்தொளி வழங்கிய பணியுடன் திருப்தி அடைந்தார். இருப்பினும், ஜனநாயகத்தின் அடிப்படைகள் குறித்து அவர்கள் கொண்டிருந்த பார்வையில் குறிப்பிடும்படியான ஒற்றுமை இருந்தது. எந்தச் சாதியை, நம்பிக்கையை, நிறத்தைச் சேர்ந்தவர்களாக இருந்தாலும் (புத்தரது) சங்கத்தில் வாக்களிக்க முடியும். அதுபோலவே, சாக்ரடீஸ் முன்வைத்த வடிவமும் அனைத்து மக்களும் வாக்களிக்கத் தகுதி பெற்ற அமைப்பாகவே இருந்தது.

ஏதெனிய ஜனநாயக அமைப்பிலிருந்த மோசமான விஷயங்களை சரி செய்வதற்கு சாக்ரடீஸ் முயற்சி செய்தார். அதேநேரத்தில் புத்தர் உருவாகிக்கொண்டிருந்த ஏகாதிபத்திய அரசுக்கு மாற்று ஒன்றை நிறுவிட முயன்றார். ஏதெனிய ஜனநாயக அரசுகளுடன் ஹிந்து அரசு அமைப்பை எவ்விதத்திலும் ஒப்பிட முடியாது. அந்த நகர அரசுகளில், செனட் மூலமாகவும் தொடர்புடைய நிறுவனங்கள் மூலமாகவும் ஜனநாயகத்திற்கு இணையான செயல்கள் நடைபெற்றன. ஹிந்து அமைப்போ அதுவரையிலும் இல்லாத அளவிற்கு மையப்படுத்தப்பட்டது. அதன் அரசியல் தலைமைப் பொறுப்பில் சத்திரிய அரசன் ஒருவன் இருந்தான்; பிராமண மதகுரு அதன் ஆன்மிகத் தலைமைப் பொறுப்பிலிருந்தார். ஏதெனிய அமைப்பு முறையில் காணப்பட்ட தீமைகளுக்கு நாட்டு மக்களின் ஊழல் மிகுந்த தார்மீக நெறிகளும், மூர்க்க குணங்களால் உருவான அலட்சியமும் காரணம் என்றார் சாக்ரடீஸ். மாறாக, அமைப்புரீதியான அடக்குமுறையும், ஊழலில் திளைத்த, பேரவா கொண்ட சத்திரிய ஆட்சியாளர்கள் பழங்குடி ஜனநாயக அமைப்புகளை அழித்து ஒழித்ததுமே காரணம் என்று புத்தர் கருதினார். தண்டநீதி சூத்திரர்களை நிரந்தரக் கொத்தடிமைகளாக வைத்திருந்தது; தனது மேலாதிக்கத்தை நிறுவுவதை நோக்கமாகக் கொண்டிருந்த பிராமணிய மதகுரு வர்க்கம் இந்த விஷயத்தில் சத்திரியர்களுக்கு உதவியது.

சமத்துவம் நிறைந்த அமைப்பு சீரழிந்துபோனது. அடிமைமுறையும், வக்கற்றவர்களும் ஏழ்மையும் நிறைந்ததாகச் சமுதாயம் மாறியதைப் புத்தர் கண்ணுற்றார். இவ்வாறான தரத்தாழ்வை மாற்றவேண்டும் என்று அவர் விரும்பினார். ஜனநாயகம் நிலைப்பெற்றிருக்க முடியும்; நீதியும் சமத்துவமும் நிலவ முடியும் என்று நிரூபிக்க நினைத்தார். சாக்ரடீஸ், 'அநீதியின் மீதான வெறுப்புதான், நீதி' என்று சொன்னார்; 'சமத்துவமே தம்மம்' என்றார் புத்தர்.[73] அமைப்புகளைக் கட்டமைப்பதில் புத்தருக்கு இருந்த அனுபவமும், அவரது கருத்துகள் நடைமுறையில் சோதிக்கப்பட்டவை என்ற உண்மையும், சாக்ரடீஸ் கூறியதைவிடப் பௌத்தக் கண்ணோட்டம் மிகத் தெளிவானது என்று தோன்ற வைக்கின்றன. சாதாரண மனிதனின் சொற்களில் புத்தர் பேசினார். சாக்ரடீஸ் தன் சீடர்களிடம் பேசப் பயன்படுத்திய மொழியைவிட மிக எளிமையான மொழியில் அவர் புத்தர் பேசினார்.[74] இந்தக் காரணத்தால்தான் புத்தரால் வலிமையான, பெரும் ஆதரவைத் திரட்ட முடிந்தது. வாழ்நாளில் ஓர் அமைப்பையும் கட்டமைக்க முடிந்தது.

புத்தருக்கும் பிளேட்டோவிற்கும் இடையில் குறிப்பிடத்தக்க வேறுபாடுகள் இருந்தன. ஜனநாயகம் என்பது தவறான கருத்துகள் எங்கும் வியாபித்திருக்கும் கும்பலாட்சியின் குணம் கொண்டது; அறப்பண்புகளின் தரம் குறைந்து, பொதுவான சீர்குலைவே இயல்பாகக் காணப்படும் அமைப்பு என்று பிளேட்டோ கருதுகிறார். அவர் அடிப்படையில் அடிமை முறையை ஆதரித்தவர் என்பதால் ஜனநாயகத்தின் எதிர்ப்பாளராக இருந்தார். நேரடியான சுதந்திரத்தால் ஜனநாயகம் சீர்குலைவிற்கு ஆளாகிறது. இந்த நிலையின் தொடர்ச்சியான, ஜனநாயகத்திற்கு எதிரான கொடுங்கோலாட்சியாக மாறிவிடுகிறது. அதிகச் சுதந்திரம் அதிகமான அடிமைத்தனமாக மாறுகிறது என்பது பிளேட்டோவின் கருத்து.[75]

அனைத்துத் தளைகளிலிருந்தும் மானிடர்களை விடுவிக்க சுதந்திரம் மட்டுமே போதும் என்று புத்தர் கருதினார். மற்றவரின் சுதந்திரத்தை மறுக்கும் ஒருவர், தானும் சுதந்திரமற்ற நிலைமையால் துயருறுவார் என்று கூறிய மார்க்ஸ் போன்று புத்தரும் ஒருவேளை கருதியிருக்கலாம். துன்பத்திலிருந்தும் அதன் வலியிலிருந்தும் தனிமனிதன் பெறும் விடுதலை, ஒடுக்குபவர், ஒடுக்கப்படுபவர் என்ற இருவரையுமே விடுவிக்கிறது. ஆகவே, அவரது தம்மம் என்ற கருத்து, விடுதலை அளிப்பதையும் அதனை அனுபவிப்பதையும் சுற்றி நிற்கிறது. புத்தர் தனது சீடர்களுடன் நடத்திய விவாதங்களில்

விடுதலை என்ற கருத்து மிகத் தெளிவாக வெளிப்படுகிறது. அவருக்கு விடுதலை என்பது ஒரு கருத்துரு மட்டுமே அல்ல; ஆனால், இங்கும் இப்போதும் அனுபவிக்க முடிகிற நடைமுறைத் தேவை. புத்தரின் கருத்தில், 'பேசப்பட்ட சொல் புகழ்ச்சியுடன் ஏற்கப்படவும் கூடாது; அதனை இகழ்ச்சியாகவும் எடுத்துக்கொள்ளக் கூடாது... (பேசப்பட்ட) ஒவ்வொரு சொல்லும், ஒவ்வொரு அசையும் கவனமாகப் புரிந்துகொள்ளப்பட வேண்டும்; அமைப்பின் விதிகளுடன் ஒப்பிட்டுப் பார்க்கப்படவேண்டும்.'[76] இந்த அம்சத்தில் புத்தர் மண்ணில் காலூன்றிச் சிந்தித்தவர்.

இதற்கு மாறாக, பிளேட்டோ அவரது காலத்து நடைமுறைகளில் அக்கறை கொள்ளாத இலட்சியவாதியாக இருந்தார். அவருக்கு அனைத்தும் 'ought to be'. ஆனால், புத்தருக்கு அனைத்தும் 'has to be.' நீதி என்பது 'ஒவ்வொருவருக்கும் அவருக்குரியதைக் கொடுப்பது' என்ற கருத்தில் பிளேட்டோ வெளிப்படையாகவே புத்தரை எதிரொலிக்கிறார்.[77] ஆனால், புத்தர் தம்மத்தை கருத்துருவாக்கம் செய்கையில், 'ஒவ்வொருவரும் தனக்குரியதை எடுத்துக்கொள்ள வேண்டும்' என்று திட்டமிடுகிறார். தனி மனிதர்கள் உறுதிப்பாட்டுடன் இருக்கவேண்டும் என்கிறார். ஆனால், நீதியை அரசு பரிவுணர்வுடன் பகிர்ந்தளிக்க வேண்டும் என்பதை பிளேட்டோ ஆதரிக்கிறார். இதை வேறுவிதத்தில் கூறலாம்; புத்தர், அரசிடமிருந்து தனக்கு உரியதைத் தனிமனிதன் கோருவது அவனது உரிமை என்கிறார்; அதேநேரத்தில் பிளேட்டோ அரசின் தயவில் தனிமனிதனை வைக்கிறார்.

வேதாந்தக் கொள்கையுடன் ஒத்துப்போகும் பொதுவான ஏதோ ஒன்று பிளேட்டோவிடம் உள்ளது; வேதங்களில் காணப்படும் மத-இலட்சியவாதத்தின் விளைவுதான் பிளேட்டோவின் குடியரசு என்று எட்வர்டு ஜோன்ஸ் உர்விக் போன்ற கீழைப் பண்பாட்டு அறிஞர்கள் சிலர் கருதுகின்றனர்.[78] பிளேட்டோவும் உரையாடல் முறையைப் பயன்படுத்தினார்; எனினும், அவரைப்போலன்றி புத்தர் அதிக பொருள்முதல் வாதியாக, நடைமுறை மனிதராக இருந்தார். ஜனநாயகமும் ஜனநாயகப் பண்பாடும் புத்தருக்கு முக்கிய விஷயங்களாக இருந்தன; ஆனால், பிளேட்டோவிற்கோ திறமைதான் மையமாக இருந்தது.[79] திறமையின் பொருட்டு ஜனநாயகத்தைத் தியாகம் செய்ய பிளேட்டோ விரும்பினார்.

★ பிளேட்டோ முன்வைக்கும் இந்த 'philosopher king', விவேகத்தை விரும்பும், புத்திசாலித்தனமும், நம்பகத்தன்மையும் கொண்ட, எளிமையான வாழ்க்கை நடத்த விருப்பம் கொண்ட ஆட்சியாளன்.

அதேநேரத்தில் ஜனநாயகத்திற்காகவும் சுதந்திரத்திற்காகவும் திறமையை விட்டுக்கொடுக்கப் புத்தர் தயாராக இருந்தார். ஒருவர் ஜனநாயக அடிப்படையில் சங்கம் என்ற சமுதாயத்தை நிறுவினார்; மற்றொருவர் 'தத்துவ அரசனின்' *(philosopher king)*★ ஆட்சியை முழு நிறைவானதாகக் கருதினார்.

புத்தரையும் அரிஸ்டாட்டிலையும் ஒப்பிடுவது மிகவும் சிரமமானது; ஏனெனில் இருவரும் இரு வேறு திசைகளில் பயணித்தவர்கள். அடிமைமுறை சுரண்டலின் ஒருவகை என்று புத்தர் அதை எதிர்த்தார்; அதேநேரத்தில் அரிஸ்டாட்டில் அதனை மானுடத்தின் இயல்பான அம்சமாகக் கருதினார்.[80] புத்தருக்கு ஜனநாயகம் என்பது மிகச்சிறந்த வடிவம்; ஆனால் அரிஸ்டாட்டிலுக்கு ஜனநாயகம் என்பது 'ஆட்சி அமைப்பின்' ஊழல் நிறைந்த வடிவம். அரிஸ்டாட்டில், 'சிறுகுழு ஆட்சியும் ஜனநாயகமும் ஒன்றிணைந்த கலவையே ஆட்சி அமைவுமுறை என்று உருவகம் செய்வதாக' நெர்ஸஸ்யான்ட்ஸ் கூறுகிறார். பெரும்பாலான அரசியலமைப்புகளில் செல்வத்திற்கும் சுதந்திரத்திற்கும் இடையில் கூட்டுறவு ஒன்று காணப்படுகிறது; உண்மையில் அந்த அரசின் அரசியல் பங்குரிமையை இந்த உறவுதான் கட்டமைக்கிறது.'[81]

அரிஸ்டாட்டில் முன்மொழியும் அரசுடன் ஒப்பிடும்போது பௌத்தச் சங்கம் சிறியது. அத்துடன், 'செல்வத்திற்கும் சுதந்திரத்திற்கும்' இடையிலான கூட்டுறவை அது பிரதிநிதித்துவம் செய்யவில்லை. சுதந்திரத்தை மட்டுமே அது அடையாளப்படுத்துகிறது; செல்வத்தை அல்ல. அரிஸ்டாட்டில் கௌடில்யருக்கு நெருக்கமாகத் தோன்றுகிறார் என்று பல ஹிந்து அறிஞர்கள் கூறுகின்றனர். கௌடில்யர் குறித்த ஆய்வுகளில் சோம்நாத் தார் சிறந்து விளங்குகிறார். அவர், 'வலிமையான அரசாங்கத்தின் கீழ் ஒன்றுதிரட்டப்பட்டிருக்கும் அரசு நாகரீகப்படுத்தும் ஒரு பெரும் அமைப்பாகச் செயல்படுகிறது; அதுமட்டுமின்றி தூக்க மயக்கத்தில் செயலற்றிருக்கும் சமுதாயத்தை உலுக்கக்கூடிய அமைப்பாகவும் உள்ளது என்று அரிஸ்டாட்டில் போன்றே கௌடில்யரும் கருதினார்' என்று கூறுகிறார்.

நிச்சயமாக, சிந்தனையிலும் செயலிலும் மானுடச் சுதந்திரத்தைப் பௌத்தம் உயர்த்திப் பிடிக்கிறது; அதேநேரத்தில் 'பொருளை (matter) விட ஆன்மா உயர்ந்ததாக ஹிந்துயிசம் தேர்ந்தெடுக்கிறது என்று தார் ஒப்புக்கொள்கிறார்.[82] இந்த இரண்டு சிந்தனைப் பள்ளிகளுக்கும் இடையில் கௌடில்யர் இணக்கத்தை ஏற்படுத்தினார் என்று அவர்

கருதுகிறார். பண்டைய மாக்கியவில்லியைப் போன்றவர் என்று கௌடில்யரை மேலைப் பண்பாட்டு அறிஞர்கள் கூறுகின்றனர். அதிலிருந்து அவரை விடுவிக்க வேண்டும் என்பதே இந்த அறிஞர்களின் நோக்கம். ஆகவேதான் அரிஸ்டாட்டிலை அவர்கள் எதிர்க்கொள்கையாளராக தேர்ந்தெடுத்தனர்.

நீதி என்ற விஷயத்தில் புத்தருக்கும் அரிஸ்டாட்டிலுக்கும் இடையில் குறிப்பிடும்படியான ஒத்தத்தன்மை உள்ளது. அரிஸ்டாட்டில் நீதியை இரண்டு உட்கூறுகளாகப் பிரிக்கிறார்: அவை, 1. பகிர்ந்தளிக்கும் / பங்கீட்டளிக்கும் நீதி. 2. சரிசெய்யும் / சீர்திருத்தும் நீதி. பங்கீட்டளிக்கும் நீதிமுறை அதில் அரசுக்கு இருக்கும் பங்கை வலியுறுத்துகிறது; சீர்திருத்தும் நீதிமுறை, பொருட்களில் அடங்கியிருக்கும் உழைப்பின் அளவையும் தரத்தையும் பொறுத்துப் பண்டமாற்று செய்துகொள்ளப்படும் பொருட்களிடையே சமத்துவத்தை ஊக்கமளிக்கிறது.[83] அவனுக்கு உரியதை எடுத்துக் கொள்வதில் தனிமனிதனுக்கு இருக்கும் உரிமைக்கு புத்தர் கொடுக்கும் அழுத்தம் நிச்சயமாக அரிஸ்டாட்டில் கூறும் சீர்திருத்தும் நீதிக்கு நெருக்கமானது. இருப்பினும், சாக்ரடீஸ், பிளேட்டோ, அரிஸ்டாட்டில் முன்வைத்ததைவிட நீதி குறித்தும் ஜனநாயகம் குறித்தும் புத்தர் கூறிய கருத்துகள் நமது சூழ்நிலைக்கு மிகவும் பொருத்தமாக இருக்கின்றன.

அடிக்குறிப்புகள்

1. Chattopadhyaya, *Lokayata*, p.467.
2. There were attempts to draw parallels between the Hindu and the Buddhist approach to political systems but the different streams of thought diverged quite distinctly. The essential drive of Kautilya's *Arthasastra* and *Manu's Dharmasastra* is towards centralization whereas the Buddhist drive is towards equality and liberty.
3. Chattopadhyaya , *Lokayata*, p.467.
4. Rousseau and Voltaire were representatives of the emerging capitalist class and their theories of liberty, equality and fraternity upheld the representative freedom of liberal parliamentary democracy. See Amal kumar Mukhopadhyaya's *Western Political Thought from Plato to Marx,* (Calcutta: K.P.Bagchi,1980), pp.139-157.

5. See Tejaswini Niranjana, 'Translator, Colonialism and the Rise of English'. *Economic and Political Weekly* (14 April 1990), where she quotes William Jones who writes ' like the deluded misbegotten Indians, among whom I live, who would receive liberty as a curse instead of blessing'.
6. Sharma, *Aspects*, p.5.
7. Professor Heinrich Zimmer, while discussing the concept of danda or the rod as corrective, says that the danda symbolized justice. He used the term 'dharma' to mean the fixed order of heaven and earth. See *Saletore*, p.11.
8. In all linguistic regions of modern India, the concept 'dharma' is used in day-to-day speech to mean justice. More or less all languages use the word with the same meaning, while 'danda' is used to mean punishment. The common peoples usage of certain words is a great record of history. It should be noted here that when the first 'd' is pronounced hard, as in 'dog' 'danda' means 'rod' but when it is soft (as in 'the') 'danda' means 'punishment'. The second 'd' is hard in both cases.
9. Sharma, *Asopects*, p-50.
10. Ibid, p.197.
11. Saletore, *Political Thought*, p.67.
12. Saletore translates this statement of Kautilya's and in order to vouch for its accuracy he provides the Sanskrit text in brackets, *Political Thought*, p. 67.
13. Sharma , *Aspects*, pp. 179-180.
14. For details see Ambedkar, 'Untouchables, Who were they? And Why They Became Untouchables?' *Writing and Speeches*, vol,7. 1990.
15. In the ancient Indian context the instrument of danda is nothing but the police,. As law enforcing institutions (including the standing army) were increasing in order to strengthen the state and to contain the revolts against Brahmins and Kshatriyas expressed in transgressions of caste law, the emphasis on danda also increased.
16. Saletore, *Political Thought*, p.24.
17. Dhar , *Kautilya*, p.79.
18. 'Setting in motion onwards of the royal chariot wheel of the supreme dominion of the dharma' (which Ashoka adopted as his symbol) means the inauguration or foundation of the kingdom of righteousness. See *Dhamma Chakka Ppavattana Sutta,* translated by Rhys Davids, SBE Vol.11, p.140, Rhys Davids clarifies what this means in his introduction.
19. Ambedkar, *Buddha and his Dhamma* (Mumbai: Siddhartha,1984), p 226-7.

20. Rockhill, *Life of the Buddha*, p.34.
21. Nibbana means salvation of the soul. It can be conceived in four ways (i) Lokik (ii) Yogic (iii) Brahminic, and (iv) Upanishadic. Buddha rejects all of them and defines it to mean exercise of control over the flames of the passions. See Ambedkar, *Buddha and His Dhamma*, p.164.
22. Ibid pp. 160-172, 174-186.
23. Physical force and violence were used not only by the state to maintain the four varna system but by other social agencies as well Educational institutions poured molten lead into the ears of Sudras if they sought admission into schools. Sometimes tongues were also cut out.
24. See the entire discussion between Buddha and Sunakkahutta in Ambedkar's *The Buddha and His Dhamma*, p-226.
25. Sharma, *Aspects*, p.69.
26. See Plato, *The Republic,* trans GMA Grube (London:Pan,1974), pp. 33-62.
27. D.C.Ahir, *Dr Ambedkar on Buddhism,* (Siddhartha,1982) p.71.
28. Though Romila Thapar defines it as an institution identified by the name of common ancestors, she recognizes the fact that it is a political structure. See *From Lineage to State*, p-55.
29. Sharma, *Aspects*, p.69.
30. Quoted in Jayaswal, *Hindu Polity*, p.19.
31. Sharma, *Aspects*, p.103.
32. See Bennett's Introduction to *Digha Nikaya, Long Discourses of the Buddha* trans A.A.J Bennett (Mumbai: Chetana, n.d.)p.11.
33. See Jayaswal *Hindu Polity*, p 28. It is important to note the footnote he gives on this page, in which he clarifies that the sanghas were basically political institutions as Panini does not know them as religious but only as political entities.
34. See.B.V.Bapat *ed, 2500 years of Buddhism,* (Government of India, 1987), pp. 35-55.
35. Jayaswal, *Hindu Polity*, p.28.
36. Chattopadhyaya, *Lokayata*, p.483.
37. Earlier we have discussed how one of the reasons for Buddhas's disappointments with political situation of his day was the systematic destruction of tribal democratic systems. The emergence of Bimbisara's imperial state is a result of this massive destruction, see Chapter 3.

38. Chattopadhyaya, *Lokayata*, pp. 484-486. The main source for the details of this study is the Vinaya Pitaka.
39. Rockhill in his translation comments that it appears improbable that they had any regulations in their dress. He notes that according to the *Dulva*, the bhikkhus were prohibited from wearing the sacred cord of the Dvijas, or twice born (upper) castes. They were also prohibited from drawing ritual lines in white clay on their persons. See *Life of the Buddha*, p. 50. 'Pabbajja' (Sanskrit 'pravrajya') means 'going forth' ie. out of ordinary society, while '*upasampada* (same in Sanskrit) means 'coming in', in other words, entering the sangha. In the early days of Buddhism these two rituals probably took place together, but later it became the practice to interpolate a trial period of a few years before the first and second. It was also ruled that *upasampada* could be undergone only by someone above 20 years of age.
40. Chattopadhyaya, *Lokayata*, p.487.
41. For details see Rockhill, *Life of the Buddha*, p.50.
42. The translation from the *Vinaya Pitaka* is taken from Chattopadhyaya, *Lokayata*, p. 488. Though Chattopadhyaya quoted this passage from the *Vinaya Pitaka*, it is aso available in the first 'khandaka' of the Mahavagga. Rhys Davids and Oldenberg in their footnote to the SBE edition mentioned that there are 'different successive forms in which the ordination of bhikkhus had been performed. In the beginning, of courtse, there was nobody but Buddha himself who could ordain bhikkhus'. As the sangha grew larger, Buddha delegated the power of admitting new members to the bhikku sangha by instituting the democratic form of ordination, See SBE, vol.13, pp. 73-239.
43. Rockhill, *Life of the Buddha*, p 56. Upali was perhaps the first person from a 'low' community to be admitted into the sangha. Of course later many were admitted.
44. Chattopadhyaya, *Lokayata*, p.488.
45. Jayaswal, *Hindu Polity*, p.88.
46. Jayaswal gives two other examples where Maha Kassapa and Upali moved resolutions in the first Congress that was held at Rajagriha after the death of Buddha.
47. SBE, Vol 12, refers to a *goma puraka* who acted as the whip. This is translated by Rhys Davids and Oldenberg and quoted by Jayaswal *Hindu Polity*, p.89.
48. SBE, Vol.17, p.266.
49. SBE, vol. 20, p 266; Jayaswal *Hindu Polity*, p. 21.

50. *Chullavagga*, vol.4, 4-19, 4-20. Quoted in Jayaswal *Hindu Polity*, pp. 92-93. 'Pachittiya' was the worst form of offence requiring fall confession and atonement before the sangha.

51. SBE, vol.17, p.265, quoted in Chattopadhyaya, *Lokayata*, p.491.

52. Jayaswal, *Hindu Poity*, p.97.

53. Hindu practice by then was that women were prohibited from attending religious functions. Of course, they had no role in political affairs. Buddha sincerely believed that women would pollute the sangha. This kind of patriarchal prejudice was very prevalent in Hindu society, and Buddha shared it. See Rockhill, *Life of the Buddha,* pp. 60-61. Also see Thomas, *Women Through the Ages* (Mumbai: Asia publishing House, 1964), pp.82-88.

54. Rockhill, *Life of the Buddha*, p.88.

55. For details see the *Chullavagga*, vols. 4-12.

56. Rockhill, *Hindu Polity*, pp. 52,56, 86-88.

57. For details see the *Chullavagga*, vols. 4-22.

58. Chattopadhyaya, *Lokayata*, p. 489, for details see R.C.Majumdar, *Corporate Life.*

59. Jayaswal, *Hindu Polity*, p. 94. For details see SBE, vol.10, Vinaya Texts, part 3.

60. Ikeda *Buddhisim*, p.35.

61. Rhys Davids, *Dialogues of the Buddha* Part 2, SBE, vol.3, pp.263-264.

62. *Chullavagga*, vol. 20, pp.199-200, 272,279.

63. *Vinaya Pitaka* lays down that 'whether bhikkhus, being degraced, shall with perverted mind, come into bodily contract with a woman by taking hold of her hand, or by taking hold of her hair, or by touching any part of body, that is sanghadisesa'. See *Mahavagga,* SBE, vol.13, Vinaya Texts, p.7.

64. One of the major criticisms against the sangha is that by advocating celibacy it neglected the human urge to procreate. If the sangha is to be taken as the model institution what of the continuation of humanity? Plato in his *Republic* provided, within the communal life of the ruling class, the scope for selective mating.

65. See Jayaswal, *Hindu Polity*, pp.8-87. In this entire chapter there is not a single quotation from any Hindu thinker including Kautilya and Manu. Also see p.97.

66. The story of Ekalavya and Drona is well known. Ekalavya, a tribal sought admission into the gurukula of Drona, but was refused according to caste laws.

Ekalavya then taught himself in secret before an image of Drona. When he found out, Drona took Ekalavya's thumb as his fee for the use of the image, thus disabling the boy and rendering his skills useless.

67. See Chattopadhyaya, *Lokayata*, p.488. where he says that the essential character of the Buddhist sangha as a tribal legacy was never lot.
68. Sharma, *Aspects*, pp. 54, 151.
69. Buddha was the unchallenged leader of the sangha as long as he was alive. After his death Maha Kassapa, Upali and Ananda constituted a small collective leadership, but they declared that the sangha was guided by philosophy rather than individuals.
70. See Somnath Dhar, *Kautilya and the Arthasastra*, p.101, in which Buddhism is called Nihilism and Anarchism. The term 'nihilism' is used in a negative sense.
71. See *Constituent Assembly Debates,* vol. 11. Speech on 26.11.1949 wherein Ambedkar traces the parliamentary tradition in India to Buddhist practice.
72. Maxey, *Political Philosophies*, 2nd ed, 1948.
73. Nersesyants, *Ancient Greece*, p. 99. The author quotes extensively from Xenophon's Memorable thoughts of Socrates. Also see p.17.
74. If Plato's *Republic* is an indication, Socrates's arguments were abstract. Socrates's debates were confined to the intellectuals of his period. In fact he is said to have transformed the civic ethic from a democratic into an aristocratic idea. Perhaps this was one of the reasons why there was no mass protest when Socrates was forced to take poison. See Wood and Wood, *Class, Ideology and Ancient Political Theory*, p.79.
75. Plato, *Republic*, p.565. Quoted in Nersesyants, *Ancient Greece*, pp. 118-119.
76. *Maha Parinibbana Sutta,* SBE vol. 11, p.67.
77. Sabine, *History of Political Theory,* p. 65 . Also see Plato, *Republic* pp.15-20.
78. Pandarinath H. Prabhu, *Hindu Social organisation: A Study in Socio – Psychological and Ideological Foundations* (Mumbai: Popular Prakashan, 1995), p.71.
79. Plato, *Republic*, p.162.
80. Mukhopadhyaya, *Western Political Thought*, p.40.
81. Nersesyants, *Ancient Greece,* p.155.
82. Dhar, *Kautilya* , p.103.
83. Nersesyants, *Ancient Greece*, p.149,158.

6. சொத்து, உரிமைகள், கடமைகள்

பெரும்பாலான விமர்சகர்கள் சொத்து குறித்தும் குடிமக்களின் உரிமைகளும் கடமைகளும் குறித்தும் புத்தருக்கு இருந்த புரிதலை ஆய்வு செய்யவில்லை. புத்தரின் அரசியல் கோட்பாட்டைப் புரிந்துகொள்ள ஒரு நிறுவனம் என்ற அடிப்படையில் சொத்து குறித்த அவரது பார்வையை ஆராய்வது முக்கியமானது; அதுபோலவே, ஒருபுறம் சங்கத்தின் உறுப்பினர்களுக்கும் மறுபுறம் ஒட்டுமொத்த சமுதாயத்திற்கும் இருந்த உரிமைகளையும் கடமைகளையும் பற்றியும் விவாதிக்க வேண்டும். ஒரு சமுதாயத்தில் மக்களது நடத்தையை வார்த்தெடுக்கும் அடிப்படைக் கட்டமைப்பாகச் சொத்து என்ற நிறுவனம் இருக்கிறது. விரிவான முறையில் சொத்து இரண்டு வகையாகப் பிரிக்கப்பட்டுள்ளது: நிலமும் தொழில்களும் என்பது ஒருவகை. வீடுகளும் மானிட நுகர்வுக்குப் பயன்படும் மற்ற அடிப்படைத் தேவைகளும் மற்றொரு வகை.[1]

உரிமைகளையும் கடமைகளையும் சொத்து என்ற நிறுவனத்துடன் சேர்த்து ஆய்வு செய்யும்போதுதான் உறுதியான புரிதல் சாத்தியம். சமுதாயத்தில் மேல்நிலையில் இருக்கும் நிறுவனங்கள் அடித்தள அமைப்புகளின் கட்டுப்பாடின்றி சுதந்திரமாகச் செயல்படப் பரவலான வாய்ப்புகள் உள்ளன; மக்களது உணர்வில் செல்வாக்கு செலுத்தும் அவை, சமுதாயத்தின் அடித்தளத்தையும் வடிவமைக்கின்றன என்று கருதலாம்.[2] திட்டமிட்ட சித்தாந்த நடவடிக்கைகள் மூலம் பிராமணியம் நிறுவிய வலிமையான மரபுகள் காரணமாக இந்தியாவில் இது அடிக்கடி நடந்தது; அடித்தள அமைப்புகளைக் கட்டுப்படுத்தக்கூடிய, நிரந்தர மேலாதிக்கம் செலுத்தமுடிந்த வலிமையான மேல்நிலை நிறுவனங்களைப் பிராமணியம் கட்டமைத்திருந்தது; சங்கத்திற்கென்று சொத்து அமைப்பை ஏற்படுத்தி அதன் மூலம், சொத்து என்ற கருத்தின் மீதான ஆதிக்கத்தை எதிர்த்த முதல் மனிதர் புத்தர் என்று தோன்றுகிறது.

சங்கம் பின்பற்றிய ஜனநாயகக் கொள்கைகளின் அடிப்படையில் சொத்து சேர்க்கப்பட்டது, பகிர்ந்தளிக்கப்பட்டது. சங்கத்தின் சொத்து குறித்த விதிகள் தம்மத்தின் அடிப்படையில்தான் உருவாக்கப்பட்டன. சங்க உறுப்பினர்கள், அவர்களது தனிப்பட்ட நடத்தை விதிகளை மட்டுமின்றி, விஹாரங்களின் சொத்து குறித்த நன்னடத்தை விதியையும் பின்பற்ற வேண்டும்; சங்க உறுப்பினர்களின் உரிமைகள் என்னென்ன, அவர்கள் ஆற்ற வேண்டிய கடமைகள் என்னென்ன என்ற விவரங்கள் தம்ம பதத்தில் தெளிவாகக் குறிப்பிடப்பட்டுள்ளன.

புத்தரின் உலகப் பார்வையைச் சுருக்கமாகக் குறிப்பிடும் அவரது முக்கியமான கூற்று விநய பிடகத்தில் (துல்வா) காணப்படுகிறது. 'இந்த வாழ்வில் மக்கள் அனைவரும் தம் இறுதிமுடிவை அடைவார்கள்; சிதைந்து இறந்துபோவார்கள்; மரணத்திற்குப் பின் மீண்டு வரமாட்டார்கள்' என்கிறார் புத்தர்.[3] இந்த ஒரே கூற்றின் மூலம், மண்ணுலக வாழ்வின் அடிப்படையில்தான் விண்ணுலகத்து இன்பங்கள் முடிவு செய்யப்படுகின்றன என்பது கட்டுக்கதை என்று புத்தர் பிரகடனம் செய்கிறார்.[4] ஆகவே, வாழ்க்கையைப் பயனுள்ளதாக வாழவேண்டும் என்கிறார் அவர்.[5] மரணத்திற்குப்பின், மனிதர்கள் பருப்பொருளாக மீண்டும் மாற்றப்படுகிறார்கள். புத்தர் இவ்வாறு கூறுகிறார்: 'மனித உடல் நான்கு பெரும் கூறுகளால் ஆனது; இறந்தபின், நிலத்துடன் தொடர்புடையது மண்ணுடன் கலந்துவிடுகிறது. நீர்ப்பகுதி, நீருடனும், நெருப்புப் பகுதி, தீயுடனும் கலந்து விடுகிறது. காற்றுப்பகுதி காற்றுடன் கலக்கிறது. புலனாற்றல்கள் விண்வெளியில் சிதறிப் பரவிவிடுகின்றன. உயிரற்ற உடல் சுடுகாட்டுக்கு எடுத்துச் செல்லப்பட்டு எரிக்கப்படுகிறது. உடல் எரிந்து சாம்பலாகிறது; எலும்புகள் காட்டுப் புறாக்களின் நிறம் பெறுகின்றன.[6]

ஆனால், இயந்திரம் இயங்க எண்ணெய் தேவைப்படுவது போல மனிதர்களின் உடல் தொடர்ந்து இயங்குவதற்கும் எண்ணெய், அதாவது உணவு தேவைப்படுகிறது. கார்ல் மார்க்ஸ் கூறுவது போல், 'மனிதர்கள் உண்மையில் தனித்தன்மை கொண்டவர்கள்; அதுபோலத்தான், அவர்களது நடவடிக்கைகளும், அவர்கள் வாழும் பொருளாதாரச் சூழலும்; ஏற்கனவே இருப்பதாக அவர்கள் கருதும் இந்த இரண்டுமே அவர்களது செயல்பாடுகளால் உற்பத்தி செய்யப்பட்டவையே. இந்தத் தர்க்கத்தின் அடிப்படையை முற்றிலும் அனுபவத்தின் வழியில்தான் சாரிபார்க்க முடியும்.'[7] பழங்காலத்துப் பொருள்முதல்வாதியான புத்தர் நிறுவிய சங்கம் மானுட அறிவுத் தளத்தில் இயங்கியது; அனுபவத்தின்

மூலம் அதனை உறுதிப்படுத்திக் கொள்ளவும் முடிந்தது; எனினும், உறுதியான மார்க்சியப் பொருளில் புத்தரை பொருள்முதல்வாதி என்று கூறமுடியாது. புத்தரை மார்க்சுடன் முழுமையாக ஒப்பிடுவதும் சாத்தியமில்லை; ஏனெனில் அவர்கள் வாழ்ந்த காலத்தின் சூழல்கள் முற்றிலும் வேறுபட்டவை. முன்னேற்றம் அடைந்திராத வேளாண் பொருளாதார சூழலை ஒருவர் பிரதிபலித்தார். மற்றொருவர், முன்னேற்றமடைந்த முதலாளித்துவத்தைப் பிரதிபலித்தார். ஆனால், இருவருக்கும் பொதுவானதாகப் பொருள்முதல்வாத உலகப்பார்வை இருந்தது.[8]

புத்தரது காலத்தில் உபநிஷத்துகள் ஏற்கனவே புழக்கத்திலிருந்தன. பொருள்முதல் வாத உலகத்தின் பண்பு உண்மையற்றது அல்லது மாயையானது என்று நிரூபிப்பதன் மூலம் ஆன்மாதான் உயர் தன்மை கொண்டது என்று நிறுவும் போக்கை அவை வெளிப்படையாகக் கொண்டிருந்தன.[9] புத்தர் எடுத்துரைத்த பொருள்முதல் வாதம், உபநிஷத்துகளின் ஆன்மீகத்திற்கும், முடியரசுகளின் கொடூரமான செயல்பாடுகளுக்கும் எதிரான கருத்தாக இருந்தது. அனைத்து முடியரசுகளும் பிராமண துறவிகளின் கட்டுப்பாட்டில்தான் இருந்தன. மண்டலங்கள், கமண்டலங்களின் முழுமையான கட்டுப்பாட்டில் இருந்தன; அதாவது, அரசனை ரிஷி கட்டுப்படுத்திக் கொண்டிருந்தார். இந்தச் சூழலில், தனிநபர்களின் கட்டுப்பாடற்ற சுய-நுகர்வு. மற்றும் அதற்கிணையாக துறவு என்று சொல்லி அறிவுக்குப் பொருத்தமற்ற வகையில் தனிநபர்கள் தம் தேகத்தை வருத்திக் கொள்ளுதல் என்ற இரண்டு தீவிர நிலைப்பாடுகளுக்கு இடையில் புத்தர் 'நடுநிலைப் பாதையைத்' தேர்ந்தெடுத்தார். 'நடுநிலை வழி' பெயருடன் புத்தரது தத்துவத்தின் வெற்றிக்கு அடிப்படையாக இது அமைந்தது.[10] உருவாகிக்கொண்டிருந்த முடியரசுகளுக்கு எதிராகத் தனிமனிதர்கள் தங்கள் உரிமைகளை உறுதிசெய்து கொள்வதைப் பேசுவதாகப் புத்தர் முன்வைத்த தனிமனித வாதம் இருந்தது.[11]

வேலைப் பிரிவினை குறித்து

சொத்து குறித்தும், தனிமனிதர்களின் உரிமைகள் குறித்தும் பௌத்தம் கொண்டிருந்த கருத்துகள், வேலைப்பிரிவினை குறித்த புத்தரின் புரிதல் அடிப்படையில் ஆய்வு செய்யப்பட வேண்டும். இது குறித்த தனது விளக்கத்தைப் புத்தர் மிகவும் கரடுமுரடான வடிவத்தில் முன்வைக்கிறார். அவரது வாதத்தில் இதனைப் பார்க்கமுடியும். 'அதன்பின் இவ்வாறு நடந்தது... சில மனிதர்கள் தங்கள் தவத்தில்

முழு நிறைவு காண முடியவில்லை; முழுமையான தனிமையைப் பெறமுடியவில்லை என்று உணர்ந்தனர். குறிப்பிட்ட சில இடங்களைத் தேடிச் சென்றனர்; மரக்கிளைகளையும் தழைகளையும் கொண்டு குடில்களை அமைத்துக் கொண்டனர். "இங்கு நாம் மந்திரங்களை இயற்றுவோம், வேதங்களைத் தொகுப்போம்" என்று கூறினர்' என்று அவர் கூறுகிறார். 'வேறு சிலர், மந்திரங்களை இயற்றுவதிலும், வேதங்களைத் தொகுப்பதிலும் முழு நிறைவைக் காணமுடியவில்லை என்று அறிந்து காடுகளைத் துறந்து தம் கிராமங்களுக்குத் திரும்பினர். "இங்கு நாம் தானங்களை அளிப்போம்; நல்ல காரியங்களைச் செய்வோம்" என்று தமக்குள் கூறிக்கொண்டனர்.'

சாராம்சத்தில் இந்த மனிதர்கள் வேளாண்மை செய்தவர்கள். புத்தரின் பார்வையில் 'கிராமத்திற்கு வெளியில் வசித்த இவர்கள் "பற்றற்ற மனம்" கொண்டவர்கள் அல்லது பிராமணர்கள் என்று அழைக்கப்பட்டனர் இவர்களில் சிலர் ஆழ்ந்து சிந்திப்பதில் தங்களை ஈடுபடுத்திக் கொள்ளவில்லை; ஆனால், அவர்களால் படிக்க முடியும். அவர்கள் 'பதகாஸ்' (வாசிப்பவர்கள்) என்று அழைக்கப்பட்டனர். வனங்களுக்கு அப்பாலும் கிராமத்திலும் வசிப்பவர்கள் 'கிராமத்தினர்' என்று அழைக்கப்பட்டனர்.' புத்தர் இறுதியில், 'சிலர் பல்வேறு கைவினைத் தொழில்களிலும் வேலைகளிலும் ஈடுபட்டனர்; தங்கள் இல்லங்களில் வெவ்வேறு வகையான பொருட்களைச் செய்தனர்; அவற்றை விற்கவும் செய்தனர்; ஆகவே அவர்கள், "வணிகர்கள்" அல்லது வைசியர்கள் என்று அழைக்கப்பட்டனர்' என்று கூறுகிறார்.

சத்திரியர்களைப் புத்தர் எப்போதும் உயர்வாகவே பேசினார். அவரது பார்வையில் சத்திரியர்கள் முதலிடத்தில் இருந்தனர். இரண்டு வகை சத்திரியர்கள் பற்றி அவர் கூறுகிறார். சங்க வாழ்க்கை முறையை ஏற்றுக்கொண்டவர்கள் ஒருவகையினர். அரசு அதிகாரத்தைத் தொடர்ந்து ஏந்திக் கொண்டிருப்பவர்கள் மற்றொரு பிரிவினர். முதலில் கூறப்பட்டவர்கள் உயர்வானவர்களாகக் கருதப்பட்டனர். புத்தரின் சொற்களில், 'சத்திரிய குடும்பத்தைச் சேர்ந்தவர்கள், முடியையும் தாடியையும் மழித்துக்கொண்டு, துறவு நிலையை அடைவதற்காக (கூட்டு வாழ்க்கை) தம் வீட்டைத் துறந்தனர். அவர்களைப் பற்றிச் சத்திரியர்கள் (ஆட்சியாளர்கள்) மதிப்புடன் பேசினர்; பிராமணர்களும் வைசியர்களும் அவர்களை மரியாதையுடன் நடத்தினர்.'[12]

மந்திரங்களை ஓதும், வேதங்களைத் தொகுக்கும் பிராமணர்கள் அடுத்த இடத்தில் இருந்தனர். வைசியர்கள், குடிசைத் தொழிலில்

ஈடுபட்டனர்; பொருட்களை விற்றனர். இயல்பாகவே சூத்திரர்கள் பற்றி தனியாக ஏதும் குறிப்பிடப்படவில்லை. பல்வேறு வகையான வேலைகளையும் செய்துகொண்டிருந்த கிராமத்தினர் பற்றியே குறிப்பிடப்பட்டிருந்தது. எடுத்துக்காட்டுகளில் எவற்றிலும் சுரண்டல் இருந்தது என்பதற்கான மறைமுகமான குறிப்புகள் ஏதுமில்லை. ஆனால், கதையின் இறுதியில், திருட்டுச் செயல்கள் நடந்ததற்குச் சான்றுகள் காணப்படுகின்றன. இறுதியில் புத்தர் இவ்வாறு முடிக்கிறார்: 'திருடுவது என்ற செயல் மூலமாக இந்த உலகத்தில் பாவச்செயல் இருப்பது தெரியவருகிறது. ஆதியில் இச்செயல்கள் நடந்தனவா என்பதற்கான தடங்கள் ஏதும் கிடைக்கவில்லை.'[13]

செய்யவேண்டிய செயல்கள் முறையாகப் பகிர்ந்தளிக்கப்படுவதுதான், முழு நிறைவான வேலைப்பிரிவினை என்று புத்தர் கருதினார். அவரது உரைகளிலிருந்து குறிப்பாக இதனை அறிந்துகொள்ள முடிகிறது. திருடும் செயல்கள் தொடங்கியவுடன் முழு நிறைவான வேலைப்பிரிவினை என்பது சுரண்டலாகத் தரங்குறைந்து போனது என்பது அவரது கருத்து.[14] வேலைப்பிரிவினையில் ஆக்கபூர்வமான வேலைக்கு உரிய மரியாதை கிடைக்கவில்லை. இதற்கு டி.டி. கோசாம்பி கூறும் காரணம்: 'புத்தரைப் போன்ற தொடக்கக் கால பிக்குகள் உணவுச் சேகரிப்பில் சிறந்தவர்களாக இருந்தனர். மக்களிடமிருந்து சமைத்த உணவை பிச்சையாகப் பெறுவது குறித்து அவர்கள் நடத்திய, பதிவாகியிருக்கும் விவாதங்களிலிருந்து இதனை அறியமுடிகிறது; காடுகளின் ஊடாக நீண்ட தூரப் பயணம் அவர்களுக்குப் பெரும் தொந்தரவாக இல்லை... புத்தப் பிக்குகள் லாப நோக்குடன் கூடிய உழைப்பிலும் அல்லது வேளாண்மையிலும் ஈடுபடக்கூடாது என்று தடை செய்யப்பட்டிருந்தனர். குடும்ப வாழ்க்கையில் ஈடுபடாமல் பிச்சை எடுப்பது மூலமோ அல்லது காடுகளில் கிடைக்கும் உணவைச் சேகரிப்பது மூலமோ அவர்கள் வாழவேண்டியிருந்தது; இத்தகைய வாழ்க்கை முறையால் மட்டுமே அந்தப் பிக்குகள் தமது சமுதாயக் கடமைகளை ஆற்றுவதில் கவனம் செலுத்த முடியும்; மற்றவர்களைச் சரியான பாதையில் வழிகாட்டி அழைத்துச் செல்லும் கடமையை ஆற்றவும் சுதந்திரம் கிடைக்கும்.'[15]

புத்தரின் காலத்தில் வேலைப்பிரிவினை ஆழமாக வேரூன்றியிருந்தது; பல்வேறு தொழில் சார்ந்த குழுக்கள் தோன்றுவதற்கு இது காரணமாக அமைந்தது. மகதத்தின் அரசன் அஜாதசத்ருவும் புத்தரும் உரையாடும் நிகழ்வு ஒன்று கூறப்படுகிறது. அஜாதசத்ரு புத்தரிடம் கூறுகிறான்: 'பிரபுவே, பலவகை வணிகங்களும், தொழில்களும்

இருக்கின்றன: மலர் வளையம் செய்வோர், கூடைகள் பின்னுவோர், நெசவாளர்கள், புல் அறுப்பவர்கள், பயிற்சியாளர்கள், யானைப் பாகர்கள், குதிரைக்காரர்கள், ரதமோட்டிகள், வாள் வீரர்கள், உடல் பிடித்துவிடுபவர்கள், எழுதுபவர்கள், நடனமாடுபவர்கள், ராஜபுத்திரர்கள், போர்க்குணமும் வீரமும் மிக்கவர்கள், வேடிக்கை காட்டுபவர்கள், நாவிதர்கள், குளிப்பாட்டுபவர்கள் (மூலத்தில் உள்ளபடி). வணிகத்திலோ அல்லது தொழிலிலோ ஈடுபடும் இவர்களில் யாரேனும் ஒருவர் தர்மம் செய்கிறார்; நற்செயல் புரிகிறார்; நோயுற்றவர்களுக்குச் சிகிச்சை அளிக்கிறார்; விரும்பத்தக்க ஐந்து வகைப் பொருட்களை அவர் அடைகிறார்...'[16]

பிரத்தியேகமான தொழில் செய்வோரின் குழுக்களாகச் சமுதாயம் பிரிந்திருந்தது என்பதை இந்த விளக்கம் சுட்டிக்காட்டுகிறது. அஜாதசத்ரு அறிந்திருந்தவை மேலே கூறப்பட்ட தொழில் சார்ந்த சில குழுக்கள் மட்டுமே. ஆனால், பின் வந்த காலங்களில் அடிமைகள், பானை வனைவோர், பொற்கொல்லர்கள், ஆடு வளர்ப்போர் போன்ற உற்பத்தித் திறனுடைய தொழில்கள் செய்வோரின் குழுக்களும் சமுதாயத்தில் இணைந்தனர். ஆளும் வர்க்கத்தினர் (பிராமணர்களும் சத்திரியர்களும்) இவற்றைச் சாதிகளாக மாற்றினர். உற்பத்தியுடன் தொடர்புடைய மதிக்கப்பட வேண்டிய தொழில் குழுக்களாக அவற்றைப் பாவிக்கவேண்டும் என்பதே புத்தரின் எண்ணம்; சாதிகளாக அல்ல என்று தோன்றுகிறது.[17]

சொத்து

சொத்து குறித்து பௌத்தம் கொண்டிருந்த புரிதல் இதுவரையிலும் அதிக அளவு விவாதிக்கப்படவில்லை. புத்தரது காலத்தில் சொத்து குறித்த பிரச்சனைகள்மீது சிந்தனையாளர்கள் பன்முகமான நிலைப்பாட்டைக் கொண்டிருந்தனர். சொத்தைத் துறப்பது பற்றி பிராமணியத் துறவுநிலை பேசியது; ஆனால், அதேநேரத்தில், மதகுருக்களும் அரசு பதவிகளிலிருந்த பிராமணர்களும், சத்திரியர்களும் நிலம் அனைத்தும் அரசுக்குச் சொந்தமாக இருக்கும் மையப்படுத்தப்பட்ட அரசுக்கு ஆதரவாகப் பேசிக்கொண்டிருந்தனர். பெரும்பான்மை நிலம் அரசிடம் குவிந்திருந்தது என்பதற்குப் போதிய ஆதாரத்தைப் பிராமணங்களும் அர்த்தசாஸ்திரமும் அளிக்கின்றன. நிலத்தைப் பண்படுத்தி வேளாண்மைக்குத் தயார் செய்த அமைப்பாக, பெரும் நில உரிமையாளராக, பெரும் தொழில்களின் முதன்மை உரிமையாளராக, இன்னும் சொல்லப்போனால் பெருமளவில்

பண்டங்களை உற்பத்தி செய்பவராக கௌடில்யர் முன்மொழிந்த அரசுதான் இருந்தது என்கிறார் கோசாம்பி. ஜனபதா நிலங்கள் அனைத்தும் தனித்த இரண்டு பிரிவுகளாக இருந்தன. அவை, பஸ்ட்ரா என்ற வரிகள் செலுத்தும் நிலங்கள் மற்றும் அரசனின் நேரடி மேற்பார்வையில் பண்படுத்தி உருவாக்கப்பட்ட, விவசாயத்திற்கான சீதா நிலங்கள்.* ராஷ்ட்ரா** அல்லது பழங்குடி நிலவுடைமை புழக்கத்திலிருந்த காலகட்டத்தில் புத்தரும் மகாவீரரும் வாழ்ந்தனர் என்கிறார் கோசாம்பி. எனினும் அசோகருக்கு முன்னதாக இரண்டு நூற்றாண்டுகள் முன்புவரை, இந்த இருவரையும் பின்பற்றியவர்கள் அரசனின் நிலங்களைப் பெறுவதிலிருந்து தடைசெய்யப் பட்டிருந்தனர். அரசின் நேரடியான சுரண்டல் அப்போது மிகத் தீவிரமான உச்சத்திலிருந்தது. உண்மையில், பிம்பிசாரனின் காலத்தில் அரசனுக்கும் அவனது உறவினர்க்கும் சொந்தமான நிலத்தின் பெரும்பகுதியையும், வரிவசூல் செய்வதையும் அரசு கட்டுப்படுத்தத் தொடங்கியிருந்தது. அதே நேரத்தில், சிறிய நிலப்பகுதிகளைத் தனியாருக்கு விவசாயம் செய்யப் பகிர்ந்தளிக்கத் தொடங்கியிருந்தது.

ஜைனம் மற்றும் பௌத்த சிந்தனைப் பள்ளிகள் வேறுபட்ட கண்ணோட்டத்தைப் பிரதிபலித்தன; நிலம் சமுதாயத்திற்கு உரியதாகத் தொடர்ந்து இருக்கவேண்டும் என்று அவை வெளிப்படையாகக் கூறின. வரி வசூலிக்கும் அரசு நில உடைமையாளராக இருப்பதைப் புத்தர் எதிர்த்தார். தனிமனிதர்களும் நிலச்சொந்தக்காரர்களாக இருக்கக்கூடாது என்றார். அந்தக் காலகட்டத்தில் ஏழை மக்கள் மீது அதிக வரிகளைச் சுமத்த முரட்டுத்தனமான முறைகளை ஆட்சியாளர்கள் பின்பற்றினர். சர்வ அதிகாரம் கொண்ட மன்னனுக்கு புதிய வரிகளை முன்மொழிவதற்கு புத்தர் முயற்சித்தார் என்கிறார் கோசாம்பி. நிலச் சொந்தக்காரர்களிடம் இருந்து வரிகள் வசூல் செய்யும் வேலையை மட்டுமே அரசர்கள் செய்தனர்; அவர்களுக்கு இடையூறு செய்த வழிப்பறி திருடர்களிடமிருந்தும், சமூக விரோதிகளிடமிருந்தும் அவர்களைப் பாதுகாக்கும் கடமையை ஆற்றவில்லை.[18]

மௌரியர் காலத்தில் ராஷ்ட்ரா மற்றும் சீதா என்ற இருவிதமான நிலவுடைமை வழக்கத்திலிருந்தது.

★ மௌரியப் பேரரசால் திட்டமிட்டு அழிக்கப்பட்ட பழங்குடி இனத்தவரின் உதவியுடன் அழிக்கப்பட்ட வனங்கள், பண்படுத்தப்பட்டு உருவாகியவை சீதா நிலங்கள்.

★★ ராஷ்ட்ரா வகை நிலங்கள், படையெடுப்பின் மூலம் சேர்த்துக்கொள்ளப்பட்டவை, மற்றும் மௌரியர்களுக்குமுன் பழங்குடி சிறு அரசுகளாக இருந்தவர்களின் நேரடி வாரிசுகளின் உடைமையாக இருந்தவை. அரசுக்கு இவை தொடர்ந்து வரி செலுத்திக்கொண்டிருந்தன.

சங்கம் நில உடைமையாளராக மாறுவதை புத்தர் எதிர்த்தார்.[19] வேறுவழியற்ற சூழ்நிலைகளில், சிறிய நிலப்பகுதிகளில் விவசாயம் செய்யவேண்டிய நிலை சங்கத்திற்கு ஏற்பட்டது; 'அரமாக்கள்' அல்லது மடாலயங்களுக்குச் சொந்தமான நிலங்களில் அவ்வப்போது விதைப்பு நடந்ததை மகாவக்கம் குறிப்பிடுகிறது; ஆனால், சாதாரணச் சூழல்களில் சங்கம் நிலங்களைப் பராமரித்ததில்லை. ஓல்டென்பெர்க், 'எவரிடமிருந்தும் வேளாண் நிலங்களைப் பெறுவதைக் கௌதமர் தவிர்த்தார்' என்று திட்டவட்டமாகக் கூறுகிறார். 'நிலங்கள், அடிமைகள், குதிரைகள், கால்நடைகள் ஆகியவற்றைச் சங்கம் தனது உடைமையாக வைத்திருக்கவில்லை; ஏற்றுக்கொள்ளவும் அதற்கு அனுமதியில்லை. வேளாண்மைத் தொடர்பான விஷயங்களிலும் சங்கம் ஈடுபடவில்லை; சங்கத்தின் பேரேடுகளில் உடைமைகளைச் சேர்க்கவும் அனுமதி இல்லை' என்று அவர் மேலும் கூறுகிறார்.[20] வாழ்வதற்குத் தேவையான சில பொருட்களை வைத்துக் கொள்ள மட்டுமே பிக்குகளுக்கு அனுமதி இருந்தது. பௌத்தச் சித்தாந்தத்தைப் பிரச்சாரம் செய்யத் தேவையான பொருட்கள் சில அனுமதிக்கப்பட்டன. வேறுவிதத்தில் கூறினால், உற்பத்திக்குப் பயன்படாத பொருட்கள் சிலவற்றை வைத்துக்கொள்வது தவிர்க்க முடியாதது என்று புத்தர் கருதினார்.[21]

கோசாம்பி இவ்வாறு கூறுகிறார்: 'ஒரு பிக்கு தனக்கென்று திருவோடு, தண்ணீர்ப் பானை, அணிந்து கொள்வதற்கு வேலைப்பாடற்ற நிறமற்ற ஆடைகள் அதிகபட்சமாக மூன்று, எண்ணெய் கூஜா, சவரக்கத்தி, ஊசியும் நூலும், கைத்தடி ஆகியன தவிர்த்து வேறு எந்த உடைமைகளையும் வைத்துக் கொள்ளக்கூடாது; மிக மென்மையான பாதங்கள் கொண்ட பிக்குகள் எளிமையான காலணிகளைப் பயன்படுத்தலாம்.'[22] விஹாரங்களின் பெரும் வலைப்பின்னலும் அதற்கு இணையாக அவற்றை நிர்வகிக்க அமைப்பும் இருந்தது. சங்கம் எந்த மாதிரியான சொத்துகளுக்கு உரிமையாளராக இருந்தது என்பதைப் புரிந்துகொள்ள மகாவக்காவை கவனமாக ஆய்வு செய்ய வேண்டும்.

உற்பத்திக்குத் தேவைப்படாத சொத்துக்களை வாங்கிக் கொள்வதற்கு இருந்த சில விதிகளையும் அல்லது கட்டுப்பாடுகளையும் மகாவக்கம் குறிப்பிடுகிறது. ஒரு பிக்கு தான் வசிக்கக் குடிசை ஒன்றை நிரந்தரமாகவோ அல்லது தற்காலிகமாகவோ அமைத்துக் கொள்ளலாம். 'பன்னிரண்டு சாண் நீளமும் ஏழு சாண் அகலம் கொண்டதாக அக்குடில் இருக்கலாம். ஆனால், அந்தப் பிக்கு எந்த இடத்தில் குடிசையை அமைக்க விரும்புகிறாரோ, அதனைச் சங்கத்திற்குத் தெரிவித்து, சங்கத்தின் ஒப்புதல் பெறவேண்டும். திறந்தவிடங்களில்

குடிசை அமைப்பதையே சங்கம் விரும்பியது.' பெரிய அளவிலான வசிப்பிடங்களைச் சங்கம் வெளிப்படையாகத் தடைசெய்யவில்லை; ஆனால், அந்த இடம் சங்கத்தின் பொதுச் சொத்தாகக் கருதிப் பயன்படுத்தப்பட்டது. 'ஒரு காட்டெருமையோ அல்லது காளை மாடோ சுற்றிச் செல்லும் அளவிற்கு இருப்பவை பெரிய வசிப்பிடங்கள்' என்று ரைஸ் டேவிட்சும் ஓல்டென்பெர்கும் குறிப்பிடுகிறார்கள்.[23]

மகாவக்கம் இவ்வாறு எடுத்துரைக்கிறது: 'பெரிய வசிப்பிடத்தை வைத்திருக்கும் பிக்கு, மற்ற பிக்குகளின் ஒப்புதலைப் பெற, அவர்களை அந்த இடத்திற்கு அழைத்துவர வேண்டும். அந்த இடம் ஆபத்தற்றதா, அதைச் சுற்றி திறந்தவெளி இருக்கிறதா என்பதைப் பார்த்து அவர்கள் ஒப்புதல் அளிக்கவேண்டும்.'[24] அந்தக் குடிசைகள் தவிர்த்து அரசர்களிடம் இருந்தும் பல விஹாரங்களைப் பரிசுகளாகப் புத்தர் பெற்றார். அந்த விஹாரங்கள் சங்கத்தின் உடைமையாகக் கருதப்பட்டன. பிற்காலத்தில் சங்கத்தின் சொத்துக்களை ஒழுங்குமுறைப்படுத்தப் பௌத்தச் சங்கம் விதிகளை வகுத்தது. சகோதரத்துவத்தைப் பெருமளவிற்கு பேணிப் பாதுகாத்த பழங்காலக் கம்யூனிச பழக்க வழக்கங்கள் அவற்றிற்கு அடிப்படையாய் அமைந்தன.[25]

பெரும்பாலும் இந்த விஹாரங்கள் ஒரு மனிதர் வசிக்கக்கூடிய அளவிற்கான இடங்களே; ஆனால், பதினேழு பேர் வசிக்கும் அளவிற்குப் பெரிதான விஹாரங்களும் சங்கத்திடம் இருந்தன; சிலவற்றில் விருந்தினர்கள் தங்கவும் இடம் இருந்தது.[26] தொடக்ககால சங்க வாழ்க்கையில் பிக்குகள் காடுகளிலும், மரங்களுக்கு அடியிலும், குன்றுகளுக்குப் புறம்பாகவும், மலைக்குகைகளிலும் வசித்தனர். இதைப் பார்த்த ராஜகிருகத்தின் சேதி (தலைவன்) பிக்குகளுக்கு வசிப்பிடங்கள் கட்டித் தருவதாகக் கூறினான்; பிக்குகள் உடனே புத்தரிடம், அந்தப் பரிசை ஏற்கலாமா என்று கேட்டனர். சுல்லவக்கம் இது குறித்து நடந்த விவாதத்தைப் பதிவு செய்துள்ளது. புத்தர் அவர்களுக்குக் கூறிய பதில் இது: 'ஓ பிக்குகளே! ஐந்து விதமான வசிப்பிடங்களை உங்களுக்கு நான் அனுமதிக்கிறேன். அவை விஹாரங்கள், 'அட்ஹயோகாக்கள்'★, பல அடுக்குகள் கொண்ட வசிப்பிடங்கள், பரண்கள், குகைகள் ஆகியன அவை.' இதைக் கேள்வியுற்ற சேதி மகிழ்ச்சியடைந்து அறுபது வசிப்பிடங்களைக்

★ அட்ஹயோகா (Addhayoga): மேற்கூரை இருபுறமோ அல்லது ஒருபுறமோ சரிந்திருப்பதுபோல் அமைந்திருக்கும் வசிப்பிடம்.

கட்டி, குறிப்பிட்ட நாளொன்றில் அவற்றைச் சங்கத்திற்குக் கொடையாக அளித்தான். அன்றைக்கு அவர்களுக்கு உணவும் அளித்தான். ஆனால், ஆரம்பத்தில் இந்த விஹாரங்களுக்குக் கதவுகள் இல்லை. ஆகவே, பாம்புகளும், தேள்களும், பூரான்களும் உள்ளே வந்தன. அதன் பின்னர், கதவு பொருத்தும் தூண்களும், வாசல் நிலைகளும், கதவுகளும் அமைத்துக் கொள்ளப் புத்தர் அனுமதித்தார். பின்னர், ஜன்னல்களும் அனுமதிக்கப்பட்டன.[27]

அரசர்களிடமிருந்து பெரிய அளவில் பரிசுப் பொருட்களை புத்தர் பெற்றுக்கொண்டார் என்பதை இரண்டு முக்கியமான பெரும் சான்றுகள் சுட்டிக்காட்டுகின்றன. ஆனால், அவை சங்கத்தின் உடைமைகளாகவே கருதப்பட்டன. பிம்பிசாரன் தனது 'வேலுவன' தோட்டத்தைப் புத்தருக்குப் பரிசாக அளித்தான்; அந்த நேரத்தில் வசிப்பதற்கு முறையான விஹாரம் சங்கத்திடம் இல்லை. வேலுவன தோட்டம் வசதியான இடத்தில் அமைந்திருந்தது; நகரத்திலிருந்து தூரத்திலும் இல்லை, அருகிலும் இல்லை. புத்தர் அந்த அராமா (வனம் போன்று மரங்களடர்ந்த, உல்லாச) பூங்காவைப் ஏற்றுக்கொண்டார்; அத்துடன் இத்தகைய நிலங்களைப் பரிசாகப் பெறுவது சட்டப்பூர்வமானது என்ற விதியையும் வகுத்தார்.[28] எனினும், தங்கம் வெள்ளி போன்றவை உறுதியாகத் தடை செய்யப்பட்டிருந்தன. அப்படி இந்த விதியை மீறி எந்தப் பிக்குவாவது தங்கமோ அல்லது வெள்ளியோ பெற்றுவிட்டால், அவற்றைக் கொடுத்துப் பண்டமாற்று முறையில் நெய் அல்லது எண்ணெய் அல்லது உறுப்பினர்களுக்குப் பகிர்ந்தளிக்கத் தேவையான பொருட்களாக மாற்றிக் கொள்ளப்பட்டன.[29] அவ்வாறு செய்வதற்கு நடைமுறை சாத்தியமில்லாத நிலையில் 'இறுதி முயற்சியாக, பிக்கு ஒருவர் "தங்கத்தை அகற்ற" நியமிக்கப்படுவார். அவர் அவற்றை எடுத்துச்சென்று, யாரும் காணாத ஓரிடத்தில் வீசியெறிவார்; முக்கியமாக அவர் அந்த இடத்தில் எந்த அடையாளமும் செய்யாமல் வரவேண்டும்.'[30]

ஓல்டென்பெர்க் இந்த நிகழ்வை விவரிக்கிறார்: 'கூடியிருக்கும் பிக்குகளுக்கு மத்தியில் குற்றம் செய்த பிக்கு தனது வரம்புமீறிய செயலைத் தெரிவித்து வருத்தம் தெரிவிப்பார்; அமைப்புடன் இணைந்து வேலை செய்யும் அருகிலுள்ள பொது மனிதர் ஒருவர் தேர்ந்தெடுக்கப்படுவார்; "நண்பரே, இதை உமது பாதுகாப்பில் வைத்துக்கொள்ளுங்கள்" என்று அவரிடம் அந்தத் தங்கம் கொடுக்கப்படும்.' அந்த மனிதருக்கு, 'ஐந்து குணங்கள் இருக்கவேண்டும். ஆசையற்றவராக, வெறுப்பில்லாதவராக, மோகம்

இல்லாதவராக, அச்சமற்றவராக, அப்புறப்படுத்தும் இந்தச் செயல் என்ன என்பதை அறிந்தவராக இருக்கவேண்டும்.' கூடியிருக்கும் பிக்குகளின் அனுமதியுடன் அந்த மனிதர், 'அவர்கள் பெறுவதற்கு அனுமதிக்கப்பட்ட பொருட்களான, வெண்ணெய், எண்ணெய் அல்லது நெய் அல்லது தேன் போன்றவற்றை வாங்கித் தருவார். அவற்றை அனைவரும் பயன்படுத்திக் கொள்வர்.' ஒருவேளை தங்கத்தைத் தூக்கி எறிந்துவிட அவர்கள் முடிவு செய்யலாம். அவ்வாறு பொருள் தூக்கி எறியப்பட்ட இடம், ஏதோ ஒரு குறிப்பால் அறிந்துகொள்ள முடியாத இடமாக இருக்கவேண்டும்; அவர் அடையாளம் ஏதேனும் வைத்திருந்தது, அது கண்டுபிடிக்கப்பட்டால், அந்த நபர் தண்டிக்கப்பட வேண்டியவராகிறார்.'[31]

சங்கத்தின் சொத்தை விற்பது உறுதியாகத் தடைசெய்யப்பட்டிருந்தது. ஒருநாள் ஆசிர்வதிக்கப்பட்டவரிடம் புகார் ஒன்று வருகிறது. பிக்குகளைப் பார்த்து அவர் கேட்கிறார்: 'ஓ பிக்குகளே! சங்கத்தின் சொத்துக்களை அவர்கள் எடுத்துச் சென்றது உண்மையா?' புகார் அளித்தவர்கள், 'பிரபுவே, அது உண்மைதான்' என்றனர்; அவர்களை ஆசிர்வதிக்கப்பட்டவர் கண்டித்தார்; பின்னர் பிக்குகளைப் பார்த்து இவ்வாறு கூறினார்: 'ஓ பிக்குகளே! ஐந்து பொருட்கள் மாற்ற முடியாதவை; சங்கமோ அல்லது இரண்டு, மூன்று பிக்குகள் கூட்டாகவோ (கணம்) அல்லது தனிப்பட்ட மனிதரோ இவற்றை விற்கக் கூடாது.' அவர் குறிப்பிட்ட அந்த ஐந்து பொருட்களாவன: 1. பூங்கா அல்லது பூங்காவிற்கான இடம். 2) விஹாரம் அல்லது விஹாரத்திற்கு உரிய இடம். 3) படுக்கை அல்லது நாற்காலி, அல்லது திண்டு அல்லது தலையணை. 4) பித்தளைப் பாத்திரம், பித்தளை ஜாடி, பித்தளைப் பானை, பித்தளை பூக்குடுவை, சவரக்கத்தி, கோடரி, கைக்கோடரி, மண்வெட்டி, மண்வாரி போன்றவை. 5) படரும் கொடிகள், மூங்கில், முங்கா அல்லது பப்பக்கா புல் அல்லது பொதுவான புல்வகை அல்லது களிமண் அல்லது மரத்தாலான பொருட்கள், அல்லது உணவுண்ணும் பாத்திரங்கள். இவற்றை விற்பதும் மாற்றுவதும் செல்லாததாகும்; யார் இந்தக் காரியத்தில் ஈடுபட்டாலும் 'துல்லக்கயா' (கடுமையான) குற்றம் செய்தவராகக் கருதப்படுவார்.[32]

அங்கத்தினர்கள் சேகரிக்கும் ஆடைகள், பாய், தரைவிரிப்புகள் போன்ற கொடைகள் சங்கத்தின் மற்றொரு வகை முக்கிய உடைமைகள். இவை முதலில் சங்கத்தின் உடைமையாக வரவு வைக்கப்படுகின்றன. பின்னர், உறுப்பினர்களின் தேவைக்கு

ஏற்ப பகிர்ந்தளிக்கப்பட்டன. எடுத்துக்காட்டாக ஆரோக்கியமாக இருக்கும் உறுப்பினரை விட நோயுற்ற அல்லது பலவீனமான சங்க உறுப்பினருக்கு அதிகமான துணிகள் அனுமதிக்கப்பட்டன.[33] குடும்பத்தினரிடமிருந்து தானங்கள் பெறுவதற்கு உறுதியான விதிகள் இருந்தன. ஒவ்வொரு பிக்குவும் தமது உபயோகத்திற்கு இரண்டு அல்லது மூன்று அங்கிகளை வைத்துக்கொள்ளலாம். அசாதாரண சூழல்களில் சிறப்பு அங்கிகள் தேவைப்படுவதாகக் கருதும் பிக்குகள் அதற்குச் சங்கத்திடம் முன்னனுமதி பெறவேண்டும்.[34] தங்களது அங்கிகளையும், பாய் போன்றவற்றையும் பிக்குகள் தாமே துவைத்துக் கொள்ளவேண்டும்; சுத்தம் செய்துகொள்ள வேண்டும். மற்றவர்களின் சேவையை, குறிப்பாகப் பிக்குகளின் சேவையை இவற்றிற்காகப் பெறுவது குற்றமாகக் கருதப்படும்; இவற்றிற்கு விலக்குகள் இருந்தன; எடுத்துக்காட்டாக, ஒரு பிக்குணி தனது உறவினரான பிக்குவிற்குச் சேவை செய்ய அனுமதி அளிக்கப்பட்டது.[35]

மூங்கில் கழிகளால் ஆன கட்டில்கள், 'மஸரக்கா' (கால் நீட்ட வசதியான) நாற்காலிகள், பண்டிகா போன்ற எடுத்துச் செல்லக்கூடிய படுக்கைகள், 'குள்ளர படகா' மற்றும் 'அஹாஹ் படகா' நாற்காலிகள் போன்றவையும் சங்கத்தின் சொத்தாகக் கருதப்பட்டன. புத்தர் இவ்வாறு கூறுகிறார்: 'ஓ பிக்குகளே! செவ்வக வடிவ நாற்காலிகள், கை வைத்த நாற்காலிகள், மெத்தை பொருத்தப்பட்ட ஆசனம், கைவைத்த மெத்தை பொருத்தப்பட்ட ஆசனம், பீடமொன்றில் பொருத்தப்பட்ட மெத்தை நாற்காலி, பல கால்கள் உள்ள நாற்காலி, பிரம்பு நாற்காலி, வைக்கோலால் ஆன நாற்காலி ஆகியவற்றையும் பயன்படுத்த அனுமதிக்கிறேன்.' இவ்வாறாக சங்கத்தின் சொத்து பெருகிக்கொண்டிருந்தது. ஆனால், விஹாரங்கள் சொகுசு இடங்களாக மாறிவிட்டன என்று புத்தருக்குப் புகார்கள் வந்தன: அதனால் அவர் விதிகளைக் கடுமையாக்கினார். எடுத்துக்காட்டாக, 'உயரமான படுக்கையில் படுப்பது துக்கட்டா குற்றம்' என்று புத்தர் அறிவித்தார். காலங்கள் செல்லச் செல்ல, சங்கத்திலேயே துணிகளை நெய்யத் தொடங்கினர். மூங்கில் கட்டில்களுக்கான நாடாக்களை நெய்வதற்கு அனுமதி அளிக்கப்பட்டது. கம்பளங்களும் நெய்தனர்; பருத்தியைப் பயன்படுத்தித் தலையணைகள் செய்தனர். அந்த நாட்களில் மூன்று வகையான பருத்தி பயன்பாட்டில் இருந்ததாக சுல்லவக்கம் குறிப்பிடுகிறது: மரங்களிலிருந்து கிடைத்தவை, கொடிகளிலிருந்து கிடைத்தவை, 'பொடாகி' புல்லிலிருந்து கிடைத்தவை.

படுக்கை அறைகளுக்கு வண்ணம் பூசப்பட்டது பற்றிய குறிப்புகளும் சுல்லவக்காவில் காணப்படுகின்றன. தரைக்குக் கறுப்பு நிறம் பூசப்பட்டது, சுவர்களுக்குச் சிவப்புச் சுண்ணாம்பு அடிக்கப்பட்டது. சுவர்களுக்குப் பூசப்பட்ட நிறம் நீடித்திருக்க உமியை சிறு பந்துகளாக்கித் தேய்த்தார்கள்; மென்மையான களிமண்ணையும் வேறு சில பசைகளையும் தடவினார்கள். விஹாரங்களில் வசிப்போர் எண்ணிக்கை அதிகரிக்கத் தொடங்கியதும், தனிமை ஒரு பிரச்சனையானது; எனவே சங்கம் திரைச்சீலைகளையும், காரைகளையும் சாந்துகளையும் கொண்டு உருவாக்கிய தடுப்புகளையும் பயன்படுத்த அனுமதித்தது. தாழ்வாரங்களும் தளங்களால் மூடப்பட்டன. விஹாரங்களுக்கு ஐந்து விதமான பொருட்களால் ஆன மேல் தளங்கள் அமைக்கப் புத்தர் அனுமதி அளித்திருந்தார் என்று சுல்லவக்கம் குறிப்பிடுகிறது: அவை செங்கற்கள், கருங்கற்கள், காரைச்சாந்து, வைக்கோல், இலைகள் ஆகியன.

சங்கத்தின் உறுப்பினர்கள் அவ்வப்போது கிடைக்கும் தானங்களை மட்டுமே நம்பியிருந்தனர் என்ற கூற்று உண்மையல்ல; புரவலர்கள் நிரந்தரமாக உணவுப் பொருட்களை அளித்துக் கொண்டிருந்தனர்; அவற்றைச் சேகரித்து, சமைத்துக் கொண்டனர். தங்குமிடங்களை ஒழுங்குபடுத்தவும், உணவைப் பகிர்ந்தளிக்கவும் பிக்குகள் அமர்த்தப்பட்டனர். இந்தத் துறைக்கான தலைமைப் பொறுப்பாளராக டாப்பா மல்லியன் என்பவர் நியமிக்கப்பட்டது சுல்லவக்காவின் நான்காவது காண்டத்தில் விரிவாகக் கூறப்பட்டுள்ளது. டாப்பா மல்லியன் புத்தரிடம், 'தங்குமிடங்களை ஒழுங்குபடுத்துவதும், உணவுப்பொருட்களைப் பகிர்ந்தளிப்பதும் எனக்கு மிகவும் பிடித்த வேலை' என்று கூறுகிறார். சங்கத்தின் முழுமையான அமர்வில் வைக்கப்பட்ட முன்மொழிவின் அடிப்படையில் அவரது நியமனத்திற்கு ஒப்புதல் அளிக்கும் தீர்மானம் நிறைவேறியது.[36]

சொத்து இல்லாத அமைப்பாகப் பௌத்த சங்கம் இருக்கவில்லை என்பதை இவை அனைத்தும் நிரூபிக்கின்றன; அதேநேரத்தில் சொத்து என்பது குறித்து சங்கம் கொண்டிருந்த கருத்திற்கும், சமூகத்தில் பரவலாகப் புழக்கத்திலிருந்த அதற்கான அர்த்தத்திற்கும் பெரும் வேறுபாடு இருந்தது என்பது உண்மை. சங்கத்தின் சொத்து அந்தச் சமூகத்திற்கு உரியது; தனிநபருக்குச் சொந்தமோ, வாரிசுரிமையில் பெற்றதோ அல்ல; அந்த ஒட்டுமொத்த சமூகத்தின் பயன்பாட்டிற்கானது.

இரண்டு விதமான ஆய்வுகளை நாம் பார்க்கமுடிகிறது. ஒரு சிந்தனைப் பள்ளி, புத்தர் முற்றும் துறந்தவர்; உடலைப் பட்டினியால் வருத்திக்கொண்டவர்; எதையும் சொந்தமாக்கிக் கொள்ள நினைக்காதவர் என்று விளக்குகிறது. நன்கு கற்றறிந்த அறிஞரான டி.டி.கோசாம்பியும் இந்தத் தவற்றைச் செய்துள்ளார். 'பிக்குகள் சொத்து வைத்துக்கொள்ள அனுமதிக்கப்படவில்லை' என்று கூறுவதன் மூலம் சங்கத்தில் சமுதாயச் சொத்துரிமை இருந்தது என்ற விவரத்தை அவர் புறக்கணித்துவிட்டார்.[37]

மற்றொரு சிந்தனைப் பள்ளி, சங்க அமைப்பு சீர்குலையத் தொடங்கிய பின்னரே பௌத்த சங்கங்கள் சொத்துக்களை வைத்துக் கொள்ளத் தொடங்கின என்று தீர்மானமாகக் கூறுகிறது. இதுவும் சரியல்ல. சொத்து என்ற கருத்து சங்கத்தின் தொடக்கக் காலத்திலேயே இருந்தது; அதுமட்டுமின்றி, அதன் முழுமையான பொருளும் நன்கு சிந்தித்து முடிவுசெய்யப்பட்டது. சங்கம் வளர்ச்சி அடைய அடைய, அதன் சொத்தும் வளர்ந்தது. இந்த வளர்ச்சி சீரழிவின் காரணமாக ஏற்பட்டது என்றால், புத்தர் வாழ்ந்த காலத்திலேயே பிக்குகள் தனிப்பட்ட முறையில் நிலங்களை உடைமையாக்கிக் கொண்டிருப்பார்கள். ஆனால் புத்தர் எப்போதும் இதற்கு அனுமதி தரவில்லை. இங்குதான் பௌத்த அரசியல் அடங்கியுள்ளது. எந்தவிதமான தனிநபர் சொத்துக்கும் புத்தர் தடைவிதித்தார். புத்தர் உயிருடன் இருக்கையில் சில விஹாரங்கள் சிறிய அளவில் நிலங்களை வைத்திருந்தன என்பதற்குச் சான்றுகள் உள்ளன; ஆனால், வேளாண் நிலங்களை உடைமையாக்கிக் கொள்ள என்றைக்கும் புத்தர் அனுமதிக்கவில்லை என்று தோன்றுகிறது.

சட்டோபாத்யாயா, புத்தரின் முயற்சிகளைப் பழங்கால கம்யூனிசத்துடன் ஒப்பிட முயற்சிக்கிறார்; எனினும், அது ஒரு சரியான வாதமாக இருக்கமுடியாது; ஏனென்றால், பழங்கால கம்யூனிச சமுதாயத்தில் உற்பத்தி முறையும் மக்களின் உணர்வு நிலையும் முற்றிலும் வளர்ச்சி அடையாத நிலையில்தான் இருந்தன. அரசு என்பது செயல்பாட்டிற்கு வருவதற்குச் சிறிது காலத்திற்கு முன்னதாக பழங்கால கம்யூனிசம் இருந்தது. ஏகாதிபத்திய அரசும், தனிநபர் சொத்துக் குவிப்பும் நடந்தபோது அதற்கு இணையாக நடந்த சோதனை முயற்சியாகப் பௌத்த சங்கத்தைக் கூறலாம். சட்டோபாத்யாயா, 'அரசு அதிகாரத்தை விஸ்தரிக்கும் நோக்கத்துடன், சுதந்திரமாக வாழ்ந்த அக்காலத்துப் பழங்குடி மக்கள் இரக்கமற்று அழித்தொழிக்கப்பட்டனர். இந்திய வரலாற்றின் முக்கியமான

அந்தக் காலகட்டத்தில் பழங்குடி சமுதாயத்தின் அடிப்படைக் கொள்கைகளின் வழியில் ஒரு மாதிரி அமைப்பாக புத்தர் சங்கத்தை உருவாக்கிச் செயல்படுத்தினார்' என்று குறிப்பிட்டுள்ளார். பழங்குடி சமுதாயத்தினர் சொத்துடைமைக்கு எதிரானவர்கள் அல்லர்; ஆனால், தனிநபர்கள் சொத்துக்களை உடைமையாக்கிக் கொள்வதை அவர்கள் எதிர்த்தனர். மிகச் சரியாகப் புத்தர் இதைத்தான் செய்தார்.

மனித உரிமைகள்

உரிமைகள் குறித்து புத்தருக்கு இருந்த புரிதலை பொதுச்சமுதாயத்தின் பார்வையிலிருந்தும் சங்க உறுப்பினர்களின் கண்ணோட்டத்திலிருந்தும் ஆய்வு செய்யவேண்டும். ஒடுக்குமுறைகளால் ஏற்படும் துயரத்திற்குத் தீர்வுகாண வேண்டும் என்பதே சங்கம் நிறுவப்பட்டதன் நோக்கம். வஜ்ஜியன்கள் அழிக்கப்பட்டதையும், அஜாதசத்ரு லிச்சாவியர்களை திட்டமிட்டு அழித்ததையும், 'பெண்கள், குழந்தைகள் உட்பட சொந்தக் குடிமக்களையே அவன் இரக்கமற்று அழித்தொழித்தான்' என்று சட்டோபாத்யாயா குறிப்பிட்டுள்ளார். பழங்குடி மக்களுக்கு இருந்த வாழும் உரிமையை ஆட்சியாளர்கள் மதிக்காததே இதற்குக் காரணம் என்கிறார் அவர்.[38] அரச குடும்பத்தினர், உயிருக்கு என்றைக்கும் மதிப்பு கொடுத்தது கிடையாது.

ராக்ஹில் விவரிக்கும் வரலாறு ஆர்வமூட்டுவது. 'தனது தந்தையைச் சிறையிலடைத்த அஜாத சத்ரு, அவர் அங்கேயே பசியால் சாகும்படி செய்தான்.'[39] அவரைச் சிறையில் சென்று பார்க்கத் தனது தாய்க்கும் அவன் அனுமதி அளிக்கவில்லை; உணவு அளிக்காமல் பட்டினி போட்டான். புத்தர் தலையிட்டு, (அஜாதசத்ருவின் தந்தை) பிம்பிசாரனுக்கு உணவு கிடைக்க சில ஏற்பாடுகள் செய்தார். ஆனால், கதை இங்கேயே முடிந்துவிடவில்லை. அஜாதசத்ரு, அவனது மகன் உதயபாதாவால் கொல்லப்பட்டான்; அவன், அவனது மகன் அனுராதகனாலும், அவன், அவனது மகன் முண்டனாலும், அவன், அவனது மகன் நாகசாகாவாலும் கொல்லப்பட்டான்.[40] இவ்வாறாக புத்தர் கால சமுதாயத்தில் அழிவு, கொலை, வன்முறை ஆகியன உச்சத்திலிருந்தன. சமுதாயத்தில் ஓர் ஒழுங்குமுறையை ஏற்படுத்த வேண்டும். வாழும் உரிமைக்கு மதிப்பு உண்டாக்க வேண்டும் என்பதே புத்தரின் அடிப்படை அக்கறையாக இருந்தது.

புத்தர் ஏற்றுக்கொண்ட அகிம்சை நிலைப்பாட்டிலிருந்துதான் வாழ்வதற்கான உரிமை குறித்த அவரது புரிதல் வெளிப்படுகிறது.

விலங்குகளைப் பலியிடுவதை ஆதரித்த பிராமணர் ஒருவரிடம் வாதம் செய்யும் புத்தர், ஓர் அரசன் தனது ராஜ்யத்தில் அமைதி, வளம், பாதுகாப்பு ஆகியவற்றை நிறுவவேண்டும் என்கிறார்.[41] சமுதாயத்தில் நிலவும் 'அனைத்து அநீதிகளையும் களைய வேண்டிய' தேவை இருப்பதாக புத்தர் கருதினார். மேலும் அவர், 'ஆனந்தா, வஜ்ஜியன்கள் அடிக்கடி கூடுகின்றனர். இனக்குழுவின் பொதுக்கூட்டங்களை அவர்கள் அவ்வப்போது நடத்தும்வரையிலும் வீழ்ச்சியுற மாட்டார்கள்; வளர்ச்சி அடைவார்கள் என்று எதிர்பார்க்கலாம் என்று கூறுகிறார்.'[42] புத்தரின் இந்தக் கூற்று இரண்டு விஷயங்களை வெளிப்படுத்துகிறது: ஒன்று, வாழ்க்கைக்கு அவர் பெரும் மதிப்பளித்தார். ஏனென்றால், மனிதர்கள் இயல்பாகவே நல்லவர்கள் என்று எண்ணினார்; ஆகவே, சாத்தியமான வகையில், வாழ்க்கை மதிக்கப்படவேண்டும், பாதுகாக்கப்பட வேண்டும் என்று கருதினார். இரண்டு, பழங்குடி ஜனநாயக அமைப்புகள் பாதுகாக்கப்பட வேண்டிய அளவிற்கு மிகவும் நல்லவை என்பது அவர் கருத்து.

வன்முறைக்கு எதிரான அவர், நீதியை நிலைநிறுத்தவும் விரும்பினார்; ஆகவே, நேர்மையான சமுதாயம் ஒன்றை நிறுவத் தேவைப்பட்டால் வலிமையைப் பயன்படுத்துவதையும் அனுமதித்தார். வைசாலி அரசின் முதன்மைத் தளபதி சின்ஹ சேனாபதியுடன் புத்தர் நடத்திய உரையாடல் இக்கருத்தை நன்கு வெளிப்படுத்துவதாக அம்பேத்கர் கருதுகிறார். சின்ஹ சேனாபதி புத்தரைப் பார்த்துக் கேட்கிறார்: ததாகதர் அகிம்சையை உபதேசிக்கிறீர்கள். எனில், குற்றம் இழைத்தவன் தண்டனையிலிருந்து விடுவிக்கப்படலாம் என்று நீங்கள் கூறுகிறீர்களா? அப்படி தாதகத்தர் உபதேசிப்பார் என்றால், மனைவிகளையும் குழந்தைகளையும் நாம் காப்பாற்ற முயற்சிக்கக் கூடாதா? கொடியவர்கள் அவர்களுக்குத் தீங்கிழைப்பதை அகிம்சை என்ற பெயரில் பார்த்துக்கொண்டு வாளாவிருக்க முடியுமா? உண்மையை, நீதியை நிலைநாட்ட நடத்தப்படும் யுத்தங்களையும் ததாகத்தர் கூடாது என்கிறாரா?'

புத்தர் இவ்வாறு பதில் கூறுகிறார்: 'நான் உபதேசிப்பதை நீங்கள் தவறாகப் புரிந்து கொண்டுள்ளீர்கள். குற்றவாளி தண்டிக்கப்படவேண்டும்; தவறிழைக்காதவன் விடுவிக்கப்பட வேண்டும். குற்றவாளியைத் தண்டிப்பது நீதிபதியின் தவறு அல்ல. தவறிழைத்தவன் தனது குற்றத்தால் தண்டனை என்ற விளைவை அனுபவிக்கிறான். அமைதியை நிலைநாட்டுவதற்கு

அனைத்து வழிகளும் தோல்வியுற்ற நிலையில், யுத்தத்தை யார் தொடங்குகிறானோ அவன் மீதுதான் வன்முறையைத் தொடங்கிய பொறுப்பு விழுகிறது. தீயசக்திகளிடம் ஒருவர் எப்போதும் அடிபணிந்து போகக்கூடாது. யுத்தங்கள் இருக்கலாம். ஆனால், சுயநல நோக்கத்துடன் அவை நடத்தப்படக் கூடாது.' இந்த உரையாடலை அடிப்படையாகக் கொண்டு, மகாவீரர் போதித்ததுபோல் முழுமையான அகிம்சையைப் புத்தர் போதிக்கவில்லை என்று அம்பேத்கர் முடிவு செய்கிறார். மேலும், 'சர்வாதிகாரத்தின் கூறுகள் எதுவும் புத்தரிடம் காணப்படவில்லை; ஜனநாயகக் கோட்பாட்டாளராக அவர் பிறந்தார்; ஜனநாயகக் கோட்பாட்டாளரக இறந்தார்' என்கிறார் அவர்.[43]

வாழ்வதற்கான உரிமையை உறுதி செய்யப் பின்வரும் விதியை சங்கம் வகுத்தது: 'ஒரு மனித உயிரின் வாழ்வை, தெரிந்தே ஒரு பிக்கு கவர்ந்து கொள்ளக்கூடாது; மனித உயிருக்கு எதிராகக் கொலைகாரன் ஒருவனை ஒரு பிக்கு அமர்த்தக்கூடாது; இறப்பைப் புகழும் சொற்களை ஒரு பிக்கு உச்சரிக்கவோ, தற்கொலையைத் தூண்டவோ கூடாது. இவற்றில் எந்தக் குற்றம் இழைத்தாலும் அதற்கான தண்டனை, சங்கத்திலிருந்து வெளியேற்றப்படுதல்'.

வேதகாலத்துச் சிந்தனையாளர்களைப் போலன்றி, புத்தர் வாழ்வதற்கான உரிமைகளை வழங்கினார்; பாலின பேதம், சாதி, நம்பிக்கை ஆகியவற்றைப் பார்க்காமல் அனைத்து மக்களும் சுதந்திரமாகக் கூடலாம் என்பதையும் அனுமதித்தார்.[44] உபாலி சங்கத்திற்குள் அனுமதிக்கப்படுவதற்குமுன், 'நான் தீய பிறப்பாளனாக இல்லாமலிருந்தால், தம்மத்தைச் சிறப்பித்துப் பேசும் சங்கத்திற்குள் நுழைந்திருப்பேன்; இந்த (வாழ்க்கையெனும்) ஆற்றைக் கடப்பதற்கும், அனைத்துத் தளைகளிலிருந்தும் விடுவித்துக்கொள்வதற்கும் என்னை நான் அர்ப்பணித்துக் கொண்டிருப்பேன்' என்று நினைத்திருக்கலாம். பிராமண சாதியோ அல்லது சத்திரியச் சாதியோ அல்லாத முதல் பிக்கு உபாலி என்று பழங்கதைகள் கூறுவதாக ராக்ஹில் குறிப்பிடுகிறார். 'ஆசிர்வதிக்கப்பட்டவர் அவரிடம், "பிக்குவே, என்னருகில் வா, தூய்மையான வாழ்க்கையை வாழ்ந்திடுக' என்று கூறினார்' என்று விநய பிடகம் குறிப்பிடுகிறது. அதன்பின் எவ்வித தயக்கமுமின்றி, உபாலியின் தலைமுடி நீக்கப்படுகிறது; பிக்குவின் உடையணிந்து அந்த வரிசையில் அவர் இணைந்து கொண்டார்.[45]

விவாதம் நடத்திய பின்னரே பெண்கள் சங்கத்தில் அனுமதிக்கப்பட்டனர் என்பது பற்றி ஏற்கனவே பார்த்தோம்; அவ்வாறு முதலில் அனுமதிக்கப்பட்டவர், மகா பிரஜாபதி.[46] அந்தக் காலகட்டத்தில், பெண்கள் சங்கத்தில் அனுமதிக்கப்பட்டது ஓர் அசாதாரண சாதனையாகக் கருதப்பட்டது. பாலினம் பார்க்காமல் அனைத்துச் சாதியினருக்கும், எந்த நம்பிக்கையைப் பின்பற்றுபவருக்கும் சங்கத்தில் புத்தர் அனுமதி தந்தார். இதன்மூலம் சுதந்திரச் சிந்தனையை, எண்ணங்களின் வெளிப்பாட்டை, சங்கம் சேர்வதை அவர் அங்கீகரித்தார் என்பது தெளிவாகிறது.

சங்கத்திற்குள் உரிமைகள்

சகோதர பிக்குகளுக்கு இடையில் தங்குமிடம், மரச்சாமான்கள், நடத்தை சார்ந்த சச்சரவுகள் ஆகியன எழுந்தால் அவற்றைத் தீர்ப்பதற்குச் சங்க உறுப்பினர்களின் உரிமைகளும் கடமைகளும் என்னென்ன என்பதைச் சங்கத்தின் சட்டத்துறை விவரிக்கிறது. தனிமனிதர்கள், பெரும்பான்மை உறுப்பினர்கள், அமைப்பு என்ற முறையில் சங்கம் ஆகியவற்றின் பேச்சுச் சுதந்திரத்திற்குப் பொதுவான கொள்கைகள் வகுக்கப்பட்டன. விதிகளின்படி, சில சமயங்களில் ஒருவர் (பிக்கு) பலருக்கு எதிராகவோ அல்லது சங்கத்திற்கு எதிராகவோ தம்மத்தைப் பற்றிப் பேசமுடியும்; சில நேரங்களில் பெரும்பான்மையினர் தம்மத்தை எடுத்துரைக்க முடியும்; சமயங்களில், ஒட்டுமொத்த அமைப்பு என்ற வகையில் சங்கம் அதனைப் பிரதிபலிக்க முடியும். இங்கு தம்மம் என்பது ரூஸோ கூறும் 'பொது விருப்பம்'★ போன்றது எனலாம். அவரது கருத்தில் இந்த உறுதிமொழி பெரும்பான்மையினரின் விருப்பமும் அல்ல; சிறுபான்மையினரின் விருப்பமும் அல்ல.

தனிமனிதர்கள் உரிமைகள் குறித்த பிரச்சனைகள் தொடர்பாக சுல்லவக்கம் குறிப்பிடும் சுவையான நேர்வு ஒன்றை எடுத்துக்காட்டலாம். டாப்பா மல்லியன் கட்டுப்பாடுகளுக்குப்

★ மக்களின் பொதுவான விருப்பத்தின் அடிப்படையில் சட்டம் என்பது உருவாக்கப்படும்; நேரடியாகவோ அல்லது தங்களது பிரதிநிதிகள் மூலமாகவோ அதற்குப் பங்களிக்க மக்களுக்கு உரிமை இருக்கிறது. மக்களுக்கு அது அளிக்கும் பாதுகாப்பும், அல்லது, அது அளிக்கும் தண்டனையும் அனைவருக்கும் ஒரேமாதிரியாக இருக்கவேண்டும். தனிப்பட்ட அவர்களது நற்பண்புகள் அல்லது திறன்கள் அடிப்படையிலான வேறுபாடுகள் தவிர்த்து, அனைவரும் சட்டத்தின்முன் சமமாகக் கருதப்பட வேண்டும்.

பொறுப்பாக நியமிக்கப்பட்டபின் அவருடைய நடவடிக்கைகள் சில பிக்குகளுக்குப் பிடிக்கவில்லை. நல்ல இடங்களை ஒதுக்குவதில்லை; தாமதமாக வரும் பிக்குகளையும், விதிகளைச் சரியாகப் பின்பற்றாதவர்களையும் அவர் தண்டிக்கிறார் என்று எரிச்சலடைந்தனர். அதன்பின்னர், மெட்டியா என்ற பெயர் கொண்ட பிக்குணியும் அவருக்கு ஆதரவானவர்களும் மல்லியனுக்கு எதிராகச் சதிசெய்தனர். மல்லியன் தன்னைக் கற்பழித்ததாக மெட்டியா புகார் அளிக்கவேண்டும்; அந்த அடிப்படையில் மல்லியன் வெளியேற்றப்படுவார் என்று முடிவு செய்தனர். சந்தேகமின்றி தீவிரமான குற்றம் இது; ஏனெனில், சங்கத்திற்குள் உடலுறவு தடை செய்யப்பட்டிருந்தது.

மெட்டியா பூமகாகா திட்டமிட்டபடி புத்தரிடம் புகார் அளித்தார். சங்கத்தின் அவை கூட்டப்பட்டது; புத்தர் மல்லியனைப் பார்த்து, 'அவ்வாறு செய்திருந்தால், செய்ததை ஒப்புக்கொள்; இல்லையென்றால், செய்யவில்லை எனக் கூறு' என்றார். மல்லியன் அதற்கு, 'பிரபுவே, இதைப்போன்ற எண்ணமே எனக்கு எழுந்ததில்லை; ஏன் பிறந்ததிலிருந்து உடலுறவு கொள்வதுபோல் கனவு கண்டதாகக் கூட எனக்கு நினைவில் இல்லை' என்று பதில் கூறினார். இதை அவர் மூன்று முறை கூறினார். இறுதியில், மெட்டியா இந்தக் குற்றச்சாட்டைப் புனைந்திருக்கிறார் என்பது நிரூபணமானது. 'அதன்பின், பிக்குணி மெட்டியா சங்கத்தைவிட்டு வெளியேற்றப்பட்டார்.' இதில் ஆர்வமூட்டும் விஷயம் என்னவென்றால், இதற்குப்பின் சம்பந்தப்பட்ட ஆண் பிக்குகள், கற்பழித்துவிட்டார் என்ற குற்றச்சாட்டைக் கூறுவதற்கு மெட்டியா வற்புறுத்தப்பட்டார் என்று ஒப்புதல் வாக்குமூலம் அளித்தனர். ஒப்புக்கொண்ட அவர்களை சங்கம் கண்டித்தது. ஆனால், மெட்டியாவை வெளியேற்றிய உத்தரவு திரும்பப் பெறப்படவில்லை.

கேள்விகள் பலவற்றை இந்தக் கதை எழுப்புகிறது; எனினும், தனிமனிதர்களுக்கு எதிராகப் புகார்களோ வழக்குகளோ சங்கத்தில் எழுந்தால், குற்றம் சாட்டப்பட்டவர் சங்கத்தில் தனது நியாயத்தை விளக்கிக் கூற முழுமையாக அனுமதிக்கப்பட்டார் என்பது நமக்கு முக்கியமானது. குற்றச்சாட்டை விசாரிக்கும்போது சான்றுகள் சரிபார்க்கப்பட்டன; தண்டனை அளிக்கப்படுவதற்கு முன் அல்லது சங்கத்திலிருந்து ஒருவர் வெளியேற்றப்படுவதற்கு முன் சான்றுகள் மீண்டும் சரிபார்க்கப்பட்டன.

நோய்வாய்ப்பட்ட, மனநிலை பாதிக்கப்பட்ட உறுப்பினர்களுக்குத் தொல்லை கொடுக்கக்கூடாது என்று தடை விதிக்கப்பட்டிருந்தது. மற்றவர்களால் தொல்லைக்காளான, மனநிலை சரியில்லாத கக்கா என்ற பிக்குவின் கதை தெளிவான ஒரு குறிப்பைத் தருகிறது. சங்கத்தில் இந்த வழக்கு வந்தபோது தொல்லை தந்த பிக்குகள் கண்டிக்கப்பட்டனர். சங்க உறுப்பினர்கள் குற்றவாளிகளை நேர்மையுடன் தண்டித்த நிகழ்வுகள் பலவற்றை சுல்லவக்காவில் பார்க்கமுடியும். இந்த அனுபவத்தின் அடிப்படையில், உறுப்பினர்களின் உரிமைகள் சார்ந்தும் சங்கத்தின் நீதிக் கொள்கை அடிப்படையிலும் மிக முக்கியத் தீர்மானம் ஒன்றைச் சங்கம் நிறைவேற்றியது. அந்தத் தீர்மானம் பின்வருமாறு: சட்டத்தின் அடிப்படையில் மனதளவிலும் குற்றமிழைக்கும் எண்ணம் இல்லாதோரை ஐந்து விஷயங்கள் அந்தக் குற்றச்சாட்டிலிருந்து விடுவிக்கக்கூடும். 1) அந்தப் பிக்கு அப்பாவியாக, குற்றமற்றவராக இருக்கவேண்டும். 2) மற்றவர்கள் அவரைக் கண்டித்திருக்க வேண்டும். 3) மனதளவிலும் குற்றமிழைக்கும் எண்ணம் இல்லை என்ற அடிப்படையில் குற்றச்சாட்டிலிருந்து விடுவிக்க சங்கத்திடம் கோரிக்கை வைக்கவேண்டும். 4) சங்கம் அதனை வழங்க வேண்டும். 5) சங்கம் முறையாகக் கூட்டப்பட்டு முறையாக நடந்திருக்கவேண்டும். ஆசிர்வதிக்கப்பட்டவர், 'ஓ பிக்குகளே, மனதளவிலும் குற்றமிழைக்கும் எண்ணம் இல்லாதோரை சட்டத்தின் அடிப்படையில் இந்த ஐந்து விஷயங்கள் குற்றச்சாட்டிலிருந்து விடுவிக்கட்டும்' என்று அறிவித்தார்.[47]

குற்றமிழைத்த ஒருவர், செய்தது தவறு என்று உணர்ந்து, எதிர்காலத்தில் திரும்பவும் அந்தத் தவற்றைச் செய்யமாட்டேன் என்று உறுதிகூறும் பட்சத்தில், சங்கம் அவரை எச்சரித்து, தன்னை திருத்திக்கொள்ள அனுமதித்தது. அதிகபட்ச எச்சரிக்கையுடன் தண்டனை அளிக்கப்படுகிறது; முறையாகக் கூட்டப்பட்ட அவையில் அனைத்து உறுப்பினர்களின் முன்னிலையில் அனைத்துக் கோணங்களிலிருந்தும் விசாரணை நடைபெறுகிறது. குற்றம் சாட்டுபவர்களுக்கு இருக்கும் உரிமைகளைப்போலவே குற்றம் சாட்டப்பட்டவரின் உரிமைகளும் முக்கியமானவை என்பதில் புத்தர் மிகவும் தெளிவாக இருந்தார். ஆனால், குற்றம் நிரூபிக்கப்பட்டுவிட்டால், அந்தக் குற்றத்திற்கான தண்டனையைப் பரிந்துரைக்கச் சங்கம் தயங்கியதில்லை. மெட்டியா விஷயத்தில் பார்த்ததுபோல், சங்கத்தை விட்டு அவர் வெளியேறுவதை ஏற்க வேண்டியதாயிற்று. பல இடங்களில் 'உக்கேபெனியா-கம்மா

என்ற பதம் பயன்படுத்தப்படுகிறது; இதன் பொருள், குறிபிட்ட குற்றங்களை இழைத்தவர்கள், சங்கத்தில் உணவருந்தவோ வசிக்கவோ அனுமதிக்கப்படுவதில்லை என்பதாகும்.

அது உணவோ, தங்குமிடமோ, தனிமனிதரின் மரியாதையோ அல்லது கண்ணியமோ, சங்கத்தின் விதி என்ற சட்டகத்திற்குள் சமத்துவம் அனைவருக்கும் முழுமையாக உத்தரவாதம் செய்யப்பட்டது. ஆனால், சங்கத்தின் படிநிலையில், பதவி உயர்வுக்கான முன்னுரிமையில் சில வழிகாட்டும் நெறிமுறைகள் இருந்தன. யார் எந்த இடத்தில் அமர்வது என்ற பிரச்சனை வரும்போது புத்தர் இவ்வாறு அறிவித்தார்: 'பிக்குகளே, சங்கத்தில் சேர்ந்து மூன்று வருடத்திற்குள் இருக்கும் அனைவரையும், ஒரே மாதிரியான இருக்கைகளில், அனைவரும் சமமாக அமர்வதற்கு அனுமதிக்கிறேன்.'[48]

குற்றம் செய்த ஒருவர், சங்கத்திலிருந்து வெளியேற்றப்பட்டபின், 'திருந்திவிட்டேன் மீண்டும் என்னை அனுமதியுங்கள்' என்று வேண்டுகோள் வைத்தால்தான் திரும்ப வரமுடியும்; அந்த உறுப்பினர் சங்கத்திற்கு வெளியில் எப்படி நடந்து கொண்டார் என்பதை முழுமையாக ஆராய்ந்த பின்னர்தான் மீண்டும் அனுமதிக்கப்படுவார். அந்த நிகழ்வு 'திருவோட்டை நிமிர்த்தி வைத்தல்' என்று கூறப்படுகிறது. லிக்காவியைச் (லிச்சாவி!) சேர்ந்த வத்தாவின் விஷயம் ஒரு நல்ல எடுத்துக்காட்டு. 'திருவோடு கவிழ்த்து வைக்கப்பட்டதும்', தவற்றை உணர்ந்து விட்டதாக அவர் வேண்டுகோள் வைக்கிறார். இந்தப் பிரச்சனையில் புத்தர் தலையிட்டபின், 'திருவோடு மீண்டும் நிமிர்த்தி வைக்கப்படலாம்' என்று சங்கம் முடிவு செய்கிறது. 'உறுப்பினர் என்ற அடிப்படையில் சங்கம் அவருக்கு ஒப்புதல் அளிக்கிறது'.[49] தானங்களுக்கு வெளியில் செல்லும்போது, சங்க உறுப்பினர்களுடன் தவறாக நடந்துகொண்ட குடும்பங்களை மீண்டும் அணுகவேண்டாம் என்று சங்கம் கூறிய நிகழ்வுகளும் இருந்தன. தாம் புறக்கணிக்கப்படுவதாக உணர்ந்த அந்தக் குடும்பங்களில் சில, பின்னர் சங்கத்தை அணுகி இந்தத்தடைக்கு முற்றுப்புள்ளி வைக்கும்படி கோருவதும் நடக்கும்.[50] பௌத்தம் முன்வைத்த விதிகள், தனிமனிதர்களை சீர்திருத்துவதற்கு மிகப்பெரிய வரைவெல்லையைக் கொண்டிருந்தது. ஆகவேதான் எழுத்தாளர்கள் சிலர் கௌதம புத்தருக்கு 'வெற்றிகரமான சீர்திருத்தவாதி' என்ற பெயரையும் அளித்தனர்.[51]

கடமைகள் குறித்து

கடமைகளை நிறைவேற்றுவதிலும், அமைப்பின் விதிகளைக் கண்டிப்புடன் செயல்படுத்துவதிலும், கட்டுப்பாட்டுடன் இருக்கவேண்டும் என்று புத்தர் வலியுறுத்தினார் என்பது சுட்டங்களைக் கவனமாக ஆராய்கையில் தோன்றுகிறது.[52] உரிமைகளைக் கூறும்போதும், அரசின் கடமைகளைக் கூறும்போதும், அரசுக்கு எதிராக மக்களின் கடமைகளையும் எடுத்துரைக்கிறார். கோசாம்பி மிகச்சரியாக விவரிக்கிறார்: ‘சாதி, செல்வம், தொழில் போன்றவைக்கு அப்பாற்பட்டு இல்லறத்தாருக்கும் விவசாயிக்கும் இருந்த பொதுவான கடமைகள், திறம்பட, ஆனால், எளிமையான சொற்களில்... பௌத்த நூல்கள் விவரிக்கின்றன. எந்த விதமான சடங்கு மீதும் அவை கவனம் செலுத்தவில்லை. அனைத்திலும் முக்கியமாக, அதிகாரத்தைக் கட்டுக்குள் வைத்திருந்த முடியரசுக்கு புதிய கடமைகளைப் புத்தர் முன்வைக்க முயற்சிக்கிறார். கொள்ளையர்களாலும் சமூக விரோதிகளாலும் தொந்தரவுகளுக்கு ஆளாகும் நிலச் சொந்தக்காரர்களிடமிருந்து வரிகளை வசூல் செய்த அரசன், அவர்களுக்குப் பாதுகாப்பு வழங்கும் கடமையை ஆற்றுவதில்லை’ என்கிறார்.

இந்தச் சமூக விரோதச் செயல்களைக் கட்டுப்படுத்த வழிமுறைகள் சிலவற்றை புத்தர் பரிந்துரைக்கிறார். வழிப்பறிக் கொள்ளையையும் சச்சரவுகளையும் கடுமையான தண்டனைகளால் என்றைக்கும் அடக்கிவிட முடியாது. வறுமையும் வேலையின்மையும்தான் இந்தச் சமூகக்கேடுகளுக்கு வேர். தானம் மூலமோ, நன்கொடை என்ற லஞ்சத்தின் மூலமோ அவற்றை விரட்டிவிட முடியாது; அவை தீயச் செயல்களையே மேலும் தூண்டிவிடும் வேளாண்மை மற்றும் கால்நடை வளர்ப்பு மூலம், அவற்றை நம்பி வாழ்பவர்களுக்கு விதைகளும் உணவும் அளிப்பதன் மூலமே இதைப் போக்கமுடியும். அதுபோல் வணிகர்களுக்குத் தேவையான மூலதனத்தை அளிக்க வேண்டும். அரசுப் பணியாளர்களுக்கு முறையாகவும், தொடர்ந்தும் ஊதியம் அளிக்கவேண்டும்; இதனால் அவர்கள் சுரண்டலில் ஈடுபடமாட்டார்கள்; ஜனபதாக்களை திவாலாக்க மாட்டார்கள்.

புத்தர் அரசு மீது சுமத்திய கடமைகளை ஆய்வு செய்யும்போது, அவை இந்திய அரசியலமைப்புச் சட்டத்தைப்போல், அரசின் கொள்கைக்கு வழிகாட்டும் நெறிமுறைகளாக ஒலிக்கின்றன என்கிறார் கோசாம்பி. அரசு குறித்தும் அதன் ஆட்சியாளர்கள் குறித்தும் புத்தருக்கு இருந்த

கண்ணோட்டம், ஒரு சிறந்த சமுதாயத்திற்கான தொலைநோக்குப் பார்வை அவரிடம் இருந்ததை உணர்த்துகிறது. பௌத்தத்தின் அறிவார்ந்த சாதனை குறித்த கோசாம்பியின் விமர்சனம் குறிப்பிடும் அளவிற்கு மதிப்புமிக்கது. 'திகைப்பேற்படுத்தும் அளவிற்கு அரசியல் பொருளாதாரம் குறித்த மிக நவீன பார்வை அது. வேத யக்ஞ பொருளாதார காலகட்டத்தில், அடர்ந்த பழமையான வனங்களையெல்லாம் சமுதாயம் ஆக்கிரமிக்கத் தொடங்கியிருந்தது. புத்தரின் அப்போதைய முன்முயற்சிகள் மிக உயர்ந்த நிலையிலான அறிவார்ந்த சாதனையாகும்.'[53]

மக்களின் நிலையை மேம்படுத்துவதில் அரசிற்கு ஒரு கடப்பாடு இருக்கிறது என்பது புத்தரின் கருத்தாகும். பௌத்தத்தின் விதிகளைச் சோதனை செய்து பார்க்கக்கூடிய முழு நிறைவான அமைப்புகளாக அதன் சங்கங்கள் இருந்தன.[54] அமைப்புகளுக்கும் தனிமனிதர்களுக்கும் சங்கம் வழிமொழிந்த கடமைகள் அனைத்தும் உண்மையில் புத்தரது பகுத்தறிவின் சாரம் ஆகும். சங்கத்து வளர்ச்சியின் வெவ்வேறு நிலைகளில் சங்கம் முன் மொழிந்த, ஆதரவளித்த முக்கியக் கடமைகள் ஏறத்தாழ அனைத்தையும் உருவாக்கியவரும் அவரே. அவற்றை மூன்று வகைகளாகப் பிரிக்கலாம்: அ) அரசியல் கடமைகள். ஆ) பொருளாதார கடமைகள். இ) சமுதாயக் கடமைகள்.[55]

அரசியல் கடமைகள்

தம்மத்தை உயர்த்திப் பிடிப்பதுதான் சங்கத்தின் மிக முக்கிய கடமையாக இருந்தது. இதன் பொருள், உறுப்பினர்கள் மத்தியில் சமத்துவத்தை உறுதிப்படுத்துவதும், அவர்களது ஒட்டுமொத்த நல்வாழ்விற்குப் பொறுப்பேற்பதும், ஜனநாயக மதிப்பீடுகளுக்கும் செயல்முறைகளுக்கும் ஆதரவளிப்பதும் ஆகும்.[56] அரசியல் அடிப்படையில் சங்கம் ஜனநாயகக் கோட்பாட்டைப் பின்பற்றவேண்டும். ஏதேனும் சச்சரவில் தொடர்புடைய மனிதர்களுக்கும் நீதி வழங்கவேண்டும். 'சங்கத்தின் சகோதரர்கள் முழுமையான கூட்டங்களில் அடிக்கடி ஒன்றாகச் சந்திக்கும் வரையிலும்; இணக்கமான சந்திப்பும், இணக்கத்துடன் அவர்கள் எழுச்சி பெறுவதும், சங்கத்தின் விதிகளை இணக்கத்துடன் ஏற்று நடப்பது இருக்கும் வரையிலும்... மேலும் பல சகோதரர்களைச் சங்கத்திற்குள் எதிர்பார்க்கலாம். சங்கம் வளருமே தவிர, வீழ்ச்சியுறாது' என்றார் புத்தர்.[57] புத்தர் பரிந்துரைத்த, பிக்குகள் பின்பற்ற வேண்டிய விரிவான அரசியல் பண்புகள் இதைவிட முக்கியமானவை,.

உறுப்பினர்களின் விதிமீறல்களைச் சங்கத்தின் கவனத்திற்குக் கொண்டுவர வேண்டியது ஒவ்வொருவரின் கடமையாகும். சர்ச்சை, பூசல், வாதம், கருத்து வேறுபாடு, முரண்பாடு, எதிர்ப்பு, சண்டையிடும் குணப்போக்கு போன்ற சட்டக் கேள்விகளை உள்ளடக்கிய எந்தப் பிரச்சனையையும் விவாதிக்க வேண்டிய தேவை இருந்தது.

சச்சரவுகளின் தீர்வுக்காகவே புத்தர் விதியொன்றை மிகவும் குறிப்பாக உருவாக்கினார். 'ஓர் இடத்தில் அனைவரும் கூடவேண்டும்; அவையில், இன்னார், இந்தக் குற்றத்தைச் செய்தார் என்று கூற வேண்டியது அந்தப் பிரச்சனையை நன்கு அறிந்த பிக்குவின் கடமை. நடந்த குற்றம் பற்றி அறிந்த ஒருவர் அதனை மறைப்பதற்கு முயன்றால், அதுவும் ஒரு குற்றமாகவே கருதப்படும். சங்கத்தின் முன் இதுபோன்ற பிரச்சனையைக் கொண்டு வரும் உறுப்பினர், 'மதிப்பிற்குரிய.... சார்பிலும் என் சார்பிலும் சங்கத்தின் முன்னால் ஒப்புதல் வாக்குமூலம் அளிக்கிறேன்; அந்தக் குற்றம் அவர்கள் செய்தது; இந்தக் குற்றம் நான் இழைத்தது' என்று கூறவேண்டும். அதன்பின் சங்கம் அந்தப் பிரச்சனையை அதன் தகுதியின் அடிப்படையில் விவாதித்து முடிவெடுக்கும்.

தம்மமும், உறுப்பினர்களது அரசியல் கடமைகளும் சம்பந்தப்பட்டிருக்கும் பிரச்சனைகளுக்குச் சங்கத்தின் அங்கத்தினர்கள் முன்னுரிமை அளித்தனர். எவ்வளவு விரைவில் முடியுமோ அவ்வளவு விரைவாகத் தவறுகள் கண்டுபிடிக்கப்பட்டு, சங்கத்தின் அரசியல் பிம்பம் சிதைவதற்கு முன்பாகக் களையப்பட்டன. சரி செய்யப்பட்டன.[58] சங்கத்தின் அரசியல் கடமைகளையோ, சட்ட விதிகளையோ நிறைவேற்றும் செயலில் இன்னல்களையும் கடும் சிரமங்களையும் அங்கத்தினர் எதிர்கொள்ளக்கூடும். தம்மால் எதிர்கொள்ள முடியவில்லை என்று கருதுவோர், 'தனது பலவீனத்தை அறிவித்து, சங்கத்தின் கட்டுப்பாடுகளுக்குத் தான் தகுதியற்றவர் என்பதை அங்கீகரித்து, அங்கிகளைத் திருப்பிக் கொடுத்துவிட வேண்டும்.'[59] உறுப்பினர்களது கடமைகளில் ஒன்றாக, எந்த உறுப்பினரும் 'புத்தரை இகழக்கூடாது, தம்மத்தை இகழக்கூடாது, சங்கத்தை இகழக்கூடாது'[60] என்பது இருந்தது. புத்தர் தம்மத்தை, தனக்கும் சங்கத்திற்கும் மேலானதாகக் கருதினார். எனினும், சங்கத்தையும் தம்மத்தையும் கேள்விகேட்க முடியாது. அவை உயர்நிலையில் இருப்பவை. இதை வலியுறுத்த சில

நேரங்களில் புத்தர் மனிதர்களை சங்கத்திற்கும் தம்மத்திற்கும் உட்பட்டவர்களாக்கினார்.

பொருளாதாரக் கடமைகள்

சங்கம் சில விஷயங்களுக்கு மக்கள் அளிக்கும் தானங்களை நம்பியிருந்தது என்பது அனைவரும் அறிந்ததே. உணவு, மரச்சாமான்கள், அங்கிகள், படுக்கைகள் அல்லது விஹாரங்கள் போன்ற அனைத்திற்கும் சங்கம் சமுதாயத்தையே சார்ந்திருந்தது. சேகரிக்கப்பட்ட அவற்றைப் பராமரிக்க வேண்டியதும், சுத்தம் செய்ய வேண்டியதும், செப்பம் செய்ய வேண்டியதும் சரிசெய்ய வேண்டியதும் உறுப்பினர்களின் கடமையாகும். அதுமட்டுமின்றி, இறந்தபின் அங்கத்தினரின் பொருட்கள் சங்கத்தின் உடைமைகளாகிவிடும் என்று அறிவிக்க வேண்டியதும் அவர்களது கடமை. இந்த விஷயம் குறித்து பல கேள்விகள் எழுந்தன; இறுதியில் புத்தர் இவ்வாறு அறிவித்தார்: 'மரணப் படுக்கையில் இருக்கும் ஒருவர் 'நான் இறந்தபிறகு, என்னிடம் இருக்கும் முக்கியமான பொருட்கள் அனைத்தும் சங்கத்தின் உடைமை' என்று கூறவேண்டும்.[61] இவ்வாறாக விதிகளின் வழியாகப் புத்தர் அனைத்து உடைமைகளையும் சங்கங்களுக்கு உரிமையாக்கினார்.

ஒருநாள் அஸாகி மற்றும் புனபாஸுவின்[62] ஆதரவாளர்கள், 'சங்கத்திற்குச் சொந்தமான தூங்குமிடங்கள் அனைத்தையும் நாமே பகிர்ந்து கொள்வோம். சரிபுத்தனும் மொக்கல்லனனும் தீய ஆசை கொண்டவர்கள்; அவர்களுக்கு இடங்களை ஒதுக்கவேண்டாம்'[63] என்று தங்களுக்குள் பேசிக்கொண்டனர். அவர்கள் அவ்வாறே செய்தனர். அதன்பின் சங்கத்தின் உடைமையை இவ்வாறு தவறாக ஒதுக்கீடு செய்வதைத் தவிர்க்க விதி ஒன்று உருவாக்கப்பட்டது; 'சங்கத்தின் உடைமையைப் பகிர்ந்து கொள்ள முடியாது; சங்கமோ, 'கணமோ' அல்லது தனிமனிதர்களோ அவ்வாறு ஒதுக்கீடு செய்யும் செயலைச் செய்யக்கூடாது.'[64] அதன்பின், சங்கத்தின் சொத்தைப் பாதுகாப்பது குடிமக்கள் அனைவரின் கடமையும் என்று ஆக்கப்பட்டது. அவர்களது தனிப்பட்ட உடைமையாக, உறுப்பினர்கள் தமக்குள் பிரித்துக் கொள்ள முடியாததாக ஆக்கப்பட்டது.

உறுப்பினர்களின் பொருளாதாரக் கடமைகளும், அதுபோன்றே சங்கத்தின் சொத்து குறித்த கடமைகளும் விரிவாக உருவாக்கப்பட்டிருந்தன. தயக்கம் ஏதுமின்றி, சங்கத்தின் சொத்தைக் காப்பாற்ற வேண்டியதும் பராமரிக்க வேண்டியதும் பிக்குகளின்

கடமையாகும். எடுத்துக்காட்டாக, 'எந்த விஹாரத்தில் பிக்கு தங்கியிருந்தாலும், அந்த விஹாரத்தை அவர் சுத்தம் செய்யவேண்டும். உட்காருவதற்குப் பயன்படும் விரிப்பைச் சுத்தம் செய்யும்போது, அடிப்பகுதி ஓரிடத்தில் தனியாக வைக்கப்படவேண்டும்; படுக்கை சுருட்டப்பட்டுத் தனியாக வைக்கப்பட வேண்டும்; குடிநீர்ப் பானையை அல்லது கழுவப் பயன்படும் நீருள்ள பானையை, பெட்டியை, காலியான பாத்திரத்தை அல்லது பயன்படாத ஒன்றைப் பார்க்கும் பிக்கு அவற்றைச் சரியான இடத்தில் ஒதுக்கிவைக்கவேண்டும்.' விஹாரத்தை விட்டு வெளியேறவிரும்பும் பிக்கு, பின்வரும் வழக்கமான காரியங்களைக் கட்டாயம் செய்யவேண்டும்: 'பிக்குவோ அல்லது பிக்குணியோ மரச் சாமான்களையும் மட்பாண்டங்களையும் ஒழுங்காக வைக்கவேண்டும். கதவுகளை மூடிவைக்க வேண்டும்; பின்னல் தட்டிகளை இழுத்து விடவேண்டும். பொறுப்பிலிருக்கும் ஒருவரிடம் தனது தூங்கும் இடத்தை ஒப்படைத்த பின்னரே வெளியில் செல்லவேண்டும்.'[65]

இதுபோன்றே பழுதுபார்ப்பது குறித்தும் சில விதிகள் இருந்தன. 'மேற்பார்வை பார்க்கும் பிக்கு தனது உழைப்பைச் செலுத்தி சுறுசுறுப்பாக அந்த வேலையை முடிக்கவேண்டும்.' மேலும், எங்கெல்லாம் அந்தக் கட்டிடம் சேதமடைந்து உள்ளதோ, உருக்குலைந்து உள்ளதோ அதைக் கண்டறிந்து பழுதுபார்க்கும் வேலையைச் செய்யவேண்டும். 'விஹாரத்தின் கூரை ஒழுகினால், அவரால் முடியுமென்றால் அதனைப் பழுதுபார்க்க வேண்டும்; அல்லது விஹாரத்திற்குக் கூரை அமைப்பதற்குத் தனது உழைப்பை அளிக்கவேண்டும்.'[66] பிக்குகளுக்குப் புத்தர் ஒதுக்கிய பொருளாதாரக் கடமைகள் அனைத்தும், சங்கத்தின் சொத்து அனைவருக்கும் சொந்தமானது என்ற உணர்வை முதன்மையாக உண்டாக்கக் கூடியவை.

சமுதாயக் கடமைகள்

அரசின் மீதும் பொதுச் சமுதாயத்தின் மீதும் எந்த மாதிரியான சமுதாயக் கடமைகளைச் சுமத்துவதற்குப் புத்தர் விரும்பினார் என்பது குறித்து போதுமான தகவல்கள் இல்லை. எனினும், சங்கத்திற்கு அவர் பரிந்துரைத்த சமுதாய விதிகள் குறித்து விரிவான விவாதம் நடத்தமுடியும். புத்தரின் சமுதாய விழிப்புணர்வை நன்கு விளக்கும் ஆர்வமூட்டும் விவரிப்பு துல்வாவில் காணப்படுகிறது. அரசன் அஜாதசத்ருவிடம் தமது கொள்கைகளை விளக்கும் புத்தர் இவ்வாறு

கூறுகிறார்: 'உங்களிடம் ஓர் அடிமையோ அல்லது விருப்பமின்றி வேலைபார்க்கும் உதவியாளனோ இருப்பதாகக் கொள்வோம். தனக்கென்று எந்தச் சுகமும் அறிந்திராதவன் அவன். அரண்மனையில் உங்களைப் பார்க்கும் அவன், உங்களது சந்தோஷத்திற்கான அனைத்தும் உங்களிடம் இருப்பதையும், மனிதனது இன்ப வாழ்க்கைக்குத் தேவையானதைவிட அதிகமான பொருட்கள் உங்களிடம் இருப்பதையும் பார்த்து அவன் இப்படி எண்ணுகிறான், "அஜாதசத்ருவும் மனிதன், நானும் மனிதன்.'''

புத்தர் மேலும் கூறுகிறார்: 'ஒருவேளை அந்த மனிதன் தன் அடிமை வாழ்வைத் துறந்துவிட்டு, சங்கத்தில் சேர்ந்து பிக்கு ஆகிறான் என்று வைத்துக்கொள்வோம். இதைக் கேள்விப்பட்ட மாட்சிமை தாங்கிய நீங்கள், "அந்த மனிதனை இங்கு அழைத்து வாருங்கள்; அவனுக்கு விருப்பம் இல்லாவிட்டாலும் அவன் மீண்டும் எனது அடிமையாக, என் உதவியாளனாக இருக்கட்டும் என்று சொல்வீர்களா?''' [67] உரையாடலின் முடிவில் அத்தகைய பிக்கு மதிக்கப்பட வேண்டியவர் என்று அஜாதசத்ரு ஒப்புக்கொள்கிறார். புத்தரின் கருத்தை அவர் ஏற்க வைக்கப்பட்டார்; ஏனென்றால், அஜாதசத்ரு பிக்குகளை மதிப்பவர். புத்தர், அடிமைமுறையை மனிதத் தன்மையற்றதாகக் கருதினார் என்பது இதன்மூலம் தெளிவாகிறது. முன்னாள் அடிமைகளைச் சங்கத்தில் சேர்த்துக்கொண்டதன் மூலம் அடிமைமுறையை எதிர்ப்பதற்கான வழியையும் அவர் கண்டறிந்தார். அடிமைகளை மனிதத்தன்மையுடன் நடத்தவேண்டும் என்பதை ஆட்சி செய்வோரின் கடமையாக்கினார்.

இருப்பினும் சங்க உறுப்பினர்களுக்கு இருந்த சமுதாயக் கடமைகள் மிகவும் ஆர்வமூட்டுபவை. பெரும்பாலும் இவை பண்பாடு சார்ந்தவை; நடத்தை சார்ந்தவை.[68] நடத்தை விதிகள் அறிந்திராத புதிய பிக்குகள் கால்களில் காலணிகளுடன், தலையில் துணியைக் கட்டிக்கொண்டு, மேலாடைகளைச் சுருட்டி தலைமேல் வைத்துக் கொண்டு மடாலயத்திற்குள் நுழைந்து விடுவார்கள். குடிநீரில் கால்களைக் கழுவி விடுவார்கள். அவ்விடத்தில் வசிக்கும் மூத்தப் பிக்குகளை வணங்க மாட்டார்கள். புத்தரின் கவனத்திற்கு இவை வந்ததும் புத்தர் இதற்கான சில விதிகளை வகுத்தார். 'மடாலயத்திற்குள் நுழைவதற்குமுன், ஒருவர் தன் காலணிகளைக் கழட்டி தலைகீழாகப் பிடித்துத் தட்டி சுத்தம் செய்துகொள்ள வேண்டும். தலையிலிருந்து வெயில் காப்பை எடுத்துவிட வேண்டும், தலையை மூடக்கூடாது; மேலாடைகளைக் கழட்டி முதுகுபுறம்

வைத்துக்கொண்டு கவனமுடன் மெதுவாக நுழையவேண்டும். அங்கிருப்பதில் எந்த நீர் குடிப்பதற்கு, எது கழுவிக்கொள்ள என்று விசாரித்து அறியவேண்டும். குடிநீர் தேவையெனில் அவரே எடுத்து அருந்தவேண்டும். அங்கு வசிக்கும் பிக்குகள் இவரைவிட மூத்தவர்களாக இருந்தால், அவர்களை வணங்க வேண்டும். வசிப்பிடம் அவருக்குத் தேவைப்பட்டால், அங்கு அதிகாரப்பூர்வமாகத் தங்கிக்கொள்ளும் இடம் எது என்று விசாரித்து தனக்கான இடத்தைப் பெற்றுக்கொள்ள வேண்டும்.'[69]

கூட்டம் நடத்தும் இடத்தை ஆக்கிரமிப்பது குற்றமாகக் கருதப்பட்டது. ஒரு பிக்குவிற்கு, சங்கத்திற்குள் நுழையும்போதே, என்றைக்கு விஹாரத்தைக் காலிசெய்யப் போகிறோம் என்பது தெரிந்திருக்க வேண்டும். விஹாரங்களில் வசிக்கும் பிக்குகளுக்கான விதிகளும் தனிப்பட்ட முறையில் வகுக்கப்பட்டிருந்தன: 'உள்ளே வருபவர் அவரைவிட மூத்தவர் என்று அறிந்தால், விஹாரத்தில் வசிக்கும் பிக்கு, அவருக்கான இருக்கையைத் தயார் செய்து தரவேண்டும்; அவருக்கு நீர் ஏற்பாடு செய்து, பாதத்தைச் சுத்தம் செய்துகொள்ள வசதியாகக் கால் வைத்துக்கொள்ளப் பலகையும், துண்டும் அளிக்கவேண்டும்; அவருடைய காலணிகளைத் துடைத்துத் தர வேண்டும்.' இவை போன்ற பல பணிகள் வகுக்கப்பட்டிருந்தன. இளைய பிக்குகள் மூத்தவர்களுக்குத் தேவையான உதவிகளை செய்துதர வேண்டும்.

தானங்கள்/பிச்சை பெற பிக்குகள் மக்களிடம் செல்லும்போது பின்பற்ற வேண்டிய விதிகள் விரிவாக இருந்தன. 'சமைக்கப்பட்ட அரிசிச் சோறு அளிக்கப்பட்டால் திருவோட்டை இரண்டு கைகளாலும் ஏந்தி அதனை வாங்கவேண்டும்; அதில் கறிக்கும் இடம் ஒதுக்கிக்கொள்ள வேண்டும்.' விஹாரத்தில் அனைவருக்கும் சமமான அளவில் உணவு பகிர்ந்தளிக்கப்பட வேண்டும். பற்றாக்குறை இருக்கும் நேரத்திலோ, நெய், எண்ணெய் அல்லது சுவையான உணவு என்றபோதோ, சமத்துவக் கொள்கை கண்டிப்புடன் பின்பற்றப்படும். பிச்சை எடுப்பதற்கு வெளியில் செல்லும் பிக்குகள், உள்ளாடைகளையும் அங்கிகளையும் சரியாக அணிந்திருக்க வேண்டும்; ஒழுங்காக உடையணிய வேண்டும். வெளிவாயில் கதவுகளை வேகமாகத் திறந்து கொண்டு உள்ளே செல்லக்கூடாது. வாயிலிலிருந்து மிகவும் தள்ளியோ, மிகவும் நெருங்கியோ நிற்கக்கூடாது.

சொத்து, உரிமைகள், கடமைகள்

பிக்கு ஒருவர் இவ்வாறு செல்லும்போது, தவறுதலாக வீட்டின் உள்ளறை ஒன்றில் நுழைந்துவிட்ட நிகழ்வை சுல்லவக்கம் கூறுகிறது; அந்த அறையில் பெண்ணொருத்தி நிர்வாணமாக படுத்துறங்கிக் கொண்டிருந்தாள். தவறான கதவின் வழியாக வந்துவிட்டோம் என்று உணர்ந்த பிக்கு உடனடியாக வெளியேறிவிடுகிறார். ஆனால், வீட்டிற்குள் வந்த கணவன் தன் மனைவியின் கோலத்தைப் பார்த்துவிட்டு, பிக்கு 'மனைவியை அசுத்தப்படுத்திவிட்டதாக' எண்ணுகிறான். எனவே, அந்தக் கணவன் பிக்குவைப் பிடித்து அடிக்கிறான். இதைப்பார்த்த மனைவி பிக்கு தன்னை எதுவும் செய்யவில்லை என்று கூறியதும், கணவன் பிக்குவை விட்டுவிடுகிறான்.

இந்த நிகழ்விற்குப் பிறகு, பிக்குகள் வீடுகளுக்குள் நுழையும்போதும், வெளிவரும் போதும் மிகவும் கவனமுடன் இருக்கவேண்டும் என்று புத்தர் அறிவுறுத்துகிறார். 'உணவு அளிக்கப்படும்போது, தனது அங்கியை இடதுகையால் விலக்கி, திருவோட்டை வெளியில் எடுக்கவேண்டும்; பின் இரண்டு கைகளாலும் பாத்திரத்தை ஏந்தி உணவைப் பெறவேண்டும். உணவு அளிக்கும் பெண்ணின் முகத்தைப் பிக்கு பார்க்கக்கூடாது. அவர் கறியும் அளிக்க விரும்புகிறாரா இல்லையா என்பதை பிக்கு அறிந்துகொள்ள வேண்டும். அவர் கரண்டியைச் சுத்தப்படுத்தினாலோ, பாத்திரம் ஒன்றை சுத்தம் செய்தாலோ, பக்கத்தில் வைத்தாலோ, பிக்கு அங்கு நிற்கலாம். இல்லையேல் பிக்கு அந்த வீட்டைவிட்டு அகன்றுவிட வேண்டும்.'

பிக்குகள் உணவை எவ்வாறு உண்ணவேண்டும் என்பதற்கும் விரிவான நடைமுறைகள் இருந்தன. கொடுக்கப்பட்ட பிச்சையை உண்ணும்போது, விழிப்பான மனநிலையுடன், திருவோட்டின் மீது முழுக்கவனத்துடன் இருக்கவேண்டும். மற்றவர்களின் திருவோடுகளைப் பொறாமையுடன் பார்க்கக்கூடாது. உணவுருண்டையை வாயருகில் கொண்டு செல்லும்வரை வாயை அகலமாகத் திறக்கக்கூடாது. வாயில் உணவை வைத்துக்கொண்டு ஒரு பிக்கு பேசக்கூடாது; சாப்பிடும்போது 'ஸ்' போன்ற சப்தம் ஏதும் செய்யக்கூடாது.[70]

இவை தவிர்த்து பிக்குணிகள் பின்பற்ற வேண்டிய வேறு சில விதிகளும் இருந்தன. இந்த நிகழ்வை எடுத்துக்காட்டாகப் பார்க்கலாம்; ஒரு பிக்குணி பிச்சைக்காக வெளியில் செல்கிறாள்; அந்த வீட்டுப் பெண்ணுக்கு அப்போதுதான் கருக்கலைந்திருக்கிறது.

சிதைந்த கருவைத் திருவோட்டில் சேகரித்து, எங்கேயாவது எடுத்துச்சென்று வீசியெறிய முடியுமா என்று அந்தப் பெண் பிக்குணியிடம் வேண்டியிருக்கிறாள். இதைக் கேள்விப்பட்ட சங்கம் விதியொன்றை வகுத்தது. 'பிக்குணி இவ்வாறு கருவை எடுத்துச் செல்லக்கூடாது; அவ்வாறு செய்தால், துக்கட்டா குற்றம் செய்தவராவார்'[71] இந்தக் கடமைகள் சிறியவையாக, அரசியல் தன்மை அற்றவையாகத் தோன்றலாம். எனினும், இவற்றைச் சார்ந்துதான் சங்கம் இருந்தது. எனவே இவ்விதிகள் முக்கியத்துவம் பெறுகின்றன.

கெடுவாய்ப்பாக, உறுப்பினர்கள்மீது சுமத்தப்பட்டிருந்த இந்தக் கடமைகளின் அல்லது கடப்பாடுகளின் அரசியல் முக்கியத்துவத்தை எவரும் பகுத்தாய்வுக்கு உட்படுத்தவில்லை. ஒருவேளை இத்தகையக் கொள்கைகளின் அரசியல் முக்கியத்துவத்தை உணர்ந்துகொண்ட ஒரே அரசியல் தலைவராக மாசே துங் இருந்திருக்கலாம்; சீன கம்யூனிஸ்ட் கட்சி உறுப்பினர்கள் பின்பற்ற வேண்டிய இதைப்போன்ற கடமைகளை அவர் வகுத்திருந்தார்; மக்கள் மத்தியில் அவரது கருத்துகள் பிரபலமாகவும், ஏற்றுக்கொள்வதற்கும் இவ்விதிகள் பெரும் பங்களித்தன.[72] இவற்றைப் பௌத்த சங்க நடைமுறைகளிலிருந்து மாவோ எடுத்துக்கொண்டாரா என்பது தெரியவில்லை; ஆனால், சீனாவில் பௌத்தக் கொள்கைகள் செல்வாக்குடன் இருந்தன; அதுபோல கடந்தகாலத்திலிருந்து கற்றுக்கொள்வதில் நம்பிக்கை கொண்டவராக மாவோ இருந்தார்.

பண்டைய ஹிந்துச் சிந்தனையாளர்களுடன் ஒப்பீடு

வேலைப்பிரிவினை, சொத்து, உரிமைகளும் கடமைகளும் குறித்து பௌத்தம் கொண்டிருந்த புரிதலை ஆய்வுக்கு உட்படுத்தும்போது, புத்தர் மாற்று நிறுவனங்களை உருவாக்கியதும், சோதனை முயற்சிகள் மேற்கொண்டதும் தெளிவாகிறது. அதுமட்டுமின்றி, சமுதாயத்தில் நடைமுறையிலிருந்த பண்பாட்டிற்கு மாற்று ஒன்றை உருவாக்குவதில் முழு உழைப்பையும் செலுத்தினார். பொருளாதார ரீதியாக அரசை வலிமைப்படுத்தத் தேவையான விரிவான சட்ட அமைப்பு ஒன்றை கௌடில்யர் உருவாக்கினார். அவரது அரசின் நோக்கமாக தனிமனிதர்களைக் கண்காணிப்பதும், அரசுக்கு அச்சுறுத்தல் தரும்வகையில் யாரும் செல்வந்தர் ஆகிவிடாமல் பார்த்துக் கொள்வதும் இருந்தது.[73] சங்க வாழ்க்கை முறையில் அதிகாரத்துவம் வளர புத்தர் இடங்கொடுக்கவில்லை என்பது

இங்கு முக்கியமானது. மாறாக, கௌடில்யர் அதிகாரம் நிறைந்த மிகப்பெரும் நிறுவனம் ஒன்றைக் கற்பனை செய்தார்.[74]

ஒப்பீட்டளவில் பார்க்கையில் கௌடில்யரிடமோ அல்லது மனுவிடமோ வேலைப்பிரிவினை குறித்த கொள்கை இல்லை என்பது தெரிகிறது. வேலைப்பிரிவினை என்பது புத்தருக்கு பணிகளின் தனித்திறன் மேம்பாடாக இருந்தது. ஒரு குறிப்பிட்ட வேலையில் தனித்தன்மையை உருவாக்கிக் கொள்ள முடியாத ஒருவர், சமுதாயத்திற்குப் பயன்படும் இதற்கிணையான வேறொரு பணியைத் தேர்ந்தெடுத்துக் கொள்கிறார். இந்த அடிப்படையில் நிலத்தை உழுவதைவிட வேதங்களைத் தொகுப்பது மிக முக்கியமானது என்று கூறமுடியாது. ஆனால், 'பௌத்தர்கள் வேளாண்மையை மிகவும் முக்கியமானதாகக் கருதினர்' என்று ஆர்.எஸ்.சர்மா சரியாகச் சுட்டிக்காட்டுகிறார்.[75] ஒவ்வொரு பணியும் அதற்கான முக்கியத்துவம் கொண்டது என்பது புத்தரின் கருத்து; ஆகவே, உழைப்பின் கண்ணியத்தை அவர் போற்றினார்.

நிலம் தனியாரின் உடைமையாக ஆக்கிக் கொள்ளும் விஷயத்தில் புராதன ஹிந்துச் சிந்தனையாளர்களிடமிருந்து புத்தர் வேறுபட்டார். அதற்கு உரிமைகள் வழங்கிய அவர்கள் விரிவான வருவாய் நிர்வாக அமைப்பையும் ஏற்படுத்தினர்.[76] கூட்டு உரிமையில் புத்தர் நம்பிக்கை கொண்டிருந்தார். விஹாரத்திடம் எந்தச் சொத்து இருந்தாலும் அது சங்கத்தின் கைகளில் இருப்பதாகும். இந்த அத்தியாயத்தில் மேற்கோள் காட்டப்பட்டுள்ள அரிதான ஆதாரங்கள் வெளிக்காட்டுவதுபோல், சங்கத்திடம் இருந்த நிலம் எப்போதுமே சமுதாய நோக்கத்திற்கானதே. இறந்துபோகும் அல்லது சங்கத்தை விட்டு வெளியேறும் உறுப்பினர்கள் தமது சொத்தைச் சங்கத்திடம் ஒப்படைக்க வேண்டும் என்பது உறுதிப்படுத்தப்பட்டது. அதன்பின்னர், தனியார் சொத்து வளர்வதற்கும், வாரிசுரிமை அடிப்படையில் அதனைப் பெறுவதற்கும் இருந்த வேர்கள் துண்டிக்கப்பட்டன. ஒருபுறத்தில் ஹிந்துச் சிந்தனையாளர்கள் சொத்துகளைச் சேர்த்துக்கொள்ள முடியரசுகளுக்குத் தடையற்ற அனுமதி வழங்கினர். தனி நபர்களின் நில உரிமைக்கும், அவர்கள் தங்கத்தைச் சேகரித்து வைத்துக்கொள்ளவும் அனுமதித்தனர். இதில் எதிர்ப்படும் முரண்பாடுகளைச் சரிசெய்வதற்கும் தீர்வுகளுக்கும் முழு அதிகாரத்தை கௌடில்யர் அரசுக்கு வழங்கினார்.[77]

மக்களின் உரிமைகளுக்கு எதிரான அரசு அதிகாரத்திற்கு சில வரம்புகளை மனுவும் கௌடில்யரும் பரிந்துரைத்தனர் என்றாலும், மக்களின் உரிமைகள் ஒரேமாதிரியானதாக இருக்கவில்லை. ஹிந்துச் சிந்தனையாளர்கள் சூத்திரர்களுக்கு எவ்வித அரசியல் உரிமைகளையும் அளிக்கவில்லை. மனுவின் தொடக்கக் காலத்தில் இருந்ததைப் போல, கௌடில்யரின் காலத்தில் அரசர்களுக்கு நீண்ட, மிக விரிவான கடமைகளின் பட்டியல் இருந்ததைப் பார்க்க முடிகிறது[78] என்று சுட்டிக்காட்டுகிறார் சேல்டோர். (அரசனால் அளிக்கப்பட வேண்டிய) 'பாதுகாப்பு' என்ற சொல் திரும்பத் திரும்பக் குறிப்பிடப்பட்டாலும், ஒரு வர்க்கத்திற்கு எதிராக மற்றொரு வர்க்கத்தின் பாதுகாப்பு என்பதாக அது இல்லை; மாறாக, விலங்குகள், அரக்கர்கள் போன்றோரிடமிருந்து ஒட்டுமொத்த மக்களுக்குமான பாதுகாப்பு என்பதாக இருந்தது. அந்நியர்களின் படையெடுப்பிலிருந்து அரசைப் பாதுகாப்பது என்பது நிச்சயமாக அரசனின் நலன் சார்ந்தே இருந்தது; மாறாக மக்களின் நலன் சார்ந்து இருந்திருக்கவில்லை.

சூத்திர மக்களைப் பொறுத்தவரையில் அரசன் யார் என்பது ஒரு பொருட்டே இல்லை; ஏனெனில் அவர்களுக்கு எவ்வித உரிமைகளும் கிடையாது. ஹிந்து நடைமுறைகளுக்கு மாறாக, பிக்குகள் எந்தப் பிறப்பினராக இருந்தாலும் சங்கத்தில் அவர்களுக்கு முழுமையான பாதுகாப்பு உரிமை இருந்தது. நோயுற்றவர்களையும் முதியோர்களையும், மனநலம் பாதிக்கப்பட்டவர்களையும் சங்க உறுப்பினர்கள் அனைவரும் ஒன்றிணைந்து பார்த்துக் கொண்டனர். ஹிந்துச் சட்டத்தைப் போலன்றி, சாதி, நம்பிக்கை, பாலின வேறுபாடுகளுக்கு அப்பாற்பட்டு உரிமைகளிலும் கடமைகளிலும் சமத்துவத்தை பௌத்தச் சட்டங்கள் அளித்தன.

புராதன கிரேக்கச் சிந்தனையாளர்களுடன் ஒப்பீடு

வேலைப்பிரிவினை விஷயத்தில் புத்தருடன் பகிர்ந்து கொள்வதற்கு சாக்ரடீஸிடம் அதிகம் இல்லை; ஆனால், பிளேட்டோவையும் அரிஸ்டாட்டிலையும் பல அம்சங்களில் புத்தருடன் ஒப்பிட்டுப் பார்க்கலாம். சமுதாயத்திலிருந்த 'மூன்று வர்க்க' பிரிவினை குறித்து கேள்வியை எழுப்பிய மேலை அரசியல் தத்துவத்தின் முதல் அறிஞர் பிளேட்டோ. அதுமட்டுமின்றி, ஆளும் வர்க்கத்தினர் தனிப்பட்ட முறையில் சொத்து சேர்ப்பதை முதலில் தடை செய்தவரும் அவரே.

பிளேட்டோவின் சமுதாயம், பாதுகாப்பாளர்கள் (தத்துவவாதிகள்), வீரர்கள், உற்பத்தியில் ஈடுபடுவோர் என்று பிரிக்கப்பட்டிருந்தது.

ஒவ்வொரு வர்க்கத்திற்கும் குறிப்பிட்ட கடமை ஒன்றை பிளேட்டோ ஒதுக்கினார்: தத்துவவாதிகள் (philosopher king) ஆள வேண்டும்; வீரர்கள் பாதுகாப்பு அளிக்கவேண்டும்; உற்பத்தியாளர்கள் உற்பத்தி செய்யவேண்டும்.[79] வேலைப்பிரிவினையின் அடிப்படையில்தான் சமுதாயப் பிரிவும் அமைந்ததாக பிளேட்டோ கருதினார். பிளேட்டோ முன்வைத்த சமுதாயமும் அதனை அவர் நியாயப்படுத்தியதும் மானுட இயல்பு குறித்த அவரது லட்சியவாதக் கருத்தை அடிப்படையாகக் கொண்டவை. ஏனென்றால், மேலையுலகின் முதல் இயக்கவியல் அறிஞராக பிளேட்டோ கருதப்பட்டார்; எனினும், அவர் முன்வைத்த வேலைப்பிரிவினை சமுதாயத்தைத் தனித்தனியாகப் பிரித்துவிடுவதால் சமுதாயத்தில் பசியால் வாடும் ஏழைகளின் இயக்கங்களை அது முற்றிலும் முடக்கிவிடுகிறது.[80]

புத்தர், இதற்கு மாறாகச் சிந்தித்தார்: சிலர் கடவுள் பற்றிச் சிந்திக்கலாம், சிலர் மந்திரங்களை உருவாக்கலாம், சிலர் உற்பத்தியில் ஈடுபடலாம்; சிந்திப்பவரோ அல்லது மந்திரங்கள் கூறுபவரோ அல்லது உற்பத்தியாளரோ தங்களது தொழிலை மாற்றிக் கொள்வதற்குத் தடையிருக்கக் கூடாது என்பது புத்தரின் கருத்து. செயல்பாட்டு அடிப்படையிலான வேலைப்பிரிவினை தற்காலிகமானது என்றார் புத்தர். ஒரு தனிமனிதன், அது அவனோ அல்லது அவளோ, தன் வாழ்நாளில் எவ்வளவு முடியுமோ அத்தனைத் தொழில்களையும் செய்யலாம் என்றார். இவ்வாறாக, வேலைப்பிரிவினை குறித்த பௌத்தக் கொள்கை, செயல்பாட்டு அடிப்படையிலான இயக்கத்தை முடக்கிய பிராமண வருணதர்மத்தை எதிர்த்தது.

புத்தருக்கும் பிளேட்டோவிற்கும் இடையில், 'தனியார் சொத்துரிமை' விஷயத்தில் ஒத்த தன்மை இருந்தது. தத்துவ அறிஞர்களுக்கும், வீரர்களுக்கும் சொத்துரிமையை மறுப்பதை பிளேட்டோ ஆதரித்தார்; ஆனால், அதேசமயத்தில், ஒரு நிறுவனம் என்ற வகையில், தனியார் சொத்துரிமை, சமத்துவத்திற்கும் மனிதர்களின் கண்ணியத்திற்கும் எதிரான தன்மை கொண்டது என்று புத்தர் கருதினார். எனவே, பிளேட்டோவின் நகர-அரசைப் போலன்றி, சங்க அமைப்பில் தனியார் சொத்து என்பது முற்றிலும் சமுதாய உடைமை என்றாகியது. அதுமட்டுமின்றி, குடிமக்களின் உரிமைகளும் அவரது கடமைகளும் குறித்த விஷயத்தில் புத்தரும் பிளேட்டோவும் ஒத்த கருத்தைக்

கொண்டிருந்தனர் எனத் தெரிகிறது. இருப்பினும் இருவருமே, தனிமனிதர்கள், நிறுவனத்திற்குக் கீழ்ப்படிந்தவர்கள் என்றனர். தனிமனிதர்கள் நகர-அரசுக்குக் கீழ்ப்படிந்தவர்கள் என்றார் பிளேட்டோ; புத்தர் ஒட்டுமொத்த சங்கத்தின் நலனிற்கு அழுத்தம் தந்தார்.[81]

அரிஸ்டாட்டில் அடிமைமுறையை வலிமையாக ஆதரித்தார்; ஆனால் கொள்கையளவில் அடிமைமுறையைப் புத்தர் எதிர்த்தார். சங்கத்தில் அத்தகைய நடைமுறை அனுமதிக்கப்படவில்லை; சங்கத்திற்குள் அவரவர்களுக்கு ஒதுக்கப்பட்ட வேலையை அவரவர் செய்யவேண்டும். (நிலம் உள்ளிட்ட) தனியார் சொத்துரிமையை அரிஸ்டாட்டில் ஆதரித்தார். மனிதனின் இயல்பிலேயே சொத்தை அடைவதற்கான உந்துதல் அவனுக்குள் இருக்கிறது என்று அவர் கருதினார். ஓர் அலகு என்ற அளவில், சொத்து வைத்துக்கொள்ள ஒரு குடும்பத்திற்கு உரிமை இருக்கவேண்டும் என்றார்.[82] அடிமைகள், எஜமானரது சொத்துகளின் ஒரு பகுதி; அரசு இதில் தலையிடுவதற்கு எந்த உரிமையும் இல்லை என்பது அவரது கருத்து.

இந்த இடத்தில்தான் புத்தர் பெருமளவிற்கு அரிஸ்டாட்டிலிடமிருந்து வேறுபடுகிறார்; மற்றவர்க்குச் செய்யவேண்டிய அறநெறி சார்ந்த, அரசியல் சார்ந்த கடமைகள் தனிமனிதர்களுக்கு இருக்கின்றன என்பது புத்தரது கருத்துருவாக்கம். ஆனால், ஒரு நிறுவனம் என்றளவில் சொத்து என்பது (பெருநிறுவன) கூட்டாண்மை அமைப்பின் கைகளில்தான் இருக்கவேண்டும் என்றார்.[83] அனைத்து உறுப்பினர்களும் தமது ஒரே வாரிசாகச் சங்கத்தை அறிவித்து உயிலெழுதி வைக்கவேண்டும் என்ற விதியை புத்தர் உருவாக்கியது அவரது இந்தக் கருத்தைத் தெளிவாக உணர்த்துகிறது.[84]

புத்தரது அணுகுமுறை ஒரு கம்யூனிஸ்டைப் போல் இருந்தது என்பது வெளிப்படை. நகர-அரசுகள் அடிமைமுறையிலிருந்து நிலப்பிரபுத்தவம் நோக்கி நகர்வதை அனைத்துப் புராதன கிரேக்கச் சிந்தனையாளர்களும் ஆதரித்தனர். மனைவிகள் குறித்தும் ஆளும் வர்க்கத்தின் சொத்துரிமைக் குறித்தும் பிளேட்டோ முன்வைத்த கம்யூனிசம் முரண்பாடுடையது. ஏனென்றால், சொத்துரிமையும் குடும்பமும் ஆளும் வர்க்கத்திற்கு மறுக்கப்பட்டது. எனினும், அரசின் மீது அதனால் மேலாதிக்கம் செலுத்த முடியும். ஆனால், சொத்தும் குடும்பமும் அனுமதிக்கப்பட்ட உழைக்கும் வர்க்கத்திற்கு, அரசியல் அதிகாரம் உள்ளிட்ட அனைத்து உரிமைகளும் மறுக்கப்பட்டன. பிளேட்டோவின் திட்டத்தில், இரண்டு உயர்

வர்க்கத்தினரின் நலனிற்காக உழைக்கும் வர்க்கம் உற்பத்தியில் ஈடுபட பணிக்கப்பட்டது.[85] ஆளும் வர்க்கத்தினரிடையே தேர்ந்தெடுத்த வகையிலான இணைசேர்க்கையை இனப்பெருக்கத்திற்காக பிளேட்டோ அனுமதித்தார். ஆனால், உடலுறவை முற்றிலும் புத்தர் தடை செய்திருந்தார். இந்த அம்சத்தில் புத்தரின் அமைப்பு முரண்பாடுகளால் பாதிக்கப்பட்டது.

அடிக்குறிப்புகள்

1. Land and industries are known as productive property structures, while houses and household instruments that are used to facilitate life are normally treated as consumer property.

2. The debate over the base and superstructure is well known in the Marxian paradigm. According to Marxism land, industries (small or big) and other property structures from part of the base, as do working human beings or 'animate productive forces'. Religion, politics and culture and the institutions that emerge from them are part of the superstructure. Marxism maintains that the superstructure always depends on the base. See Leszek Kolakowski, *Main currents of Marxism,* vol.1 (New York: Oxford University press, 1978), pp.355-358.

    Thinkers like Gramsci thought that superstructural (cultural) hegemony itself may play a significant role in capturing state power and in changing the base. He emphasized the autonomous role of superstructure. See Antonio Gramsci, *Selections from the Prison Notebooks* (New York: International Publishers, 1978), pp.123-147.

3. Rockhill, *Life of Buddha,* p.100. When Rockhill translated the *Vinaya Pitaka (Dulva)* and arranged it in the form of a life story, as he informs us in his introduction, he compared it with many other versions including the Pali one. Thus Rockhill's translation can be taken as the most authentic source.

4. The Hindu ascetics and philosophers' main concern was with what happened to an individual after death. In their view what happened to the individual on this earth, in this life was not important. Shankaracharya says that life here is only *maya* or *midya*.

5. In this respect Buddha resembles Karl Marx and Friedrich Engels.

6. Rockhill, *Life of Buddha,* p.100. Also see T.Stcherbatsky, *Buddhist Logic* (New York: Dover Publications, 1962), vol.2, p.3. where it is suggested that Buddhism is founded on a very minute analysis of human personality.

7. Marx and Engels, *German Ideology*, Chapter 1, *Selected works*, vol.1 (Moscow:np 1973), pp.19-20.
8. There is a tendency among modern scholars of philosophy to say that what Marx and Engels said had already been discussed in the Vedas or by Buddha – this is a very unscientific way of comparing Buddha and Marx.
9. Chattopadhyaya, *Indian Philosophy*, p.60.
10. See Kosambi, *Historical Outline*, p.105.
11. See chapter 5 where Buddha's concept of freedom was discussed at some length.
12. *Vinaya Pitaka*, quoted in Rockhill, *Life of Buddha*, pp.7, 8, 78.
13. The word 'stealing' seems to have been used in the sense of exploitation of a particular individual's labour by another whose right to own it is not recognised.
14. Rockhill, *Life of Buddha*, p.9.
15. Kosambi, *Historical Outline*, p.107.
16. Rockhill, *Life of Buddha*, p.9.
17. The modern understanding of caste is that it is a specific occupational group bearing the relationship of eating, drinking and living together. Marrige outside the caste is prohibited. See Ambedkar, '*Annihilation of Caste*', *Writings and Speeches* 1979, vol.1, pp.23-99.
18. Kosambi, *Historical Outline*, p.143, 148, 113.
19. See Ambedkar, *Writings and Speeches* vol.3, 1987, p.442.
20. Oldenberg, p.356.
21. *Chullavagga*, pp.157-224.
22. Kosambi, *Historical Outline*, p.107.
23. *Mahavagga*, I-IV, translated by Rhys Davids and Oldenberg, SBE, vol.13, pp.298-324.
24. See 7th para of Sanghadisesa Rules of the *Mahavagga*, SBE, p.9.
25. See the detailed footnote the translations given to *Nissaggiya Pakittiya Dhamma*, SBE, Vol.13, p.18.
26. Oldenberg, *Buddha*, p.361.
27. *Chullavagga*, Sixth Khandaka, SBE, vol.20, pp.157, 158, 159.
28. See SBE, vol.13, pp.143-144, where it is further mentioned that Bimbisara took a golden vessel (with water in it, to be poured over Buddha's hands);

and dedicated the garden to the Blessed one... The Blessed One accepted the arama park.

29. Oldenberg, *Buddha*, where he says, 'But strictly was the receiving of gold and silver forbidden to Buddha's disciples individually as well as collectively', p.357.
30. See the comment of Rhys Davids and Oldenberg, SBE, vol.13, pp 26-27.
31. Oldenberg, *Buddha*, pp.357, 358.
32. *Chullavagga*, pp.210-211.
33. *Chullavagga*, IV-IX, where the rules regarding attending sick people, distribution of robes and other materials and so on are available.
34. See *Nissaggiya Pakittiya Dhamma*, SBE, vol.13, pp.18-19.
35. 'Whatsoever bhikku shall have his soiled robe washed, or dyed or beaten by bhikkuni who is not related to him, that is a Pakittiya Offence'. Similar statement is made about washing 'goats wool' in 17th *Nissaggiya*. See SBE, vol.13, pp.20-26.
36. *Chullavagga*, SBE, Vol.20, pp.164-167, 171, 179, also pp.5-6.
37. Kosambi, *Historical Outline*, p.107.
38. Chattopadhyaya, *Lokayata*, pp.483-494, 479.
39. Rockhill, *Life of Buddha*, pp.90-91.
40. Chattopadhyaya, *Lokayata*, pp.479.
41. Oldenberg, *Buddha*, p.483.
42. Chattopadhyaya, *Lokayata*, pp.483.
43. Ambedkar, *Writings and Speeches,* vol.3, pp.450-451.
44. The varnadharma theory denied Sudras the right to read and learn the Vedas and scriptures in those days. In essence it meant denying them the right to free thought and expression. They were also not allowed to enter religious gatherings; this was nothing but denying them the right to assembly. After the Rig Vedic period women's position was no different.
45. Rockhill, *Life of Buddha*, p.55, see footnote 4. As we have already discussed in the early years of the sangha Buddha used to admit low caste bhikkus on his own authority, but in this case he was also doubtful whether the sangha would accept it. But because of the force of his personality they accepted Upali's admission.
46. It is said during Buddha's lifetime there were hundreds of women in the sangha but we have evidence for only 73 whose writings were recorded in the *Therigatha*

47. *Chullavagga*, IV-XII contains this codification in detail, beginning. 'The single bhikku speaks not in accordance with the right, the many speak not in accordance with the right, the sangna speaks not in accordance with the right'. This proposition is discussed to a logical end and a general principle is evolved. See *Chullavagga*, pp.8-19.
48. Rhys Davids and Oldenberg in their note explained that *Ukkepaniyakamma* means depriving him of his right to eat and dwell with other bhikkus. See *Chullavagga*, pp.120, 206-207.
49. 'Turning up the bowl' is used in the case of readmitting a bhhikku and 'turning down the bowl' in the sense of expulsion from the sangha. See *chullavagga*, pp.123-125.
50. The stature of the sangha by then was such that the going of a bhikku to a particular family enhanced the family's social status, hence such a boycott would be galling to the householders.
51. See Chattopadhyaya, *Lokayata*, p.459.
52. Every state that promotes collective life emphasizes duties more than rights for the simple reason that such a state has a constitutional obligation to fulfil the basic needs of its citizens. For example, modern socialist states also laid more emphasis on citizens' duties than on rights, but in the recent past such emphasis has been questioned in China, and East European countries. A careful study of the sangha system seems to provide a solution to this problem as the Buddhist sanghas struck a reasonable balance between rights and duties in collective life. This practice has more relevance because both in the sangha and the socialist system individual private property is not allowed.
53. See Kosambi, *Historical Outline*, p.113. Though Kosambi does not give the reference of the source from which he arrives at this conclusion we can certainly assume that a historian of his stature would not conclude thus without any evidence.
54. The question whether the canonical laws regulated only the sangha system or extended to the rest of society was serious one. Though the canonical laws were strictly enforceable only in the sangha, Buddha repeatedly tried to extend them to the rest of society and also to the state.
55. A careful study of the *chullavagga* from the fourth to the tenth khandaka provides us with enough evidence for such a division of duties.
56. The detailed rules laid down in the *Chullavagga,* particularly in the fifth and sixth khandakas which deal with the daily life of the bhikkus, their dwellings

and furniture and so on, discusses various aspects of the responsibilities of the sangha towards the members.

57. The *Maha Parinibbana Sutta* discusses these duties; in it Buddha suggests to the sangha the principle that needs to be followed to preserve democracy. SBE, vol.II, pp.6-7.

58. It is the bounden duty of each member to bring to the notice of the sangha the mistakes he himself commits as and when he realises that it was a mistake or violation of law or misconduct. See *Chullavagga*, pp.32-33.

59. See *Paradika Dhamma* in Vinay texts, SBE, Vol.13, p.4. See Rhys Davids and Oldenberg's clarification to rule one in their footnote.

60. *Chullavagga*, p.120.

61. Ibid, pp.343-344.

62. Within the sangha there were subdivisions where the senior members were supposed to guide teams of juniors which were known by the name of the senior leader.

63. Sariputta and Moggallana were next to Buddha in the order. After the death of these two bhikkus, Upali, Maha Kassapa and Ananda became prominent.

64. *Chullavagga*, p.211.

65. The eight khandaka regulates the duties of the bhikkus towards one another. In it we find a detailed discussion of the economic duties of sangha members. See *Chullavagga*, pp.295, 292, 282.

66. At some stage the bhikkus were also allowed to participate in construction work. The word 'work' here refers to such work. See *Chullavagga*, p.190. The chapter on dwellings and furniture contains many more details.

67. Rockhill, *Life of Buddha*, p 105.

68. For details see the chapter that deals with 'Regulations and Duties' of the bhikkus and also the chapter on the duties of bhikkunis in *Chullavagga*, pp.272-369. Also see Bennett's introduction to *Digha Nikaya*, p.18, where he mentioned the five main declarations that the bhikkus have to make. They are:
    a. I undertake to abstain from killing,
    b. I undertake to abstain from taking that which is not given,
    c. I undertake to abstain from unlawful sexual intercourse,
    d. I undertake to abstain from falsehood.
    e. I undertake to abstain from taking stupefying drinks and drugs.

69. *Chullavagga*, pp.272, 273, 275.

70. *Chullavagga*, pp.281, 282, 287-289, 290-291.

71. *Chullavagga*, pp.345-346. The story tells us that this woman became pregnant when her husband was away and hence she was afraid to throw the foetus away herself.
72. For details see Mao's articles 'On Ultra-Democracy', 'On the Disregard of Organisational Discipline', 'On Absolute Equalitarianism', 'On Subjectivism', 'On the Ideology of Roving Rebel Bands', *Selected works of Mao-Tse-Tung* (now known as Mao Zedung), vol.1. It is important to see Mao's *Red Book* on the question of Party discipline.
73. Even Kautilya's most sympathetic critics have accepted that he adopted ruthless methods to collect taxes. See Somnatha Dhar, *Kautilya*, pp.101-123.
74. Sharma, *Aspects*, p.285.
75. Sharma, *Material Culture*, p.121.
76. The Mauryan rural administrative system was large and mostly geared to collect land taxes. See sharma, *Aspects,* p.288.
77. According to Kautilya royal order supercedes all other authorites including dharma. See Sharma, *Aspects*, p.285.
78. According to Manusmriti, 'The King has been created to be protector of the castes and others, who all, according to their ranks, discharge their social duties'. The duties are assigned on an unequal basis and the rights are also granted unequally. See Saletore, *Ancient Indian Political Thought*, p.67.
79. M.G.Gupta, *History of Political Thought from the Greeks to Grotius* (Allahabad:Chaitanya Publishing House, 1984), p.33.
80. Plato, *Republic*, p.114.
81. Mukhopadhyaya, *Western political Thought*, p.13.
82. Nersesyants, *Ancient Greece*, P.152.
83. For details, see Majumdar, *Corporate Life*, pp.90-91.
84. *Chullavagga*, p.344.
85. Socrates, Plato and Aristotle were unanimous that while retaining the class composition of society, slaves should be treated as human beings so that they would participate in production with more energy. This would increase the wealth and leisure available for developing ruling class culture and arts. This transforms society from a master-slave economy to a feudal one. See Wood and Wood, *Class Ideology and Ancient Political Theory*, pp.259-265, Nersesyants, *Ancient Greece,* pp.93-146, Mukhopadhyaya, *Western political Thought*, p.1-42.

7. வர்க்கமும் சாதியும்

வர்க்கமும் சாதியும் குறித்த புத்தரின் கருத்தியல் நிலைப்பாட்டைப் புரிந்துகொள்ள, வர்க்கம் மற்றும் சாதியின் வரையறையைத் தெளிவுபடுத்திக் கொள்வது அவசியமாகிறது. பண்டைய இந்தியச் சமுதாயத்தின் நான்கு முக்கிய பிரிவுகளான பிராமணர், சத்திரியர், வைசியர், சூத்திரர் ஆகியவற்றை நான்கு வர்க்கங்களாக நான் எடுத்துக்கொள்கிறேன்.[1] வர்க்கம் என்பதின் கருத்தாக, ஒரு குறிப்பிட்ட வர்க்கக் குழுவினர் ஒரு குறிப்பிட்ட காலகட்டத்தில், குறிப்பிட்ட உற்பத்தி சார்ந்த செயல்களில் அல்லது சமுதாய-பொருளாதாரச் செயல்பாடுகளில் பங்கேற்பதைக் கூறலாம். பண்டைய இந்தியாவில் புரோகிதம், சமய சடங்குகள், ஆகியவற்றுடன் தொடர்புடைய துறவு, வேதங்களும் சாஸ்திரங்களும் இயற்றுவது, அவற்றைப் பாராயணம் செய்வது போன்ற செயல்களில் பெருமளவிற்குப் பிராமணர்கள்தான் ஈடுபட்டிருந்தனர். சத்திரியர்கள் பெருமளவிற்குப் படை வலிமை கொண்டு அரசைப் பராமரிக்கும் செயலைச் செய்தனர்.

வைசியர்கள் தொடக்கத்தில் வேளாண்மையை மேற்பார்வை செய்தனர்; பின்னர் வணிகத்தைக் கையில் எடுத்துக்கொண்டனர். வேளாண்மையுடன் தொடர்புடைய வேலைகள், கைவினைத் தொழில்கள், அடிமை வேலைகள் போன்றவை சூத்திரர்கள் மேல் விழுந்தன.[2] ஒருவிதத்தில் இந்த வர்க்கப் பிரிவுகள், இந்தியச் சூழலில் ஒருவிதமான சாதிப் பரிமாணத்தையும் பெறுகின்றன. இந்தத் தொழில்சார்ந்த குழுக்களுக்கு இடையில் 'அவ்வப்போது தொழில்களை மாற்றிக்கொள்ளுதல்' என்பது காணப்படவில்லை; அவர்கள் செய்த வேலை பரம்பரையாக வரக்கூடியது என்பதுடன், அந்த வேலை தனிப்பட்ட அந்தக் குழுக்களுக்கே உரியது. இருப்பினும், வருணங்களை வர்க்கத்தின் வகைகளாக எடுத்துக்கொள்வது

வலிமையான கருத்தாக இருக்குமென்று எண்ணுகிறேன்; அவற்றை அவ்வாறே குறிப்பிடவும் செய்வேன்.

அடுத்து, சாதியை உருவாக்குவது எது என்ற கேள்வியை ஆராய வேண்டும். சாதி என்பது ஒரு வர்க்கத்தின் (வருணம்) உட்பிரிவு; ஒன்றாக அமர்ந்து உணவருந்துவதையும், கலப்பு மணத்தையும் அது தடை செய்தது.[3] இந்த அடிப்படையில் பார்க்கையில், பிற வர்க்கங்களைவிட சூத்திர வர்க்கத்தைச் சாதிப்பிரிவினை அதிகம் பிரித்துவைத்துள்ளது. சூத்திர வர்க்கத்திற்குள் இருந்த தொழில்சார்ந்த குழுக்கள் அனைத்திற்கும் உப-சாதி அந்தஸ்து அளிக்கப்பட்டது.[4] தீண்டத்தகாதவர்களும் சூத்திரர்களின் ஒரு குழுவினர்தாம் என்று கருதுகிறேன்.[5] பிராமணர்கள், சத்திரியர்கள், வைசியர்களுக்குள்ளும் உப-சாதிகள் இருந்தன (இருக்கின்றன). எனினும் அவை முக்கியமாக வேறுபட்ட கோத்திரங்களால் உருவானவை. இந்த உப-சாதி குழுக்களுக்கு இடையிலிருக்கும் பாகுபாடு, சூத்திர வர்க்கத்தின் உபகுழுக்களைப் போன்று முழுமையானதல்ல.

பிராமண, சத்திரிய, வைசியர்களுக்குள் உட்பிரிவுகள் இருந்தன; எனினும், அறிவு, அரசு அதிகாரம், வியாபார உறவுகளைக் கட்டுப்படுத்திய, ஆதிக்கம் செலுத்திய இந்த மூன்று வர்க்கங்களின் அடையாளங்களும் சமரசமற்று இருந்தன. மறுபுறம், வர்க்கம் என்ற முறையில் ஒன்றிணைய முடியாதவாறு சூத்திர வர்க்கம் எண்ணற்ற சாதிகளாகப் பிரிக்கப்பட்டிருந்தது (பிரிந்திருக்கின்றது). இந்தக் கண்ணோட்டத்தை மனத்திலிருத்தி புத்தரின் ஆய்வைப் பரிசீலிக்கலாம். ஹிந்துச் சிந்தனையாளர்கள், குறிப்பாக மனுவும் கௌடில்யரும் முன்வைத்த விளக்கவுரைகளின் வெளிச்சத்தில் இந்தப் பிரச்சனைகளை ஆராயலாம். அப்போது புத்தரின் சிந்தனைகளையும் சங்கத்தின் நடைமுறைகளையும் நல்ல முறையில் விளங்கிக்கொள்ள முடியும்.

வர்க்கம், சாதி குறித்து மனுவும் கௌடில்யரும்

ஹிந்துச் சட்டத்தொகுதியின் மூலாதாரமாக மனு கருதப்படுகிறார். பல்வேறு வர்க்கங்களின், சாதிகளின் செயல்பாடுகளை முன்கூட்டியே மிக இறுக்கமாக அவர் நிர்ணயித்துள்ளார். 'விருப்பத்திற்கு உகந்தவையல்ல எனக்கருதப்படும் அனைத்துவகை தொழில்களிலும் ஈடுபட்டாலும், பிராமணர்கள் எல்லா நேரங்களிலும் மதிக்கப்பட வேண்டியவர்கள்' என்று பிராமணர்கள் குறித்து மனு கூறுகிறார்.

'சத்திரியச் சாதி பிராமண சாதியிலிருந்து தோன்றியது என்பதால், அனைத்து நேரங்களிலும் சத்திரியச் சாதியை ஆதிக்கம் செய்வதாகப் பிராமண சாதி மட்டுமே இருக்கமுடியும்' என்று சத்திரியர்களைப் பற்றிக் கூறுகிறார். பிராமணர்கள், நீரிலிருந்தும் நெருப்பிலிருந்தும் தோன்றியவர்கள்; சத்திரியர்கள் கல்லிலிருந்தும் இரும்பிலிருந்தும் தோன்றியவர்கள் என்கிறார் அவர். நிறைந்து நிற்கும் அவர்களது ஆற்றல் அவர்கள் பிறந்த இடங்களிலேயே தணிந்து போவதால், அவர்கள் பிராமணிய மேன்மையை ஏற்கவேண்டும்.

வைசியர்கள் குறித்துப் பேசும்போது, 'ஒரு வைசியன், தீட்சை அளிக்கப்பட்ட பின்னும், மணமான பிறகும், எப்போதும் செல்வம் சேர்ப்பதிலும் கால்நடைகளை வளர்ப்பதிலும் ஈடுபட வேண்டும். கால்நடைகளை உருவாக்கிய பிரஜாபதி, அவற்றை வைசியர்களுக்குக் கொடுத்தார். வைசியர்கள் அவற்றை அனைத்து மக்களுக்கும், பிராமணர்களுக்கும் அரசனுக்கும் அளித்தனர்' என்கிறார். மேலும், 'அவன் (வைசியன்) விதைப்பது எப்படி என்று அறிந்துகொள்ள வேண்டும்; நிலத்தின் பண்புகளையும் குறைகளையும் தெரிந்திருக்க வேண்டும்; அளவைகள் குறித்தும் எடைகள் குறித்தும் நன்கு பரிச்சயம் உள்ளவனாக இருக்கவேண்டும்' என்கிறார் அவர்.

சூத்திரர்கள் பற்றி மனு இவ்வாறு கூறுகிறார்: 'வேதங்களை நன்கு அறிந்த, இல்லறம் நடத்தும், கொண்டாடப்படும் மதகுருக்களிடம் பணிவோடு சூத்திரர்கள் நடந்துகொள்ள வேண்டும். இதுவே சூத்திரனின் முதன்மைக் கடமை; அவனுக்கு மோட்சத்தை அளிக்கக்கூடியது' சூத்திரர்கள், பிராமணர்களுக்குப் பணிந்து நடந்தால் என்ன நடக்கும் என்பதை மனு உறுதி செய்கிறார்: 'அவன் சுத்தமானவனாக, உயர்சாதி மனிதர்களிடம் பணிந்து நடப்பவனாக, கர்வமின்றி மென்மையாகப் பேசக்கூடியவனாக, எப்போதும் பிராமணர்களிடம் அடங்கி நடப்பவனாக இருந்தால், அவன் உயர் பிறப்பை அடைவான் (அடுத்த பிறவியில்).'[6]

குறுகிய காலத்திலேயே நிலைமை மாறிவிட்டதாகத் தோன்றுகிறது. வைசியர்கள் 'இருமுறை பிறந்தவர்கள்'* பிரிவில் சேர்க்கப்பட்டனர். அதே நூலின் பத்தாவது அத்தியாயத்தில் மனு இவ்வாறு கூறுகிறார்: 'பிராமணர்களும், சத்திரியர்களும், வைசியர்களும் மூன்று 'இருபிறப்பு' சாதிகளின் அங்கமாயினர்; ஆனால், நான்காவதான சூத்திரர்களுக்கு ஒரு பிறப்பு மட்டுமே.' இவ்வாறாக, சூத்திரர்களை அவர் முற்றிலும்

★ முப்புரி நூலைத் தரித்தவர்கள் இருமுறை பிறந்தவர் என்று கூறப்பட்டனர்.

தனிமைப்படுத்துகிறார். சூத்திர வர்க்கத்தில் காணப்படும் உப-சாதி குழுக்களின் பாகுபாட்டிற்குக் காரணம் அப்பிரிவினர் உயர் வர்க்கத்தினரிடம் குறிப்பாகப் பிராமணர்களிடம் 'தவறாக நடந்து கொண்டதுதான்' என்பது மனுவின் கருத்து. 'இழிவானவர்கள் என்று சமுதாயத்திற்கு வெளியில் வைக்கப்பட்டிருப்பவர்கள் சாதி கட்டுப்பாட்டிற்கு எதிராக நடந்துகொண்டால், அவர்கள் மேலும் இழிவானவர்களாக, சமுதாயத்திலிருந்து ஒதுக்கப்பட்டவர்களாக ஆக்கப்படுவார்கள்' என்பதே மனுவின் கூற்று.[7]

அவர்கள் இழிவானவர்கள் என்று அறிவிக்கப்பட்டதால் சூத்திர சாதியினரின் கடமைகளை பிராமணர்களே வரையறுத்தனர். பிராமணர்கள் அவர்களுக்கு அளித்திருக்கும் படிநிலையைப் பொறுத்து அவர்களுக்கான வேலையை மனு கூறுகிறார்: குதிரைகளைப் பராமரிப்பதும் வண்டிகளை ஓட்டுவதும் 'சுட்டா' என்பவர்களின் வேலை; 'அம்பஸ்தாக்கள்' மருத்துவம் பழகவேண்டும்; 'வைதேககர்கள்' பெண்கள் இடும் பணியைச் செய்வார்கள்; 'நிசாதாக்கள்' மீன் பிடித்தனர்; அயோகவாக்கள் தச்சுவேலை செய்தனர்; 'மேதாக்கள்', ஆந்திரா கோன்கஸ் மற்றும் மட்காக்கள் வேட்டையாடினர்; சட்டார்கள், உக்ராக்கள், புகாஸாக்கள் போன்றோர் பொந்துகள், புதர்களில் வாழும் விலங்குகளை வலைவைத்துப் பிடித்தனர்; தோல் சார்ந்த வேலைகளை திக்வனாக்கள் செய்தனர்; இசைக்கருவிகளை வேனாக்கள் செய்தனர்.

சூத்திர சாதியினரின் படிநிலை எந்த இடத்தில் உள்ளது, அவர்களுக்குக் குறிக்கப்பட்டிருக்கும் வேலை என்ன என்பதுடன் அவர்கள் எங்கு வசிக்கவேண்டும் என்பதையும் மனு குறிப்பிடுகிறார்: இறந்தவர்கள் எரிக்கப்படும் இடங்களுக்கு அருகிலும், மலைகளிலும் மற்றும் வனங்களில் கோவில்களுக்குச் சொந்தமான மரங்களைச் சுற்றியும் அவர்கள் வசிக்கலாம். இறுதியில், இன்றைக்கும் சமுதாயத்தின் கடைசி அடுக்காக வாழ்ந்து கொண்டிருக்கும் சண்டாளர்களுக்குச் சமுதாயத்தில் எந்த இடம் என்பதையும் மனு நிர்ணயிக்கிறார். 'சண்டாளர்களும், சவபச்சாக்களும் (Chvapacha) வசிக்கும் இடம் கிராமத்திற்கு வெளியில் இருக்கவேண்டும்; அவர்கள் பாத்திரங்கள் வைத்துக்கொள்ளக் கூடாது; கழுதைகளும் நாய்களுமே அவர்களது உடைமைகள். இறந்துபோனவர்கள் அணிந்திருந்த உடைகளே அவர்களுக்கான ஆடைகள். உடைந்த பாத்திரங்களில்தான் அவர்களுக்கு உணவு அளிக்கவேண்டும்; இரும்பால் செய்த

ஆபரணங்களையே அவர்கள் அணியலாம். அவர்கள் நிரந்தரமாகத் தங்காமல் திரிந்துகொண்டே இருக்கவேண்டும்.'[8]

கௌடில்யர் என்ன சொல்கிறார் என்பதை இப்போது பார்ப்போம். கூறியதையே திரும்பக்கூறாமல், அர்த்த சாஸ்திரத்திலிருந்து மேற்கோள் காட்டுவதற்குப் பதிலாக பி.பி.சின்ஹா அளிக்கும் சுருக்கமான விளக்கத்தை ஆராயலாம். 'வர்க்கம் என்ற முறையில் பிராமணர்கள் மரியாதையையும், சலுகைகளையும், பரிசுப்பொருட்களையும் அனுபவித்தனர்; அசையும் மற்றும் அசையாச் சொத்துகளை வைத்திருந்தனர்; அதுமட்டுமின்றி நிர்வாகத்தில் கணிசமான செல்வாக்குடன் இருந்தனர். பெரும்பான்மையான நீதிபதிகள், தூதர்கள், உயர்நிலை அதிகாரிகள், ஒற்றர்கள், நிமித்திகர்கள், ஜோதிடர்கள் ஆகியோர் பிராமணர்கள் என்பதில் சந்தேகம் இல்லை. மதகுருக்கள், மந்திரி, உயர்நிலை அதிகாரிகளைத் தெரிந்தெடுக்கும் குழுவின் உறுப்பினராக எவ்வித மாற்றமுமின்றி பிராமணரே இருந்தனர்.'

சத்திரியர்கள் குறித்த அர்த்தசாஸ்திரத்தின் பார்வை இது: 'அவர்கள் (சத்திரியர்கள்), பிராமணர்களுக்கு அடுத்த இடத்தில் இருப்பவர்கள்; கவலையற்ற, சுதந்திரமான வாழ்க்கையை அவர்கள் நடத்தினர். அவர்களது முக்கியக் கடமைகளாகக் கற்றலும், வேள்விகள் நடத்துவதும், பிராமணர்களுக்கு தானங்கள் அளிப்பதும், மக்களைக் காப்பதும், ஆயுதங்கள் தரிப்பதும் இருந்தன. படையிலும், நிர்வாக அதிகாரத்திலும் - செயல்படும் ஆளும் வர்க்கமாக அவர்கள்தாம் இருந்தனர். இவர்களைப் போலவே வைசியர்களும் கற்றல், வேள்விகள் நடத்துவது, பிராமணர்களுக்கு தானங்கள் அளிப்பதில் ஈடுபட்டனர். அனைத்திற்கும் மேலாக வேளாண்மை, கால்நடை வளர்ப்பு, வணிகம் ஆகியவற்றின் மூலமாகச் செல்வத்தை உருவாக்கும் பணிகளை அவர்கள் செய்தனர். இந்த வர்க்கத்தில்தான் அதிகமான மக்கள் இருந்தனர்; பயிர் செய்வோரின் பெரும்பகுதியாகவும் இவர்கள்தாம் இருந்தனர்.'[9]

சமுதாயப் படிநிலையில் மிகவும் கீழே இருந்த சூத்திரர்களுக்கு ஆரியர்கள் தமது கட்டுப்பாட்டில் ஓர் இடம் அளித்திருந்தனர் என்று அர்த்தசாத்திரம் கூறுகிறது.[10] சூத்திரர்களது முக்கியக் கடமை, மற்ற மூன்று உயர் வருணத்தவருக்கும் பணி செய்வது. கலைஞர்களும், கைவினைஞர்களும் பெரும்பாலும் சூத்திரர்களே. மேலும், கற்கும் வாய்ப்பு சூத்திர வர்க்கத்தினர்க்கு மறுக்கப்பட்டது; ஏனைய

மூன்று வருணத்தாருக்கு மட்டுமே உரியது என்று கூறப்பட்டது. வேதத்தில் கூறப்படும் வேள்விகளையும் அவர்கள் நடத்தமுடியாது. சூத்திரர்களுக்குள் இருந்த பல்வேறு தொழில்சார்ந்த குழுக்கள் பற்றியும் கௌடில்யர் விவரிக்கிறார். அரசவைகளிலும், பிராமணர்களின் இல்லங்களிலும் பலவித வேலைகள் செய்த தொழிலாளிகள் தவிர்த்து, பொற்கொல்லர்கள், கண்ணாடி வேலை செய்வோர், வீடு துடைப்போர், கால்நடை மேய்ப்போர், பால் பண்ணைத் தொழிலாளர்கள், நெசவாளர்களும் இருந்தனர். அவர்களுக்கு அளிக்கவேண்டிய கூலியளவும் நிர்ணயிக்கப்பட்டிருந்தது.[11]

உயர் வர்க்கத்தினர் மட்டுமே பகிர்ந்துகொள்ள வேண்டியவை என்று, மதுகுருக்களின் பணிகள், அரசு நடத்துதல், இவர்களுக்கு இடையிலான வணிகம் போன்ற அதிகாரத்துடன் தொடர்புடைய செயல்கள் போன்றவற்றை மனுவும் கௌடில்யரும் தெளிவாகக் குறிப்பிடுகின்றனர். பிராமணர்களிடம் (அல்லது உயர் வர்க்கத்தினரிடம்) அவர்கள் எப்படி நடந்து கொள்கிறார்கள் என்பதைப் பொறுத்தே சூத்திர வர்க்கத்திற்குள் இருக்கும் குழுக்களின் உயர்நிலையும் தாழ்நிலையும் அமைகின்றன என்கிறார் மனு. உயர் வர்க்கத்தினரிடம் அதிகமாகத் தகராறுகளில் ஈடுபடக்கூடிய ஒரு குறிப்பிட்ட குழுவின் நிலை தாழ்ந்ததாக அமையும். அரசியல் அதிகாரத்திற்குத் திறவுகோலான, உற்பத்திப் பணிகளுடன் தொடர்பில்லாத அறிவு உயர்ந்ததாகக் கருதப்பட்டது என்று தெளிவாகக் கூறுவுகிறது. கௌடில்யரும் மனுவும் அதிகாரத்தை அளிக்கக்கூடிய அந்த 'அறிவை' சூத்திரர்களுக்கு மறுத்தனர்.

எனினும், அந்தக் காலகட்டத்தில் பிராமணர்களுக்கும், சத்திரியர்களுக்கும், வைசியர்களுக்கும் இடையில் முரண்பாடுகள் தீவிரம் அடைந்திருந்தன என்கிறார் மனு. சத்திரியர்கள் கல்லிலிருந்தும் இரும்பிலிருந்தும் பிறந்தவர்கள் என்பதால், நிறைந்து நிற்கும் அவர்களது சக்தியை அவர்கள் பிறந்த இடமே தணித்து விடுகிறது; வைசியர்களும் அவர்கள் குவித்து வைத்திருந்த சொத்தும், பிராமணர்களின் தேவையை நிறைவேற்ற அவர்களது கட்டளைக்காகக் காத்திருந்தன. சத்திரியர்கள் பிரம்மனின் மார்பிலிருந்து (உடல்சார்ந்த வலிமையின் குறியீடு) பிறந்தவர்கள்; பிராமணர்கள் அவனது தலையிலிருந்து (அறிவின் பிறப்பிடம்) பிறந்தவர்கள்; ஆகவே, சத்திரியர்களின் சமுதாயப் படிநிலை பிராமணர்களுக்கு அடுத்ததாக அமைக்கப்பட்டது. ஆயுதங்களைச் சுழற்றுவதை விட எழுதுகோலைச் சுழற்றுவது மேலானது என்று அமைக்கப்பட்டது. அதுவே

பிராமணர்களின் தொழிலாகவும் அமைந்தது வியப்பிற்குரிய ஒன்றல்ல. இந்த முரண்பாடுகளிலிருந்துதான் பௌத்தம் தோன்றியது. பௌத்தத்தின் தோற்றம் சித்தாந்த ரீதியிலான போராட்டம் ஒன்றிற்கு வித்திட்டது. பிராமணியத்திற்கு மாற்றுக் கருத்து ஒன்றை புத்தர் உருவாக்கினார். பிராமண-சத்திரிய ஒற்றுமைக்காக பிராமணியச் சிந்தனையாளர்கள் திரும்பத் திரும்ப வேண்டுகோள் வைத்தனர்; அது மட்டுமே அவர்களுக்குச் செழிப்பைக் கொண்டு வரும் என்று அவர்கள் கூறினர்; எனினும், இந்த இருவருக்குமிடையில் விரிசல்தான் உண்டானது.

வர்க்கம், சாதி பற்றி புத்தர்

ஆளும் வர்க்கங்களுக்கு இடையில் நடந்த போராட்டம் ஒவ்வொன்றையும் போலவே, பிராமணர்களுக்கும் சத்திரியர்களுக்கும் இடையிலான போராட்டமும் பிராமணிய மேலாதிக்கத்தைக் குறைப்பதற்கே தொடங்கியிருக்க வேண்டும்.[12] பிராமணிய மேலாதிக்கத்தை எதிர்க்கவும் அதிகார சமன்பாட்டை மாற்றவும் புத்தர் 'இராணுவ' வழிமுறைகளைத் தேர்ந்தெடுக்கவில்லை; மாறாக அவர் கோட்பாட்டு வழிகளையே தேர்ந்தெடுத்தார். தன்னை முன்னிறுத்தி சத்திரியர்களின் உயர்நிலையை புத்தர் உறுதி செய்வதற்கு ஒருவேளை இது காரணமாக இருக்கலாம். படைத்தல் குறித்த தனது விவரிப்பில், 'சத்திரிய இனத்துக் குடும்ப உறுப்பினர்கள் தமது முடியையும் தாடியையும் மழித்துக்கொண்டு, துறவு நிலையை அடைவதற்கு வீட்டைவிட்டு வெளியேறினர். பிராமணர்களும், வைசியர்களும் சமதையான மரியாதையுடன் நடத்தப்பட்டனர்'[13] என்று கூறினார்.

அவரது காலத்தில் பிராமணர்கள் பின்பற்றிய பல்வேறு தொழில்கள் குறித்து 'தவிக்கா சுட்ட'த்தில் புத்தர் விவரிக்கிறார்: அவர்கள் மீது நம்பிக்கை உள்ளவர்கள் அளிக்கும் உணவால் 'ஸமண' பிராமணர்கள்' வாழ்ந்தனர். தரம் தாழ்ந்த வித்தைகள், பொய்க்கூறும் செயல்களால் தொடர்ந்து வாழ்வாதாரத்தைப் பெற்றுவந்தனர்: திருமணங்களுக்கு ஆலோசனை கூறுவது, கூட்டணிகளை உருவாக்குதல் அல்லது தொடர்புகளைக் கலைத்தல், சொத்து விற்க உதவுவது, மந்திரங்கள் மூலம் சொத்துகளை அடையலாம் என்பது, மற்றவர்களுக்கு இன்னல் ஏற்படுத்துதல், சூரியனை வழிபடுதல், பிரம்மனை வழிபடுதல், வாயிலிருந்து நெருப்பை உமிழ்தல், மனிதர்களின் தலையில் கைவைத்து ஆசி கூறுதல் போன்றவை அவற்றில் அடக்கம்.

இத்தகைய பழக்கங்களை, தான் கைக்கொள்ளப் போவதில்லை என்று புத்தர் அறிவித்தார். சங்க உறுப்பினர்களும் தன்னைப் பின்பற்றும்படி கேட்டுக்கொண்டார். பிராமணர்கள் மேற்கொண்ட வேறு சில செயல்களையும் அவர் கூறுகிறார்: அக்னி கடவுளுக்குப் பலியிடும் வேள்விகள் நடத்துதல், தர்ப்பைப் புல் மற்றும் அகப்பையைப் பயன்படுத்தி கடவுளுக்குக் காணிக்கை அளித்தல், உமி, தவிடு, அரிசி, நெய், எண்ணெய் ஆகியவற்றைக் கடவுளுக்கு அர்ப்பணித்தல்... இவை மூலம் நல்வாய்ப்பான இடங்களைப் பெறலாம், நிலங்களைப் பாதுகாக்கலாம் என்றனர். யுத்தத்தில் வெற்றிகிட்டும் என்றனர்... பெரும்பாலும் வாழ்வின் நிகழ்வுகளை அனுமானித்துக் கூறுதல் போன்ற செயல்கள் மூலம் தங்களது வாழ்வாதாரத்தைத் தேடிக்கொண்டனர். வேறு சில ஸமண பிராமணர்கள் இவ்வாறு கூறினர்: சந்திர கிரகணம் ஏற்படப்போகிறது, சூரிய கிரகணம் ஏற்படப் போகிறது, கிரகங்கள் மறையப் போகின்றன, சூரியனும் சந்திரனும் சந்திக்கப் போகின்றன, சூரியனும் சந்திரனும் எதிரெதிரே வரப்போகின்றன என்பன போன்ற செய்திகள் சொல்லி தங்களுக்குத் தேவையானதைப் பெற்றுக்கொண்டனர். நில நடுக்கம் ஏற்படப் போகிறது, இடியும் மின்னலும் வரப்போகிறது, பூமிக்கு அருகில் கிளை பரப்பியது போன்று மின்னலடிக்கும் என்று கூறுவார்கள்.[14]

பிராமணர்கள் செய்த பல்வேறு பணிகளைக் குறிப்பிடும் புத்தர், அவர்களைப் பொய்யர்கள் என்றும் கபட வேடதாரிகள் என்றும் வகைப்படுத்துகிறார். பிராமணியம் கூறும் துறவு நிலையையும் அவர் அவ்வளவாகப் பாராட்டவில்லை. உபவாசம் இருப்பதோ அல்லது நிர்வாணமாகத் திரிவதோ ஒருவனை உயர்ந்தவனாக ஆக்குவதில்லை என்கிறார் புத்தர். 'தங்கள் கைகளையே அவர்கள் நக்கிக்கொள்கிறார்கள்' என்று சொல்லி பிராமணியத் துறவுநிலையை அவர் கேலி செய்கிறார். இந்தத் துறவிகளை விட பிக்குகள் மேலானவர்கள்; கோபம் அறியாதவர்கள்; தீங்கிழைக்கும் மனநிலை அற்றவர்கள்; அன்புகாட்டும், இரக்கம் நிறைந்த மனம் பெற்றவர்கள் என்கிறார்.

அரசனுக்குப் பிராமணர்கள் அளித்த அறிவுரைகளையும் புத்தர் விமர்சனம் செய்கிறார்: 'தரக்குறைவான தந்திரங்கள் செய்து, எதிர்கால நிகழ்வுகளை முன்னரே அறிந்ததுபோல் கூறி பொருட்கள் சேர்த்தனர்... "இந்த நகரத்தைச் சேர்ந்த அரசன் படையெடுப்பான்; நகரத்திற்கு வெளியிலிருக்கும் அந்த அரசன் பின்வாங்குவான்; அந்த அரசனுக்கு வெற்றி கிட்டும்; நகரத்திற்கு வெளியிலிருக்கும்

அந்த அரசன் தோற்கடிக்கப்படுவான்" என்றெல்லாம் கூறுவார்கள்.[15] 'மஜ்ஹிமா ஸைல' பிடகத்தில், சொத்துகள் சேர்த்து வைக்கும் பழக்கத்திற்கு அவர்கள் அடிமைப்பட்டிருந்தனர் என்று புத்தர் குறிப்பிடுகிறார். அவர்கள் மாட்டிறைச்சி உண்பதையும், மது அருந்தியதையும், அவர்களது படுக்கைகள் குறித்தும், பயன்படுத்திய வாசனைத் திரவியங்கள் பற்றியும் புத்தர் குறிப்பிடுகிறார். ஆடல்கள், பாடல்கள், விருந்துகள் போன்ற பல்வேறு உலக இன்பங்களில் அவர்கள் திளைத்திருந்தனர் என்கிறார். 'ஆனால், அத்தகைய நடவடிக்கைகளிலிருந்து அவர் (புத்தர்) விலகியிருந்ததையும்' குறிப்பிடுகிறார்.[16]

ஒருமுறை புத்தர் சாவதி என்ற இடத்தில் தங்கியிருந்தார். அங்கிருந்த ஐந்நூறு பிராமணர்கள் அஸாலயனன் என்ற பிராமண இளைஞனைப் புத்தருடன் வாதம் புரிந்து அவரைத் தோற்கடிக்குமாறு கட்டாயப்படுத்தினர். அவன் பிராமணியம் சார்ந்த விஷயங்களைக் கற்றுத் தேர்ந்தவன். அவன் புத்தரைப் பார்த்து, பிராமணர்கள் தாங்கள்தாம் உயர் வர்க்கம்; பிரம்மனின் உண்மையான பிள்ளைகள்; மற்றவர்கள் அவர்களுக்குக் கீழானவர்கள் என்று கூறிக்கொள்கின்றனர்; உங்களுடைய கருத்து என்ன? என்று வினவினான். புத்தர் அவனிடம், 'அஸாலயனா, மற்றவர்களைப் போலவே அவர்களும் பெண்களிலிருந்துதான் பிறந்தார்கள்; மாதவிலக்கு முறையாக அமைந்து கருத்தரித்த பிராமணப் பெண்களுக்குத்தான் பிறந்தார்கள்; மற்ற பெண்களைப் போலத்தான் குழந்தைகளைப் பெற்றனர், பேணிக்காத்தனர் என்பதை பிராமணர்கள் ஒப்புக்கொள்வார்களா?' என்று கேட்கிறார். அஸாலயனன், இந்தப் பதிலால் திருப்தியடையவில்லை. அதன்பின் புத்தர் 'கிரேக்கர்கள், காம்போஜர்கள் மற்றும் எல்லைக்கு அருகில் வசிக்கும் மக்கள் மத்தியிலும் எஜமானர்கள், அடிமைகள் என்ற இரண்டு வர்க்கங்கள் மட்டுமே இருக்கின்றன; எஜமானனும் அடிமையாகலாம், அடிமையும் எஜமானனாகலாம் என்பதை எப்போதாவது கேள்விப்பட்டதுண்டா?' என்று அவனைப் பார்த்துக் கேட்கிறார்: அதற்கு அஸாலயனன், 'ஆம், அவ்வாறு கேள்விப்பட்டிருக்கிறேன்' என்றான்.

கிரேக்கர்கள் பற்றி புத்தர் அறிந்திருந்தார் என்பதை இது தெளிவுபடுத்துகிறது. புத்தர் தொடர்கிறார்: 'பிராமணர்கள் கோரும் உரிமைக்கு இந்தத் தகவல் எந்தவிதத்தில் வலிமை சேர்க்கிறது அல்லது ஆதரவாக இருக்கிறது?' அஸாலயனன் இப்போதும் திருப்தியடையவில்லை. பின்னர் புத்தர் மற்றுமொரு சுவையான

எடுத்துக்காட்டைக் கூறுகிறார்: 'ஓர் அரசன் பல்வேறு வர்க்கங்களையும் சேர்ந்த நூறு பேரை ஓர் இடத்தில் கூடச் சொல்கிறார். பின்னர் அக்கூட்டத்திலிருக்கும் பிராமணர்களையும் சத்திரியர்களையும் பார்த்து சால், பைன், லோட்டஸ், சந்தன மரங்கள் போன்றவற்றைத் திரட்டி தீ வளர்க்கச் சொல்கிறார்; அதேபோல் அங்கிருந்த தாழ்ந்த வர்க்கத்தைச் சேர்ந்தவர்களும் சாதாரண மரங்களைக் கொண்டு தீ வளர்க்கிறார்கள். என்ன நடக்கும் என்று நீ எண்ணுகிறாய்? உயர்குலத்தில் பிறந்தவர்கள் ஏற்றிய தீ பிரகாசமாகவும், எளிமையான மனிதர்கள் ஏற்றிய தீ எரியாமலும் இருக்குமா?' அஸாலயனன், உயர்ந்தவர்களும் தாழ்ந்தவர்களும் ஏற்றிய தீ ஒன்று போலத்தான் எரியும் என்று உணர்கிறான்.'[17]

இதைப்போன்ற பிராமணர்களின் நடவடிக்கைகளுக்குப் புத்தரது ஆட்சேபங்களை அந்தக் காலகட்டத்தில் நிகழ்ந்துகொண்டிருந்த மாற்றத்தின் சூழலில் கவனிக்கவேண்டும். அச்சமயத்தில் நடைமுறையிலிருந்த சடங்கு சார்ந்த வழக்கங்கள் அனைத்திலும் வேள்விகளுக்கு மிகவும் முக்கியத்துவம் கொடுக்கப்பட்டது; பிராமணர்கள் பெருமளவிற்கு அவற்றுடன்தான் அடையாளப்படுத்தப்பட்டனர். எனவே, புத்தர் வேத வேள்விகளைச் சுட்டிக்காட்டியும் அவற்றைக் குறிப்பாகத் தாக்கியும் பேசினார். அந்த வேள்விகளில் *500 காளைகளும், 500 காளைக்கன்றுகளும், 500 கிடாரிகளும், 500 செம்மறியாடுகளும்* பலிகொடுப்பதற்காகக் கட்டப்பட்டிருப்பது சாதாரண காட்சி. அரசர்களது அடிமைகளும், செய்தி கொண்டுசெல்வோரும், கூலிக்கு அமர்த்தப்பட்டிருப்போரும் இத்தகையப் பலியிடும் வேள்விகளுக்கு ஏற்பாடுகள் செய்ய அச்சுறுத்தப்பட்டனர்; பலவந்தமாக வற்புறுத்தப்பட்டனர்; கண்களில் நீர்ப் பெருக இச்செயல்களில் அவர்கள் ஈடுபடுவார்கள். இதைப்பற்றி புத்தரிடம் கூறப்பட்டது. அசுவமேத யாகம், புருஷமேத யாகம், வஜபேய யாகம் ஆகியவற்றால் நன்மைகள் ஏதுமில்லை என்று அவர் குறிப்பிடுகிறார். நற்குணமுள்ள ரிஷிகள் இம்மாதிரியான வேள்விகளைப் பரிந்துரைக்கக் கூடாது; ஏராளமான செம்மறியாடுகள், வெள்ளாடுகள், மாடுகள் பலியாவதற்குக் காரணமாகக்கூடாது என்றார் புத்தர்.[18]

ஒரு நிகழ்வை 'திக நிகாயம்' பிடகம் குறிப்பிடுகிறது. புத்தர் மகத நாட்டில் சுற்றுப்பயணத்தில் இருக்கிறார். அப்போது குத்ததந்தா என்ற பிராமணர், 700 காளைகள், 700 கன்றுகள், 700 வெள்ளாடுகள், 700 ஆட்டுக்கிடாக்களைப் பலியிடுவதற்கு

ஆயத்தங்கள் செய்துகொண்டிருந்தார். ஆனால், புத்தர் தலையிட்டு அதனைத் தடுத்துவிட்டார்.[19] இத்தகைய வேள்விகள் நடத்திய பிராமணர்கள் மீதும், அவற்றை நடத்துமாறு பணித்த சத்திரியர்கள் மீதும் அவருக்குள் ஒருவித வெறுப்பு உருவானதுபோல் தோன்றுகிறது. விலங்குகளைப் பலியிடுவதைப் புத்தர் நிராகரித்ததும், விலங்குகளைத் துன்புறுத்தக்கூடாது என்று வலியுறுத்தியதும், உருவாகிக் கொண்டிருந்த புதிய வேளாண் சூழலில் முக்கியத்துவம் பெற்றன.[20] பிராமணர்களின் பழக்கவழக்கங்களை புத்தர் ஏற்க மறுத்தார்; எனினும் அந்தச் செயல் பிராமணர்கள் என்ற மனிதர்களுக்கு எதிரானவராக அவரை வெளிப்படுத்தவில்லை. உண்மையில் அவருக்கு மிக நெருக்கமான சீடர்களான சரிபுத்தனும் மொக்கல்லனும் பிராமணர்களே. புத்தர் அவர்களை வென்றெடுப்பதற்குமுன், சஞ்சயன் என்ற 'பரிப்பஜாகனின்' சீடர்களாக மதம் சார்ந்த வாழ்வை அவர்கள் நடத்திக்கொண்டிருந்தனர்.[21]

தொடக்கத்தில் ஆயிரக்கணக்கான பிராமணர்களைப் புத்தர் வென்றெடுத்தார் என்று துல்வா பிடகம் குறிப்பிடுகிறது.[22] மக்களின் விழிப்புணர்வை மழுங்கப்படுத்தி தம்மைச் சுற்றி தெய்வீகத்தன்மையைப் பிராமணர்கள் உருவாக்கிக் கொண்டதை அவர் எதிர்த்தார். மதகுருமார்கள் என்று சொல்லிக்கொண்டு அவர்கள் அனுபவித்த உலக இன்பங்களையும் எதிர்த்தார். மிகவும் முக்கியமாக, சத்திரியர்களைவிடத் தாம் மேலானவர்கள் என்று பிராமணர்கள் கூறிக்கொண்டதையும் புத்தர் எதிர்த்தார். இந்த அணுகுமுறை காரணமாக சத்திரியர்களிடமிருந்தும் வைசியர்களிடமிருந்தும் அவருக்கும் அவரது சங்கத்திற்கும் பரவலான ஆதரவு கிடைத்தது.[23] இந்த வர்க்கத்தினர்களுக்கு இடையே காணப்பட்ட கசப்பின் காரணமாக, அவர்கள் பௌத்தர்களைத் தீண்டத்தகாதவர்களாக மதிக்கும் நிலை உருவானது என்கிறார் அம்பேத்கர். இந்தக் கருத்திற்கு 'சுட்ட பிடகத்தில்' போதுமான சான்றுகள் கிடைக்கவில்லை; ஆனால், சூத்ரகரின் நாடகமான 'மிருச்சகடிகத்தில்' இதற்கான ஆதாரத்தை அவர் கண்டுபிடித்துள்ளார்.[24] இருப்பினும், நிச்சயம் இது பிற்காலத்தில் ஏற்பட்ட நடைமுறையைக் குறிப்பதாக இருக்கக்கூடும்.

பிராமணர்களின் சுகமான வாழ்க்கைமுறை சத்திரியர்களுக்குப் பெரும் அச்சத்தைத் தந்தது. அவர்கள் பேணிப்பாதுகாத்த அரசின் உற்பத்தித்திறனை பிராமணர்கள் பெரும் நெருக்கடிக்குள் தள்ளினர். பிராமணர்களும் வைசியர்களும் செல்வ வளங்களைச் சேகரித்து, பாதுகாத்து வைத்துக்கொண்டனர்; ஆதலால், மக்களிடம்

உணவுப்பொருள் பற்றாக்குறை ஏற்பட்டது; விளைவாகப் பட்டினியும், இறப்பும் ஏற்பட்டன.[25] இதன் பொருள் சத்திரியர்கள் செல்வத்தைச் சேர்த்து வைக்கவில்லை என்பதல்ல; அவர்களும் செல்வத்தைப் பதுக்கினர்; ஆடம்பர வாழ்விற்காகச் செலவிட்டனர். தனிமனிதர்கள் சிலர் மட்டும் செல்வத்தைச் சேகரித்து வைப்பதை கொள்கையளவில் புத்தர் எதிர்த்தார்.

சுட்ட பிடகத்தில் புத்தர் இவ்வாறு கூறுகிறார்: 'செல்வந்தர்களையும், அவர்கள் பொருட்கள் சேகரித்து வைப்பதையும் கவனித்துக் கொண்டிருக்கிறேன்; மற்றவர்களுக்கு எதையும் கொடுக்காத அவர்களது அறிவீனத்தையும், அனைவரும் ஒன்று சேர்ந்து பேராசையுடன் செல்வங்களைக் குவிப்பதையும், மேலும் மேலும் குவிப்பதையும், அனுபவித்து மகிழ்வதற்காக அவற்றைத் தேடி அலைவதையும் பார்க்கிறேன்; இந்த பூமியிலிருக்கும் ராஜ்யங்களை வென்றவனாக அரசன் இருக்கலாம். கடலுக்கு இந்தப் பக்கமிருக்கும் அதன் கரை வரையிலுள்ள நிலப்பரப்பு முழுவதையும் ஆட்சி செய்பவனாக அவன் இருந்தாலும், மனநிறைவு அடையாதவனாக, கடலுக்கு அப்புறமிருக்கும் பிரதேசங்கள் மீதும் பேராசைப்படுகிறான். அரசனும், மனிதர்களில் பலரும் திருப்தியடையாத ஆசைகளுடன் மரணத்திற்கு இரையாகிறார்கள். இறந்து போகிற மனிதர்களை, அவர்களது உறவினர்களோ, நண்பர்களோ, அல்லது தெரிந்தவர்களோ காப்பாற்ற முடியாது; அவனது வாரிசுகள் சொத்தை எடுத்துக்கொள்கிறார்கள்; இறப்பிற்கான வெகுமதியை அரசன் பெறுகிறான்: அதாவது இறந்து போனவனுடன் பொக்கிஷங்கள் எதுவும் செல்வதில்லை; மனைவியோ, குழந்தைகளோ, அவனது சொத்தோ அல்லது அவன் ராஜ்யமும் அவனுடன் செல்வதில்லை.'

ஏழைக்கும் செல்வந்தர்க்கும், பிரபுக்களுக்கும் விவசாயிகளுக்கும் இடையிலும் உள்ள இடைவெளி அகண்ட கடல் போன்றது என்கிறார் ஓல்டென்பெர்க். ஏழைக்கும் செல்வந்தர்க்கும் இடையிலான அகண்ட கடல்தான் அவலமும் வறுமையும் நிறைந்த சமுதாயச் சூழலை உருவாக்கியிருக்க வேண்டும். 'சம்யுத்தக நிகாயம்' புத்தரின் மற்றுமொரு முக்கியமான கூற்றைப் பதிவு செய்துள்ளது; 'செல்வந்தர்களும் ஆளும் வர்க்கத்தினரும் குவிக்கும் செல்வத்தால் அவர்கள் மத்தியில் நிலவும் முரண்பாடுகளைத் தீர்க்கமுடிவதில்லை; மாறாக அதிகரிக்கச் செய்கின்றன' என்கிறார் அவர். புத்தர் மேலும், 'ராஜ்யங்களை ஆளும் இளவரசர்கள், ஏராளமான பொக்கிஷங்களுக்கும் செல்வத்திற்கும் சொந்தக்காரர்கள்; எனினும், ஒருவரையொருவர்

பேராசையுடன் பார்த்துக் கொள்கிறார்கள்; பேராசையையும் உடல் இச்சையையும் தம்மோடு சுமந்துகொண்டு, அநித்திய பிரவாகத்துடன் சேர்ந்து ஸ்திரமின்மைக்குத் துணைபோகின்றனர். பிறகு இந்தப் பூமியில் எவர் அமைதியுடன் நடமாட இயலும்?' என்று கேட்கிறார்.[26]

ஆக, புத்தரைப் பொறுத்தவரை உடல் இச்சைதான் அமைதியை அழிக்கிறது; மக்களைச் சுரண்ட வலிமை மிக்கவர்களைத் தூண்டுகிறது. எனவேதான், சங்கம் என்ற மாற்றைப் புத்தர் உருவாக்கினார்; அங்கு, உடல் இச்சை என்ற பிரச்சனைக்கும், ஒருவர் மற்றவரைச் சுரண்டுவதைத் தடுக்கவும் தீர்வை முயற்சிசெய்கிறார். எனினும், பிராமணியத்திற்கு எதிரான கருத்தியலை முன்வைத்து சங்கத்தை நிறுவுவது அமைதியான செயல்முறையாக இருக்கவில்லை. துறவு மேற்கொண்ட பிராமண ரிஷிகளும், மாட்டிறைச்சி உண்ட பிராமணர்களும் பௌத்தக் கருத்தியலை வலிமையாக எதிர்த்தனர் எனத் தெரிகிறது. புத்தர் மீது தனிப்பட்ட முறையில் அவர்கள் அவதூறு பரப்பினர்; சங்கத்தின் ஆற்றல் குறித்து பொய்த்தகவல்களைக் கூறினர்; அவரது உபதேசங்களைத் திரித்துப் பேச முயற்சித்தனர்.

ஆனால், புத்தர் அமைதியாக இருக்கவில்லை. அவற்றை மறுத்துப் பேசினார். அவருக்கு எதிராகவும் சங்கத்திற்கு எதிராகவும் கூறப்பட்ட பொய்களை அம்பலப்படுத்தினார். பிராமணியத்திற்கு எதிரான அவரது போராட்டம் கசப்பு நிறைந்ததாகவே இருந்தது; துறவியான காஸப்பர் என்ற பிராமணருடன் அவர் நடத்திய விவாதத்தில் இது மிகத் தெளிவாக வெளிப்படுகிறது; வாதத்தில் புத்தரைத் தோற்கடிக்க வந்தவர் அவர். புத்தரை எவரும் பின்பற்றவில்லை; மனிதர்களில்லாத வெற்றுச் சபையில் வனத்தில் சிங்கம் கர்ஜிப்பதுபோல், இடியிடிப்பது போல் புத்தர் உரையாற்றுகிறார் என்று அவர் குறைகூறினார். இதற்குப் பதிலிறுத்த புத்தர், தனது பேச்சைக் கேட்க ஏராளமானோர் வந்தனர்; தனது சிங்க கர்ஜனையை நம்பிக்கையுடன் கேட்டனர் என்றார். அவரை நோக்கி வீசப்பட்ட பல கேள்விகளுக்கும் புத்தர் பதில் கூறினார். காஸப்பர் திருப்தி அடையவில்லை என்றாலும் கூட்டத்தினர் புத்தர் அளித்த விளக்கங்களால் திருப்தி அடைந்தனர். புத்தரின் உரையைக் கேட்டவர்கள் 'அவரைக் கேட்பது மிகவும் பொருத்தமானது' என்ற கருத்தை வெளியிட்டனர்.[27]

நிறுவனமயமாக்கப்பட்ட எந்த அமைப்பும், அதனைச் சீர்குலைக்கும் அச்சுறுத்தலுடன் உருவாகும் புதிய சிந்தனைப் பள்ளியை எதிர்கொள்ளும்போது, அந்தப் புதிய பள்ளியின் தலைமையின்

தன்னம்பிக்கையைக் குலைப்பதற்கு முயற்சி செய்யும்; அதற்கு உண்மைத் தொண்டர்கள் எவருமில்லை என்று வதந்தியைப் பரப்பும். பிராமணத் துறவிகள் இதைத் தான் முயற்சித்தனர். ஆனால், புத்தர் தனது தலைமையை உறுதிப்படுத்திக் கொண்டார். அதுமட்டுமின்றி தன்னம்பிக்கை மிக்கவராக தன்னை வெளிப்படுத்திக் கொண்டார். சங்க அமைப்பின் மீதும் தம்மத்தின் மீதும் நம்பிக்கையை வெளிப்படுத்தினார்.

செல்வந்தர்களும் அரசர்களும், அவர்தம் குடும்பத்தினரும் அவர்களது பேராசைகளையும் உடல் தேவைகளையும் மேலும் பெருக்கிக் கொண்டனர்; அதற்காக அவர்களிடையே நடந்த எண்ணற்ற சண்டைகளையும் புத்தர் கண்ணுற்றார். மனுவின் கூற்றான, 'நாய்களையும் கழுதைகளையும் மட்டுமே சூத்திரர்கள் உடைமையாக்கிக் கொள்ள முடியும்' என்பதுடன் இதை இணைத்துப் பார்க்கையில், மூன்று உயர் வர்க்கங்களிடம் மட்டுமே வளங்கள் குவிந்தன என்பது தெரிகிறது. செல்வந்தர்களுக்கும் ஏழைகளுக்கும் இடையில் அதிகரித்துக்கொண்டிருந்த முரண்பாடுகளுக்கு, சிதைந்துகொண்டிருந்த பிராமணிய வர்க்கம் கருத்தியல் தளமொன்றை அளித்துக் கொண்டிருந்ததாகப் புத்தர் கருதினார். பிராமணர்கள், சத்திரியர்கள், வைசியர்கள் ஒருபுறமும் மறுபுறத்தில் சூத்திரர்களும் என்ற நிலையில் முரண்பாடுகள் அதிகரித்தன. இந்தச் சூழலில் சூத்திரர்கள் எதிர்ப்புப் போராட்டங்களை நடத்த முயன்றது இயல்பானதே.[28] சூத்திரர்களை இரண்டு வழிகளில் புத்தர் ஆதரித்தார். சாதி அமைப்பிற்கு எதிராகப் பேசியதன் மூலம் கருத்தியல் அடிப்படையில் அவர்களை ஆதரித்தார்; இரண்டாவது சங்க அமைப்பிற்குள் சூத்திரர்களை அனுமதித்தார்.

புத்தர் இவ்வாறு கூறினார்: ' ஓ பிக்குகளே! கங்கை, யமுனை, ஐராவதி, சரபு, மஹி போன்ற பெரும் நதிகள் கடலுக்குள் கலக்கும்போது, அவை தம் பெயர்களையும், எங்கு பிறந்தன என்பதையும் துறந்து அந்தப் பெருங்கடலாகவே மாறிவிடுகின்றன; அதுபோல், ஓ பிக்குகளே! தாதகதா அறிவித்த கோட்பாட்டிற்கு உட்படும் சத்திரியர்கள், பிராமணர்கள், வைசியர்கள், சூத்திரர்கள் என்ற இந்த நான்கு வர்க்கங்களைச் சேர்ந்தவர்கள் இந்த உலகைத் துறந்து வரும்போது, பெயர்களையும் பிறப்பின் தன்மையையும் துறந்து சங்கத்திற்குள் வந்து சேரட்டும்.'[29]

புத்தர் வாழ்ந்த காலகட்டத்தை கணக்கில் கொள்ளும்போது இது ஒரு குறிப்பிடும்படியான அறிக்கை. ஏனென்றால் அந்தச் சமயத்தில் சாதி அமைப்புமுறை இறுகிப் போயிருந்தது. சத்திரியர்களும் வைசியர்களும் கூட படிநிலை அமைப்பு கோட்பாடுகள் குறித்து முழுமையாகப் போதிக்கப்பட்டிருந்தனர்.³⁰ பிராமணர்கள் சொர்க்கத்தையும் நரகத்தையும் தம் மொழியில் பொதிந்து பேசினர்; அதனால் உயர் வர்க்கத்தினர் சாதி அமைப்புமுறையை உளமார நம்பினர்; இதனை ஏற்றுக்கொள்ள சூத்திரர்களும் கட்டாயப்படுத்தப்பட்டனர். புத்தர் இதனை விளக்கச் சிறந்த உருவகமொன்றைப் பயன்படுத்தினார்: 'கடலில் கலக்கும்போது அடையாளங்களை இழந்துவிடும் பல்வேறு நதிகளைப் போன்றவர்கள் இவர்கள்'.

வேலைப் பிரிவினை குறித்த தனது கொள்கையில் பல்வேறு தொழில்கள் சார்ந்தே இந்தப் பிரிவுகள் அனைத்தும் உருவாயின என்று புத்தர் விவரிக்கிறார். ஆனால், வேலைத்தளங்களை விட்டு அவர்கள் வெளியேறிவிட்டால் அவர்கள் அனைவரும் ஒன்றே என்கிறார். பௌத்த அமைப்பு ஒரு கடல் போன்றதாகும். மக்கள் அதில் தங்களை இணைத்துக் கொண்ட அடுத்த கணம் தங்கள் சாதி அடையாளத்தை அவர்கள் இழக்கிறார்கள். 'பௌத்தத்தில் சாதி வேறுபாட்டிற்கு இடமில்லை. புத்தரது சீடராகும் எவரும் தம் சாதியைத் துறக்கிறார்கள். நற்செய்தி உபதேசம் உயர் பிறப்பினருக்கு மட்டுமே அளிக்கப்படவில்லை. பலரது நன்மைக்காகவும் அளிக்கப்பட்டது' என்கிறார் ஓல்டென்பெர்க். ஆகவே, புத்தரின் பங்களிப்பு, 'சாதித் தளைகளை உடைத்தெறிந்து ஏழைகளின் நம்பிக்கையைப் பெற்ற ஒரு சீர்திருத்தவாதியைப் போன்றது என்று அவர் கருதுகிறார்.'³¹

புத்தர் சாதியை எதிர்கொண்ட விதத்தை ரைஸ் டேவிட்ஸ் இவ்வாறு அவதானிக்கிறார்: 'முதலில், அவரது முழுமையான கட்டுப்பாட்டிலிருக்கும் சங்கத்தில் பிறப்பு, தொழில், சமுதாய அந்தஸ்தால் கிடைக்கக்கூடிய அனைத்துச் சாதகங்களையும் அல்லது பாதகங்களையும் புத்தர் புறக்கணித்தார்; சடங்குகளின் அடிப்படையில் அல்லது சமுதாயம் கூறும் தூய்மையற்ற நிலை அடிப்படையில் வகுக்கப்படும் நியாயமற்ற விதிகள் ஏற்படுத்தும் அனைத்துத் தடைகளையும் குறைபாடுகளையும் அவர் துடைத்தெறிந்தார்.'³² புதிதாகச் சேரும் பிக்குகள் பலருக்கும் சமத்துவம் பேசும் சங்க அமைப்பு ஏற்க முடியாத ஒன்றாக இருந்தது; சாதிப் படிநிலையைச் சங்கத்திற்குள் புகுத்தவேண்டும் என்று அவர்கள் விரும்பினர்.

ஜாதகக் கதை ஒன்றில், புத்தருக்கும் புதிய பிக்குகளுக்கும் நடந்த விவாதம் பதிவாகியுள்ளது. அந்த நிகழ்வு இவ்வாறு விவரிக்கப்படுகிறது: பிராமண அல்லது சத்திரியப் பின்னணியிலிருந்து வந்தவர்கள் என்ற காரணத்தால் பிக்குகள் சிலர் தமக்கு முதன்மையான இடம் அளிக்க வேண்டும் என்று கேட்டதாகப் புத்தருக்குத் தெரியவருகிறது. சபையைக் கூட்டிய புத்தர் பிரச்சனையைச் சபையின் முன் வைக்கிறார்: 'சிறந்த தங்குமிடம், நல்ல நீர், நல்ல உணவு ஆகியவற்றிற்குத் தகுதியானவர் யார்?' என்று கேட்கிறார். அவரிடம் சிலர், 'தீட்சைப் பெறுவதற்குமுன் சத்திரியனாக இருந்தவருக்கோ, அல்லது பிராமணனாகவோ, ககபதியாகவோ இருந்தவருக்கோ' அளிக்கலாம் என்று பதிலளித்தனர்.[33] ஆனால், விவாதத்தை முடித்துவைத்த புத்தர், சாதி அடிப்படையில் எந்தச் சலுகைகளையும் அளிக்கவில்லை என்று ஃபிக் கூறுகிறார்.

சங்க அமைப்பு சாதியத்தைப் பின்பற்றாது என்பது வெளிப்படையாக அறிவிக்கப்பட்டது. மேலும் சங்கத்தில் சேர்ந்தபிறகு, சாதித் தளையிலிருந்தும் மோசமாக நடத்தப்படுவதிலிருந்தும் தாம் முற்றிலும் விடுதலைப் பெற்றுவிட்டதை அந்த உறுப்பினர்கள் உணர்ந்தனர்; இதற்கான எடுத்துக்காட்டுகள் பல கிடைத்துள்ளன. இது தொடர்பான தகவல், சுனிதா என்ற சீடரின் கருத்தாக 'தெர கதா'வில் (மூத்த பிக்குகளின் பாடல்கள்) பதிவு செய்யப்பட்டுள்ளது. 'நான் ஒரு சாதாரண குடும்பத்திலிருந்து வந்தவன்; நான் ஏழை; என்னிடம் எதுவுமில்லை; நான் செய்து கொண்டிருந்த வேலை மிகவும் கீழ்த்தரமானது; கோவில்களிலும் வேறு இடங்களிலும் உதிர்ந்து கிடக்கும் பூக்களைக் கூட்டித் தள்ளும் வேலையைச் செய்துவந்தேன். ஆண்கள் என்னை இகழ்ச்சியுடனும், தரக்குறைவாகவும் பார்த்தனர்; மரியாதைக்குரியவனாகப் பார்க்கவில்லை. பணிவான முகத்துடன் நான் பலருக்கும் மரியாதை கொடுத்தேன். மகதத்தின் மிக முக்கியமான நகரத்திற்குள் புத்தர் வருகை தந்தபோது அவரை நான் பார்த்தேன். அவரை வணங்கி, என்னைத் துறவியாக ஏற்கும்படி பணிவுடன் வேண்டினேன். 'என்னருகில் வா' என்றார் அவர். இப்படித்தான் தீட்சைப் பெற்றேன்.'[34]

இந்தக் கதையிலிருந்து சுனிதா நிச்சயம் தீண்டத்தகாத இனத்தைச் சேர்ந்தவனாக இருக்கலாம் எனத் தெரிகிறது. சமுதாயத்தில் அவன் கீழானவனாகப் பார்க்கப்பட்டான், தற்கால இந்தியாவில் தீண்டத்தகாதவர்களுக்கு இப்போதும் ஒதுக்கப்படும் சாலைகளைக் கூட்டும் பணியே அவனுக்கு அளிக்கப்பட்டது.[35]

தீண்டத்தகாதவர்களைச் சங்கத்திற்குள் அனுமதித்தனர் என்ற காரணத்தால், பௌத்தர்களையும் அதேவிதத்தில் நடத்தவேண்டும் என்ற கருத்து மனுவிற்கும் இருந்திருக்க வேண்டும்.'[36]

சூத்திரர்களைச் சங்கத்தில் சேர்த்துக் கொள்ளக்கூடாது; பிராமணர்களுக்கும் மற்றவர்களுக்கும் மேலாக சத்திரியர்களுக்குச் சலுகைகள் அளிக்கவேண்டும் என்று சத்திரியச் சக்திகள் புத்தருக்கு அழுத்தம் கொடுத்தன. புத்தருக்கும் பிரசேனஜித் என்ற அரசனுக்கும் நடந்த உரையாடலைப் பார்க்கலாம். புத்தர் அரசனைப் பார்த்துக் கேட்கிறார். 'மகாராஜா, தாதகதாவிடம் (புத்தர்) நீங்கள் மிகவும் பணிவுடன், மிக அதிகப்படியான பணிவுடன் நடந்து கொள்வது ஏன்?' அதற்கு பிரசேனஜித் இவ்வாறு பதிலளிக்கிறார்: 'போற்றுதலுக்குரியவரே, கற்றிருக்கிறோம் என்ற கர்வத்துடன், அந்த எண்ணத்துடன் பேசும், நடந்துகொள்ளும் படித்த பிராமணர்களைப் பார்த்திருக்கிறேன். உயர்வு மனப்பான்மையுடன் மற்றவரது கருத்துகளைச் சகித்துக்கொள்ளாத அவர்களது நடத்தையையும் கண்டுள்ளேன்'. புத்தர், 'என்னை எப்படி நீங்கள் நம்புகிறீர்கள்?' என்று கேட்கிறார். அதற்கு அரசன், 'போற்றுதலுக்குரியவரே, நான் கோசலத்தைச் சேர்ந்தவன்; ஆசிர்வதிக்கப்பட்ட நீங்களும் கோசலத்தைச் சேர்ந்தவர்; நான் சத்திரிய சாதியைச் சேர்ந்தவன்; ஆசிர்வதிக்கப்பட்டவரும் அப்படியே' என்று பதில் கூறுகிறார்.[37]

புத்தரது பின்னணியைப் பயன்படுத்தி, பிராமணர்களுக்கு எதிரான சத்திரிய இனக்குழுவின் அமைப்பாக சங்கத்தை மாற்ற சத்திரியர்கள் முயன்றனர் என்பதை இது உணர்த்துகிறது. ஆனால், கொள்கையளவிலும் நடைமுறையிலும் இத்தகைய முயற்சிகளைப் புத்தர் எதிர்த்தார்; அனைத்துச் சாதியினரையும் சங்கத்தில் தொடர்ந்து அனுமதித்தார். தேவதத்தனின் விருப்பத்திற்கு மாறாக உபாலியை அவர் சங்கத்திற்குள் சேர்த்துக்கொண்டதை முக்கியமான எடுத்துக்காட்டாகக் கூறலாம். அத்தியாயம் 5ல் இது விவரிக்கப்பட்டுள்ளது.

புத்தர், சூத்திரர்களையும், தீண்டத்தகாதவர்களையும் சங்கத்திற்குள் சேர்த்துக் கொண்டது மட்டுமின்றி, அவர்கள் தகுதியானவர்கள் என்று நிரூபணமானால், பதவி உயர்வு மூலம் சங்கத்தில் முக்கியமான, முன்னணி பொறுப்புகளை ஏற்கவும் அனுமதித்தார். புத்தர் இறந்தபின் ராஜகிருகத்தில் நடந்த முதல் கவுன்சில் கூட்டத்தை மகாகாஸப்பர் தலைமையேற்று நடத்துகிறார். அந்தக் கவுன்சில் கூட்டத்தில்

உபாலியும் ஆனந்தனும் முக்கிய பங்காற்றுகின்றனர்.[38] முன்னாள் சூத்திரனான உபாலி சங்கத்தில் அத்தகைய உயர்நிலையிலிருந்தார். [39]

ஆனால், இதன் பொருள், புத்தர் எந்த வர்க்கத்திற்கும் முன்னுரிமை காட்டவில்லை என்பதல்ல. வர்க்கம், சாதிப் பிரச்சனைகளைப் பொறுத்தவரை இரண்டு நிலையில் அவர் செயல்பட்டார். அவரது தத்துவார்த்த, சித்தாந்த நிலைப்பாட்டின் அடிப்படையில் பிராமணியத்திற்கு நேரிடையான எதிர்ப்பாக சூத்திரர்களை புத்தர் சங்கத்திற்குள் சேர்த்தார். அதேசமயம் சமுதாயத்தில் உருவாகிய எதிர்பாராத நெருக்கடிகளுக்கும் அவர் பணிந்துபோனார்; படைகளில் பணியில் இருக்கும் வீரர்களையும், கடன்காரர்களையும், தப்பித்து அடைக்கலம் தேடும் அடிமைகளையும் சங்கத்தில் சேர்க்கவேண்டாம் என்று பிக்குகளுக்குப் புத்தர் உத்தரவிட்டிருந்தார். அப்போதைய ஏகாதிபத்திய அரசின் தலைமைப் பொறுப்பிலிருந்த பிம்பிசாரனின் கட்டளை இதற்குப் பின்னால் இருந்தது. அவர் பௌத்த அமைப்புகளுக்கு ஆதரவு அளித்துக் கொண்டிருந்தவர். இந்த இடத்தில்தான் புத்தரின் முரண்பாடுகளும் அவருக்கிருந்த வரம்புகளும் மிகத் தெளிவாக வெளிப்படுகின்றன.

அஜாத சத்ருவுடன் அவரது உரையாடல் ஒன்றில் ஓர் அடிமைக்கு, சங்கத்தில் சேர்ந்து அருகர் ஆவதற்கு உரிமை உண்டு என்கிறார் புத்தர். இதற்கு அவர் கூறும் எளிமையான விளக்கம் என்னவென்றால், அரசன் ஒரு மனிதன் என்பதைப்போல் ஓர் அடிமையும் மனிதன் தான். அடிமைகளுக்கு இந்தச் சிந்தனை தோன்றியவுடன் அவர்கள் அந்த உரிமையைக் கோருகிறார்கள். அவர்கள் சங்கத்தில் சேருவதைத் தடைசெய்ய முடியாது என்று புத்தர் அரசனை இணங்கவைக்கிறார். மேலும் அவர் இவ்வாறு கேட்கிறார்: அரசனின் அடிமைகளில் ஒருவன் சங்கத்தில் சேர்ந்து, பொல்லாங்கு சொல்லாதவனாக, வன்மம் பாராட்டாதவனாகப் பிக்குகளின் குணங்களைப் பெறுகிறான் என்று வைத்துக்கொள்வோம்; அரசன், அந்த மனிதனை இங்கு அழைத்து வாருங்கள்; அவன் மீண்டும் என் அடிமையாக, அவனுக்கென்று விருப்பம் ஏதுமின்றி, எனது பணியாளாக இருக்கட்டும் என்று கேட்பாரா? அதற்கு அந்த அரசன் நிச்சயமாக அவனை ஒரு பிக்குவிற்குக் கொடுக்க வேண்டிய மரியாதையுடன் நடத்துவேன் என்று ஒப்புக்கொண்டான்.[40] செயலின் அடிப்படையில்தான் ஒருவனை வேறுபடுத்திப் பார்க்கவேண்டும்; பிறப்பின் அடிப்படையில் அல்ல என்பதில் புத்தர் தெளிவாக இருந்தார். பொல்லாங்கு சொல்வதிலும் வன்மம் பாராட்டுவதிலும் ஒருவன் ஈடுபட்டிருந்தால், பார்க்கும்

வர்க்கமும் சாதியும் | 247

வேலை எதுவாக இருந்தாலும், அவனோ/அவளோ மரியாதை பெறும் தகுதி இழந்தவர்கள் ஆகிறார்கள்.

அடிமைகளையும், வீரர்களையும், கடன்காரர்களையும் சங்கத்தில் சேர்ப்பதில் புத்தரின் நிலைப்பாட்டிலிருந்து முற்றிலும் மாறுபட்ட நிலைப்பாடு ஒன்றை மகாவக்கம் கூறுகிறது. பிம்பிசாரனின் தூண்டுதலால் ஒரு விதியை உருவாக்கப் புத்தர் ஒப்புக்கொள்கிறார்: அதாவது அரசுப் பணியில் இருக்கும் ஒருவருக்கோ அல்லது ஏதோ ஓர் அடிமைக்கோ 'பப்பஜா' (துறவு) நிலை அளித்து சங்கத்தில் சேர்ப்பது துக்கட்டா குற்றம் என்று அறிவித்தார்.[41] புத்தர் அவ்வப்போது தனது கருத்துகளை மாற்றிக்கொண்டார் என்பதை இது காட்டுகிறது. அடிமைமுறையும், தீண்டாமையும் ஒழிக்கப்படவேண்டும் என்பதில் புத்தர் கொள்கையளவில் உடன்பட்டிருந்தார் என்பது முற்றிலும் சாத்தியமானதே. ஆனால், அவரது குடும்பப் பின்னணி காரணமாகவும், அரச குடும்பத்தைச் சேர்ந்தவர்கள் கொடுத்த அழுத்தம் காரணமாகவும் சில நேரங்களில் அவர் சமரசம் செய்துகொள்ள வேண்டியிருந்தது. அதுமட்டுமின்றி, உற்பத்தி தொடர்பான செயல்களுக்கு அக்காலகட்டத்தில் அடிமைகளின் உழைப்பு மிக முக்கியமாகத் தேவைப்பட்டது; புத்தர் இத்தகைய முடிவை எடுக்க அவரை இந்த விஷயம் வற்புறுத்தியிருக்க வேண்டும்.

புத்தர் அறப்பண்புகள் நிறைந்தவர்; ஆகவே கடன்காரர்களும், திருடர்களும், சிறைக்கைதிகளும் சங்கத்தில் உறுப்பினராவதைத் தடை செய்திருந்தார். திருடர்களுக்கும் சிறைக்கைதிகளுக்கும் அனுமதியைத் தடை செய்ததை முதல் பார்வையில் ஒருவர் சரியென்று புரிந்துகொள்ள முடியும்; ஆனால், கடன்காரர்களைத் தடுப்பதைப் புரிந்துகொள்ள முடியவில்லை. அவர்களைவிடப் பொருளாதார நிலையில் மேல்நிலையில் இருப்பவர்களிடம் கடன் வாங்கிய ஏழைக் குடும்பங்கள், நிரந்தரக் கொத்தடிமைகளாக இருப்பதைப் புத்தர் அறிந்திருந்தார். ஆனால், ராகுல சாங்கிருத்தியாயன் அவதானித்ததுபோல், அக்காலச் சமுதாயச் சூழலின் அடிப்படையில் இதைப் பார்க்கவேண்டும். கடன் வாங்கியவர் பணத்தைத் திருப்பிக் கொடுக்கவில்லை என்றால், கொடுத்தவருக்கு வாங்கியவரின் உடல்மீது சட்டப்படியான உரிமை இருந்தது; வேறுவகையில் கூறப்போனால், கடன் வாங்கியவரை வலுக்கட்டாயமாக அடிமையாக்கி கொள்ளும் உரிமை அவருக்கு இருக்கிறது.

இந்தச் சூழலில் இதைப்போன்ற கொடுங்கோல் சட்டங்களுக்குப் பயந்து அதிலிருந்து தப்பிக்கக் கடன்காரர்கள் பலரும் சங்கத்தில் சேருவதற்கு விரைந்தனர். புத்தர் பிராமணிய மேலாதிக்கத்திற்கு எதிரானவர் என்பதால், அவர் வைசிய வர்க்கத்தின் எழுச்சியை எதிர்க்கவில்லை. கடன் கொடுப்பவர்கள் பெரும்பாலும் வைசிய வர்க்கத்தைச் சேர்ந்தவர்கள்; அவர்களது நலன்களுக்கு உதவும் வகையில் சங்கத்தில் கடன்காரர்களைச் சேர்ப்பதை புத்தர் தடைசெய்திருக்கலாம். புத்தரின் வர்க்கச் சார்புநிலையை சட்டோபாத்யாயா இவ்வாறு கூறுகிறார்: 'அவர்களது வர்க்க நலனுக்கு உதவும் வகையில் விதிகளை வகுத்துப் பேரரசர்களுக்கும், வியாபாரிகளுக்கும் கடன் கொடுப்பவர்களுக்கும் புத்தர் நிச்சயம் கைம்மாறு செய்தார் என்று சொல்லப்படுகிறது.' இதைச் சுட்டிக்காட்டி, அரசன் பிம்பிசாரன் கட்டளையின்பேரில் வீரர்களையும் அதிகாரிகளையும் சங்கத்தில் புத்தர் அனுமதிக்கவில்லை: (பிம்பிசாரனை) அவனைத் திருப்திப்படுத்த, 'அரசனது சேவையிலிருக்கும் எவரையும் சங்க அமைப்பிற்குள் அனுமதிப்பதில்லை' என்ற விதியை உருவாக்கினார்.[42] சிறைக்கைதிகளுக்கும், திருடர்களுக்கும் அனுமதி அளிப்பதால் மக்கள் மத்தியில் சங்கத்திற்கு அவப்பெயர் ஏற்படும் என்று அவர் உணர்ந்திருக்க வேண்டும். இதைப் பற்றி புத்தர் அதிகம் அக்கறை கொண்டிருந்தார்.

இருப்பினும், சங்கத்தில் சூத்திரர்களை அனுமதிப்பதன் மூலம் சமுதாயத்தில் சமத்துவத்தை ஏற்படுத்த முடியும் என்று புத்தர் முயற்சித்தார்; சமுதாயச் சொத்துரிமை என்பதையும் சோதனை செய்து பார்த்தார். எனினும், வேளாண் உற்பத்தியைப் பெருக்குவதில் புத்தர் அதிக அளவிற்கு அக்கறை கொண்டிருந்தார். அடிமைகளையும் கூலி வேலை செய்வோரையும் நல்லமுறையில் நடத்தவேண்டும் என்ற அக்கறையை 'திக நிகய' பிடகமும், 'வினய' பிடகமும் வெளிப்படுத்துகின்றன. ஆனால், அதே சமயத்தில் ஆர்.எஸ். சர்மா குறிப்பிடுவதுபோல், 'மறுபுறத்தில், வாங்கிய கடனை திருப்பிக்கொடுக்க குடும்பத்தினருக்குப் புத்தர் அறிவுரை கூறுகிறார்; அதுமட்டுமின்றி, கடன் வாங்கியவர்களைச் சங்கத்தில் அனுமதிப்பதையும் தடை செய்கிறார்'.

கடனைத் திருப்பிக்கொடுப்பது என்ற சிந்தனையே பெரும் நிம்மதி உணர்வைத் தருவது என்று திக நிகாய பிடகம் பல இடங்களில் கூறுகிறது என்கிறார் சர்மா. 'கடனிலிருந்து விடுதலை பெற்றவன், துணிச்சலான வெற்றியாளன் போல் பயணக்கூட்டத்தை வழிநடத்தும்

சிறந்த தலைவனாக உலகை வலம்வருவான். வட்டியுடன் கடனைத் திருப்பிக்கொடுக்கும் திறனுள்ளவன் என்ற நம்பிக்கையை மற்ற வணிகர்களிடம் ஒரு வணிகன் ஏற்படுத்தவேண்டும் என்பது இங்கு மிக முக்கியமானது.' சர்மா, 'வட்டிக்குப் பணம் கொடுப்பதைப் புத்தர் மறைமுகமாக ஆதரித்தார், நேரடியாக ஊக்குவித்தார்' என்ற முடிவுக்கு வருகிறார். அவருடைய கோட்பாட்டிற்கு வலிமையான ஆதரவைத் தந்த வைசிய வர்க்கத்தை வலிமைப்படுத்தப் புத்தர் இதைச் செய்திருக்கக்கூடும்.

சூத்திர வர்க்கத்திற்கு அவரளித்த ஆதரவு நிபந்தனைக்குட்பட்டது; அதாவது சமுதாயத்தில் நிலவிய சாதிகளுக்கு இடையிலான சமத்துவமற்ற நிலையை புத்தர் எதிர்த்தார்; மனிதத் தன்மையற்ற செயல்களை எதிர்த்தார். எனினும் வர்க்கம் என்ற முறையில் உற்பத்தியைப் பெருக்க வேண்டுமென்று சூத்திரர்களை அவர் கேட்டுக்கொண்டார். இதனுடன், புதிய வேளாண் முறைகள் சார்ந்து எழுந்த தேவைகளின் சூழலில் விலங்குகளைப் பலியிடுவதைப் புத்தர் எதிர்த்ததும், அவற்றைத் துன்புறுத்தக் கூடாதென்று அவர் கொடுத்த அழுத்தமும் மிகவும் முக்கியத்துவம் பெறுகின்றன.[43] இவ்வாறாக அவருடைய கொள்கை இருபக்கமும் கூர்முனை கொண்ட கத்தியாகச் செயல்பட்டது. ஒருபுறம் பிராமண வர்க்கத்தை எதிர்த்தது; அதே சமயம் சத்திரிய, வைசிய வர்க்கங்களுக்கு ஆதரவும் அளித்தது.

பண்டைய மேலைநாட்டுச் சிந்தனையாளர்களுடன் ஒப்பிடுதல்

மேலை நாட்டு அறிஞர்களைப் புத்தருடன் ஒப்பிடும்போது, வர்க்கங்கள் நோக்கிய அவர்களது அணுகுமுறையை மட்டுமே ஒப்பிட முடியும்; சாதிகளை அல்ல; ஏனெனில் சாதி இந்தியாவிற்கு மட்டுமே உரியது. புத்தருக்கும் பண்டைய கிரேக்கச் சிந்தனையாளர்களுக்கும் இடையில் பொருள் பொதிந்த ஒப்பீடு செய்வதற்கு, கிரேக்க நகர அரசுகளில் காணப்பட்ட வர்க்கப் பிரிவினையின் இயல்பைச் சுருக்கமாக ஆய்வு செய்வது அவசியம். இந்தியச் சமுதாயம் நான்கு வர்க்கங்களாகப் பிரிக்கப்பட்டிருந்தது; கிரேக்க நகர அரசுகளில் மக்கள் பரவலாக மூன்று வர்க்கங்களாகப் பிரிக்கப்பட்டிருந்தனர். கிரீஸில் மிகப்பெரிய கீழ்நிலை வர்க்கமாக அடிமைகள் இருந்தனர்.[44] வணிகர்களும், கைவினைஞர்களும், உருவாகிக் கொண்டிருந்த விவசாயிகளும் அடுத்த வர்க்கத்தை அமைத்தனர். எண்ணிக்கையளவில் இவர்களும் கணிசமானவர்களே.

மூன்றாவது வர்க்கத்தில், ஆட்சியாளர்களும், வீரர்களும், குடிமக்களும் இருந்தனர். குடிமக்கள் நகரத்தின் உறுப்பினர்களாக இருந்தனர்; அரசியல் வாழ்வில் பங்கெடுக்க அவர்களுக்கு உரிமையிருந்தது.[45] புத்தர், ஆட்சி செய்த வர்க்கம் ஒன்றில் பிறந்தவர் என்றாலும், அந்த வர்க்கம் பிராமணர்களால் கீழானதாக நடத்தப்பட்டது; புத்தரைப்போலன்றி, சாக்ரடீஸ், பிளேட்டோ, அரிஸ்டாட்டில் ஆகியோர் ஆட்சிசெய்யும் வர்க்கத்தில் தோன்றியவர்கள் என்றாலும், உழைக்கும் வர்க்கத்தினரின் நண்பர்களான சோஃபிஸ்ட்களின்★ தாக்குதலை அவர்கள் எதிர்கொள்ள வேண்டியிருந்தது.

ஒரு சோஃபிஸ்டாக சாக்ரடீஸ் தனது வாழ்க்கையைத் தொடங்கினார். என்றாலும், சோஃபிஸ்டுகளின் தத்துவார்த்த, அறநெறிசார்ந்த கருத்துருவாக்கங்களை தீவிரமாக விமர்சிக்கும் முதல் மனிதராக படிப்படியாக மாறினார்.[46] அறிவின் அடிப்படையிலான ஜனநாயகம் என்பதே சாக்ரடீஸ் முன்வைத்த முக்கிய கருப்பொருள். என்றாலும் என்றைக்கும் அடிமைகளின் பக்கம் அவர் நின்றதில்லை. அடிமைகளையும் பிற மனிதர்களைப்போல் நடத்துங்கள் என்று ஆட்சியாளர்களைக் கண்டித்து ஓர் அறிக்கையைக்கூட அவர் வெளியிடவில்லை. இந்த விஷயத்தில் புத்தர் முற்றிலும் வேறானவர். உற்பத்திக்குச் சூத்திரர்களின், அடிமைகளின் தவிர்க்கவியலாத பங்களிப்பு அங்கீகரிக்கப்பட்டது; அதேநேரத்தில், இவர்களுக்கான சமுதாய-அரசியல் வெளியை வென்றெடுக்கும் வழியாகப் பிராமணர்கள், சத்திரியர்கள், வைசியர்களுக்கு எதிரான அவரது போராட்டம் அமைந்தது. இந்த விஷயத்தில் பிளேட்டோவுடனும், அரிஸ்டாட்டிலுடனும் புத்தரை ஒப்பிடும்போது ஒரு தெளிவான சித்திரம் கிடைக்கக்கூடும்.

பண்டைய பிராமணர்களைப் போலவே பிளேட்டோவும் அடிமை வர்க்கத்திற்குப் படிப்பதற்கான உரிமையை அங்கீகரிக்கவில்லை. ஆட்சியாளர்கள் அல்லது பாதுகாவலர்கள்தான் ஆக உயர்ந்த இரட்சகர்கள் என்பது அவரது கருத்து. ஆட்சியாளர்களின் உத்தரவுகளை ஏற்று பல்வேறு வழிகளில் அவற்றை நடைமுறைப்படுத்தும்

★ சோஃபிஸ்ட்டுகள்: பொ.ஆ.முன் ஐந்தாம் நூற்றாண்டின் பிற்பகுதியில் கிரேக்க நகரங்களில் தோன்றிய அறிவாளிகள், தொழில்முறை ஆசிரியர்கள். உயர் குலத்து வீரர்களோடு தொடர்புடையதாயிருந்த அறநெறிப் பண்புகளையும் தனிச்சிறப்பு மிக்கக் கல்வியையும் ஆர்வமுள்ள இளைஞர்களுக்கு இவர்கள் போதித்தனர். குடிமக்களிடம் அரசியல் எழுச்சியை ஏற்படுத்த இது உதவியது.

'இராணுவமும் காவல்துறையும்' துணை இரட்சகர்கள். இவர்கள் தவிர்த்து, வணிகத்தில் ஈடுபட்டிருந்த, தொழில்களிலும் அல்லது கைவினைத் தொழில்களிலும் ஈடுபட்டிருந்த, ஆனால், அரசாங்கத்தில் பங்குபெறாமலிருந்த மக்களும் இருந்தனர்.[47] நாட்டின் நிர்வாகத்தில் சூத்திரர்களுக்கு எந்த உரிமையும் இல்லை என்று புத்தர் எந்த இடத்திலும் குறிப்பிடவில்லை. மாறாக, அனைத்து உறுப்பினர்களும் சங்க நடைமுறைகளில் பங்கேற்றனர்; அதுமட்டுமின்றி, சங்கத்தை வழிநடத்தினர்; அரசியல் உரிமை பெற்றவர்களாக இருந்தனர் என்று தெளிவாகத் தெரிகிறது.[48] ஒருவன் ஆட்சி செய்யத் தகுதியுள்ளவனா இல்லையா என்பதைப் பிறப்பு நிர்ணயம் செய்வதில்லை என்று பிளேட்டோவின் 'ரிபப்ளிக்' கூறுகிறது; எனினும், சாரத்தில், பிறப்புதான் வழிகாட்டுகிறது.[49]

குடும்பம் என்ற ஏற்பாட்டில் அடிமை என்பவன் உயிருள்ள சொத்து என்பது அரிஸ்டாட்டிலின் கருத்து. வேலைக்காரன், மற்ற அனைத்துக் கருவிகளிலும் முன்னுரிமை பெற்ற கருவி. அவ்வளவே. அரிஸ்டாட்டில், 'சிலர் ஆட்சி செய்வதும், மற்றவர்கள் ஆளப்பட வேண்டும் என்பதும் அடிப்படையானது மட்டுமல்ல, உகந்ததும் ஆகும்; பிறந்த தருணத்திலிருந்தே கீழ்ப்படிந்து நடப்பதற்காக சிலர் குறிக்கப்பட்டுள்ளனர்; சிலர் ஆள்வதற்காக இருக்கின்றனர்' என்று கூறுகிறார். அவரது கருத்தில், 'ஒருவர் கீழ்ப்படிந்து நடப்பதும், மற்றொருவர் அதிகாரத்தை, பிரபுத்துவத்தைச் செலுத்துவதும் இயற்கை தம் உளம்கொண்ட ஒன்றே; இந்த அதிகாரத்தைத் தவறாகப் பயன்படுத்துவது இருவருக்குமே தீங்கை ஏற்படுத்தும்.' 'அடிமைகள் அடிமைகளாகப் பிறக்கிறார்கள்; ஆள்வோர், ஆள்வோராகவே பிறக்கிறார்கள்' என்பதே அரிஸ்டாட்டிலின் வாதம். இயல்பிலேயே ஒருவன் தாழ்ந்தவன், மற்றவன் உயர்ந்தவன். மிகச்சரியாக இது பிராமணர்கள் முன்வைக்கும் வாதத்தை ஒத்திருக்கிறது; மனிதர்களைச் சமமற்றவர்களாகவே கடவுள் படைத்துள்ளான்; ஆகவே, ஒவ்வொருவரும் வருணதர்மத்தைக் கண்டிப்பாக பின்பற்ற வேண்டும் என்பதே அவர்கள் கூற்று.

சமத்துவமின்மை இயற்கையானது என்பதைப் புத்தர் ஏற்கவில்லை; இதைப் போக்குவதற்கான தீர்வு, வாய்ப்புகள் அளிக்கப்படுவதில் இருக்கிறது என்று அவர் நம்பினார். 'நாட்டைப் பாதுகாக்க, படை அவசியம்; அடிமைகள் எஜமானர்களுக்குப் பணிசெய்ய வேண்டும்' என்ற உண்மையைப் புத்தர் ஏற்றுக்கொண்டார்; எனினும் இவை அரசை நடத்தத் தேவையான தற்காலிகச் செயல்பாடுகளே. எடுத்துக்காட்டாக,

ஓய்வு பெற்றபிறகு, அடிமைகளும் வீரர்களும் சங்கத்தில் சேருவதற்கு உரிமையில்லை என்று என்றைக்கும் புத்தர் கூறவில்லை; அவர்களுக்கு அந்த உரிமை இருந்தது. 'வீரர்களையும், அதிகாரிகளையும், அடிமைகளையும், கடன்காரர்களையும் அனுமதிக்கக்கூடாது' என்ற அவரது உத்தரவு மிகவும் திட்டவட்டமானது. மேலே குறிப்பிட்ட வரைமுறைகளுக்குள் வருபவர்களுக்கே விலக்கு அளிக்கப்பட்டது. ஏற்கனவே விவாதித்ததுபோல், பிம்பிசாரன் இறந்தபிறகு தனது இந்தக் கருத்தைப் புத்தர் மாற்றிக்கொண்டார் என்று தெரிகிறது. புத்தரைப் பொறுத்தவரை ஒன்றை மிகவும் குறிப்பிட்டுச் சொல்லவேண்டும். புத்தர் தொடக்கத்திலிருந்தே பிராமணர்களது நடவடிக்கைகளை எதிர்த்தார். என்றாலும் சங்கத்தில் அவர்களுக்கு அனுமதியை என்றைக்குமே அவர் மறுத்ததில்லை.

அரிஸ்டாட்டிலுக்குக் கைவினைஞர் வர்க்கத்தின்மீது நல்ல வெறுப்பு இருந்தது. 'ஆடுமேய்ப்பவர்கள் மிகவும் சோம்பேறிகள்; அவர்கள் சோம்பேறித்தனமான வாழ்க்கை நடத்துபவர்கள்; தமக்கான வாழ்வாதாரத்தை அந்த விலங்குகளிடமிருந்து சிரமப்படாமல் பெற்றுக் கொள்கிறார்கள்; மேய்ச்சலுக்காக அவர்களது மந்தைகள் ஒவ்வொரு இடமாக அலைந்து திரிகின்றன; மந்தைகளைத் தொடர்ந்து செல்ல வேண்டிய கட்டாயம் அவர்களுக்கு உள்ளது. ஒருவிதமான 'வாழும் பண்ணை முறையை' வளர்த்து உருவாக்குகிறார்கள்'[50] என்று அவர் கூறுகிறார். இது கைவினைஞர் வர்க்கங்களின் பங்களிப்பு பற்றிய பகுத்தறிவிற்கு ஒவ்வாத புரிதல். ஆனால், அரிஸ்டாட்டில்போல், புத்தர் என்றைக்கும் கைவினைஞர்களை நடத்தியதில்லை. சாக்ரடீஸ், பிளேட்டோ, அரிஸ்டாட்டில் ஆகியோர் புத்தருக்குப்பின் பிறந்தவர்கள். அவர்கள் வேறுபட்ட சமுதாயப் பொருளாதார சூழல்களில் வாழ்ந்தவர்கள். புத்தர் பண்டைய வேளாண் பொருளாதாரச் சூழலிலும், கிரேக்கச் சிந்தனையாளர்கள் நகர-அரசுச் சூழலிலும் வாழ்ந்தனர். எனினும், வர்க்கம் குறித்த பிரச்சனைகளில், பண்டைய மேலைநாட்டுச் சிந்தனையாளர்களைவிடப் புத்தரின் புரிதல் மிகுந்த பகுத்தறிவுடன் இருந்தது.

சாதி விஷயத்தில் அவரது புரிதலும், வெவ்வேறு சாதிகளுக்கு இடையிலான முரண்பாடுகளைத் தீர்ப்பதற்கான அவரது வழிமுறைகளும் தனித்தவை. சாதி அமைப்புமுறை புனிதம் மிக்கதல்ல என்று நிறுவ அவர் தொடர்ந்து முயற்சித்தார். சாதி அடிப்படையிலான வருணதர்மத்தில் பிராமணர்கள் சலுகைகளை அனுபவித்தனர்; ஆகவே புத்தர் பிராமணியத்தின் அடிப்படை

சாரத்தையே எதிர்க்க முனைந்தார். அவர் சாதி-எதிர்ப்புக் கொள்கைகளைப் போதிக்க மட்டும் செய்யவில்லை; சங்க வாழ்க்கை முறையில் அக்கொள்கைகளை நடைமுறைப்படுத்தினார். ஆக்கபூர்வமான அவரது அரசியல் கோட்பாட்டை இவை தெளிவாக வெளிப்படுத்தின.

அதேநேரத்தில் புத்தரது கோட்பாட்டின் உள்ளார்ந்த வரம்புகளையும் புரிந்துகொள்ள வேண்டிய தேவையுள்ளது. புத்தர் பிறந்த வர்க்கமும், அவர் ஆதரவளித்துக் கொண்டிருந்த வர்க்கங்களும் அடிமைகளையும் கடன்காரர்களையும் சங்கத்தில் அனுமதிக்கக்கூடாதென்று அவரைக் கட்டாயப்படுத்தியது இயல்பானதே. எனினும், இந்தக் கட்டுப்பாடுகளுக்கு எதிராகச் செயல்படுவதில் அவருக்கு ஒரு முற்போக்கான உள்நோக்கம் இருந்தது. பிளேட்டோ, அரிஸ்டாடில் போலன்றி, சூத்திர வர்க்கத்தினரை மனிதாபிமானத்துடன் நடத்தவேண்டும் என்று புத்தர் வாதிட்டார். பிராமணர்களின் அடக்குமுறையை எதிர்த்தார். இவ்வாறாக, உற்பத்திக்கும் சமுதாய சமத்துவத்திற்கும் இடையிலும், ஜனநாயகத்திற்கும் சமுதாயத்திற்குச் சொந்தமான சொத்துக்கு இடையிலும் சமன்பாடு ஒன்றை ஏற்படுத்திய முதல் அரசியல் சிந்தனையாளர் புத்தர்.

அடிக்குறிப்புகள்

1. Though the division of Society into Brahmin, Kshatriya, Vaisya and Sudra classes is described as varna (meaning 'colour') division by ancient and modern Hindu Scholars, this division was based more on occupation than on the colour of the skin, as we see today. Many modern historians starting with D.D.Kosambi, have studied this aspect of social history and are generally in agreement that the so-called varna division of ancient India is nothing but class division. See Kosambi's articles on caste and class in India, 'On History and India' and 'On Society: Problems of Interpretation' (Mumbai: University of Bombay, 1985) pp.127-133, also R.S.Sharma, *Sudras and Material Culture*, also R.C.Majumdar, *Corporate Life*, p.1-21, PP.312-33 where he compares the four ancient classes with those in England.

2. Sharma, *Sudras*. See PP.48-52 where Sharma says the Sudras were not supposed to possess any taxable property. By the time of Buddha this situation appears to have changed.

3. One major problem that arises in adopting such a definition is that of whether those Sudras who are rich and powerful in modern India can be defined as

part of the exploited class of Sudras. There is vast difference in the position of Sudras in modern and ancient India. In ancient India the Sudra upper castes like Reddys, Velemas, Patels, Thakurs, Khammas and so on, did not hold the positions they do today. Then they hardly had economic power, much less political and educational power.

4. Though the practice is not uniform, in the majority of Indian States a similar pattern exists. Among the innumerable Sudra castes, one caste is considered superior to another, with the untouchables at the rock bottom of the hierarchy.

5. Some writers like Ambedkar treated untouchables as *Panchamas.* In my view even that is not a useful analysis. Some South Indian writers treat the caste system as part of the Aryan/Dravidian question. I also do not agree with this view.

6. In his English translation *Ordinance of Manu* (from the Sanscrit) Arthur Coke Burnell use the word 'caste' only to indicate classes but he rightly entitled the chapter 'The Mixed Castes and Classes: Procedure in Time of Need'. He also said, 'The Kshatriya caste does not prosper without the Brahmin caste; the Brahmin caste does not flourish without the Kshatriya caste; but when the Brahmin and the Kshatriya castes are united they flourish both here and hereafter'. The term 'prosper' in my view refers to economic exploitation. Manu's formulation 'Gaining wealth and tending cattle' to describe the ideal aims of the Vaisyas indicate that his laws were formulated at a time when they were just transforming themselves from farmers to traders. See *Ordinance of Manu* (New Delhi:Oriental Book Reprint Corporation, 1971), pp.301,302.

7. Ibid., p.309. Manu States that, 'thus Sudras may get divided into fifteen castes'.

8. Ibid., pp.311, 312 fn. The translation at some places used the words 'should be' in brackets but for the sake of readability I have omitted the brackets.

9. B.P.Sinha, Readings in *Kautilya's Arthashastra* (New Delhi: Agam Prakashan, 1976), pp.132,133.

10. Sinha seems to have used the word, 'Aryan' as an equivalent to the Brahmin, Kshatriya and Vaisya combine. But this is a disputable usage, as class and caste distinction in India was never like colour distinction in Europe or America. The Whites and the African Americans in America, the African Blacks and the European white people in South Africa were distinguished solely by their colous. In India Brahmins are as dark as the untouchables are. There is no anthropological evidence in North India to prove the colour or racial theory of caste.

11. Ibid., pp.134, 165-167. This fixation of position continues even today. The Yadavas consider themselves to the superior to toddy tappers, who consider themselves superior to washermen, who look down on barbers, who consider themselves higher placed than untouchables and so on.
12. According to Majumdar the distinguishing feature of the period was the struggle for ascendancy between the Kshatriyas and Brahmins. See Majumdar, *Corporate Life*, p.343.
13. Rockhill, *Life of Buddha*, p.8. This narration comes in the process of the Buddha's explanation of the division of labour.
14. *Tevigga Sutta* (The Maha Silam), SBE, vol.11, pp.196, 197-200
15. *Digha Nikaya*, pp.122, 197.
16. See *Tevigga Sutta*, SBE, vol.11, pp.192-195.
17. Majjhima Nikaya, p.147. quoted in The Buddhist Tradition in India, China and Japan, ed. William Theodore De Bary (New York: Vintage Books, 1972), pp.49-50.
18. Sharma, *Material Culture*, p.121. In this footnote Sharma provides the Pali version also.
19. *Digha Nikaya, Kutadanta Sutta*, pp.104-105.
20. See chapters 2 and 3, this volume. Also see Sharma, *Material Culture*, p.121.
21. Chattopadhyaya, *Lokayata*, p.463.
22. See Rockhill, *Life of Buddha*, pp. 40-41, where is narrated the winning over the Uravilla Kasyapa and Gaya Kasyapa who had thousand followers with them, all Brahmins.
23. R.S.Sharma says that the brahminical attitude towards traders as known from Dharmasastras was not sympathetic. The liberal donations of Ananthapindika and other lay merchant millionaires to Buddha and his order can be better appreciated if we bear in mind the brahminical attitude to the trade. See *Material Culture*, pp.123-124.
24. Ambedkar, *The Untouchables: Who are They?* (Shravasti: Bharatiya Buddha Shiksha Parishad, 1977), p.99.
25. Nalinaksha Dutt discusses the Brahmin's position before and after they degenerated. He observes, 'The ancient sages were ascetics. They exercised self control avoiding the five pleasures of the senses, their wealth consisted no of cattle, gold, or grains, but of purity and learning. They lived on food collected at the door of the faithful and used the bed and clothes offered to them reverentially by the well-to-do. They performed sacrifices with clarified

butter or oil, which they collected by begging, and they never killed any cows in sacrifice. In course of time, however, they began to covet king's riches, splendour and objects of pleasure, such as women adorned with ornaments. With an eye to these gains, they approached kings, persuaded them to celebrate aswamedha, purusamedha and vajapeya and received as fees from them gold, women, chariots, horses, cows, beds and clothes. They persuaded kings to celebrate sacrifices by offering cows, land, gold and grain etc.' See *Early Monastic Buddhism* (Calcutta:Firma K.L.Mukhopadhyaya, 1971), p.3.

26. Oldenberg, *Buddha*, pp.63, 64., where he quotes the Rattapalasuttana in the Majjhima Nikaya.
27. *Digha Nikaya*, p.125.
28. The contradictions among the ruling classes, though, force them to vie with each other, but when the working class, the slaves, the artisans and the emerging peasantry revolt against them the ruling classes unite. For theoretical understanding of contradictions see Mao Zedong, 'On Contradictions', *Collected works*, vol.1 (Peking: Foreign Languages Press, 1977), pp.311-345, and also see Majumdar, Corporate Life, P.242. where he discusses the bitter struggle between democratic republics and imperialist states in Ancient India.
29. *Chullavagga*, Ninth Khandaka, p.304. One of the remarkable methods that the Buddha adopted to explain his philosophical propositions is to draw parallels from nature.
30. Upholders of brahaminical ideologies spread the rumour that if Sudras touched, dined or married with the upper caste persons, they would be punished in hell or reborn as donkeys, dogs or as diseased persons. Such propaganda destroyed people's confidence.
31. Oldenberg, *Buddha*. pp. 152-153.
32. Chattopadhyaya, *Lokayata*, p.460, quoting Rhys Davids.
33. Fick, *Social Organisation*, p.33. The author quotes from Tittira Jataka, p.217.
34. The *Theragatha* is a collectiton of opinions and poems of bhikkus. See *Theragatha*, tr. Mrs.Rhys Davids as The Psalms of the Early Buddhists. (London: Pali Text Society, 1948).
35. Oldenberg, *Buddha*. p. 157. See the footnote. However Oldenberg says that he was not aware of any instance in which a Chandala was admitted into the Sangha. I think that given the nature of the work and the social placement of Sunita he could have been an untouchable. This aspect needs to be probed further.

36. See Ambedkar, *The Untouchables* where he quoted Manu as saying 'If a person touches a Buddhist or follower of Panchupat, Lokayataka, Nastika and Mahapataka he should purify himself by a bath'. *Writings and Speeches*, Vol.7. p.315.
37. Rockhill, *Buddha*, p.144.
38. Ibid., pp.55, 86,87.
39. See Bapat, ed, *2500 years of Buddhism*, p.31. It is this first council which settled the Dhamma and the Vinaya. Of the three councils which were held to draw upon the canonical texts and the creed in their pure form, the first council is the most important.
40. See Rockhill, *Life of Buddha*, pp.105-106. There was a general feeling in ancient days, which Buddha seems to share, that slaves indulge in slandering and malice.
41. *Mahavagga*, p.196, 199.
42. See Chattopadhyaya, *Lokayata*, pp.464-466. He translates the analysis of Rahul Sankrityayana from Hindi. It may also be remembered that King Bimbisara, many rich merchants and the wealthy courtesan Amrapali were all supporters of Buddha.
43. See Sharma, *Material Culture*, pp.116, 121, 125,173 and also Rockhill, *Life of Buddha*, p.106, where it is mentioned that Buddha ordered the kings to treat the slaves who join the sangha as equals.
44. Sabine, *History*, pp.19-21.
45. Wood and Wood say, 'The bulk of the free population was a fairly homogeneous class of craftsman, traders, peasants and labourers'. See Wood and Wood, *Class, Ideology and Ancient Political Theory*, pp.21,44.
46. Nersesyants, *Ancient Greece*, p.70.
47. T.A.Sinclair, *A History of Greek Political Thought* (London: Routledge & Kegan Paul, 1951), p.149.
48. Upali and Sunita are two good examples not only of participation but also of political leadership.
49. See Sinclair, *Greek Political Thought*, pp.151, 152, where he states that it is the character that determines the ruler's virtue. But the principle is confirmed only to the two ruling groups.
50. Aristotle, *Politics*. pp.1131, 1136.

8. பெண்கள்

பெண்கள் குறித்த அரசியல் சிந்தனையாளர்களின் பார்வை முக்கியத்துவம் வாய்ந்தது; வர்க்கம், சாதி, அரசு சார்ந்து அனைத்து சமுதாயத்திலும் பிரச்சனைகள் காணப்படுகின்றன; அதுபோலவே ஆண்களுக்கும் பெண்களுக்கும் இடையிலான சமத்துவமின்மை காணப்படுகிறது. இது முதன்மையான பிரச்சனை என்று அரசியல் தத்துவத்தை விமர்சிக்கும் பெண்ணியவாதிகள் மதிப்பிடுகிறார்கள். ஆகவே, அரசியல் சிந்தனையாளர்களின் கருத்துகளைப் பாலின நோக்கில்தான் ஆராயவேண்டும். அப்போதுதான் சமுதாய உறவுகளை அதன் முழுப்பரிமாணத்தில் புரிந்துகொள்ள முடியும். சூசன் மோலர் ஒகின் தனது முக்கியப் படைப்பான '*Women in Western Political Thought*' என்ற நூலில் இவ்வாறு கூறுகிறார்: 'அரசியல் தத்துவங்கள் குறித்த செவ்வியல் இலக்கியங்களில் பெண்கள் எவ்வாறு சித்தரிக்கப்பட்டுள்ளனர் என்பதை எவரும் இதுவரை முறையாக ஆய்வு செய்யவில்லை; வரலாற்றில் மனித இனத்தின் சமுதாய, அரசியல் வாழ்வுநிலை மீதான அவர்களது சிந்தனைகளை இந்தப் படைப்புகளின் வழியாகத்தான் பெரும் சிந்தனையாளர்கள் வெளிப்படுத்தினர்.'

சமுதாய மாற்றம் என்பது, இந்நாள் வரை மனிதர்களுக்கிடையில் காணப்பட்ட சமமற்ற உறவுகள் அனைத்தையும் மாற்றுவது என்று புரிந்துகொள்வது முக்கியம். மனித இனத்தின் சரிபாதியான பெண்கள், சமத்துவமற்ற வாழ்க்கையைத்தான் வாழ்கின்றனர். மோலர் ஒகின், 'பெண்கள் முறையான குடியுரிமை பெற்றுள்ளனர் என்பது உண்மை; ஆனால், அதைத் தவிர்த்து வேறு எதிலும் ஆண்களுக்கு இணையான சமத்துவத்தை அவர்கள் பெறவில்லை; ஆகவே, பெண்கள் குறித்து சிந்தனையாளர்கள் அனைவரும் கொண்டிருந்த கருத்துகளை, அவர்கள் வாழ்ந்த வரலாற்றுச் சூழல்

சார்ந்து அறிந்துகொள்ள வேண்டும் என்பதற்கு இதுவே காரணமாக உள்ளது'[1] என்று தனது கருத்தைப் பதிவுசெய்கிறார்:

நீண்ட காலத்திற்குப் பெண்கள் நிலை என்பது 'தனிப்பட்ட வெளி' (private domain) என்று கருதப்பட்டது. சமத்துவமற்ற நிலையில், ஆண்களுக்குக் கீழ்ப்பணிந்தே அவர்கள் இருந்தனர். ஆகவே, இருபாலினத்தையும் சேர்ந்த சிந்தனையாளர்களும் பெண்கள் குறித்து கூறிய கருத்துகளை ஆராய்வதில் அரசியல் விஞ்ஞானிகள் அதிக அக்கறை காட்டவில்லை; ஆனால், தற்கால பெண்ணியப் பள்ளிகள் 'தனிப்பட்ட நபர் சார்ந்தது என்பதே ஓர் அரசியல்' என்ற ஒரு முக்கியமான கொள்கை சார்ந்த கருத்தை முன்வைத்து இந்தக் கட்டுக்கதையை உடைத்தன. அதிகார அரசியல் செயல்படாத இடமே இல்லை; வேறுவகையில் கூறினால், தனிப்பட்ட வெளி என்பதே இல்லை; அனைத்துமே பொது. ஆகவே, அனைத்தும் பொது வெளிகளே என்று அவை கூறின.

பண்டைய காலத்தையும் நவீன காலத்தையும் சேர்ந்த சிந்தனையாளர்கள் இந்தியச் சூழலில் பெண்கள் குறித்து கூறிய கருத்துகளை உன்னிப்பாக ஆராய வேண்டியது முக்கியம். ஏனெனில், சதி, விதவை நிலை, குழந்தைத் திருமணம் போன்ற மேலும் சில பழக்கங்களை பிராமணிய அமைப்பு நிறுவனப்படுத்தியது. இதன் காரணமாக ஆண்களுக்கும் பெண்களுக்குமான இடைவெளி மேலும் அதிகரித்தது. புத்தர், கௌடில்யர், மனு ஆகியோரைப் போன்று இந்த நடைமுறைகளும் பழமையானவை என்பது வியப்பிற்குரியதல்ல. ஆகவேதான், பெண்கள் குறித்த புத்தரின் அரசியல் பார்வையை, பண்டைய ஹிந்துச் சிந்தனையாளர்களுடன் ஒப்பிட்டு ஆராய்வது மிகவும் முக்கியத்துவம் வாய்ந்ததாகக் கருதுகிறேன். பண்டைய இந்தியாவில் பெண்களின் நிலை எப்படி இருந்தது என்பது குறித்து அதிகமான நவீன வரலாற்றாளர்களோ, அரசியல் விஞ்ஞானிகளோ எழுதவில்லை. எனினும், அல்டேகர் இந்தப் பொருள் குறித்து நீண்ட புத்தகம் ஒன்றை எழுதியுள்ளார். ஆனால், 450 பக்கங்கள் கொண்ட அந்தப் புத்தகத்தில் பௌத்த, சமண மதங்களின் காலத்தில் பெண்களின் நிலை குறித்து வெறும் 5 பக்கங்கள் மட்டுமே அவர் பேசியுள்ளார்.[2] இது புத்தருக்கு நியாயம் செய்வதாகாது. மனு, கௌடில்யர், வாத்ஸ்யாயனர் போன்ற ஹிந்துச் சிந்தனையாளர்களின் கருத்துகள் மிகப் பரவலாக அறியப்பட்டுள்ளன. எனவே, புத்தரின் கோட்பாடுகளை மிக விரிவாக ஆய்வு செய்வது தேவையாகிறது.

பின்னணி

புத்தர் தனது கோட்பாட்டை உபதேசிக்கத் தொடங்கி, சங்கங்களை நிறுவத் தொடங்கிய காலத்தில், இந்தியப் பெண்கள் ஓர் இருண்ட காலத்தைக் கடந்துகொண்டிருந்தனர். சிந்து சமவெளியின் சமத்துவப் பண்பாடு புறக்கணிக்கப்பட்டுச் சுருங்கிப்போனது. அதன் நகர வாழ்க்கையின் சொகுசு விஷயங்களும் மறைந்துபோயின. இதன்பின் ரிக் வேதகால பிராமணிய சமுதாயம் நிறுவப்பட்டது. பெண்கள், அவர்கள் பெற்றிருந்த சமுதாய, அரசியல் உரிமைகள் அனைத்தையும் அச்சமயத்தில் இழந்தனர். தொடக்கத்தில், ஆண்களுக்கு இணையாகப் பெண்களும் சடங்குகளை நடத்தவும், மந்திரங்களை உச்சாடனம் செய்யவும் உரிமை பெற்றிருந்தனர்; ஆனால், காலப்போக்கில், அதாவது உப-வேதங்களின் காலத்திலும், உபநிஷத்துகளின் காலத்திலும் அவர்களின் நிலை சீர்கெட்டது. இந்தக் காலகட்டத்தில் பலதார மணம் பொதுவான நடைமுறையாக இருந்தது; ஆணாதிக்கம் நிறைந்த குடும்ப அமைப்பும் சமுதாயமும் பெண்களது சமுதாய-அரசியல் உரிமைகள் அனைத்தையும் தகர்த்தெறிந்தன.[3]

கணவன் சாப்பிட்டபின்தான் மனைவி சாப்பிடவேண்டும்; எவ்வளவு ஆத்திரமூட்டப்பட்டாலும் கணவனை எதிர்த்துப் பேசாத மனைவியே பாராட்டிற்குரியவள் என்று 'சதபத பிராமணம்' கூறுகிறது. அப்போதிலிருந்தே நிலைமை படிப்படியாகச் சீர்குலைந்துபோனது. 'கிருஹ்ய சூத்திரம்[*]' தொகுக்கப்பட்ட காலத்தில் குடும்ப அமைப்பு மிகவும் இறுகிப் போய்விட்டது.[4] மாதவிலக்கின்போது மட்டுமல்ல, சாதாரண நாட்களிலும் மதச்சடங்குகளிலிருந்து பெண்கள் விலக்கி வைக்கப்பட்டனர். அத்துடன், இறந்தவர்களுக்குச் செய்யப்படும் சடங்குகளிலும் ஒரு மாற்றம் ஏற்பட்டது: மணமானவர்களின் உடல் எரிக்கப்படும் சமயத்தில் மகனின் பங்களிப்பு பெரும் முக்கியத்துவம் பெற்றது. இந்த மாற்றம் ஏற்பட்டதிலிருந்து ஆண் மகவைப் பெற்றெடுப்பது ஆரியப் பண்பாட்டில் பெண்களின் முதன்மைப் பணியாகியது. பௌத்த இயக்கத்தின் தொடக்கக்காலத்தில் பலதார மணம் வழக்கத்திலிருந்தது. ஆயினும் ஒருவனுக்கு ஒருத்தி என்ற கோட்பாடும் தோன்றிக் கொண்டிருந்தது. புத்தரும் இராமனும் ஒரு பெண்ணை மட்டுமே மணம் புரிந்தனர் என்று பண்டைய இந்திய இலக்கியங்கள் கூறுகின்றன.[5] மேலை நாடுகளில் ஒருதார

★ ஒரு மனிதனின் வாழ்வில் ஒவ்வொரு நிலையிலும் செய்யவேண்டிய சடங்குகளை (சமஸ்காரங்கள்) விளக்கும் சாத்திரம்.

மணத்தின் தோற்றம் பெண்களுக்கு சில பாதுகாப்புகளைக் கொண்டு வந்தது என்று கூறப்பட்டது. ஆனால், இந்தியாவில் அப்படி நிகழவில்லை. ஆண் வாரிசுகள் செய்யும் சடங்குகளால் மட்டுமே சொர்க்கம் அல்லது மோட்சம் கிடைக்கும் என்றது பிராமணக் கோட்பாடு; இதன் காரணமாக ஒருதார மணம் பெண்களுக்கு மேலும் துயரத்தையே தந்தது.[6] இந்தப் பின்னணியில்தான் புத்தரின் பெண்கள் குறித்த பார்வையை ஆராயவேண்டும். ஆனால், பெண்கள் குறித்து என்னவிதமான கருத்துகளைப் புத்தர் கூறினார், செயல்படுத்தினார் என்பதை ஆய்வு செய்வதற்கு முன்னால், பெண்களின் உரிமைகளும் கடமைகளும் குறித்த மனு, கௌடில்யர், வாத்ஸ்யாயனர் ஆகியோரின் பார்வைகளையும் அறிந்துகொள்ள வேண்டும்.[7] இந்த மூவரும் பெண்கள் பற்றி ஒரே காலகட்டத்தில் எழுதவில்லை. எனினும், மூவரும் பழங்காலத்தைச் சேர்ந்தவர்கள். வேத காலத்திற்குப் பிந்தைய பிராமணிய மனநிலையைப் பிரதிபலிப்பவர்கள்.

பெண்கள் குறித்து மனு, கௌடில்யர், வாத்ஸ்யாயனர்

ஒரு பெண் 'சிறுவயதில் தனது தந்தையின் கட்டுப்பாட்டில் இருக்கிறாள்; இளமையில் கணவனின் பாதுகாப்பில் இருக்கிறாள்; கணவன் இறந்துவிட்டால், மகனின் கட்டுப்பாட்டில் இருக்கவேண்டும்; வயதான பெண்கள் அனைவரும் மகன்களின் கட்டுப்பாட்டில்தான் இருக்கவேண்டும்' என்கிறார் மனு. எந்த வயதிலிருந்தாலும் ஒரு பெண் தன் மனப்போக்கின்படி இயங்கக்கூடாது; எப்போதும் அவளை ஓர் ஆண் தான் வழிநடத்த வேண்டும். இப்படி, பெண்ணுக்கு அடிப்படை அரசியல் உரிமையை அவளது வீட்டிலேயே மனு மறுக்கிறார். தனக்கான முடிவுகளை எடுப்பதற்கான உரிமை மறுக்கப்படும் பெண்களின் முன்முயற்சிகள் அனைத்தும் முனை மழுங்கச் செய்யப்படுகின்றன. சிறுவயதில் தந்தையின் கட்டுப்பாட்டிலும், திருமணத்திற்குப்பின் கணவனின் கட்டுப்பாட்டிலும், வயதான காலத்தில் மகனின் கட்டுப்பாட்டிலும் இல்லாமல் பெண்கள் தனித்து வாழ்வதை மனு தீவிரமாகத் தடைசெய்கிறார். இந்தச் சட்டத்தை மீறும் பெண்ணை சமுதாயம் கண்டிக்கவேண்டும்; மன்னன் அவளுக்குத் தண்டனை கொடுக்கவேண்டும் என்கிறார் அவர்.

அதுமட்டுமின்றி, தவறான தொடர்பு வைத்துள்ளவனாக, ஒழுக்கம் கெட்டவனாக அல்லது தொற்று வியாதி உள்ளவனாகக் கணவன் இருந்தாலும் மனைவி அவனை எப்போதும் கடவுளைப்போல்

ஆராதிக்க வேண்டும். தனியாக அவள் தியாகமோ, நோன்போ, உண்ணாவிரதமோ மேற்கொள்ள வேண்டியதில்லை; கணவனுக்கு அடிபணிந்து நடந்தால் அவள் நேரடியாகச் சொர்க்கம் செல்வாள். இவ்வாறு மதச் சடங்குகள் செய்வதிலிருந்தும் அவள் விலக்கிவைக்கப்பட்டிருந்தாள். அந்தக் காலகட்டத்தில் சமுதாயத்தின் மிக முக்கிய நிறுவனமாக மதமே இருந்தது. எனவே, அவளுக்கு மத உரிமை மறுக்கப்படுகிறது என்றால், அதன் சாரம், அனைத்து சமுதாய உரிமைகளும் அவளுக்கு மறுக்கப்படுகிறது என்பதே.

திருமணம் ஆகாமலோ, ஆணின் ஆதரவின்றியோ பெண்கள் வாழமுடியாது என்ற நிலையை மனு உருவாக்கினார்: அதுமட்டுமின்றி ஒருதார மணத்தையும் பெண்கள் மீது திணித்தார். 'ஒற்றைக் கணவன் என்ற மனைவிகளுக்கான விதிகள் கூறும் உன்னதமான சட்டத்தைப் பின்பற்றி இறக்கும்வரை தீவிர கற்புநெறியுடன் (மூல நூலில் உள்ளபடி) அவள் இருக்கவேண்டும்.' இதை வேறுவிதமாகக் கூறினால், ஒரு கணவன் பல மனைவிகளை மணம் செய்துகொள்ளலாம். ஆனால், ஒரு பெண் பல கணவர்களை மணப்பது கடுமையாகத் தடைசெய்யப்பட்டிருந்தது. கணவனுக்குக் கீழ்ப்படியாத மனைவி நரியாகப் பிறப்பாள்; அவள் நோய்வாய்ப்படுவாள் போன்ற அறநெறிகளையும் மனு கூறினார். மேலும், இந்த விதிகள் ஒரு பெண்ணின் அறநெறி சார்ந்த, மதம் சார்ந்த விழுமியங்கள் என்பதாக மட்டும் அவர் விட்டுவிடவில்லை: இவை உறுதியாகச் செயல்படுத்தப்படுவதை அரசனது கடமைகளுடன் பிணைத்தார். இந்த விதிகளைப் பின்பற்றாத பெண்களைக் கடுமையாகத் தண்டிக்கவேண்டும் என்கிறார். எடுத்துக்காட்டாக, 'அவள் ஆணவம் பிடித்தவள் என்று அவளது குடும்பமோ அல்லது அவளது பெற்றோர்களோ கூறினால், அந்தத் தவற்றைப் பெண்ணின் கணவனிடம் நிரூபிக்க வேண்டும்; அரசன், மக்கள் அதிகமாகக் கூடுமிடங்களில் அவளை நிற்கவைத்து நாய்களை விட்டுக் கடிக்கவைப்பான்.'[8] மனு கூறியது இப்படி என்றால், கௌடில்யரின் நீதிநெறி சார்ந்த கட்டளைகள் இதைவிடக் கடுமையானவை.

ஆட்சிக்கலையில் பெண்களுக்கென குறிப்பிட்ட பாத்திரம் ஒன்றை கௌடில்யர் நிர்ணயிக்கிறார். அவர்களை இரண்டு பகுதிகளாகப் பிரிக்கிறார். அந்தப்புரங்களில் இருந்துதான் அரசுக்குப் பெரும் ஆபத்து வரும் என்று கணிக்கிறார். ஆகவே, அங்கு உளவு பார்க்கும் வேலையை 'கணிகையர்' எனப்படும் பெண்களிடம் கொடுக்கிறார்; அவர்கள் மணம் செய்துகொள்ளக் கூடாது. இவ்வாறு,

வேவுபார்க்கும் செயலுடன் தொடர்புடையதாக விபச்சாரத்தை அவர் சட்டப்பூர்வமாக்குகிறார். பாதுகாப்புப் படைக்குள்ளும், அந்தப்புரத்திலும், அரசவையிலும் வேறு சில இடங்களிலும் இந்தக் கணிகையர் பணியமர்த்தப்படுகின்றனர்.[9] மற்றொரு பகுதியினர், மணமான பெண்கள். அவர்களைப் பற்றியும் அவர்களது அந்தஸ்து குறித்தும், நடத்தை பற்றியும் அவர் அதிகம் கவலைப்படுகிறார். திருமணமான பெண்கள் அனைவரும் கடுமையான கட்டுப்பாட்டின் கீழும் தொடர்ந்த கண்காணிப்பிலும் இருக்கவேண்டும் என்கிறார்.

இந்த விஷயத்தில் மனுவைவிட கௌடில்யர் மிகவும் தாராள மனதுள்ளவர்போல் தோன்றுகிறார்; உண்மையில் அப்படி இல்லை. அவர் கூறும் சர்வாதிகார முடியரசு, குடும்பப் பெண்களின் அனைத்து நடவடிக்கைகளையும் கண்காணிக்கும் அதிகாரம் பெற்றது. ஆகவே, பெண்களின் நிலை மேலும் சீர்குலைந்து போனது. தர்ம விதிகளின்படி இருதரப்பாரின் ஒப்புதலின் படி நடைபெறும் திருமண பந்தம் முறிக்க முடியாதது.[10] கௌடில்யர் 'கன்யா சுலகாவை' (மணப்பெண்ணுக்கு விலை) அனுமதிக்கிறார். இதனால் திருமண முறையில் வணிகம் சார்ந்த வியாபார உறவுகள் புகுந்தன. கௌடில்யர் விவாகரத்தை அனுமதித்தார். எனினும், ஒருவனுடன் மனைவி வாழும் காலம் வரை அவள்மீது கணவனுக்கு முழு உரிமைகள் உண்டு என்கிறார். மனைவியை உடல் ரீதியாகத் தண்டிக்கும் உரிமை கணவர்களுக்கு அளிக்கப்பட்டது. பிறழும் மனைவிகளுக்கு மணவாழ்வின் கடமைகளை அறிவுறுத்தும் வகையில் தண்டனை அளிக்கப்பட்டது; பிரம்பு அல்லது கயிறு கொண்டு அவளது உள்ளங்கை அல்லது இடுப்பில் மூன்று அடிகள் அளிக்கப்பட்டன. அர்த்தசாஸ்திர விதிமுறைகளின் படி பெண்கள் நடக்காவிட்டால், அவர்களுக்குத் தண்டனை அளிக்கும், அபராதம் விதிக்கும் பெரும் அதிகாரத்தை அரசுக்கு கௌடில்யர் அளிக்கிறார்.

பெண் சூதாடினால், அல்லது மது அருந்தினால் அவள் மூன்று பணம் அபராதம் செலுத்தவேண்டும். கணவன் வீட்டிலிருக்கும்போது, அவள் வீட்டை விட்டு வெளியில் சென்றால் 12 பணம் அபராதம். ஒரு ஆணும் பெண்ணும் சைகை காட்டிப் பேசிக்கொண்டால் பெண்ணுக்கு மட்டும் 20 பணம் அபராதம் விதிக்கப்படும். சந்தேகப்படும்படியான இடத்தில் நின்று ஒரு பெண் யாரிடமாவது பேசிக்கொண்டிருந்தால், அபராதத்திற்குப் பதிலாகச் சாட்டையடிகள்.[11] இவ்வாறு வீடு என்பதை கௌடில்யர் தனியார் இடமாகப் பார்க்கவில்லை. ஆணாதிக்க- பிராமணிய விதிகளில் சிறிய மீறல்கள், அது நான்கு

சுவர்களுக்குள் நடந்தாலும், அரசாங்கம் அதில் தலையிடமுடியும். மனுவைப்போலவே இவரும் மணமான பெண்களுக்குச் சமுதாய, அரசியல் உரிமைகளை அளிக்கவில்லை.

வாத்ஸ்யாயனர் காலத்திலிருந்து பெண்கள் குறித்த ஹிந்துப் பார்வையில் புதிய மாற்றம் ஏற்படுகிறது. பெண்களை அவரும் இரண்டு விதமாகப் பிரிக்கிறார். ஒரு பிரிவினர், ஆண் வாரிசுகளை பெற்றளிப்பதை முக்கியக் கடமையாகக் கொண்ட மனைவிகள். மற்றொரு பிரிவினர், அறுபத்து நான்கு காதல் கலைகளையும் கற்று ஆண்களுக்கு இன்பமளிக்கும் 'கணிகைகள்'. அவரது கருத்தில், 'நாகரீகன்' (நாகரீகமான மனிதன்) எவனும் தனக்கென்று தனியாக அந்தப்புரத்தை அமைத்துக்கொள்ளலாம். கடுமையான விதிகளைப் பயன்படுத்தி மனைவிகளைக் கட்டுப்பாட்டில் வைத்துக்கொள்ளலாம். ஆண்களின் கை விளையாட்டுப் பாவைகளாய் பெண்களை வாத்ஸ்யாயனர் கீழிறக்கினார். தேடிவரும் வாடிக்கையாளனை எப்படியெல்லாம் ஒரு கணிகை மகிழ்ச்சியாக வைத்துக்கொள்ள வேண்டும் என்று நீளமாக விவரிக்கிறார். ஒரு குடிமகன், வைத்திருக்க வேண்டிய விஷயங்களை விவரமாகப் பட்டியலிடுகிறார்: விருந்து, விழாக்கள் போன்றவை நடத்தும்போது, பெண்களைக் கேளிக்கைக்காகப் பயன்படுத்திக் கொள்வதற்கு வசதியாக வீட்டில் அலங்கரிக்கப்பட்ட அறைகளும் சாதனங்களும் இருக்கவேண்டும். வாத்ஸ்யாயனரின் பார்வையில், அரசியலிலோ அல்லது அரசாங்க விஷயங்களிலோ பெண்களுக்கு இடம் கிடையாது.[12]

இவ்வாறு, ஒருதார குடும்ப அமைப்புமுறை சட்டகத்திற்குள் பெண்களை அடிமைப்படுத்தி வைக்கக் கோட்பாட்டு அடிப்படையிலான சட்டகத்தை ஹிந்துச் சிந்தனையாளர்கள் அளித்தனர். வாழ்க்கையில் பெண்களை ஓரங்கட்டி வைக்க அரசியலைப் பயன்படுத்திக்கொண்டனர். இதனடிப்படையில், அடிமைபோல் பெண்களின் நிலையைத் தாழ்த்தி வைக்க கற்பு, விபச்சாரம், திருமணம் போன்ற நிறுவனம் சார்ந்த அனைத்து ஏற்பாடுகளும் பயன்பட்டன. எனவே, இவைபோன்ற ஹிந்துக் கோட்பாடுகளின், நிறுவனங்களின், கருத்தியல் நிலைப்பாடுகளின் பின்னணியில்தான் அந்தக் காலகட்டத்துப் பெண்களின் உரிமைகள், அவர்களது நிலைமைகள் குறித்து புத்தருக்கு இருந்த புரிதலை ஆய்வு செய்யவேண்டும்.

பெண்கள் குறித்து புத்தர்

பெண்கள் குறித்து பிராமணியமும், பௌத்தமும் கொண்டிருந்த கருத்துகள் மீதான ஏ.எஸ்.அல்டேகரின் கருத்தியல் நிலைப்பாடு ஆர்வமூட்டுவது. வேத வேள்விகளில் பெண்கள் கலந்துகொள்ளாமல் இருந்ததற்கு வேள்வி நடைமுறைகள் சிக்கலானவையாக மாறியதே காரணம் என்கிறார் அவர். நடைமுறை மாற்றம் காரணமாக விவரங்களை நுணுக்கமாக அறிந்துகொள்ள வேண்டிய தேவை பெண்களுக்கு அப்போது எழுந்தது. எனவே 'பிராமணங்களின்' காலகட்டத்தில் அந்த இடங்களை ஆண்கள் இடப்பெயர்ப்பு செய்தனர். அவர்களிடம் அந்தப் பொறுப்பு ஒப்படைக்கப்பட்டது. அல்டேகர் பௌத்தக் கோட்பாடுகளையும் நடைமுறையையும் விவாதிக்கிறார்: 'கட்டுப்பாடு தளர்த்தப்பட்டதால், தகுதியற்ற மனிதர்கள் மடாலயங்களிலும் பெண் துறவிகளின் மடங்களிலும் அனுமதிக்கப்பட்டனர்; அதனால் அறிநெறிசார்ந்த வாழ்வின் தன்மை குலைந்தது.' பௌத்த பெண்துறவியர் மடங்களையும் அங்கு பின்பற்றப்பட்ட அறநெறி சார்ந்த வாழ்க்கையையும், ஹிந்துக் கருத்தியல் மற்றும் அதன் நடைமுறைகளுடன் ஒப்பிட்டுப் பேசும் அல்டேகர் ஒருதலைபட்சமான முடிவிற்கு வருகிறார்.[13]

பெண்கள் குறித்து புத்தருக்குச் சில வரம்புகள் இருந்தன; தனிப்பட்ட மனச்சாய்வுகளும் இருந்தன. எனினும், அவருக்கு உரியனவாக ஐந்து முக்கிய சாதனைகளைக் கூறலாம். (அ) சங்கத்தில் சேருவதற்கான அவர்களது அரசியல் உரிமையை அங்கீகரித்தார்; (ஆ) அமைப்பில் பெண்கள் தலைவர்களாவதற்கு உரிமை உண்டு என்று சங்கத்தில் வலியுறுத்தினார்; (இ) ஆதிக்கம் நிறைந்த ஹிந்துக் கருத்திற்கு மாறாக, ஆணின் ஆதரவின்றி ஒரு பெண் தனது ஆளுமையை, தனித்தன்மையை உருவாக்கிக் கொள்ளலாம் என்பதைப் புத்தர் அங்கீகரித்தார்; (ஈ) வீடுபேறு அடைவதற்கு, குடும்பமும் ஆண் குழந்தையைப் பெற்றெடுப்பதும் முக்கியம் என்ற கட்டுக்கதையை உடைத்தார்; (உ) பெண்களுக்குக் கல்வியையும், அவர்களது அரசியல் முனைப்புகளையும் முதன்முதலில் அங்கீகரித்தவர் அவர். இந்த ஐந்து புத்தாக்கங்களைப் புத்தரும் சங்கமும் எவ்வாறு கையாண்டனர் என்பதை ஒன்றன்பின் ஒன்றாக ஆய்வு செய்யலாம்; அந்தச் செயலின்போதே, புத்தரது புரிதலின் வலிமையையும் பலவீனங்களையும் ஆய்வுக்கு உட்படுத்துவோம்.

பெண்களைச் சங்கத்தில் அனுமதித்தல்

பெண்களைச் சங்க அமைப்பில் அனுமதித்தது அவரது வாழ்நாளில் புத்தர் எடுத்த மிக முக்கிய முடிவு. மற்றவர்களைப்போலவே, தனிப்பட்ட போராட்டங்களின் வழியாகத்தான் அவர் கற்றுக்கொண்டார்; பிரச்சனைகளைப் புரிந்துகொள்வதையும் வளர்த்துக்கொண்டார். அவரது மனநிலை, அவரது சிந்தனையைப் பண்படுத்தியவை, சமூகத்தில் நிலைபெற்றிருந்த மதிப்பீட்டு முறைகள் மூலம் கற்றுக்கொண்டார். பெண்களை அனுமதிப்பது குறித்து ஆனந்தனுடன் அவர் மேற்கொண்ட விவாதங்களில் இந்தப் போராட்டம் மிகத் தெளிவாக வெளிப்படுகிறது. கிடைத்திருக்கும் தொன்மையான ஆதாரங்கள் அனைத்திலும், சங்கத்தில் சேருவதற்கான முன்முயற்சியை பெண்கள்தான் எடுத்தனர் என்ற உண்மையை பௌத்த இலக்கியங்கள் மட்டுமே மறைக்கவில்லை.[14] சங்கம், அக்காலத்துப் பெண்களின் கோரிக்கைகளுக்கு சாதகமாகவே எதிர்வினையாற்றியது.

மகா பிரஜாபதி சங்கத்தில் அனுமதிக்கப்பட்ட நிகழ்வு பௌத்தத்தை ஆராயும் மாணவர்கள் கவனிக்கவேண்டிய முக்கிய விஷயம். எனினும், புத்தர் பெண்களுக்கு அனுமதி அளிப்பதற்கு முன்னால் எண்ணற்ற சிறிய விவாதங்கள் நடந்தன. அவை புத்தர் மற்றும் ஆனந்தனின் சிந்தனையில் தாக்கத்தை ஏற்படுத்தியிருக்கக்கூடும். எடுத்துக்காட்டாக, சங்கத்தில் பெண்கள் அனுமதிக்கப்படுவதற்கு முன்னால் ஒரு கணவனுக்கும் அவன் மனைவிக்கும் இடையே நடந்த ஓர் உரையாடலை 'துல்வா' பிடகம் பதிவு செய்துள்ளது. ஒருநாள் சங்கியா மகாநாமன் என்பவன் புத்தரின் உரையைக் கேட்கிறான். உற்சாகத்துடன் வீட்டிற்கு வருகிறான். அவனது உற்சாகத்தைப் பார்த்து வியந்த அவன் மனைவி காரணம் என்னவென்று கேட்கிறாள். புத்தரைப் பற்றியும் அவரது கோட்பாட்டைப் பற்றியும் கூறிய அவன், புத்தர்தான் அவர்களுக்கான மீட்பர் என்றும் சொல்கிறான். ஆனால், அவள், 'அவர் ஆண்களுக்கான மீட்பர், பெண்களுக்கல்ல' என்கிறாள். 'அவ்வாறு சொல்லாதே' என்று மறுத்த அந்தக் கணவன். 'படைக்கப்பட்டவை அனைத்தின் மீதும் அவருக்குக் கருணை உண்டு' என்கிறான். பின்னர், புத்தர் அமர்ந்திருந்த இடத்திற்கும் அவளை அழைத்துச் செல்கிறான்.

புத்தர் இருக்குமிடத்திற்குச் சென்று அவரது உரையைக் கேட்கப் பெண்களுக்கு அரசன் சுத்தோதனன் அனுமதி அளிக்கவில்லை.

ஆனால், மகாநாமனின் மனைவி புத்தரைக் காணப்போகிறாள்; புத்தரின் உரையைக் கேட்க அவள் போகிறாள் என்பதை அறிந்த ஐந்நூற்றுக்கும் மேற்பட்ட பெண்கள் அவர் இருந்த இடத்திற்கு வந்தனர். மகா பிரஜாபதி தலையிட்டுப் பேசியதும், புத்தரின் உரையைக் கேட்க அவர்கள் அனுமதிக்கப்பட்டனர். புத்தர் அவர்களுக்கு தம்மத்தை எடுத்துரைத்தார்.[15] இது புத்தர் எடுத்துவைத்த முதலடி: அதாவது பெண்களுக்கு அவர் உபதேசம் மட்டுமே செய்தார்; அனுமதி வழங்கவில்லை. இந்த விஷயத்தைக் கையிலெடுப்பதற்கு முன்னரே, மகாநாமனின் மனைவி போன்ற பலரும் ஒரு கேள்வியை எழுப்பியிருக்கக்கூடும்: பௌத்தம் போன்ற புதிதாகத் தோன்றிய சிந்தனைப் பள்ளியும் கோட்பாடும் கூட பழைய சித்தாந்தங்களைப் போலவே பெண்களை ஏன் சமமாக நடத்தவில்லை?[16] வேறுவகையில் கூறினால், பழமைவாத ஹிந்துயிசத்தைச் சரிசெய்ய வேண்டும், அதற்கு ஒரு மாற்றை முன்மொழிய வேண்டும் என்று புத்தர் கொண்டிருந்த எண்ணம்தான், பெண்கள் மீது ஹிந்து அமைப்பு விதித்திருந்த கட்டுப்பாடுகளையும் மாற்றவேண்டும் என்று அவரைக் கட்டாயப்படுத்தியது எனலாம்.

புத்தரின் இரண்டாவது முக்கிய சந்திப்பு இளவரசி ரத்னாவளியுடன் நிகழ்ந்தது. தனக்கு தம்மத்தை உபதேசிக்குமாறு ஒரு வணிகக்குழு மூலம் புத்தருக்கு அவர் கடிதம் கொடுத்தனுப்புகிறார். புத்தர் ஓர் ஓவியம் மூலம் அவருக்குப் பதிலெழுதுகிறார்; மூன்று புகலிடங்கள் எவை, செய்யக்கூடாத ஐந்து விஷயங்கள் எவை, பன்னிரண்டு 'நிதானங்கள்'* எவை என்று அதில் குறிப்பிடுகிறார். அத்துடன் எது உண்மை, உண்மை அல்லாதன எவை என்பதையும், எண்வகை மார்க்கங்களையும் குறிப்பிட்டு இளவரசிக்கு அனுப்புகிறார். புத்தர் எழுதியதாகச் சொல்லப்படும் அந்த இறுதி வரி மிகமுக்கியமானது: 'எழு. புது வாழ்வைத் தொடங்கு.'[17] சுய-மரியாதையைக் காத்துக்கொள்ள எழுச்சிபெற விரும்பிய பெண்களுக்கு அழைப்பு விடுக்க அவர் முடிவு செய்துவிட்டதை அந்த வரி சுட்டிக்காட்டியது. பிராமணிய அடக்குமுறைகளுக்கு ஆட்பட்டிருந்த அக்காலப் பெண்களின் கோரிக்கைகளுக்குத் தீர்வு காண புத்தர் விரும்பினார்.

மகா பிரஜாபதியுடன் மூன்றாவது சந்திப்பு நிகழ்ந்தது. மிகவும் குறிப்பாகச் சங்கத்தில் பெண்களை அனுமதிப்பது பற்றி இச்சந்திப்பில்

★ நிதானங்கள் (Nidanas) ஓர் உயிர் அல்லது பொருளின் தோற்றத்துடன் தொடர்புடைய பன்னிரண்டு விஷயங்கள்.

பேசப்பட்டது. அனுமதி பெற மகா பிரஜாபதி வைத்த வாதம் மிகவும் ஆர்வமூட்டுவது. பிரஜாபதி புத்தரிடம் 'பிரபுவே, தாதகதா அறிவித்த கோட்பாடுகளின், விதிமுறைகளின் அடிப்படையில் தமது வீடுகளைத் துறந்து, துறவு நிலையை அடைவதற்கு பெண்கள் அனுமதிக்கப்பட்டால் நன்றாக இருக்கும்' என்று கூறுகிறார். பிராமணியத்திற்கு எதிராக பொதுவான எதிர்-பண்பாடு ஒன்றைப் பௌத்தம் உருவாக்கிக் கொண்டிருந்த நேரம் அது. இந்தச் சாதகமான சூழல் இல்லையென்றால் வீடுகளைத் துறந்து பெண்கள் வெளிவர அனுமதிக்கவேண்டும் என்ற கோரிக்கை நிச்சயம் எழுந்திருக்காது. ஹிந்து துறவு வாழ்க்கை நெறியில், குடும்ப வாழ்க்கையைப் பெண்கள் துறக்கமுடியாது. எல்லோரையும் போலவே புத்தரும் ஆணாதிக்கப் பண்பாட்டுச் சூழலில் வளர்ந்தவர்தான். அதனால், பெண்களைச் சங்கத்தில் அனுமதிப்பது குறித்து உடனடியாக அவராலும் முடிவுசெய்ய இயலவில்லை. அவர், 'ஓ... கௌதமி! போதும். அவ்வாறு செய்வதற்குப் பெண்கள் அனுமதிக்கப்படலாம் என்று சொல்லி உங்களை மகிழ்விக்க விரும்பவில்லை' என்று பதில் கூறினார். அந்த வேண்டுகோளைப் புத்தரிடம் மூன்று முறை அவர் வைக்கிறார். ஒரே பதில்தான் அவருக்குக் கிடைக்கிறது. பிரஜாபதி வருந்துகிறார், தேம்பி அழுகிறார். ஆனாலும், நம்பிக்கையைக் கைவிடவில்லை.

கபிலவாஸ்துவிலிருந்து புத்தர் வைசாலிக்குச் செல்கிறார். மகா பிரஜாபதி அங்கேயும் புத்தரைப் பின் தொடர்கிறார். அவர் உறுதியுடன் இருந்தார்: தலைமுடியை வெட்டிக் கொண்டு காவி நிற ஆடைகளை அணியத் தொடங்கியிருந்தார். இம்முறை அவர் தனியாகச் செல்லவில்லை. சாக்கிய இனத்தைச் சேர்ந்த பெண்களை அழைத்துச் சென்றார். புத்தரின் நிலைப்பாட்டை அறிந்தவர் என்பதால், அவர் இப்போது ஆனந்தனை அணுகினார். புத்தரைவிட, பெண்களின் உரிமை சார்ந்த விஷயங்களில் ஆனந்தன் அதிக அனுதாபம் கொண்டவராக இருந்தார்.

'சுல்ல வக்கம்' இவ்வாறு விவரிக்கிறது: அவர் கால்கள் வீங்கியிருந்தன; மிகவும் சோகத்துடன் கண்களிலிருந்து நீர் பெருக ஆனந்தனிடம் அவர் வேண்டினார். ஆனந்தன், பின்னர் புத்தரிடம் எடுத்துரைக்கிறார். 'பிரபுவே, அவர் (மகா பிரஜாபதி) விரும்புவதுபோல் செயல்படப் பெண்கள் அனுமதிக்கப்பட்டால் நன்றாகவே இருக்கும்.' ஆனால், முன்னர் சொன்ன அதே பதிலையே புத்தர் இப்போதும் சொல்கிறார். ஆனந்தன் மூன்று முறை வேண்டியும், பலன் விளையவில்லை. பிறகு அவர் புத்தரது நிலைப்பாட்டின் அடிப்படைக் கருத்தையே

கேள்விக்குட்படுத்த முடிவு செய்கிறார். 'துறவு நிலைக்கு மாறுவதால் அல்லது இரண்டாவது அல்லது மூன்றாவது மார்க்கத்தை அடைவதால் அல்லது அருகநிலை அடைவதால் கிடைக்கும் பலனைப் பெறுவதற்குப் பெண்களுக்குத் திறன் இல்லையா?' என்று புத்தரைக் கேட்கிறார்.[18] மேலும் 'பெண்களும் நிர்வாண நிலையை அடையும் திறன் பெற்றவர்கள் என்று அவர் (புத்தர்) அறிவிக்கவில்லையா?' என்று கேட்கிறார்.[19] அதன்பின் புத்தர், 'அவர்களும் திறன் பெற்றவர்கள் தான்' என்று ஒப்புக்கொள்கிறார்.

அதன்பின் ஆனந்தன் புத்தரிடம் 'அவரது (புத்தரது) தாய் இறந்தபிறகு தனது மார்பகத்தை ஊட்டுவதற்குத் தந்த, அவரை வளர்த்தெடுத்த, பால் கொடுத்த ஒருவருக்கு எப்படி அந்த உரிமையை அவர் மறுக்கமுடியும்? அவர் (பிரஜாபதி) கேட்ட உடனேயே சங்கத்திற்குள் சேர அனுமதி அளித்திருக்கவேண்டும்' என்று கோருகிறார். அதன் பின்னர், எட்டுவிதிகளை ஏற்றுக்கொள்ள வேண்டும் என்ற நிபந்தனையுடன் புத்தர் அதற்கு ஒப்புக்கொள்கிறார். அந்த விதிகள் மிகவும் கடினமானவை; பின்பற்ற முடியாது என்பதால் மகா பிரஜாபதி மறுத்துவிடுவார் என்று புத்தர் நம்புகிறார்.

அந்த விதிகளாவன: அ) வயதின் அடிப்படையிலும் அனுபவத்தின் அடிப்படையிலும் எவ்வளவுதான் மூத்தவராக இருந்தாலும் ஒரு பிக்குணி, எப்போதும் பிக்குவை வணங்க வேண்டும். ஆ) பிக்குகளே இல்லாத ஒரு மாவட்டத்தில் பிக்குணி மழைக்காலத்தைக் கழிக்கக்கூடாது. இ) மாதத்திற்கு இருமுறை பிக்குவிடம் பிக்குணி பாடம் கேட்கவேண்டும். ஈ) மழைக்காலம் முடிந்தபிறகு பிக்குணிகளும் பிக்குகளும் நிறைந்த சபை கூட்டப்படும். அப்போது பார்த்தவை, கேட்டவை, சந்தேகப்படும்படி தோன்றியவை பற்றி பிக்குணி அறிக்கை அளிக்கவேண்டும். உ) கடுமையான தவறிழைத்துவிட்டதாகக் குற்றம் சாட்டப்படும் பிக்குணி, (பிக்குகளும் பிக்குணிகளும்) இணைந்த சபையால்தான் தண்டிக்கப்பட வேண்டும். ஊ) இரண்டு ஆண்டுகள் தகுதிகாண் பயிற்சியைப் பிக்குணி மேற்கொள்ள வேண்டும்; அதன்பின் இணைந்த சபை ஒப்புக்கொண்டால் மட்டுமே முழுமையான உறுப்பினராகச் சேர்த்துக்கொள்ளப்படுவார். எ) எந்தச் சூழலிலும் பிக்குணி ஒரு பிக்குவைப் பற்றி துஷ்ப்பிரச்சாரம் செய்யக்கூடாது. நிந்திக்கக் கூடாது. ஏ) அதிகாரப்பூர்வமாக ஒரு பிக்குவைக் கண்டிக்கும் உரிமை பிக்குணிக்கு இல்லை; ஆனால், பிக்கு, பிக்குணியைக் கண்டிக்க முடியும்.[20]

பிக்குணிகள் தம் வாழ்நாள் முழுவதும் இந்த விதிகளை மதிக்கவேண்டும்; பின்பற்றவேண்டும் என்றார் புத்தர். எப்போதும் இவற்றை அவர்கள் மீறக்கூடாது. பெண்கள் சங்கத்தில் சேராமலிருக்க, அவர்களை அச்சுறுத்தும் நோக்கிலேயே இந்த நிபந்தனைகளைப் புத்தர் விதித்ததாகத் தோன்றுகிறது. ஆனால், அந்தக் காலகட்டத்தில், பெண்களது குடும்ப வாழ்க்கையை முடக்கிய 'கிருஹ்ய சூத்திர' விதிகளை ஒப்பிடும்போது இந்த நிபந்தனைகள் அவர்களுக்கு எளிமையாகத் தோன்றின. ஆகவே, மகா பிரஜாபதி இவற்றை உடனே ஒப்புக்கொண்டார். இதனை ஆனந்தன் புத்தரிடம் தெரிவித்ததும், அவரது எதிர்வினை கவனிக்கப்பட வேண்டியது. 'ஆனந்தா, குடும்ப வாழ்வைத் துறந்து, துறவுநிலை எய்த பெண்களுக்கு அனுமதி கொடுக்கப்படவில்லை என்றால், சங்கத்தின் பரிசுத்தமான விதிகள் ஆயிரமாண்டுகள் நீடித்திருக்கும்; ஆனால், அனுமதிக்கப்பட்டதால் இந்த அமைப்பு ஐந்நூறு ஆண்டுகள் மட்டுமே நீடித்திருக்கும்' என்றார் புத்தர். பெண்களுக்கு அளிக்கப்பட்ட அனுமதியை நெல் வயலில் பயிர்களைப் பீடித்த லேசான நோயுடன் புத்தர் ஒப்பிடுகிறார். தண்ணீரைத் தேக்கி வைக்கத் தடுப்பணை கட்டுவதைப்போல, பெண்கள் தமது எல்லையை மீறாமலிருக்க முன்யோசனையுடன் இந்த எட்டு விதிகளை தாம் ஏற்படுத்தியதாக புத்தர் கூறுகிறார்.[21]

புத்தருக்கு இருந்த ஐயப்பாட்டை அக்காலகட்டத்தின் சூழலுடன் பொருத்திப் புரிந்துகொள்ள வேண்டும். பெண்களைச் சங்கத்தில் அனுமதித்ததன்மூலம் புரட்சிகர செயல் ஒன்றை அவர் செய்தார். பெண்களை இடையூறு ஏற்படுத்தும் சக்தியாகவே சமுதாயம் பார்த்தது. ஹிந்துச் சிந்தனையும் நடைமுறையும் இன்ப நுகர்விற்கு உள்ளவர்களாகப் பெண்களைச் சித்தரித்தன. சங்கத்தில் இணைந்திருந்த பிக்குகளிடம் அவர்களைச் சூழ்ந்திருந்த சமுதாய-அரசியல் மதிப்பீடுகளின் செல்வாக்கு இருந்தது. எல்லாவற்றிற்கு மேலாக, புத்தர் வளர்ந்த விதமும், அவர் வாழ்ந்த ஆணாதிக்கப் பண்பாட்டுச் சூழலுமே அவரைப் பண்படுத்தின. அனைத்து வரம்புகளையும் நிபந்தனைகளையும் பெண்கள்மீது சங்கம் சுமத்தியது; எனினும், சங்கத்தில் சேர பெண்களுக்குக் கிடைத்த அனுமதி குடும்பம் சார்ந்த அடிமைத்தனங்களிலிருந்து அவர்களை விடுதலை செய்தது. குடும்பத் தளைகளிலிருந்தும், குடும்ப வாழ்க்கை முறையிலிருந்தும் அவர்கள் விடுவிக்கப்பட்டனர்.

சங்கத்தில் சேர்ந்தபின் பெண்களின் உணர்வுநிலை எவ்வாறு இருந்தது என்பதை 'தெரிகதா' கூறும் சில பாடல்கள் மூலம் அறியலாம். சுமங்களா என்ற பிக்குணி இவ்வாறு கூறுகிறார்:

> ஓ... விடுதலை பெற்ற பெண்களே!
> எவ்வளவு சுதந்திரமாக இருக்கிறேன்.
> சமையலறை அடிமைத்தனங்களிருந்து
> அற்புத விடுதலை.
> பசியின் கொடும் பிடியிலிருந்தும்
> காலியான சமையல் பானைகளிலிருந்தும் விடுதலை.
> பழிபாவத்திற்கு அஞ்சாத
> வெற்றுக்காற்றில் விதானம் நெய்யும்
> அந்த மனிதனிடமிருந்தும் விடுதலை
> அமைதியும் சாந்தமும் அடைந்துள்ளேன்.
> இச்சையும் வெறுப்பும் என்னிலிருந்து நீங்கின.
> விரிந்து பரவும் மரங்களின் நிழல்களுக்குச் செல்கிறேன்,
> மகிழ்ச்சியில் ஆழ்ந்து திளைத்திட.²²

மரங்களின் கீழ்தான் அவள் வாழ்கிறாள்; எனினும், கடினமான வேலைகளிலிருந்தும், மர நிழலைவிடத் துச்சமாக அவளை மதிக்கும் கொடூரமான கணவனிடமிருந்தும் விடுதலை பெற்றவளாக சுமங்களா உணர்கிறாள். சங்கத்தில் இணைந்ததும் இதைப்போன்ற அனைத்துத் தளைகளிலிருந்தும் விடுதலை பெற்றதை அவள் தெளிவாக உணர்த்துகிறாள்.

சங்கத்தில் இணைந்ததால் பெண்களுக்குக் கிடைத்த விடுதலையை மதிகாவின் பாடல்களும் தெளிவாக எடுத்துரைக்கின்றன. அவள் சொல்கிறாள்:

> நான் சிரமப்படுகிறேன்,
> பலவீனமாக இருக்கிறேன்– எனது
> இளமையின் வசந்தம் தொலைந்தது
> இருந்தும் இந்த இடத்திற்கு வந்துள்ளேன்
> கைத்தடி ஊன்றி அதன்மீது சாய்ந்தவாறு
> மலைமீதேறி உச்சியை அடைந்துள்ளேன்
> வயிறு நிலை குலைந்ததால்
> அமர்ந்திருக்கிறேன் இங்கு.
> மலையின் மீதும், எனது ஆன்மாவின் மீதும்
> நான் வென்ற சுதந்திரக் காற்று வீசிச் செல்கிறது
> அறிவு மூன்றையும் அறிந்து தெளிந்தேன்,
> புத்தரின் நோக்கம் செயல்படுத்தப்படும்.²³

மதிகா வயதான காலத்தில் சங்கத்தில் சேர்ந்தார் என்பது வெளிப்படை. எனினும் மலைகளில் ஏறுவதுபோன்ற சிரமங்கள் அனைத்தையும் எதிர்கொள்ள அவள் தயாராக இருந்தாள். சங்க அமைப்பில் சேர்ந்ததால் அவளுக்குக் கிடைத்த சுதந்திரம், இத்தகைய கொடுந்துன்பங்கள் அனைத்தையும் தாங்குவதற்கு ஈடானதுதான். வசந்தாவைப் போன்ற வேறு பல பெண்களின் பாடல்கள், குடும்பத்தின் தினசரிச் செயல்பாடுகளால் அவர்கள் சந்தித்தத் துன்பத்தைச் சுட்டிக்காட்டுகின்றன. அவர்களது குழந்தைகள் இறந்தபோது அவர்கள் சித்திரவதைகளுக்கு ஆளாக வேண்டியிருந்தது; அவர்கள் சங்கத்தில் இணைந்தது இவற்றிலிருந்து தப்பிக்கும் வழியாக அமைந்தது.[24]

தலைவர்களாகப் பிக்குணிகள்

சங்கத்தின் பெண் உறுப்பினர்கள் மீது புத்தர் கட்டுப்பாடுகள் விதித்திருந்தார்; எனினும், சங்கத்தில் தலைமைப் பதவியை ஏற்கப் பெண்கள் அனுமதிக்கப்பட்டனர் என்பதற்குக் குறிப்புகள் கிடைத்துள்ளன. சுல்லவக்கா பேசும் மெட்டியா என்ற பிக்குணி குறித்த நேர்வு ஒன்றை ஏற்கனவே பார்த்தோம். அவருக்கு ஆதரவான ஆண் பிக்குகளின் தூண்டுகோலினால் மல்லியன் என்ற பிக்கு தனக்குப் பாலியல் தொந்தரவு கொடுத்ததாக அவர் புகார் கொடுத்தார். அந்தப் புகார் பொய் என்று நிரூபணமானதும் சங்கத்தின் அவை அவரை வெளியேற்றிவிட்டது. பின்னர், அவரைத் தூண்டிவிட்ட பிக்குகள் தாம் செய்த தவற்றை ஒப்புக்கொண்டனர்.★ அதனால், சங்கத்தில் அவர் பெற்றிருந்த நிலை அவருக்குத் திரும்பவும் கொடுக்கப்பட்டது.[25] முதுநிலை பெண் துறவிகளின் கீழ் பெண் சீடர்களும் புதிதாகச் சேர்ந்த பயிற்சி உறுப்பினர்களும் இருந்தனர் என்று கல்வெட்டு குறிப்புகள் கூறுவதாக அல்டேகர் கூறுகிறார். தமது அமைப்புகளைப் பராமரிக்கத் தேவையான நிதியைத் திரட்டுவதற்குப் போதுமான செல்வாக்கை அவர்கள் பெற்றிருந்தனர்.[26]

பெண்களைச் சங்கத்தில் அனுமதிப்பது குறித்த தீர்மானங்களைச் சங்கத்தின் சபையில் நிறைவேற்றும் உரிமை பிக்குணிகளுக்கு அளிக்கப்பட்டிருந்தது. புத்தர் இவ்வாறு கூறினார்: கற்றறிந்த, தகுதி

★ இதே நிகழ்வைப் பக்கம் 208இல் ஆசிரியர் விவரிக்கிறார். அதில் மெட்டியா மீண்டும் சங்கத்தில் சேர்த்துக்கொள்ளப்படவில்லை என்று கூறுகிறார். – தகவலுக்காக.

வாய்ந்த பிக்குணி பின்வரும் தீர்மானத்தை சங்கத்தின் முன்னால் முன்மொழியட்டும். 'இந்த மனிதன் உபசம்பதா தீட்சையைப் (பிக்குணி ஒருவரிடமிருந்து) பெற விரும்புகிறார். அந்தத் தீட்சைத் தொடர்பானவற்றை அவருக்கு நான் கற்பித்துள்ளேன். சங்கத்து விதிகளின்படி அவருக்குத் தகுதியில்லை என்றால், தகுதியிழப்பு நிலையில் இருக்கிறார் எனக்கூறி அவரைக் கேள்வி கேட்க என்னை அனுமதியுங்கள்; சங்கத்தில் அனுமதிப்பதற்கான தகுதிகள் பற்றிய விரிவான வரைமுறைகளும் பட்டியலிடப்பட்டுள்ளன.'

அதன் பின்னர் தீட்சையளிப்பவர் பின்வரும் தீர்மானத்தை முன்மொழிவார்: 'சங்கத்தில் சேரவிரும்புபவர், உபசம்பதாவைப் பெறவிரும்புகிறார்; ஒரு பிக்குணி அவரை முன்மொழிகிறார். சங்கம் அவருக்கு உபசம்பதா அளிக்கிறது. இதற்கு ஒப்புக்கொள்பவர்கள் அமைதியாக இருக்கட்டும்; ஒப்புக்கொள்ளாதவர்கள் தங்கள் கருத்தைக் கூறலாம்.' இந்தத் தீர்மானம் இரண்டு முறை உரக்கக் கூறப்படும்; அதன்பின் வாக்கிற்கு விடப்படும். சங்கத்தில் அவர் அனுமதிக்கப்படும் நிலையில், அவரை முன்மொழிந்தவர் பிக்கு சங்கத்திற்கும் சென்று அங்கு இவ்வாறு கூறவேண்டும்: 'அன்பர்களே, உபசம்பதா தீட்சையைப் பெற விரும்பிய உறுப்பினர், அதனைப் (பிக்குணி சங்கத்திடமிருந்து) பெற்றுள்ளார்; எனவே, அவர் தகுதியிழப்பு நிலையைக் கடந்துவிட்டார் என்று அறிவிக்கப்படுகிறார். அந்த அடிப்படையில், இந்தச் சங்கத்திலும் உபசம்பதா கோருகிறார்.' ஏனைய நடைமுறைகள் முன்போலத்தான். வழிநடத்தவும், மற்ற பெண்களுக்கு உபசம்பதா தீட்சை அளிக்கவும் பெண்களுக்கு உரிமை அளிக்கப்பட்டிருந்தது என்பது முக்கியமானது. சங்கத்தின் ஜனநாயகச் செயல்முறைகள் பெண்களுக்கும் நீட்டிக்கப்பட்டன. ஆடவர்க்கான சங்கத்தின் உறுப்பினர்களைப் போலவே பெண்களுக்கும் வாக்களிக்கும் உரிமை இருந்தது. எனினும், சங்கத்தில் சேரவிரும்பும் ஆணுக்குத் தீட்சை அளிக்கப் பிக்குணி சங்கத்தின் ஒப்புதல் தேவையில்லை என்பதை இங்கே குறிப்பிடவேண்டும்.

பிக்குக்களை போலவே மிக மூத்த பிக்குணிகளுக்கும் உணவருந்தும் இடத்தில் அவர்களது தகுதியின்படி இடம் அளிக்கப்பட்டது. சங்கத்தின் சபையிலும் வேறு இடங்களிலும் இவ்வாறே நடந்தது. இந்த ஏற்பாட்டை ஒரு கட்டளையாகப் புத்தரே அறிவித்திருந்தார்: 'ஓ பிக்குகளே! மிகவும் மூத்த பிக்குணிகள் எட்டு பேருக்கு, அனுபவ மூப்பின் அடிப்படையில் இருக்கைகள் போடப்பட வேண்டும் என்று முன்மொழிகிறேன்; மற்றவர்கள், (கூட்டத்திற்கு)

எப்போது அவர்கள் உள்ளே வருகிறார்களோ அந்த அடிப்படையில் அமரலாம்.' அனுபவ மூப்பு என்ற கருத்தும் அதனையொட்டிய சடங்குகளும் படிநிலை அமைப்பின் சாயலைப் பெற்றிருக்கின்றன என்பது உண்மைதான்; எனினும் அவை நிறுவனத்தை நடத்தவும், பராமரிக்கவும் தேவையான திறன்களையும், நிலைத்த தன்மையையும் சங்கம் பெறுவதை அனுமதித்தன. பெண்கள் வாழ்க்கையைத் தன்னம்பிக்கையுடன் நடத்தவேண்டும் என்பதில் புத்தர் உணர்வுடன் இருந்தார். பிக்குணிகள் கற்றறிந்தவர்களாக, தகுதி நிறைந்தவர்களாக இருக்கவேண்டும் என்பதில் மிகவும் குறியாக இருந்தார். 'கற்றறிந்த, தகுதியான பிக்குணியைத் தூதராக அனுப்பி உபசம்பதா தீட்சை அளிக்க உங்களை அனுமதிக்கிறேன்' என்று புத்தர் கூறியதாகச் சொல்லப்படுகிறது. அதுமட்டுமின்றி புதிதாகச் சேருபவர்களுக்கு, 'கற்றறிந்த, தகுதி பெற்ற பிக்குணிகள் கற்பிக்கவேண்டும்' என்றும் கூறினார். இவ்வாறான வலியுறுத்தல்கள் பெண்களைத் தலைவர்களாக உருவாக்குவதில் அவருக்கிருந்த அக்கறையைக் காட்டுகின்றன.[27]

பெண்களின் ஆளுமையும் தனித்தன்மையும்

சங்க அமைப்பு தங்களுக்கான வாய்ப்பு என்று புத்தர் காலத்துப் பெண்கள் பலரும் கருதினர். பெண்கள், தமது ஆளுமையை வெளிப்படுத்தவோ தனித்தன்மையைக் காட்டவோ குடும்பத்திலோ அல்லது குடும்பத்திற்கு வெளியிலோ அவர்களுக்கு அனுமதியில்லை. சங்கம் நிறுவப்பட்டு, அதற்குள் பெண்கள் அனுமதிக்கப்பட்டதால், தம் நிலையை உயர்த்திக்கொள்ள பெண்களுக்குப் புதிய வாய்ப்பு கிடைத்தது. ஒப்பீட்டளவில் சங்கங்களில் சேர்ந்த பெண்களின் எண்ணிக்கைக் குறைவுதான்; ஆனால், 'கதா' பதிவுகளில் 73 பெண்களின் படைப்புகள் சேர்க்கப்பட்டுள்ளன என்ற தகவல், பெண்களின் பல்வேறு பிரிவினருக்கும் பிக்குணிகள் எழுச்சியூட்டியுள்ளனர் என்பதை வெளிப்படுத்துகிறது.[28] நியாக்ரோதா (ஆல மரம்) மரத்தடியில் புத்தரது உபதேசத்தைக் கேட்க அதிக எண்ணிக்கையில் பெண்கள் அவரைச் சுற்றி அமர்ந்திருந்தனர் என்றொரு குறிப்பு காணப்படுகிறது. நூற்றுக்கணக்கான, ஆயிரக்கணக்கான பெண்கள் புத்தரின் கொள்கையால் ஈர்க்கப்பட்டிருந்தனர் என்பதையே இது காட்டுகிறது. அதிக அளவிலான சொத்திற்கு வாரிசாக பெண்கள் இருந்தாலும், கவர்ச்சியான திருமண ஏற்பாடுகளை மறுத்தனர்; பௌத்தப் பிரச்சாரப் படையில் தங்களை இணைத்துக் கொண்டனர் என்கிறார் அல்டேகர்.[29] ஜைனத்தை விடுத்துப் பெண்கள் அதிக அளவில் பௌத்தத்தில் சேர்ந்தனர் என்று பல விவரிப்புகள்

கூறுகின்றன. ஒப்பீட்டளவில் பௌத்தம் அதிகப் பிரசித்தியுடன் இருந்ததை இது காட்டுகிறது.

சமூகத்தாலும், குடும்பத்தினராலும் இழிவாக நடத்தப்பட்ட பல பெண்களுக்குப் பௌத்தம் மரியாதையைப் பெற்றுத் தந்தது. இஷிதாசி என்பவள் பற்றிய விவரங்களை இங்கு எடுத்துக்காட்டலாம். ஒருவர்பின் ஒருவராக, மூன்று பேருக்கு அவள் மணம் செய்விக்கப்பட்டாள். யாசகம் கேட்பவனாக அலைந்துகொண்டிருந்த அவளது மூன்றாவது கணவனும் அவளை விட்டுச் சென்றுவிட்டான். அதன்பிறகு ஹிந்து வாழ்க்கை முறையில் மரியாதையுடன் வாழ்வது சாத்தியமில்லை என்று முடிவெடுத்தாள். எனவே, தந்தை வீட்டைவிட்டு வெளியேறிச் சங்கத்தில் சேர்ந்தாள்; அவள் அங்கே மகிழ்ச்சியுடன் இருந்ததாகத் தெரிகிறது.

பட்டா குண்டலகேசி பற்றிய குறிப்பும் முக்கியமான ஒன்று. குற்றச் செயல்களில் ஈடுபட்டு வந்த சார்த்தகன் என்பவனுக்கு அவள் மணம் முடிக்கப்பட்டாள். அவள் மீது அன்பு செலுத்துவதாக அவன் பாசாங்கு செய்தான். மணம் முடிந்தபின் அவளைக் கொலை செய்துவிட்டு நகைகளை எடுத்துக்கொண்டு ஓடுவதற்கு முயற்சித்தான். ஆபத்தை உணர்ந்த அவள், அவன் விருப்பத்திற்கு இணங்குவதுபோல் நடித்தாள். 'என் பிரபுவே, இந்த நகைகள் அனைத்துமே உங்களுடையதுதான்; எடுத்துக்கொள்ளுங்கள். இதற்காக ஏன் என்னைக் கொலைசெய்ய முயலவேண்டும்?' என்று அவனைக் கேட்டாள். நகைகளை அவள் கொடுத்து விட்டாலும், அதன்பின் பிறரிடம் இதனைச் சொல்லிவிடுவாள்; நீதிமன்றத்திற்குச் சென்றுவிடுவாள் என்று அவன் அஞ்சினான். ஆகவே, அவளைக் கொலை செய்ய முடிவெடுத்துவிட்டதாக சார்த்தகன் கூறினான். இதைக்கேட்டதும், இறுதியாக அவனைத் தழுவுவதுபோல் நடித்த அவள் செங்குத்துப் பாறை ஒன்றிலிருந்து அவனைக் கீழே தள்ளிக் கொன்றாள். ஹிந்துச் சமூகம் தன்னை ஏற்றுக் கொள்ளாது என்று பயந்த அவள், அனைத்து நகைகளையும் அவனது சிதைந்த உடலின்மீது எறிந்துவிட்டு பௌத்தச் சங்கத்தில் தன்னை இணைத்துக்கொண்டாள். அங்கு அவளுக்கு மதிப்பும் மரியாதையும் கிடைத்தன.

சுமங்களா, மதிகா, வசந்தி, சுமேதா, உத்பலாவமா என்று இவளைப்போன்ற வேறு பல பெண்களும் சங்கத்திலும் வெளியுலகிலும் நன்கு அறியப்பட்டவர்கள். சமுதாயத்தால் கீழ்த்தரமாகப் பார்க்கப்பட்ட பல விலைமாதர்கள் சங்கத்தில்

இணைந்தனர்; மரியாதைக்குரிய இடத்தைப் பெற்றனர். காசி நகரத்தின் அர்த்தகாசி, உஜ்ஜைனியின் பத்மாவதி, வைசாலியின் அம்பாபாலி (அம்ராபாலி) ஆகியோர் இதைப்போன்ற வாழ்க்கைப் பின்னணியிலிருந்து வந்த குறிப்பிடும்படியான பெண்கள். சங்கத்தில் அவர்கள் உயரிய மரியாதையை அனுபவித்தனர்.[30]

புதிய உறுப்பினர்கள் தம் அறிவை மேம்படுத்திக்கொள்ளும் வகையில் அவர்களுக்குக் கற்பியுங்கள் என்று தனிப்பட்ட முறையில் பிக்குணிகளிடம் புத்தர் அறிவுறுத்தினார்: 'மரத்தின் நிழலை அளந்து, இப்போது என்ன பருவம், என்ன தேதி என்பதை அவர்கள் சொல்ல வேண்டும்; அந்தப் பிக்குணியிடம் நாளின் எந்தப் பகுதி இது என்று கூறுங்கள். சூத்திரம் முழுமையும் எடுத்துரையுங்கள். அனுமதிக்கப்பட்ட மூன்று விஷயங்கள் எவை; தடைசெய்யப்பட்ட எட்டு விஷயங்கள் எவையெவை என்பதை அந்தப் பிக்குணிக்குக் கற்றுத் தரும்படி பிக்குணிகளிடம் சொல்லுங்கள்.'[31]

குடும்பம், திருமணம் என்ற மாயையை உடைத்தல்

கர்ப்பிணிப் பெண்கள் சங்கத்தில் சேருவதற்குப் புத்தர் தடைவிதிக்கவில்லை. இருப்பினும், சங்கத்தின் வாழ்க்கை முறையில் உடலுறவு முற்றிலும் தடைசெய்யப்பட்டுள்ளது என்ற விஷயத்தை ஆண்களிடமும் பெண்களிடமும் புத்தர் அழுத்தமாகப் பதியவைத்தார். அதேநேரத்தில் பெண்களாலும் அறிவு பெறமுடியும், அதன் வழியாக நிர்வாணத்தை அடைய முடியும் என்று அவர் நம்பினார். அவர் காலத்தில் மண உறவு, குழந்தைகள் பெற ஆணும் பெண்ணும் சேர்ந்து வாழ்வது என்பதாக மட்டும் பார்க்கப்படவில்லை; திருமணமும் குடும்பமும் ஆன்மீகத் தேவையாகவும் சமூகக் கடமையாகவும் பார்க்கப்பட்டன. மணமாகாத பெண்கள் பௌத்தம் அல்லது ஜைன அமைப்பில் சேருவதை ஹிந்து சமுதாயம் கடுமையாக எதிர்த்தது என்கிறார் அல்டேகர். 'முக்கியமாக மணவாழ்வைத் தவிர்த்தார்கள் என்பதற்காகவே, சங்கத்தில் இணைந்த பெண்கள் நெறிபிறழ்ந்தவர்களாகப் பார்க்கப்பட்டனர். ஹிந்துப் பெண்கள் எப்படி இருக்கவேண்டும் என்று எதிர்பார்க்கப்பட்டதுபோல் (சங்கத்தில் சேர்ந்த) அந்தப் பெண்கள் வாழவில்லை; அந்த மீறலுக்காகப் பொதுமக்களால் அவர்கள் வன்மையாகக் கண்டிக்கப்பட்டனர்' என்கிறார் அல்டேகர்.[32]

பொதுமக்களின் இவ்வாறான பல்வேறு எதிர்வினைகளை 'சுல்லவக்கம்' கூறுகிறது. எடுத்துக்காட்டாக, அலங்காரமான ஓரங்கள் கொண்ட நீண்ட அரைக்கச்சைகளைப் பிக்குணிகள் எவராவது அணிந்திருந்தால் மக்கள் முணுமுணுப்பார்கள்; புத்தரிடம் புகார் கூறுவார்கள். பொதுமக்களின் சீற்றத்தைத் தவிர்க்கப் புத்தர் இவை போன்ற விஷயங்களைத் தடைசெய்திருந்தார். சூழ்ந்திருந்த ஆணாதிக்கச் சமுதாயத்தின் பொதுவான குணங்களால் பண்படுத்தப்பட்டவர் புத்தர். எனினும், அருகநிலையா அல்லது மணவாழ்வா என்பதைத் தேர்ந்தெடுக்கப் பெண்களுக்கு வாய்ப்பு அளிக்கப்பட்டது என்ற தகவல் பதிவாகியுள்ளது. இந்தச் செயல் திருமணம் என்ற கருத்தியலின்மீது பெரும் அடியாய் வீழ்ந்தது. பெண்களுக்கு இத்தகைய வாய்ப்பைத் தந்த வேறு தருணங்களை வரலாற்றில் நம்மால் பார்க்கமுடியவில்லை. இந்த அம்சத்தில் புத்தர் எடுத்த நடவடிக்கைகள் தனித்து நிற்கின்றன.

புதிதாக அனுமதிக்கப்பட்ட ஒரு பிக்குணி கர்ப்பமாக இருப்பதாகத் தெரிந்தால் அத்தகைய பெண்கள் எப்படி நடந்து கொள்ளவேண்டும் என்பதற்கு எடுத்துக்காட்டுகளாய் அமைந்த தருணங்கள் இருக்கின்றன. அப்படிப்பட்ட ஒரு பெண் புத்தரிடம் கேட்கிறாள்: 'பிறக்கப்போகும் குழந்தையை நான் என்ன செய்வது?' சபையைக் கூட்டிய புத்தர் இவ்வாறு அறிவித்தார்: 'தனித்து வாழும் அளவிற்கு அந்தக் குழந்தை வளரும் வரையில் அதனை வளர்த்தெடுக்க அவளுக்கு அனுமதியளிக்கிறேன்.' அதனையொட்டி, கர்ப்ப காலத்திலும், குழந்தையை வளர்ப்பதற்கும் தனக்கு யாராவது ஒருவரின் உதவி தேவை என்று அந்தப் பெண் கேட்கிறாள். புத்தர் கூறுகிறார்: 'பிக்குணிகளில் யாராவது ஒருவரை கர்ப்பமாக இருக்கும் பிக்குணிக்கு உதவிக்கு ஏற்பாடு செய்ய அனுமதிக்கிறேன்.' விருப்பப்படும் பிக்குணிக்கு இந்தப் பணி ஒதுக்கப்படுகிறது. கர்ப்பமுறுவதும் குழந்தை பெற்றுக்கொள்வதும் நெறி பிறழ்ந்த செயல்களாகப் பார்க்கப்படவில்லை என்பதை இந்த எடுத்துக்காட்டுச் சுட்டுகிறது. கர்ப்பமான பெண் சங்கத்தில் எப்படி அனுமதிக்கப்பட்டாள் என்ற விவாதம் நடைபெறவில்லை. வயிற்றில் குழந்தையுடன் சங்கத்தில் சேர்ந்த பெண்ணை தண்டிக்கும் நடவடிக்கை நோக்கியும் விவாதம் செல்லவில்லை.

கணவன் வெளியூர் சென்றிருந்த சமயம் தவறான உறவால் கர்ப்பமுற்ற பெண்ணின் கருவைக் கலைக்கப் பிக்குணி ஒருத்தி கேட்டுக்கொள்ளப்பட்டாள் என்றொரு சம்பவம் ஆறாம்

அத்தியாயத்தில் விவரிக்கப்பட்டுள்ளது.[33] சங்கத்தின் சபையில் இது குறித்து விவாதிக்கப்படுகிறது. இதனைத் தடை செய்வதற்கு விதி ஒன்று நிறைவேற்றப்பட்டது. ஆனால், தகாத உறவால் கர்ப்பம் தரித்த அந்தப் பெண், அவளை இழிவுபடுத்திய விமர்சனங்களை எதிர்கொண்டாள் என்பதற்கு ஆதாரங்களை எவ்விடத்திலும் காணமுடியவில்லை. சங்கத்தில் விலைமாதர்களும் அனுமதிக்கப்பட்டிருந்தனர். அம்பாபாலி போன்ற வசதியான அரசவை நடனப்பெண்ணுடன் புத்தர் நல்லுறவு வைத்திருந்தார்; இந்தத் தகவல், புத்தருக்கு இத்தகைய விஷயங்களின் மீது பரிவுணர்வுடன் கூடிய புரிதல் இருந்தது என்பதைத் தெளிவாகக் காட்டுகின்றன.[34]

ஹிந்து அறநெறியாளர்கள் கூறியதுபோல் கற்பிற்கான அளவுகோல்களாகப் பரத்தைமையையும் மணவாழ்விற்கு வெளியே தகாத உறவையும் பௌத்தம் எடுத்துக்கொள்ளவில்லை. உண்மையில், விடுதலையை அடைவதற்கான வழியிலிருக்கும் தடைகளாகவே திருமணத்தையும் குடும்பத்தையும் புத்தர் எண்ணினார். அவருக்கு அரசியல் விடுதலையும் ஆன்மீக விடுதலையும் மிக முக்கியம். ஆண்களும் பெண்களும் அதை அடைவதற்கு முயற்சிக்க வேண்டும். சுயநலத்தின் முக்கிய மூலாதாரம் குடும்பம் என்று புத்தர் கருதினார். எனவேதான், மகன் ராகுலனைச் சங்கத்தில் சேர்த்துக் கொண்டாலும், தந்தை என்ற உறவுநிலையில் அவனிடமிருந்து தள்ளியே இருந்தார்.[35]

மனைவி யசோதரையையும் சங்கத்தில் ஒரு பிக்குணியாகவே சேர்த்துக்கொள்ளப் புத்தர் ஒப்புக்கொண்டார். ஆனால், யசோதரை மனைவி என்ற இடத்தை வலியுறுத்தினார். விளைவாக அவர் அனுமதிக்கப்படவே இல்லை. சங்கத்தில் மற்றப் பெண்களுக்கு பொதுவாக அனுமதிக்கப்பட்டிருக்கும் உரிமையை மட்டுமே யசோதரைக்கும் அளிக்க விரும்பினார். ராமாயணத்தின் நாயகன் ராமனுடன் இந்த விஷயத்தை ஒப்பிட்டுப் பார்க்கமுடியும். கற்பு என்ற தொன்மத்தையும் பதிவிரதம் என்ற கருத்தியலையும் உடைத்தெறிந்தவராகப் புத்தர் எழுச்சி பெற்றார்.[36] பெண்கள் குறித்த புத்தரின் கருத்தை தாமஸ் இவ்வாறு கூறுகிறார்: 'புத்தரோ அல்லது அவரது சீடர்களோ திருமணம் என்பதை மீறமுடியாத ஒரு புனிதச் சடங்காகக் கருதவில்லை. ஒருவிதமான பொருளாதார, சமுதாய ஒப்பந்தம் அல்லது ஏற்பாடு என்பதாக மட்டுமே அதனைக் கருதினர்; கணவன் மனைவி இருவரில் எவர் வேண்டுமானாலும் வீட்டை

விட்டு வெளியேறி மதம் சார்ந்த வாழ்வை ஏற்றுக்கொள்ளும் சுதந்திரம்.'

பெண்களின் கல்வியும் அவர்களது அரசியல் முன்முயற்சிகளும்

புத்தர் பெண்களுக்கு அரசியல் சுதந்திரம் அளித்தார் என்பது நிறுவப்பட்ட ஒன்று. அத்துடன், சங்கத்து வாழ்க்கையின் ஒரு பகுதியாக அவர்களுக்கு அரசியல் கல்வியும் அளித்தார். இவை தவிர்த்து அவர்கள் இலக்கியம் சார்ந்த, பண்பாடு சார்ந்த வளர்ச்சியை அடைவதற்கான வாய்ப்பையும் புத்தர் அளித்ததாகத் தெரிகிறது. இதற்கான சில சான்றுகளை மூத்தப் பிக்குணிகள் தொகுத்த பாடல்களில் பார்க்கமுடியும். நமக்குக் கிடைத்திருக்கும் இந்தப் பாடல்களில் சில சுயவரலாற்றுத் தகவல்களும் காணக்கிடைக்கின்றன; வேறொரு விதத்தில் கூறினால் அந்தப் பெண்களே அவர்களைப்பற்றிக் கூறிய கதைகள் அவை. அக்காலத்து இலக்கியம் பற்றியும், அரசியல் தகவல்களையும் அவை கூறுகின்றன. இவற்றைக்கொண்டு அப்பெண்களின் அரசியல் வாழ்வை மறுகட்டமைப்புச் செய்யமுடியும். வசந்தா என்ற பெண் பாடிய பின் வரும் பாடலை எடுத்துக்காட்டலாம்.

> எனது துயரங்களனைத்தும்
> இப்போது வெட்டிவீழ்த்தப்பட்டன,
> துடைத்தெறியப்பட்டன, வேருடன்
> பிடுங்கப்பட்டு முற்றிலும் முடிந்து போயின
> இப்போது புரிந்து கொண்டேன்
> உணர்ந்து கொண்டேன்,
> என் துயரங்களுக்கு
> காரணம் எதுவென்று

மொழிபெயர்க்கப்பட்ட பாடலே இவ்வளவு அழகாக இருக்குமென்றால், அதன் சந்தமும், அழகும் பாலி மொழியில் இதைவிட மேலும் அழகாக வெளிப்பட்டிருக்கும். பாடலை எழுதியவரின் குரலும் இப்பாடலில் எதிரொலிக்கிறது. பாடலின் அரசியல் உள்ளடக்கமும் குறிப்பிடத்தக்கது. கல்வியறிவு பெறாமல் இத்தகையப் பாடல்களை அந்தத் 'தெரிகள்' (மூத்த பிக்குணிகள்) எழுதியிருக்க முடியுமா? அவர்களது திறமைகளையும் அரசியல் விழிப்புணர்வையும் 'தெரி கதா' (மூத்த பிக்குணிகளின் பாடல்) தெளிவாகச் சித்தரிக்கிறது என்கிறார் கே.ஆர்.நார்மன். இளமையிலும் வயது முதிர்ந்த பின்னும் தங்களது

உடல் தோற்றம் எப்படி இருந்தது என்பதை அவர்கள் ஒப்பிட்டுப் பார்ப்பதாக எழுதப்பட்டிருக்கும் இப்பாடல் கவிதைத்திறனையும் அழகியலையும் ஒருசேர வெளிப்படுத்துகிறது. எடுத்துக்காட்டிற்கு, அம்பாபாலியின் பாடல் இது.

வண்டுகளின் நிறமாய்
என் கருநிற கூந்தல்
நீண்ட சுருட்டை முடி.
வயதான பின் இப்போது அவை
சணலிழைகளாய் மாறிவிட்டன
நிறையப் பூச்சூடி
வாசனைப் பெட்டகமாய்
நறுமணம் வீசிய என்தலை
வயது முதிர்ந்த பின் இப்போது
நாய்முடிபோல் துர்நாற்றம் வீசுகிறது.[37]

ஒரு கருமானின் மகள் சுபா சொல்வது இது: ‘உறவினர் குழாம், அடிமைகள், பணியாட்கள், வளங்கொழிக்கும் வயல்கள் நிறைந்த என் கிராமம், மகிழ்ச்சியையும் இனிமையையும் தந்த உடைமைகள் அனைத்தையும் கைவிட்டு வெளியேறினேன். இருந்த கொஞ்சம் சொத்தையும் கைவிட்டேன்.’ இன்னொரு பத்தியில் தன்னைப்பற்றி அவள் இப்படிச் சொல்லிக்கொள்கிறாள். ‘இவள் விடுவிக்கப்பட்ட அடிமை, கடன் ஏதுமற்றவள்; புலன்கள் வளர்ச்சி பெற்ற, அஸவாஸ் (பேராசை) ஏதுமற்றப் பிக்குணி. அவள் பணி முடிந்தது. அனைத்துத் தளைகளிலிருந்தும் அவள் இப்போது விடுதலை பெற்றவள்.’[38]

இந்தக் கதையில் அவளது அரசியல் பார்வை தெளிவாக வெளிப்படுகிறது. வசதி படைத்தவளாக இருந்தாலும், ஹிந்துக் குடும்ப வாழ்க்கை முறையில் அவள் சுதந்திரமானவளாக உணரவில்லை. அவளது புலன்கள் வளர்ச்சியடையாமல் இருந்தன. இப்போது அதனை ஒப்புக்கொள்ளும் அவள், சங்கத்தில் இணைந்ததும் புலன்கள் வளர்ச்சிபெற்றன; அனைத்துத் தளைகளிலிருந்தும் விடுபட்டதாகக் கூறுகிறாள். சம்பந்தப்பட்ட அந்த நபர் அதிக விழிப்புடன் இருந்தாலன்றி இத்தகைய மதிப்பீடு சாத்தியமில்லை. சங்க வாழ்க்கையில் ஆற்றப்படும் பணிகளிலிருந்த முறையான கற்றல் முறைகளால்தான் இத்தகைய விழிப்புநிலை சாத்தியம். தனிமனிதர்களின் ஆளுமையை இந்த வாழ்க்கைமுறை பேணி வளர்த்தது.

பல்வேறு நிகழ்வுகளில் சங்க உறுப்பினர்கள் எடுத்த அரசியல் முன்முயற்சிகளைப் பார்க்கமுடிகிறது. சங்கத்தில் சேருவதற்கு அனுமதி கோரிய பெண்களின் முயற்சிகளை ஏற்கனவே பார்த்தோம். சங்கத்திற்குள்ளும் சில குறிப்பிட்ட பிரச்சனைகளில் பெண்கள் தொடர்ந்து முன்முயற்சிகளை எடுத்தனர். மிக முக்கியமான ஒரு நிகழ்வை 'சுல்லவக்கம்' குறிப்பிடுகிறது: 'மரணப் படுக்கையிலிருந்த ஒரு பிக்குணி, "நான் இறந்தபிறகு எனது முக்கியமான பொருட்கள் அனைத்தும் சங்கத்திற்கே சொந்தம்" என்கிறாள். அப்போது பிக்குகளும் பிக்குணிகளும், "இல்லை. எங்களுக்குச் சொந்தம், எங்களுக்குச் சொந்தம்" என்று குரல் கொடுத்தனர்.'

இந்தப் பிரச்சனை புத்தரிடம் கொண்டு செல்லப்பட்டது. அவர் இதனைச் சங்கத்தில் முன்வைத்தார். புத்தர் இவ்வாறு கூறினார்: 'ஓ, பிக்குகளே! ஒரு பிக்குணியோ அல்லது பிக்குணி பயிற்சியில் இருப்பவரோ மரணப் படுக்கையில் இருக்கையில், "நான் இறந்தபிறகு, முக்கியமான எனது பொருட்கள் அனைத்தும் சங்கத்திற்குச் சொந்தம்" என்று கூறினால், பிக்குணி சங்கம் தான் அதற்கு உரிமையுடையது. பிக்கு சங்கத்திற்கு உரிமை கிடையாது. அதுபோலவே, ஒரு பிக்குவோ அல்லது பிக்குவாக ஆவதற்குப் பயிற்சி எடுக்கும் ஒருவரோ மரணப் படுக்கையில் இருக்கையில், "நான் இறந்தபிறகு, முக்கியமான எனது பொருட்கள் அனைத்தும் சங்கத்திற்குச் சொந்தம்" என்று கூறினால், பிக்கு சங்கம்தான் அதற்கு உரிமையுடையது. பிக்குணி சங்கத்திற்கு உரிமை இல்லை.'[39]

இந்த விதி அறிவிக்கப்படுவதற்குமுன், 'சங்கம் அவர்களுக்கு அளித்த ஆடைகளும் திருவோடும், நோயாளியின் அருகிலிருந்து பார்த்துக்கொண்டவரிடம் அளிக்கப்பட்டது.'[40] இது ஒரு மிக முக்கியமான மாற்றம். ஒரு பெண்மணியிடமிருந்து இந்த முன்முயற்சி வந்தது என்பதும், புத்தர் அதற்கு நேர்மறையாக எதிர்வினையாற்றினார் என்பதும் இதில் கவனிக்கவேண்டிய அம்சம். அப்போதைய ஆணாதிக்கப் பண்பாட்டின் அரசியல் ஆயுதங்களில் ஒன்றாக வீட்டிலும் வெளியிலும் பெண்களின் முன்முயற்சிகளை முற்றிலும் கிள்ளி எறிவது இருந்தது. ஆனால், ஆணாதிக்க விதிமுறையிலிருந்து குறிப்பாக ஹிந்து நடைமுறைகளிலிருந்து புத்தரது எதிர்வினை விலகிச் செல்கிறது என்பதை இந்தச் சம்பவம் சுட்டிக்காட்டுகிறது.

புத்தருக்கு இருந்த வரம்புகள்/ கட்டுப்பாடுகள்

உமா சக்கரவர்த்தி பெண்கள் குறித்த புத்தரின் அணுகுமுறையைத் தனது நூலில் சுருக்கமாக இவ்வாறு குறிப்பிடுகிறார்: 'தொடக்ககால பௌத்தம் பெண்கள் மீது பரிவு காட்ட விரும்பியது ஒரு தனித்த நிகழ்வு போக்கு அல்ல; அச்சமயத்தில் உலகம் முழுவதும் இயங்கிய துறவு மடங்களில் நிலவிய உணர்வையே அது பிரதிபலித்தது.' அந்தச் சிறிய குறிப்பில், 'அந்த நோக்கத்தை ஆதரித்த ஆனந்தரைத் தவிர்த்து, பௌத்த இலக்கியத்தின் பொதுவான குரல் பெண்களுக்கு எதிராகவே இருந்தது'[41] என்று தனது அவதானிப்பாக அவர் கூறுகிறார். ஆனந்தரின் பங்களிப்பு குறித்த உமா சக்கரவர்த்தியின் மதிப்பீடு பெருமளவிற்குச் சரியானது. எனினும், பௌத்த அணுகுமுறை மீதான அவரது பொதுவான முடிவுகள், கிடைத்துள்ள இலக்கியங்களை முழுமையாக ஆராயாமல் உருவானவை. நவீன காலத்து மதிப்பீடுகளின் அடிப்படையில் பெண்கள் குறித்த புத்தரின் அணுகுமுறையை அவர் அளவிடுகிறார். எனவே அவரது முடிவுகள் சரியான ஆய்வுமுறையில் எடுக்கப்பட்டவை அல்ல. அக்காலத்திய ஹிந்துச் சிந்தனைகளுடனும் நடைமுறைகளுடனும் ஒப்பிட்டுப் பார்த்துத்தான் பெண்கள் குறித்த பௌத்தச் சிந்தனையை, அதன் நடைமுறைச் செயல்பாடுகளில் காணப்பட்ட முரண்களை ஆராயவேண்டும்.

ஹிந்து நடைமுறைகளிலிருந்து புத்தர் தீவிரமாக விலகி நின்றார் என்பதையே சங்க வாழ்க்கை முறை குறித்து எனது ஆய்வு சுட்டிக்காட்டுகிறது. சங்கத்திற்குள் பெண்களை அவர் அனுமதித்தார்; அவர்களை, அரசியல் முன்முயற்சிகள் எடுக்க அனுமதித்தார்; திருமணம், குடும்பம் ஆகியவற்றிலிருந்த மாயையை உடைத்தார். இதன் பொருள், புத்தரின் கருத்தியல் வரம்பற்றது என்பதல்ல. உண்மையில், மானுடச் சிக்கல்களைத் தீர்ப்பதில் அவருக்கு இருந்த புரிதலும், நடைமுறைச் செயல்பாடும் பல நேரங்களில் சுய-முரண்பாட்டை எதிர்கொண்டன. பெண்களைச் சங்கத்தில் அனுமதித்த பிறகு ஆனந்தரைப் பார்த்து அவர் கூறிய விநோதமான கருத்தை இதற்கான எடுத்துக்காட்டாகக் கூறலாம்: 'ஆனந்தா, குடும்ப வாழ்விலிருந்து வெளியேறி, துறவு நிலையை அடைய பெண்களுக்கு அனுமதி அளிக்கப்படவில்லை என்றால் சங்கத்தின் விதி ஆயிரம் ஆண்டுகளுக்கு நீடித்திருக்கக்கூடும்; இப்போது பெண்களுக்கு அனுமதி கிடைத்துவிட்டது; இந்த நல்ல விதி ஐந்நூறு ஆண்டுகளுக்கு மட்டுமே நீடித்திருக்கும்.'[42] அறநெறி சார்ந்த முன்னேற்றத்திற்குப்

பெண்கள் தடையாக இருப்பார்கள் என்று அவர் நினைத்திருக்கலாம் என்று இது உணர்த்துவதுபோல் தோன்றுகிறது.

அடுத்து, ஆனந்தர் புத்தரைப் பார்த்துக் கேட்கிறார்: 'பெண்களுக்கு முன்னால் பிக்குகள் எப்படி நடந்துகொள்ள வேண்டும்?' அவருக்கான புத்தரின் அறிவுரை இது: 'பெண்ணினத்தைப் பார்க்காதே.' ஆனால், விவாதம் செய்வதில் ஆர்வமுள்ள ஆனந்தர், விடாமல் கேட்கிறார். 'சரி, பெண்களைப் பார்த்துவிட்டோம். அப்போது நாம் என்ன செய்வது?' அவர்களிடம் 'பேசாதீர்கள், ஒதுங்கிவிடுங்கள்' என்பது புத்தரின் பதில். ஆனந்தர் மீண்டும் கேட்கிறார், 'அவர்கள் நம்மிடம் பேசினால், நாம் என்ன செய்வது?' புத்தர் எச்சரிப்பதுபோல் சொல்கிறார், 'முற்றிலும் விழிப்புடன் இருங்கள்.'[43] ஆனால், இந்தக் கேள்விகளையும் பதில்களையும் அவற்றின் சரியான சூழலுடன் சேர்த்துப் புரிந்துகொள்ள வேண்டும்.

முதல் கூற்று, மிக முக்கியமான தருணத்தில் அவர் எடுத்து வைத்த அடியான, பிக்குணி சங்கம் தொடங்கலாம் என்ற முடிவிற்குப்பின் அவர் சொல்லியது. இரண்டாவது கூற்றை, உடலுறவு குறித்து அவர் கொண்டிருந்த இறுக்கமான பார்வையின் பகுதியாகப் புரிந்துகொள்ள வேண்டும். அவரது சொற்களுக்கு அப்படியே நேரடியாகப் பொருள் கொள்ளக் கூடாது. ஏனெனில், அவரது நடைமுறைச் செயல்பாடு இக்கூற்றுகளுக்கு எதிராக இருக்கக்கூடியது. எடுத்துக்காட்டாக, அம்பாபாலி என்ற விலைமாதிற்கு அவர் காட்டிய மரியாதை. புத்தர் வைசாலியில் இருக்கும்போது அதிக எண்ணிக்கையில் பெண்களைக் கூட்டிக்கொண்டு அவரைக் காண்பதற்கு வைசாலிக்கு அவள் வருகிறாள். அவள் வருவதை அறிந்த புத்தர் பிக்குகளை எச்சரிக்கிறார்: 'அம்பாபாலி வருகிறாள். கவனத்துடனும், விவேகத்துடனும் யோசனையுடனும் நடந்துகொள்ளுங்கள்.' புத்தரின் அருகில் வந்த அவள் அவர் காலடியில் விழுந்து வணங்குகிறாள். அவருக்கு ஒருபுறமாக அமர்கிறாள். புனிதர், அவளுக்கு அறிவுரை வழங்கி, உவப்படைய வைக்கிறார். அதன் பிறகு, அவரையும், பிக்குகளையும் மறுநாள் உணவருந்த வருமாறு அம்பாபாலி அழைக்கிறாள். அமைதியுடன் அந்த அழைப்பைப் புத்தர் ஏற்கிறார்.[44]

பல சந்தர்ப்பங்களில், சங்க அமைப்பிற்குள்ளும் வெளியிலும் பெண்களை அவர் சந்தித்துள்ளார். அவர்களிடம் பேசியிருக்கிறார். போதித்திருக்கிறார். அவர்களது கூட்டங்களில் கலந்துகொண்டுள்ளார். இந்தப் பின்னணியில் பார்க்கும்போது, 'பெண்ணினத்தைப்

பார்க்காதே' என்ற அவரது கூற்று அறிவுப்பூர்வமானதாக தெரியவில்லை. எனினும், சங்க அமைப்பிற்குள் உடலுறவைப் புத்தர் எதிர்த்தார் என்பதை நினைவில் கொள்ளவேண்டும். பாலுணர்வு சார்ந்த விஷயங்களில் ஹிந்து மதத்தினருக்கு இருந்த ஈடுபாட்டைத் தீவிரமாக எதிர்ப்பதாக புத்தரின் அணுகுமுறை இருந்தது.[45]

சங்கத்தின் நடைமுறை விஷயங்களில் புத்தரும் சங்க உறுப்பினர்களும் அதிக அளவிற்கு ஆணாதிக்கக் கொள்கைகளால் கட்டுப்படுத்தப்பட்டனர் என்பது மிகவும் தெளிவு. எடுத்துக்காட்டிற்கு, பெண்கள் மீது அவர் விதித்த நிபந்தனையைக் கூறலாம்: 'பிக்குணி நூறு ஆண்டுகள் அமைப்பில் இருந்தவராக இருந்தாலும், பிக்குவிற்கு அவர் மரியாதை செலுத்தவேண்டும்; பிக்கு வரும்போது எழுந்து நிற்க வேண்டும்; குனிந்து வணங்கவேண்டும்; அவருக்குச் செய்யவேண்டிய கடமைகளைச் செய்யவேண்டும்.' உபதேசம் கேட்பதற்கு இருந்த விதிமுறையை ஆணாதிக்கத்தின் மற்றொரு எடுத்துக்காட்டாகக் காணலாம்.

சம்பிரதாயங்களில் ஒன்று இவ்வாறு கூறுகிறது: 'உபதேசம் கேட்க வருவதற்கு அனுமதி கோரும் பிக்குணி சங்கம், பிக்கு சங்கத்தினரின் பாதத்தில் மரியாதை செலுத்தி, பிக்குணி சங்கத்திற்கு இந்த அனுமதியைப் பிக்கு சங்கம் அளிக்கவேண்டும்' என்று வேண்டிக்கொள்ள வேண்டும்.[46] முதலில் கூறப்பட்ட விதி, பிக்குணிகளைத் தனிப்பட்ட முறையில் பிக்குகளுக்குப் பணிந்துபோகச் செய்கிறது. இரண்டாவது விதி, பிக்குணி சங்கத்தை முழுமையாகப் பிக்கு சங்கத்திற்குப் பணிந்து போகச் செய்கிறது. பெண்களுக்குச் சங்கம் அளித்த சுதந்திரம் இடத்தைப் பொறுத்ததாக இருந்தது; முழுமையானது அல்ல என்பதை இது தெளிவாகச் சுட்டுகிறது. உபசம்பதா தீட்சை பெறும் அனைத்துப் பெண்களும் அதற்கான அனுமதிக்காகப் பிக்குகளின் சபைக்குச் செல்லவேண்டும், பிக்குணிகள் சங்க அனுமதியையும் பெறவேண்டும் என்பதை நாம் பார்த்தோம்.[47]

ஆண்களுக்குப் பெண்கள் அடிபணிந்து போகும் வகையில் பிக்குணி சங்கத்திற்கான விதிகளைப் புத்தர் வகுத்தார்; அதுமட்டுமின்றி, மணமுடித்து வாழ்வதற்குப் பெண்கள் முடிவெடுத்துவிட்டால், குடும்பத்தில் அவர்கள் எப்படி நடந்துகொள்ள வேண்டும் என்றும் பெண்கள் பலருக்கு அறிவுரை கூறினார். திருமண வயதிலிருக்கும் சிறுமிகளுக்குப் புத்தர் அறிவுரைகள் வழங்கியதை 'அங்குத்தர நிகாயத்தில்' நாம் பார்க்கமுடியும்.

'உங்களுக்கு நல்லது நடக்கும் என்ற எதிர்பார்ப்புடன், உங்கள் மகிழ்ச்சியை விரும்பும் பெற்றோர்கள் திருமணத்தின்மூலம் உங்களுக்கு அளிக்கும் கணவர் எப்படிப்பட்டவராகவும் இருக்கலாம். எனினும், நீங்கள் முன்கூட்டியே எழுந்திருக்க வேண்டும். அனைவரும் தூங்கச் சென்றபின் இறுதியாகத் தூங்கச் செல்லவேண்டும். வேலைகளை விருப்பத்துடன் செய்யுங்கள். பொருட்களை அழகாக வைத்திருங்கள், பிரியமுடன் பேசுங்கள். பெண்களே, இப்படி உங்களைப் பழக்கிக்கொள்ளுங்கள்' என்கிறார் புத்தர். அவர் மேலும் சொல்கிறார்: 'இத்தகைய வழியில், பெண்களே! மரியாதையைப் பேணுங்கள். உங்கள் கணவர் மதிக்கும் அனைவரையும் மதியுங்கள். அது அவருடைய தாயாகவோ, தந்தையாகவோ, சந்நியாசியாகவோ அல்லது பிராமணனாகவோ இருக்கலாம். வந்தவுடன் அவர்களுக்கு ஆசனமும் அருந்த நீரும் அளியுங்கள் பெண்களே!' பெண்கள் தம் உறவினர்களை நன்கு கவனித்துக்கொள்ள வேண்டும்; நோயாளிகளின் தேவையை அறிந்துகொள்ள வேண்டும். அதற்குத் தகுந்தவாறு உணவு தயாரிக்கவேண்டும். குடும்பத்தின் ஆண் உறுப்பினர்கள் உழைத்துச் சேர்க்கும் சொத்தைப் பாதுகாக்கவேண்டும் என்றும் அவர் கூறுகிறார்.[48] பெற்றோர்களை நல்ல முறையில் கவனித்துக்கொள்ள வேண்டும் என்றும் புத்தர் வலியுறுத்துகிறார்.

சுஜாதா என்ற மருமகப் பெண்ணுக்குப் புத்தர் கொடுத்த அறிவுரை குறிப்பிட வேண்டிய ஒன்று. பணக்காரக் குடும்பத்திலிருந்து வந்த அவள், கணவனையும் அவன் பெற்றோர்களையும் தாழ்வாக நடத்தினாள். புத்தர் அவளிடம் ஏழு வகை மனைவிகள் பற்றிக் கூறுகிறார். தெளிவுறக் கூறுங்கள் என்று அவள் கேட்டுக் கொண்டதும் புத்தர் விளக்குகிறார்: 'ஒருத்தி கொலைகாரி போன்றவள்; இரண்டாவது மனைவி, திருடி போன்றவள்; மூன்றாவது மனைவி ஆசைநாயகி போன்றவள்; நான்காவது மனைவி தாயைப் போன்றும், ஐந்தாவது மனைவி சகோதரியைப் போன்றும், ஆறாவது மனைவி தோழியைப் போன்றும், ஏழாவது மனைவி வேலைக்காரி போன்றும் இருப்பவள்.' பின்னர் அவளிடம், 'நீ இதில் யார்? என்று கேட்கிறார். சுஜாதா அவளிடம் மேலும் சில விளக்கங்களைக் கேட்கிறாள். புத்தர் அவளிடம் ஒரு நல்ல மனைவியின் கடமைகளைப் பட்டியலிட்டார் என்று கூறப்படுகிறது. இதன் பின்னர் சுஜாதா நல்லவளாக மாறிவிட்டாள் என்று சொல்லப்படுகிறது. 'இப்போதிலிருந்து நான் என் கணவனுக்கு ஒரு நல்ல வேலைக்காரி போன்ற மனைவியாக இருப்பேன்' என்கிறாள் அவள். இறுதியாகக் கூறப்பட்ட பெண்தான் சரியான மனைவியாக இருக்கக்கூடியவள் என்று புத்தர்

கூறியிருக்கலாம் என்று அவள் உணர்த்துவதுபோல் தோன்றுகிறது.[49] ஆனால், ஆறாவது வகைதான் முன்மாதிரியான மனைவி என்று அவர் வலியுறுத்திக் கூறியிருக்கலாம். ஆறாவது வகைப் பெண்தான், மோர்கனும் ஏங்கல்சும் ஆதரித்துப் பேசியது போன்ற கணவன்-மனைவி இணையை ஒத்திருக்கிறது. ஆனால், அத்தகையதொரு சமத்துவத்தைப் புத்தர் வலியுறுத்திக் கூறியதாகத் தெரியவில்லை. ஏனெனில், அவருமே, ஆணாதிக்கச் சமுதாயத்தின் உறவுமுறைகளால் கட்டுப்படுத்தப்பட்டவர் தானே.

குடும்ப அமைப்புமுறையில் பெரும் தாக்கத்தை ஏற்படுத்திய அவரது நேர்மறையான அரசியல் நடவடிக்கைகளின் வெளிச்சத்தில் இந்த வரம்புகளைப் பார்க்கவேண்டும். 'பாலி எழுத்துச் சங்கத்தின்' (Pali Text Society) தலைவியாக இருந்த ஹார்னெர் என்ற பெண் எழுத்தாளரின் கூற்று இங்கு முக்கியமானது: '...ஆகையால், தொடக்ககால பௌத்த இலக்கியங்களில் பெண் துறவிகள் புறக்கணிக்கப்பட்டனர் என்று ஒருவர் கூறமுடியாது. ...தொடக்கக்கால பௌத்த இலக்கியங்களிலிருந்து பெண்களைத் தள்ளிவைப்பது இயலாத ஒன்று. புத்தரைச் சுற்றி வளர்ந்துகொண்டிருந்த நால்வருண சமுதாயத்தின் முக்கிய அங்கங்களான அவர்களைப் பிரித்துவைப்பது சாத்தியமில்லாதது. ஏனெனில் அவர்கள் வாழ்க்கையிலிருந்து தனித்து நின்றவர்கள் அல்ல' என்கிறார் அவர். புத்தரது முற்போக்கான செயல்பாடுகள் காரணமாக, வீடுகளைச் சிதைத்தவர்; மனைவிகளை விதவைகளாக்கியவர்; தாய்மார்களைக் குழந்தை இல்லாதவர்களாக ஆக்கியவர் என்று அவர்மீது குற்றம் சாட்டினர்.[50] புத்தர் இவ்வாறு பார்க்கப்பட்டதற்குச் சங்கத்தில் அவர் பெண்களை அனுமதித்ததே காரணம்.[51]

புத்தர் காலத்தில் பெண்கள் பொதுவாக இரண்டு வேறுபட்ட பண்பாட்டுச் சூழலில் வாழ்ந்தனர்: ஒன்று படிநிலை அமைப்பை முழுமையாகப் பாதுகாத்த ஹிந்து சமுதாயச் சூழல். மற்றொன்று, பௌத்தச் சித்தாந்தப் போதனைகளும், சங்கத்தின் நடைமுறைகளும் உருவாக்கிய சமுதாயச்சூழல். இவ்வாறாகப் பௌத்த சிந்தனைப் பள்ளி ஆணாதிக்கக் கொள்கையால் கட்டுப்படுத்தப்பட்டாலும், வேறு விஷயங்களில் பெண்களுக்குச் சுதந்திரத்தைத் தந்தது. பெண்கள் சமுதாயத்தாலும் அரசியலாலும் ஒடுக்கப்படுவதைக் குறைப்பதற்கு இது உதவியது.

பிளேட்டோவையும் அரிஸ்டாட்டிலையும் புத்தருடன் ஒப்பிடுதல்

பெண்கள் குறித்து கிரேக்கச் சிந்தனையாளர்கள் கூறிய கருத்துகள் கிடைத்துள்ளன; பண்டைய அரசியல் சிந்தனையாளர்கள் பெண்கள் குறித்துப் பேசியுள்ளனர் என்பதற்கான சான்று இவை. ஆனால், நவீன அரசியல் சிந்தனை வெளியில் ரூஸோ, ஜே.எஸ்.மில், கார்ல் மார்க்ஸ், ஃப்ரெடெரிக் ஏங்கல்ஸ் ஆகியோர் மட்டுமே பெண்களின் நிலைமைகள் பற்றியும், அவர்களது உரிமைகளும் கடைமைகளும் பற்றியும் கருத்துத் தெரிவித்துள்ளனர்.[52] இவர்கள் தவிர்த்து மேலை மரபின் பல சிந்தனையாளர்களில் எவரும் பெண்கள் பற்றி எந்தக் கருத்தும் தெரிவிக்கவில்லை. இந்தக் கேள்வியை அவர்கள் முற்றிலும் தவிர்த்துவிட்டனர் எனலாம்.[53] பொருத்தமற்றது என்று பெண்கள் குறித்த கேள்விகளைப் புத்தர் எப்போதும் புறக்கணிக்கவில்லை; இதுதான், மேலை அரசியல் தத்துவ அறிஞர்களுடன் ஒப்பிடுகையில் புத்தரிடம் காணப்பட்ட முதன்மையான, நேர்மறையான அம்சம்.

எனினும், புத்தரது சிந்தனையில் நாம் கண்டறிந்த அதே முரண்பாடுகள், அவரது காலத்து உலக அறிஞர்களிடமும் காணப்பட்டதாகத் தோன்றுகிறது. பிளேட்டோ போன்ற முற்போக்கான ஊகச் சிந்தனையாளரிடமும், பெண்கள் குறித்து முரண்பாடான கருத்துகளே இருந்தன. ஒருபுறத்தில் மேல் தட்டுப் பெண்கள் 'தத்துவ அரசிகளாக' (philosopher queen) விளங்கவேண்டும்; அதற்கு ஏதுவாக பெண்களுக்கு ஒரேமாதிரியான கல்வியும் சம உரிமையும் வழங்கப்பட வேண்டும் என்கிறார் அவர்; ஆனால், மறுபுறத்தில் பெண்கள் மிகக் கொடூரமான பகுத்தறிவற்ற மனிதர்களின் ஆன்மாவிலிருந்து உருவாக்கப்பட்டவர்கள் என்று நம்புவதாகக் கூறுகிறார்.[54] அதுமட்டுமின்றி பிளேட்டோ குடும்ப அமைப்பு இருக்கவேண்டாம் என்றார்; குழந்தைகளை வளர்க்கும் பொறுப்பிலிருந்து பெண்களை விடுவிக்கவேண்டும் என்றார். ஆட்சி செய்யும் வர்க்கத்தின் மத்தியிலிருந்த தனிச் சொத்துரிமையை ஒழிப்பதுடன் தொடர்புடையது இது. பிளேட்டோ, குடும்பத்தை சுயநலத்தின், ஊழலின் ஊற்றாகப் பார்த்தார். பிளேட்டோ முன்வைக்கும் திட்டத்தில், சமுதாயத்தைக் கட்டமைப்பதில் மிக முக்கிய பங்கு வகிக்கும், கல்வியில் பெண்களுக்கு சம உரிமை என்பது இருக்கிறது. ஆனால், ஆட்சி செய்யும் வர்க்கத்தினர் மட்டுமே இந்தச் சமத்துவத்தை அடையமுடியும்.[55]

குறிப்பிட்ட வர்க்கத்தின் பெண்களுக்கு மட்டும் உரிமைகள் நீட்டிக்கப்படவேண்டும் என்று பிளேட்டோ கூறியதுபோல் புத்தர் கூறவில்லை; அனைவருக்கும் நீட்டிக்கவேண்டும் என்பதே அவரது எண்ணம் என்பதை முந்தைய பக்கங்களில் கொடுக்கப்பட்டுள்ள ஆதாரங்கள் சுட்டுகின்றன. இந்தியாவின் மற்றுமொரு சூத்திர சாதியைப் போல், பெண்களை ஒடுக்கப்பட்ட வர்க்கமாகவே புத்தர் பார்த்தார். விலைமாதர்கள், கைவிடப்பட்ட பெண்கள், ஒடுக்கப்பட்ட பெண்கள் என்று அனைவருக்கும் கல்வி உரிமையும், நிர்வாணம் அடையும் உரிமையும் அளிக்கப்பட்டன. ஆனால், பிளேட்டோவின் திட்டத்தில் மக்கள் தொகையின் அளவைப் பராமரிக்கும் ஒட்டுமொத்த சுமையும் தொழிலாளர் வர்க்கப் பெண்களிடம் அளிக்கப்பட்டிருந்தது. ஆளும் வர்க்கப் பெண்களோ, மிகச் சிறந்த வாரிசுகளைப் பெற்றெடுக்கும் நோக்கில் தேர்ந்தெடுக்கப்பட்ட (ஆண்களுடன்) உடலுறவை மேற்கொள்வார்கள்.[56]

அதுமட்டுமின்றி இந்த ஆளும் வர்க்க மகளிருக்குக் குடும்பத்திலிருந்தும் சமையலறை வேலைச்சுமைகளிலிருந்தும் விடுதலை கிடைத்தது. ஏனெனில், ஆளும் வர்க்கம் அனைத்திற்கும் அரசு நடத்தும் உணவுக்கூடங்களில்தான் உணவு. பௌத்தச் சங்கத்தில் இணைந்த பெண்களும் இதேபோன்று சமையலறை வேலைச்சுமைகளிலிருந்து விடுபடும் வாய்ப்பைப் பெற்றனர். பிச்சை மூலம் உணவு பெறும் வாய்ப்பும், பொது உணவுக்கூடங்களில் ஒன்றாக அமர்ந்துண்ணும் வாய்ப்பும் அவர்களுக்கு இருந்தது.[57] உணவுக்கூடங்களில் நடந்த சர்ச்சைகள் பற்றிய குறிப்புகள் சுல்லவக்காவில் உள்ளன. சங்க அமைப்பு பிச்சைமூலம் கிடைக்கும் உணவை மட்டுமே முற்றிலும் நம்பியிருக்கவில்லை. மாறாக, அமைப்பில் சமையல் கூடங்களும் இருந்தன என்பதற்கான ஆதாரமாக இவற்றைக் கொள்ளலாம்.[58]

The Republicல் தொடங்கிய பிளேட்டோவை The Lawsல் பார்க்கையில் அதிகம் எதார்த்தம் நிறைந்தவராக அவர் மாறியுள்ளது தெரிகிறது; ஒரு குறிப்பிட்ட வர்க்கம் சார்ந்து அவருக்கிருந்த சார்புநிலை ஓரளவு மழுங்கியிருப்பதைப் பார்க்கமுடியும். சட்டத்தின்படி பெண்களுக்கும் அதிக அளவில் சம அந்தஸ்து அளிக்க வேண்டும் என்பதைத் தன் நோக்கமாக பிளேட்டா வெளிப்படுத்தினார் என்கிறார் க்ளென் மாரோ. சூசன் மோலர், திருமணச் சட்டங்களைப் போன்று பிளேட்டோவின் விவாகரத்துச் சட்டங்கள் இல்லை என்கிறார்; அக்காலத்து ஏதென்ஸின் சட்டங்களுடன் ஒப்பிடும்போது பெண்களை அவை கணிசமான அளவிற்கு அதிகம் சமத்துவத்துடன் நடத்துகின்றன

என்று முடிக்கிறார் அவர். புத்தரைப் பொறுத்த அளவில் இது உண்மையே; சங்க அமைப்பில் பெண்கள் நன்னடத்தை விதிகளைப் பின்பற்றுமாறு கூறியுள்ளார்; திருமணமான பெண்களுக்கும் நடத்தை விதிகளைக் கூறியுள்ளார்; எனினும், ஹிந்து மதத்தின் விதிகளை விட பெண்களை அவை அதிக அளவிற்குச் சமமாகவே நடத்தின.

பிளேட்டோ தனது The Republic நூலில் பரிந்துரைத்தைவிட அதிகம் நிதானமான சமுதாய வாழ்க்கையைத்தான் The Laws நூலில் முன்மொழிகிறார். திருமணமான பெண்களும் பொது உணவுக்கூடங்களில் உணவு எடுத்துக்கொள்ளலாம் என்கிறார்.[59] வயதிலும் அனுபவத்திலும் வளர்ச்சி பெறும் ஒருவர், தனக்கு நிர்ணயித்துக் கொள்ளும் இலக்கு நிச்சயம் அடையக்கூடியதாக இருக்கவேண்டும் என்றே நினைக்கக்கூடும். ஒருவர் தனது கொள்கைகளையும் தொடர்ந்து தளர்த்திக்கொண்டு போவதையும் பார்க்கமுடியும். இறுக்கமான பல விதிகளை, பெண்கள் தொடர்பான விதிகளைப் புத்தர் தளர்த்தினார். அவர்கள் சங்கத்தில் சேரவும், குழந்தைகளைச் சங்க அமைப்பிற்குள் கொண்டுவரவும் அனுமதித்தார்.[60] அவர் இறந்தபோது, சங்கம் கணிசமான அளவிற்கு பெரிதாக வளர்ந்திருந்தது. சங்கத்திற்குள் பெண்களை அனுமதிப்பதில் அவரளித்த சலுகைகளே இதற்குக் காரணம்.

புத்தரைப் போலவே பிளேட்டோவும் பெண்கள் இயல்பிலேயே பலவீனமானவர்கள், தாழ்ந்தவர்கள் என்று எண்ணினார். பிளேட்டோ சொல்கிறார்: 'பெண் என்பதால் பெண்ணுக்குச் சொந்தமான நகரத்திற்குத் தனி நிர்வாக நடைமுறை இருக்கமுடியாது; அதுபோலவே ஆணுக்குச் சொந்தமானது என்பதாலும் மாறிவிடாது. ஆனால், இயற்கை விஷயங்கள் ஒன்றுபோலவே இரண்டு பாலினங்கள் மத்தியிலும் சிதறிக்கிடக்கின்றன; இயற்கையின் வழியில் பெண்கள் அனைத்து நடைமுறைகளிலும் பங்கேற்கிறார்கள்; அதுபோலவே ஆண்களும். ஆனால், இவை அனைத்திலும் ஆணைவிடப் பெண் பலவீனமானவள்.'[61] கணவனிடமும் பெற்றோர்களிடமும் விசுவாசத்துடனும், பணிவுடனும் பெண்கள் நடந்துகொள்ள வேண்டும் என்பதற்குப் புத்தர் அழுத்தம் கொடுத்தார்; பெண்கள் ஆண்களைவிடப் பலவீனமானவர்கள் என்ற உணர்வால் எழுந்தது இது. ஆனால், இந்த விஷயத்திலும் புத்தரின் கருத்துருவாக்கம் மாறாத ஒன்றாக இருக்கவில்லை.[62] தந்தையைவிட, தாயை உயர்ந்த இடத்தில் புத்தர் வைத்த பல சந்தர்ப்பங்கள் இருந்தன. புத்தருக்கும் பிளேட்டோவிற்கும் இடையில் பல்வேறு ஒற்றுமைகளும்

வேற்றுமைகளும் உள்ளன; எனினும், ஒன்று தெளிவு. இருவருமே பெண்களின் உரிமைகள் குறித்துக் கவலை கொண்டிருந்தனர். அவர்கள் காலத்துச் சமுதாயத்தின் தளைகளிலிருந்து பெண்களை விடுவிக்க சில முயற்சிகளை மேற்கொண்டனர்.

புத்தரையும் பிளேட்டோவையும்விட அரிஸ்டாட்டில் பெண்களைப் பற்றிக் குறைவாகவே பேசியிருக்கிறார். அதிகம் பிற்போக்கான ஆணாதிக்கச் சிந்தனையை அவர் பேசுவதுபோல் தோன்றுகிறது; 'இயல்பாகவே பெண்கள், ஆண்களைவிடத் தாழ்ந்தவர்கள்; ஆகவே, இயல்பாகவே ஆண்களால் ஆளப்படவேண்டியவர்கள்' என்கிறார் அவர்.[63] எந்த வர்க்கப் பின்னணியைச் சேர்ந்த பெண்களாக இருந்தாலும், கீழான செயல்களைத்தான் அரிஸ்டாட்டில் அவர்களுக்கு ஒதுக்குகிறார்; உண்மையில் பெண்களும், அடிமைகளும் ஆளப்பட வேண்டிய வர்க்கத்தினர் என்கிறார். அவரது கருத்தில், 'பெண்களும் அடிமைகளும் இயல்பாகவே ஒருவரிடமிருந்து மற்றவர் வேறுபட்டிருக்கிறார்கள். பலவிதமான வேலைகளுக்கும் பயன்படும் 'பலநோக்குக் கத்தியை' *(Delphic Knife)* செய்யும் கொல்லர்கள் போல, குறிப்பிட்ட நேரத்திற்குள் முடிக்கவேண்டும் என்ற அடிப்படையில் இயற்கையின் செயல் எப்போதும் இருப்பதில்லை; தனிப்பட்ட காரியம் ஒவ்வொன்றையும் தனிப்பட்ட முடிவுக்காகவே இயற்கை நிகழ்த்துகிறது; இயற்கை அவ்வாறு செய்வதற்குக் காரணம், ஒவ்வொரு கருவியும், பலவித நோக்கங்களுக்கும் பயன்படாமல், ஒரு தனித்த காரியத்திற்கு மட்டுமே பயன்படும்போது மிகச்சிறந்த முடிவைத் தரக்கூடும்.' அவர் பார்வையில், ஆண்கள் தனித்த நோக்கத்திற்கு இருக்கிறார்கள்; அதுபோலவே பெண்களும். அரிஸ்டாட்டில், பெண்களின் முக்கியப்பணி இனவிருத்தி செய்தல் என்கிறார். ஓர் ஆண் தனது விந்தின் மூலமாக வாரிசுக்கான ஆன்மாவை அளிக்கிறான்; அதேநேரத்தில் பெண், மாதவிடாய் காலத்தில் கருவைத் தருகிறாள்.'[64] அவரது வாதம் முற்றிலும் மறைமுகமானது; அதாவது, கருவை விட ஆன்மா உயர்வானது; ஆகவே ஆண், பெண்ணை விட உயர்ந்தவன்.

அரிஸ்டாட்டிலின் கருத்துகளின் வெளிச்சத்தில் பார்க்கையில் பெண்கள் குறித்து புத்தருக்கு இருந்த புரிதல் மிக முற்போக்கானதாக வெளிப்படுகிறது. பெண்களின் முக்கியப் பணி இனவிருத்தி என்பதைப் புத்தர் ஏற்கவில்லை; மாறாக அவர்களால் செய்யமுடியாதது எதுவுமில்லை என்கிறார். அருகநிலைப் பெறவும், தலைமை வகிக்கவும், இறுதியில் நிர்வாணம் அடையவும் திறன் பெற்றவர்கள் என்கிறார். அரிஸ்டாட்டிலைப் போல், இனவிருத்தியும் வீட்டை

நிர்வகிப்பது மட்டுமே பெண்களின் கடமைகள் என்று புத்தர் கூறவில்லை. இனவிருத்தி என்பது ஆண்-பெண் இருவருக்குமான கடமை என்கிறார் புத்தர். குடும்பம் சமுதாய வாழ்விற்கான அடிப்படைத் தேவை என்கிறார் அரிஸ்டாட்டில். ஆனால், சமுதாய உடைமை மூலமும், சமுதாயக் கூட்டு வாழ்க்கையின் மூலமும் உயர்வான சமுதாய வாழ்க்கையை அடைவது சாத்தியம் என்கிறார் புத்தர். பேராசைக்கும் சுயநலத்திற்கும் மூலாதாரம் குடும்பம் என்பது புத்தரின் கருத்து.[65] அடிமைகளுக்கு எதிரான எஜமானர்களின் ஆணாதிக்க மனோபாவத்தை அரிஸ்டாட்டில் வெளிப்படுத்துகிறார்; புத்தரும் பிளேட்டோவும் ஆணாதிக்கப் பண்பாட்டிற்கு இருக்கும் வரம்புகளை வெளிப்படுத்துகிறார்கள்; அதுமட்டுமின்றி எங்கெல்லாம் சாத்தியமோ, அங்கெல்லாம் ஆணாதிக்க அடிமை உறவுகளை உடைப்பதற்கும் முயற்சி செய்கின்றனர்.

பெண்கள் தொடர்பான விஷயங்களில், புத்தரும் பிளேட்டோவும் அவர்கள் காலத்தில் புரட்சியாளர்களாகவே இருந்துள்ளனர். அதேநேரத்தில் மனு, கௌடில்யர், அரிஸ்டாட்டில் போன்றோர் பிற்போக்குச் சிந்தனையாளர்களாகவே இருந்தனர். ஒருபுறம் ஆண்களுக்கு இடையிலும், மற்றொருபுறம் ஆண்களுக்கும் பெண்களுக்கும் இடையிலும் இருந்த சமத்துவமற்ற நிலை நீடித்திருக்கவே விரும்பினர்.[66] புத்தரும் பிளேட்டோவும், மார்க்சுக்கும் ஏங்கல்சுக்கும் முன்னோடிகளாக இருந்தார்கள். அதுமட்டுமின்றி, பெண்களது அரசியல் சமத்துவத்திற்கான அடிக்கல் நாட்டி, நவீன பெண்ணுரிமைச் சிந்தனையாளர்களுக்கும் முன்னோடிகளாகத் திகழ்ந்தனர்.

அடிக்குறிப்புகள்

1. Susan Moller Okin, *Women in Western Political Thought* (London:Virago, 1980) pp.1,4. In this book the author examines the political and ideological views of Plato, Aristotle, Rousseau and J.S.Mill on women from a feminist perspective. In the last chapter she also examines, 'Functionalism, Feminism and the Family'. In the introductory chapter the author, at some length, examines the significance of studying every political thinkers' views on women so as to attain total equality between men and women and of human race itself.

2. Altekar titles his book *The position of women in Hindu Civilisation* (New Delhi:Motilal Banarasidass, 1962). In it he discusses the position of women from prehistoric times to present day.

3. See P. Thomas, *Indian Women Through the Ages: A Historical Survey of the Position of Women and the Instiution of Marriage and Family in India from Remote Antiquity to the Present* (Mumbai: Asia Publishing House, 1964). Thomas held the opinion that compared to the sophisticated women of the Indus cities, Aryan women of that time were crude, hardly camp dwellers, who could neither withstand nor appreciate such urban luxuries, p.7. Kosambi describes at length the "Great Baths" in the Mohenjodaro and Harappa cultures where free union of men and women used to take place. See *Historical Outline*, pp.66-68. Also see Altekar, Position of Women, pp. 9-10. The author shows that some sections of the Rig Veda were even authored by women.
4. P. Thomas, *Indian Women*, p.58. The Grihya Sutras indicate that religion for the Indo-Aryan householder had become a daily ritual with a round of ceremonies to be performed at every stage in life's progress from conception till death; p.61.
5. According to modern historians the *Ramayana* was compiled much later and was based on earlier stories. According to Sharma the 'Balakanda' and the 'Uttarakanda' of the *Ramayana* seem to belong to the Gupta period. See *Material Culture*, p.236. The *Mahabharatha* presents a mixed picture of polyandry, polygamy and monogamy.
6. See Engel's *The Origin of Family, Private Property and the State,* where he argues that monogamy was desired by women over polygamy as a system of civilisation. Of course exploitive relations were established within the family. See Marx and Engels, *Selected works*, vol.3, p.230.
7. While Manu codified laws with regard to the position of women in his *Manu Smriti*, Kautilya talked about women's treatment in practical jurisprudence in *Arthashastra*. Vatsyayana's *Kama Sutra* throws light on many special attitudes to women.
8. *Manu's Ordinances,* trans. Burnell, pp. 130-132, 135, 237. Polyandry as depicted in the *Mahabharata* was (and is) in vogue in tribal communities though in the eyes of the law it came to be treated as unlawful.
9. P. Thomas, *Indian Women* pp. 70-72.
10. Somnatha, Dhar, *Kautilya's Arthashastra.*, p.150.
11. P. Thomas, *Indian Women* pp. 72-75.
12. Vatsyayana, *Kama Sutra* ed. J.S. Bright (New Delhi: Verma Brothers, 1975), pp 34-40.
13. Altekar, *Position of Women*, pp 202, 210. Altekar's assumption is that women are not capable of understanding complicated questions, issues and practices.

14. *Chullavagga*, pp.320-326. The Buddha Suttas state that Maha Prajapati herself approached Buddha at Kapilavatthu asking him to open the sangha to women.
15. Rockhill, *Life of the Buddha*, p.58. Also see p.5. The story tells us that as Mahanaman's wife was not allowed to enter while wearing jewellery, she gave her jewels to her maid and sent her away. But the girl was so depressed at not being allowed to hear Buddha that she committed suicide on the way.
16. It is important to note that until Maha Prajapati's audience took place we do not come across any mention of women's names in the annals. Perhaps this must have been due to the Vedic practice of not identifying women by their names.
17. Rockhill, *Life of Buddha*, p.59. Here there is also an indication that writing was in vogue in India at that time, and that Buddha was familiar with it.
18. *Chullavagga*, pp. 320-322. It is important to note that but for the democratic atmosphere and culture that Buddhism was trying to create it would have been impossible for Ananda to build up the argument as he did in order to admit women into the sangha.
19. Thomas, *Indian Women*, p.82.
20. These eight rules were made specially for women and indicate that they were treated as second grade citizens within the Sangha.
21. *Chullavagga*, pp.320-322, 323-324, 126. After this debate and internal struggle it appears that Maha Prajapati's case was put before the Sangha Assembly for ordination and from then on women were admitted into the Sangha.
22. Thomas, *Indian Women*, p.88, 89.
23. Translated by Uma Chakravarti and Kumkum Roy, in *Women Writing in India*, ed. Susie Tharu and K.Lalita, vol.1 (New Delhi: Oxford University Press, 1991), p.69.
24. See *Therigatha*, trans. K.R.Norman, vol.II (London:Pali Text Society, 1971), pp.11-51.
25. *Chullavagga*, pp.9, 353. The Mettiya incident has been discussed at length in Chapter 6.
26. Altekar, *Position of women*, p.20.
27. *Chullavagga*, pp.15, 349, 351, 354-355, 361. To join, a woman should have reached 20 years of age, be free from debts, not be in the king's service; should obtain the permission of her parents if living, be duly provided with robes and alms bowl and recommended by an ordained bhikkuni.

28. Thomas, *Indian Women*, p.84.
29. Altekar, *Position of women*, p.210.
30. See *Therigatha*, trans. K.R.Norman, pp.41-441.
31. *Chullavagga,* p.362.
32. Altekar says that 'by 300 B.C. marriage came to be regarded as obligatory for girls whereas the *Jataka stories* indicate that by the time of Buddha such views got strengthened'. See Altekar, *Position of women,* p.32. Even in modern times, women who join political parties, particularly non-traditional ones like the communists and socialists, are also seen as immoral and accused of having no respect for family life. Women's joining the sangha was seen similarly in the ancient period.
33. *Chullavagga,* pp.341, 345-346, 364.
34. Rockhill, *Life of Buddha*, pp.128-129.
35. According to Thomas, Rahula did not occupy an important position in the sangha. See Thomas, *Indian Women*, p.82.
36. Rama insisted that his wife should be his true follower and a chaste *parivrata*. Sita was asked to enter fire to test her chastity and this story is too well known.
37. Thomas, *Indian Women*, p.82, 88-89. Also see p.8.
38. K.R.Norman edited these poems of the *Theris* and *Theras* which were translated from Pali by Mrs Rhys Davids, with detailed notes and comments, see his book *therigatha* vol II, pp. 28, 35-37.
39. These necessary things include the eight things over which every member of the Buddhist order had rights – the three robes, the alms bowl, razor, needle, griddle and water strainer. See *Chullavagga* p.344.
40. Ibid. Rhys Davids says that such a rule was laid down in the *Mahavagga*, viii, 27
41. Uma Chakravarti, *The Social Dimensions of the Early Buddhism*. p.32
42. *Chullavagga* p.325.
43. Quoted in Thomas, *Indian Women* p.83.
44. Rockhill, *Life of Buddha*, pp.128-129.
45. See Vatsyayana's *Kama Sutra* which gives a detailed description of the sex life of the nagarika, pp.34-40. Vatsyayana's description goes to show that the nagarika's indulgence degenerates in to vulgarity
46. *Chullavagga* pp. 322-323, 388.
47. Thomas, *Indian Women* p.90.

48. *Chullavagga*, p.354.
49. Thomas, *Indian Women* pp.92-93.
50. I.B.Horner, *Women in Early Buddhist Literature* (Kandy, Ceylon: Buddhist Publication Society,1961), pp.3,11.
51. See Altekar, who says, when discipline became slack and unwilling persons began to be admitted into monasteries the tone of moral life deteriorated'. See *Position of Women*, p.210.
52. Susan Moller Okin recognizes only Plato, Aristotle, Rousseau and Mill as political thinkers who discussed women. Other feminist political philosophers and sociologists include Marx and Engels.
53. St.Thomas Aquinas, Machiavelli, Bodin, Hobbes, Locke, Bentham, Hegel – all these thinkers are being studied as political philosophers proper. All of them did not say much about women.
54. Plato, *Republic*, p.132. See also Okin, Women in Western Political Thought, p.15.
55. Sabine, *History*, p.66.
56. Ibid. See also Okin, who characterizes the Platonic scheme as one of philosopher queens and private wifes, *Women in Political Thought*. P.28.
57. Procuring food as alms in ancient India cannot be equated with begging because the visiting of bhikkus and bhikkunis to citizens' residences and their taking food from them was considered a privilege.
58. *Chullavagga*, pp.220-22.
59. Glenn Morrow, *Plato's Cretan City*, quoted in Okin, *Women in Western Political Thought*, p.46.
60. *Chullavagga*, p.364.
61. Plato's *Republic*, quoted in Okin, *Women in Western Political Thought*, p.59.
62. Thomas, *Indian Women,* p.90.
63. Okin, *Women in Western Political Thought*, p.79.
64. Aristotle, *Politics*, quoted in Okin, *Women in Western Political Thought*, p.81,82.
65. Okin, *Women in Western Political Thought*, p.85.
66. Manu and Kautilya perpetuated inequalities between men and men by separating them into castes, and between men and women by making women subordinate, slavish partners of men. Aristotle did the same by supporting slavery and the inequalities of women.

முடிவுரை

இந்த நூலில் கௌதம புத்தரை ஓர் அரசியல் சிந்தனையாளராக ஆய்வு செய்துள்ளேன். அக்கால ஹிந்துச் சமுதாயத்திற்கும், ஆதிக்கம் செலுத்திய பிராமணியத்திற்கும் சவாலாகத் தோன்றிய சிந்தனையாகப் பௌத்தத்தை ஆய்வு செய்துள்ளேன். புத்தர் பிறந்த, தனது சிந்தனையை உருவாக்கிய, சங்கத்தின் மூலம் அதனைச் செயல்படுத்திய இந்தத் தேசத்தில் பிராமணியத்தை மையமாகக் கொண்டு ஹிந்துத் தேசமொன்று கட்டமைக்கப்படுகிறது. அதேநேரத்தில் 1956ல் அம்பேத்கர் பௌத்தத்தைத் தழுவிக்கொண்ட நாளிலிருந்து தலித்துகளின் மதமாகிவிட்ட பௌத்தம் மீண்டும் எழுச்சிபெற்று வருகிறது. ஹிந்து மதத்திற்கும் பௌத்தத்திற்கும் இடையிலான இறுக்கம் எதிர்காலத்தில் மேலும் அதிகமாகக்கூடும். ஏனெனில் இரண்டும் வேறுபட்ட சக்திகளைப் பிரதிநிதித்துவம் செய்கின்றன. உலகளவில் பார்க்கும்போது, இலட்சக்கணக்கான ஆசிய மக்களின் உணர்வுநிலையைப் பண்படுத்தும் பெரிய மதமாகப் பௌத்தம் மாறியிருக்கிறது. மதமென்ற அளவில், மனிதர்களுக்கு இடையிலான பிரச்சனைகளைப் பௌத்தம் தீர்த்துவிடவில்லை; அ-சமத்துவ தன்மைகளைப் போக்கவில்லை. ஆனால், அதற்கு நாம் புத்தரைப் பொறுப்பாக்க முடியாது.

புத்தர், பல நாடுகளில் வழிபடும் தெய்வமாக மாறிவிட்டார் என்பது ஆர்வமூட்டும் செய்தி.[1] ஆன்மீக வெளியில் புத்தரின் செல்வாக்கு, இயேசு கிறிஸ்துவிற்கும் முகம்மதுவிற்கும் இணையாக உள்ளது. புத்தரை முற்றிலும் வேறுபட்ட கோணத்தில் இந்த நூல் பார்க்க முயல்கிறது: சாக்ரடீஸ், பிளேட்டோ, அரிஸ்டாட்டில், கன்ஃபூசியஸ் ஆகியோருக்கு முன்னோடியான அரசியல் சிந்தனையாளராகப் பார்க்கிறது. உலகளாவிய சமுதாய-பொருளாதார, அரசியல் அமைப்புகள் தற்போது முதலாளித்துவத்தையும், ஜனநாயகத்தையும், பன்மைத்துவத்தையும், சோசலிசத்தையும் நிறுவனப்படுத்திவிட்டன.

மாற்றத்திற்கான விவாதங்கள் தொடர்ந்து நடந்து வருகின்றன. எனினும் இத்தகைய அமைப்புகள் தொடர்ச்சியான நெருக்கடிகளுக்கு ஆட்பட்டுச் சிரமப்படுகின்றன. இந்நிலையில் பண்டைய சிந்தனையாளர்களிடமிருந்து தமக்குத் தேவையான பாடங்களை மக்கள் தேடிப்பெற வேண்டும்.

இதுவரையிலும், சாக்ரடீஸ், பிளேட்டோ, அரிஸ்டாட்டில் போன்ற கிரேக்கச் சிந்தனையாளர்கள் மட்டுமே நம்பகமான ஊகச் சிந்தனையாளர்களாக முன்னிறுத்தப்பட்டுள்ளனர். சிந்தனைகளால் நிறைந்த கடந்தகாலத்திற்கும் ஆற்றல் நிறைந்த நிகழ்காலத்திற்கும் இடையில் சித்தாந்த ரீதியிலான தொடர்புக் கண்ணிகளாக அவர்கள் இருந்தார்கள். ஊகச் சிந்தனை வெளியின் மிகப்பெரிய, உலகளவில் புகழ்பெற்ற சிந்தனையாளர்களுக்கு முன்னோடியாகப் புத்தர் இருக்கிறார் என்பதை இந்நூலில் வெளிப்படுத்தியுள்ளேன். பண்டைய உலகின் எந்தவொரு மேற்கத்திய அரசியல் தத்துவ மேதைக்கும் இணையான வலிமை கொண்டது புத்தரின் ஊகச் சிந்தனை ஆற்றல்.

கீழையுலகிற்கு, அதற்கெனச் சொந்தமாக ஊகத் தத்துவம் எதுவும் இல்லை என்று ஐரோப்பிய அறிஞர்கள் கூறுகின்றனர்; இந்திய அரசியல் கருத்துகள் ஒற்றைப் பரிமாணம் கொண்டவை; மதத்தால் அவை உள்வாங்கிக் கொள்ளப்பட்டன; மேலாதிக்கம் செலுத்திய பல-கடவுள் கொள்கை சார்ந்த மதக் கொள்கைகளுக்கு அவை எந்த அச்சுறுத்தலையும் கொடுக்கவில்லை என்று கருதுகின்றனர். கீழையுலகிற்கு எதிரான மேற்கத்தியச் சிந்தனைகளின் ஒருதலைச் சார்பை இவை திரும்பக் கூறுகின்றன; இதுவே எனது நுட்பமான ஆய்வின் முடிவு. கீழையுலகம் தனக்குச் சொந்தமான ஒன்றோடொன்று மோதிக்கொள்ளும் சிந்தனைப் போக்குகளை ஆக்கப்பூர்வமான முறையில் பரிசீலித்து தன்னை மறுகட்டமைப்பு செய்துகொள்ள முடியும். முதல் முயற்சியாக கீழையுலகின் மிகப்பெரிய சிந்தனையாளர்களில் ஒருவராகப் புத்தரை மறுகட்டமைப்பு செய்ய முயன்றுள்ளேன்; மேலையுலகு எதிர்காலத்தில் இவரைப் புறக்கணிக்க முடியாது.

புத்தர், அவரது காலத்தின், மேலையுலகு மற்றும் கீழையுலகு உள்ளிட்ட உலகின் மிகப்பெரும் சிந்தனையாளர். அரசு, ஜனநாயகம், உரிமைகளும் கடமைகளும், வர்க்கங்களும் சாதிகளும், பெண்களின் சமத்துவம் போன்றவை குறித்துப் புதிய கொள்கைகளை அவர்

உருவாக்கினார். அவற்றைச் செயல்படுத்தக்கூடிய நெறிமுறைகளாக மாற்ற முயன்றார். சுற்றியிருந்த மக்களிடம் அவை உணர்வெழுச்சியை ஏற்படுத்தின; அல்லது அவர்களின் உணர்வு நிலையை உயர்த்தின; நிறுவப்பட்ட மாற்று அமைப்புகளிலும் அவை தாக்கத்தை ஏற்படுத்தின. அவர் காலத்து மேலைச் சிந்தனையாளர்கள் (அல்லது ஒட்டுமொத்த இந்தியாவிலும்) எவரும் செய்திராத காரியம் இது. அவரது ஆய்வுமுறை பொருள்முதல் வாதத்தையும் இயக்கவியலையும் அடிப்படையாகக் கொண்டது. மேலைப் பண்பாட்டுப் பார்வை கொண்ட தத்துவ அறிஞர்களின் கூற்றிற்கு முற்றிலும் எதிரானது. 'ஸமண பிராமணியத்தின் மெய்மதிப்பீட்டுப் பார்வைக் கோணத்திற்குச் சவால் விடுத்த மதச்சார்பற்ற தத்துவம் இது.

மானுடத்திற்கு எதிரான சமுதாய-ஆன்மீக அமைப்பைக் கட்டமைக்க முயன்ற பிராமணியத்தை எதிர்த்த முதல், முக்கியமான சிந்தனையாளர் புத்தர். சமுதாயத்தின் ஒரு பகுதியினர் ஆன்மீக-பாசிசத்தைச் சந்திக்க நேரும் என்று அவர் அஞ்சினார். மக்களது கோரிக்கைகளை இறைவனிடம் எடுத்துரைக்கும் உரிமை தங்களுக்கே உண்டு என்று சொல்லி ஒரு குழுவோ அல்லது சாதியோ பிற சமுதாயத்தினர்மீது தங்களது ஆதிக்கத்தை நிறுவும் சூழல் எழக்கூடும் என்றார்.[2] சாதி அடிப்படையில் பிராமணர்கள் பெற்றிருந்த அதிகாரத்தைத் தொடர்ச்சியாக, முறையாக நிலைகுலையச் செய்தார்; அதிகாரத்தையும் மற்ற உலகம் சார்ந்த விஷயங்களையும் ரத்து செய்து, மானுடப் பிரதிநிதித்துவம் இருக்கும் சமுதாய அமைப்பைப் புத்தர் நிறுவினார். பிராமணர்களின் நலம் விரும்பிகளாக, அவர்களை மகிழ்விப்பவர்களாக (Brahmin hitaya, Brahmin sukhaya) தம்மை அடையாளப்படுத்திக் கொண்டு, சாதாரண மக்கள் பிராமணர்களுக்குச் சேவை செய்யும் வகையில் ஆன்மீகச் செயல்முறை ஒன்றைப் பிராமணியம் உருவாக்கியது. ஆன்மீகம் சார்ந்த, உலகாயதம் சார்ந்த ஒட்டுமொத்த செயல்பாடுகளை மாற்றியமைத்த புத்தர், பெரும்பான்மை மக்களது நலம் விரும்பிகளையும், அவர்களை மகிழ்விப்பவர்களையும் (Bahujan hitaya, Bahujan sukhaya) கொண்ட புதிய உலகப்பார்வை உருக்கொள்வதற்கு வழிவகுத்தார்.[3]

புத்தருடைய சிந்தனை, ஹிந்து மதவாதிகளின் ஊகச் சிந்தனையின் பகுதியே என்று ஹிந்துச் சிந்தனையாளர்கள் கூறுகின்றனர்: இக்கருத்தை எனது நுட்பமான ஆய்வு மறுக்கிறது. ஹிந்து மதத்தின் மெய்மதிப்பீட்டுக் கருத்திற்கு எதிராகத் தோன்றியதே பௌத்தச்

சிந்தனை. புத்தர் தனது ஒட்டுமொத்த அரசியல் தத்துவத்தையும் ஹிந்து வருணாசிரம தர்ம அரசியலை எதிர்ப்பதற்கே உருவாக்கினார். வருணாசிரம தர்மத்தையும், தண்ட நீதியையும் ஏற்றுக் கொள்ளாமல் புறந்தள்ளினார். இந்தச் செயல், இந்தியச் சிந்தனை மரபிலும் உலகளாவிய சிந்தனைப்போக்குகளிலும் தாக்கம் ஏற்படுத்தியது. வேதங்களிலும், உபநிஷத்துகளிலும், தர்மசாத்திரங்களிலும் கூறப்பட்டுள்ளவற்றிற்கு எதிரானதாக அவரது தத்துவம் இருந்தது. அதுமட்டுமின்றி, அடிமைப்பட்டுக் கிடந்தவரின் நலனைப் புறந்தள்ளி, எஜமானர்களின் நலனுக்காக உருவாக்கப்பட்ட மேலையுலகின் ஊகச் சிந்தனைக்கு எதிராகவும் நின்றது.

பௌத்தத்திற்கு முந்தைய காலத்தின் நிலைமைகள் குறித்த எனது ஆய்வுகள் சில விஷயங்களை வெளிப்படுத்தியுள்ளன. ஏகாதிபத்திய அரசின் தோற்றமும், மக்களைச் சூறையாடிய யுத்தங்களும், தனியார் சொத்துரிமையின் தோற்றமும், சாதிகளாகவும், வர்க்கங்களாகவும் சமுதாயம் பிரிந்ததும், பெண்ணடிமைத்தனமும், குறிப்பாக வட இந்தியாவின் பொருளாதாரச் சூழல் சிரழிந்து கொண்டிருந்ததும் புதிய அரசியல் சிந்தனைகளும், சித்தாந்தப் பள்ளிகளும் தோன்றுவதற்குச் சாதகமான சூழ்நிலையாக இருந்தன. அரசின் அதிகாரப்பூர்வ சித்தாந்தம் மற்றும் சடங்குகளைப் பேசும் அமைப்பாகப் பிராமணியம் இருந்தது; பொருள்முதல் வாதிகளும், குறிப்பாக சத்திரியச் சாதியைச் சேர்ந்தவர்களும் இதனை எதிர்த்தனர்.[4]

புத்தருக்குச் சற்று முந்தைய காலத்தில் தோன்றிய சார்வாகர்கள் பலவகையான வர்க்கப் பின்னணியிலிருந்து வந்தவர்கள். ஆனால், பிராமணியத்திற்கு மாற்றாகச் சார்வாகம் வெற்றிபெற முடியவில்லை. உலகாயதப் பார்வை கொண்ட சார்வாகத்திலிருந்தும், வர்த்தமானரின் ஜைனத்திலிருந்தும் சில இழைகளை எடுத்துக்கொண்ட புத்தர் புதிய சித்தாந்தம் ஒன்றை நெய்தார். சாதாரண மக்களின் மனத்தில் மகாவீரராலும் அவரது ஜைனச் சிந்தனையாலும் இடம்பெற முடியவில்லை. அது பின்பற்றிய தீவிரமான அகிம்சை நெறி இதற்கான காரணமாக இருக்கலாம். இந்நிலையில் நடைமுறைச் சாத்தியமான சிந்தனைப் பள்ளியாக பௌத்தம் இருந்தது. மக்களின் செல்வாக்கைப் பெற்றது. ஆன்மீகம், உலகாயதம், கூட்டாண்மைத் தத்துவங்களுக்கு இடையில் முழுமையான இணக்கத்துடன் செயலாற்ற முடிந்ததால் வெற்றிகரமான மக்கள் இயக்கமாக மாறியது.

மக்களின் மனங்களில் சாதி குறித்த எண்ணப்போக்கை உருவாக்க உள்ளார்ந்த செயல்முறையைப் பிராமணியம் பெற்றிருந்தது: அதாவது சுய-மோட்சம். சந்நியாசம் அல்லது துறவு வாழ்க்கை போன்ற வழிமுறைகள் தனிப்பட்ட மதத்துறவிகள் வீடுபேறு அடைவதை அனுமதிக்கின்றன. அதேநேரத்தில் மதம் சார்ந்த நடவடிக்கைகளை மையப்படுத்தி நடந்தது என்றாலும் மனிதர்கள் திரளாக அணிதிரட்டப்படுவதை சாதிப் படிநிலை அமைப்பு அனுமதிக்கவில்லை. இருவிதமான செயலுத்திகளை பிராமணியம் உருவாக்கியது. தியாகம் அல்லது உயிர்ப்பலிதான் ஆன்மீக வாழ்வின் சாரம் எனப் பறைசாற்றியது; அதேநேரத்தில் தானம், தட்சிணை, பரிசுகள், நன்கொடைகள் என்று சொல்லி, அதனடிப்படையில் வசதியான வாழ்விற்குச் சொத்துகளைக் குவிப்பதை ஆதரித்தது. ஆனால், உற்பத்தித் தொடர்பான வேலைகளில் பங்கேற்கவில்லை. சமுதாய உடைமையில் இதற்கான மாற்றை புத்தர் கண்டறிந்தார். 'சங்கம் சரணம் கச்சாமி, புத்தம் சரணம் கச்சாமி, தம்மம் சரணம் கச்சாமி' என்ற மூன்று முழக்கங்களைச் சுற்றியே புத்தர் தனது மக்கள் இயக்கத்தைக் கட்டினார்.[5]

ஸமண பிராமணியம், எகாதிபத்திய அரசு, அதிகரித்த மக்களின் துயரம், மடிந்து கொண்டிருந்த விவசாயம், ஊதாரித்தனமான சடங்குகள், யக்ஞங்கள் ஆகியவற்றிற்கு அரசியல், சித்தாந்த அடிப்படையிலும், நிர்வாக நோக்கிலும் மாற்றுவழிகளைக் கண்டறிய வேண்டிய தேவைதான் புத்தரது துறவின் வேராக இருந்தன. சிறுவயதில் அவர் வளர்க்கப்பட்ட முறையும், அவர்மீது தாக்கத்தை ஏற்படுத்தியவையும் நமக்கு இதைச் சுட்டிக்காட்டுகின்றன. இந்தத் தேடுதலின் வழியாகத்தான் தனது 'நடுநிலைப் பாதை'யை புத்தர் கண்டறிந்தார். தோன்றிக் கொண்டிருந்த மிகத் தீவிரமான இடது மற்றும் வலது சிந்தனைப் போக்குகளின் சூழலில் புத்தர் இந்தப் பெயரை அளித்தார். ஒருபுறம் மிகத் தீவிரமான வலது சிந்தனைகளும் சடங்குகளும், மூடநம்பிக்கைகளும் நிலவிய, பிராமணர்கள் ஆதிக்கம் செலுத்திய சமுதாயம்; மறுபுறம் உலகாயத வாதத்தின் மிகத்தீவிர இடது சிந்தனையுடன் கூடிய பொருள்முதல் வாத பகுத்தறிவுச் சிந்தனை. இந்த இரண்டிற்குமிடையில் நடுநிலைத் தளமொன்றை உருவாக்குவதே அவரது நோக்கம். இவ்வாறு, சாதகமான முறையில் அமைப்புகளில் மாற்றத்தை உறுதியான திசைவழியில் ஏற்படுத்தும் செயல்திறனை அவரது சிந்தனை பெற்றிருந்தது. பலவகையான மதம், அரசியல், சமுதாயம் தொடர்பான தீவிரவாதங்களால்

ஏற்பட்ட உயிரிழப்புகளால் இந்த உலகம் அவதியுற்றது; தொடர்ந்து அவதியுற்றும் வருகிறது.

புத்தர் பின்பற்றிய 'நடுநிலைப்பாதை' முறையிலிருந்து அம்பேத்கர் பெரும் பாடம் கற்றுக் கொண்டார். அதன்மூலம் இந்தியாவில் தலித்பகுஜன்களின் நிலையை மாற்றுவதில் குறிப்பிடத்தக்க வெற்றியைப் பெற்றார். புத்தரைக் கவனமாகப் படித்ததின் காரணமாக, ஹிந்து, கிறித்துவம், இஸ்லாம், மார்க்சிய பாணிகளில் அமைப்பைக் கட்டமைக்கும் முறையிலிருந்து அம்பேத்கர் விலகி நின்றார். இந்தத் தேசத்திற்கு மிகவும் பொருத்தமானது புத்தரின் வழிமுறைதான் என்று தெரிவுசெய்தார். எல்லோரும் சமம் என்று கூறும் சங்க அமைப்பைப் புத்தரின் சித்தாந்தம் கட்டமைத்தது; அதன் காரணமாக உற்பத்தித் திறனுக்கும், படைப்புத்திறனுக்கும் எதிரான, ஆன்மீக, சமுதாய, பொருளாதார, அரசியல் செயல்முறைகளில் சமத்துவத்திற்கு எதிராக இயங்கிய பிராமணியம் தற்காப்பு நிலைக்குத் தள்ளப்பட்டது.

பசு பலியைப் (விலங்குகளைப் பலிகொடுப்பது) பின்பற்றி மாட்டிறைச்சி உண்பதை வழக்கமாகக் கொண்டவர்கள் வேளாண்மைக்கு ஆதரவான, உற்பத்தித்திறன் மிகுந்த சமுதாய சக்தியாக மாறவேண்டியதன் தேவையைப் பௌத்தப் புரட்சி கட்டாயமாக்கியது. ஆகவே, அவர்கள் நேரெதிரான தீவிரநிலையை எடுத்தனர்: மரக்கறி உணவு உண்பவர்களாக மாறினர். அதுமட்டுமின்றி, இந்த மாற்றத்தை ஏற்றுக்கொண்டவுடன், அந்த உணவுதான் 'பரிசுத்தமான' ஆன்மீக உணவுமுறை என்று முன்னிறுத்தினர். இவ்வாறாகப் பண்பாட்டிலும், வரலாற்றிலும் ஏற்பட்ட மாற்றங்களைப் புத்தரது அனுபவத்தின் வெளிச்சத்தில் கட்டாயம் பரிசீலிக்க வேண்டும்.

பிராமணியத்திற்கும், ஏகாதிபத்திய அரசிற்கும் அமைப்பு ரீதியான, நிறுவன ரீதியான மாற்றாகத்தான் புத்தர் சங்கத்தைத் தோற்றுவித்தார். புத்தர் முன்வைத்த நடுநிலைப் பாதை சிக்கனத்திற்கு முக்கியத்துவம் கொடுத்தது; அவர் வகுத்த உன்னதமான எண்வகை மார்க்கத்தை அடித்தளமாகக் கொண்டது. மூடநம்பிக்கைகளும் சடங்குகளும் நிறைந்த யக்ஞப் பண்பாட்டின் காரணமாக பொருட்கள் மிக ஊதாரித்தனமாக நுகரப்பட்டன. ஒருவிதத்தில் இதனை எதிர்ப்பதே இந்தச் சிக்கன கொள்கையின் நோக்கம். அதன் அடிப்படைக் குறிக்கோள் சமுதாயத்தின் சமத்துவமே. இந்தச் சமத்துவக் கருத்துகளை

மேற்கத்தியச் சிந்தனைகளுடன் இணைத்துப் பார்க்கலாம். ஆனால், புராதன மேற்கத்தியத் தத்துவத்திற்கு இத்தகைய விழுமியங்களுடன் எவ்விதமானத் தொடர்பும் இருந்திருக்கவில்லை. மிகவும் பின்னால்தான் மேலையுலகம் சமத்துவத்தைத் தூக்கிப்பிடித்தது. புத்த மதத்தினர் சமத்துவத்தைத் தீவிரமாக விரும்பியதைப் புத்தரின் இந்த அரசியல் சரிதம் வெளிப்படுத்துகிறது. மானுட நலனை நோக்கமாகக் கொண்ட சங்கம் என்ற சமுதாயக் கூட்டமைப்பின் மூலம் சமத்துவத்தை நிலைநாட்ட புத்தர் விழைந்தார். அவரது சோதனை முயற்சி ஈடு இணையற்ற ஒன்று. இன்றைக்கும்.

அவர் நிறுவ விழைந்த, அவர் மனத்தில் கருக்கொண்ட அரசு சமத்துவத்தை அடைய முயற்சித்தது. அவர் முன்மொழிந்த சமத்துவம், தனிநபர் மீதோ அல்லது தனிமனித திரட்சியின் மீதோ அல்லது ஒட்டுமொத்த சமுதாயத்தின்மீதோ சுமத்தப்படுவதல்ல. சங்கத்தின் செயல்பாடுகள் மூலம் படிப்படியாக உருவாக வேண்டியது. செல்வத்தை மேலும் மேலும் நுகர விரும்புவதும், மற்றவரைக் கட்டுப்படுத்தவும் அல்லது அதிகாரம் செய்ய விரும்புவதும் சமுதாயத்தால் உருவாக்கப்பட்ட ஆசைகள் என்று புத்தர் புரிந்துகொண்டார். சங்கம் சமத்துவ ஜனநாயகச் செயல்பாட்டை அனுமதித்துவிட்டால், சில உறுப்பினர்களுக்கு மட்டுமே கட்டுப்பாடு செய்யும் உரிமை இருக்கமுடியும் என்று பேசிய சக்திகளையும் சங்கம் அதிகாரமிழக்கச் செய்துவிடமுடியும்.

இதற்கு நேர்மாறாக, நீடித்து நிலைத்திருக்கும் வகையில் சாதியக் கட்டமைப்பு வடிவமைக்கப்பட்டது; அதனுடைய இறுதி இலக்கையும் அதுவே அறிவித்துக் கொண்டது. அதன்படி, அந்த ஆதிக்கத்தை நீடித்திருக்கச் செய்ய சுயநலம் சார்ந்த விருப்பம் பிராமணியத்திற்கு இருந்தது. இந்தியாவில் பௌத்தம் ஆதிக்க நிலையிலிருந்த குறுகிய காலம் தவிர்த்து, இந்தச் செயல் உத்தி பிராமணியத்திற்கு நன்கு உதவிசெய்தது. ஆனால், ஆதிக்கம் செலுத்திய இந்தக் கோட்பாட்டைப் புத்தர் மாற்றியமைக்க முயன்றார். அகிம்சை, தலையையும் முகத்தையும் மழித்துக் கொண்டது, உற்பத்தியைப் பெருக்க உடலுழைப்பை அளித்தது, சமைத்த உணவைப் பிச்சையாக ஏற்று உண்ணுவது, அனைத்துச் சாதியினருடனும் கலந்து பழகுவது ஆகியவற்றின் மூலம் புத்தர் இதனைச் சாதித்தார். சூத்திரர்கள் சண்டாளர்களிடமிருந்து சமைத்த உணவைப் பெற்றுக்கொள்வதை அந்தக் காலகட்டத்தில் பிராமணர்கள் அனுமதிக்கவில்லை. பிராமணர்கள் மரக்கறி உணவுப்

பழக்கத்தை புதிதாகக் கைக்கொண்டனர். அதனால் இந்தத் தடை முற்றிலும் தீவிரமாக இருந்தது.[6]

பௌத்தத்தை வீழ்த்த, ஒளிவு மறைவான வழிமுறைகளையும் பிராமணியம் பின்பற்றியது. அதன்மூலம் அரசிலும் சமுதாயத்திலும் தான் இழந்த மேலாதிக்கத்தை மீட்டெடுக்க முயன்றது. புத்தர் இறந்த பின், உள்ளேயும் வெளியேயும் எழுந்த அழுத்தங்கள் பௌத்தச் சிந்தனையை ஒரு மதமாக மாற்றுவதற்குச் சதிசெய்தன. பொ.ஆ.முன். மூன்றாவது நூற்றாண்டு வாக்கில், அசோகரின் காலத்தில் பிற ஆசிய நாடுகளுக்கும் இம்மதம் பரவியது. உலகின் முன்னணி மதங்களில் ஒன்றாகத் தன்னை நிறுவிக்கொண்டது. ஆனால், இந்தியாவில் வேதத்தைப் பின்பற்றிய ஹிந்துக்கள் இம்மதத்திற்கு எதிராகச் செயல்பட்டனர். பழிவாங்கும் வேலைகளில் ஈடுபட்டனர். பௌத்தத்தைப் பலவீனமாக்கவும் அது மேலும் பரவாமல் தடுக்கும் நோக்கத்திலும் முக்கியமான பௌத்தத் துறவிகள் கொல்லப்பட்டனர் என்கிறார் அம்பேத்கர். பிராமணிய சக்திகள் பௌத்த விஹாரங்களைக் கைப்பற்றின. அவற்றில் ஹிந்து இறைஉருவங்களைப் பிரதிட்டை செய்தன. பாபர் மசூதி நிகழ்வை அந்த உத்தியின் புதிய வெளிப்பாடு என்று கூறலாம். அந்தக் காலகட்டத்தில் (பொ.ஆ.முன். ஐந்தாவது ஆறாவது நூற்றாண்டுகளில்) பௌத்த நிறுவனங்களில் பெருமளவு செல்வம் குவிந்திருந்தது. அதன்மீது வெறுப்புணர்வு கொண்டிருந்தவர்களுக்கு அதை அடைய வேண்டும் என்ற ஆசை எழுந்தது. இரண்டும் சேர்ந்து பௌத்தத்தை அழித்தன.

பழிவாங்கும் நோக்கில் பௌத்தத்தை அழிக்கும் செயல்முறையில் ஒட்டுமொத்த சாதி அமைப்பையும் பிராமணியம் அணிதிரட்டியது; இந்தப் படிநிலை அமைப்பு மட்டுமே பல நூற்றாண்டுகளுக்கு அவர்களின் ஆதிக்கத்தைப் பாதுகாக்கும் என்று எண்ணியது. நவீன இந்தியாவில் அரசியல் ஜனநாயகத்தை பிரிட்டிஷார் சுமத்தினர்; ஓர் அமைப்பாக அது ஏற்றுக்கொள்ளப்பட்டது. எனினும், உயர் ஜாதி ஹிந்து மனநிலை தனித்தன்மையுடன் அப்படியே இருக்கிறது. அத்துடன், தேசிய எழுச்சி காலத்தில், நவீன இந்தியாவின் மைய நீரோட்டத்தைப் பிரதிநிதித்துவம் செய்யும் அடையாளங்கள் இவைதான் என்று அவர்களது கடவுள்களையும், சின்னங்களையும், சடங்குகளையும், நாட்டுப்புறப் பாடல்களையும், மத அடையாளங்களையும் முன்வைக்க அவை முயற்சித்தன.

தங்களுடைய பண்பாட்டை, இதுதான் இந்தியப் பண்பாடு என்று அவர்கள் கட்டமைத்தனர். அதைப் பின்பற்றாமல் இருப்பது தேச விரோதம் என்று கூறினர். இதனடிப்படையில் சூத்திரர்கள், தலித்துகள், ஆதிவாசிகளின் கடவுள்களும் பழக்கவழக்கங்களும் ஒதுக்கிவைக்கப்பட்டன. இந்தக் குறிப்பிட்ட குழுக்களின் பண்பாட்டு ஒருங்கமைவின்மீது பிராமணத் தேசியவாதிகள் தாக்குதல் தொடுத்தனர். இத்தகைய குழுக்களிடம் இன்றும் காணக்கிடக்கும் பௌத்த மரபின் தடங்கள், மேலும் பின்னுக்குத் தள்ளப்பட்டன. எடுத்துக்காட்டாக, பெரும்பான்மை மக்கள் மரக்கறி உணவுப்பழக்கம் கொண்டவர்கள்தான் என்று முன்னிறுத்தப்பட்டது; மாமிசம், பால், காய்கறிகள் சேர்ந்த கலப்புணவை தமது இந்தியப் பண்பாட்டு மரபாக சூத்திரர்களும், ஆதிவாசிகளும், சண்டாளர்களும், பௌத்த மதத்தினரும் கொண்டிருந்தனர். அந்த வழக்கம் மறைக்கப்பட்டது. வலுவிழக்கச் செய்யப்பட்டது. வேதாந்தத் தத்துவமே இந்தியச் சிந்தனை மரபின் அடிப்படை என்று முன்னிறுத்தப்பட்டது.

புத்தர் முன்வைத்த அரசியல், சமுதாய, ஆன்மீகத் தத்துவத்திற்கும் வேதாந்தத்திற்கும் எவ்விதத் தொடர்பும் இல்லை. புத்தரின் அரசியல் சிந்தனை குறித்த என் ஆய்வு இதனை வெளிப்படுத்துகிறது. இந்தியாவின் தேசியத் தத்துவமாக வேதாந்தம் முன்னிறுத்தப்பட்டது. எனினும் வருணாசிரம தர்மத்தின் எல்லைகளுக்கு வெளியில் அது இயங்கவில்லை. இகவுலகம் கடந்த, மெய்ப்பொருள் சார்ந்த பிராமணிய வெளிகளில் மட்டும் செயல்பட்டது. புத்தரது குடும்பத்தினரின் பெயர்கள், அக்காலத்து வைசிய-சூத்திரப் பண்பாட்டிற்கு மிக நெருக்கமான வேளாண் பின்னணியில் வைக்கப்பட்டவை. சித்தார்த்தன் என்பது சுத்தமான மூலப்பொருள்; சுத்தோதனா என்பது சுத்தமான அரிசி. ஆனால், தமக்கு ஆதரவானவர்கள் மரக்கறி உணவை உண்ணவேண்டும் என்று அவர்கள் வற்புறுத்தவில்லை.

விவசாயத்திற்கு அடிப்படையாக இருந்த கால்நடைகளைக் கொல்வதை எதிர்த்து புத்தர் பரப்புரை செய்தார். அதேநேரத்தில் மாமிசம், மாட்டிறைச்சி, பன்றியிறைச்சி, காய்கறிகள் உண்ணும் கலப்புணவுப் பண்பாட்டையும் சங்கம் தொடர்ந்து பின்பற்றி வந்தது. பௌத்தம் முக்கிய மதமாக இருக்கும் நாடுகளில் கலப்புணவு பண்பாடு இன்றும் இருக்கிறது, தொடர்கிறது என்பது இந்த வழக்கத்தை உறுதி செய்கிறது. புகழ்பெற்ற பிரெஞ்சு மானுடவியல் அறிஞரான லூயி டுமாண்ட், ‘மாமிசம், மீன் உண்ணும் பழக்கத்தைத்

தடைசெய்வதைப் புத்தர் ஏற்கவில்லை; ஒரு துறவிக்காக விலங்கு கொல்லப்படாமல் இருந்தால் போதும்; அல்லது அவ்வாறு இருக்கும் என்ற நன்னம்பிக்கையில் எண்ணினாலே போதும்' என்கிறார். அவர் மேலும், 'அந்தத் துறவி (புத்தர்) தங்களை விஞ்சிவிடக்கூடாது என்பதற்காகவே, பிராமணர்கள் சைவ உணவுப் பழக்கத்தை பின்பற்றியிருக்க கூடும்' என்று கூறுகிறார்.[7]

மைய நீரோட்டத்தைச் சேர்ந்தவர்களின் பழக்கம் இதுதான் என்று அடிப்படையில் தேசிய அளவிலான விவாதங்களில் 'மரக்கறி வேதாந்தம்' (Vegetarian Vedantism) பேசப்படுவது பிராமணிய தேசியவாதம் எவ்வளவு தவறானது என்பதைக் காட்டுகிறது. இந்திய மக்கள்தொகையில் 85 சதவீதம் பேர், மாம்சஹாரியாக ('meatarian' என்பதற்கான சரியான மொழிபெயர்ப்பு) இருந்தனர், இருக்கின்றனர். இந்த உண்மையை அவர்கள் அறிவார்கள். இருந்தும், தேசியத் திட்டமொன்றிற்குப் பொறுப்பான பிராமணர்கள், தேசத்தின் முகமாகச் சிறிய அளவிலிருக்கும் சிறுபான்மையினரின் சுய-படிமத்தை முன்னிறுத்துகிறோம் என்பதை உணரவில்லை. எம்.என்.ஸ்ரீநிவாஸ் போன்றோர் கல்வி சார்ந்த சமுதாய-பண்பாட்டு ஆய்வுகள் செய்துள்ளனர். ஆனால், அவர்களும் சமுதாயத்திலிருக்கும் பிரிவினையை, தூய்மை மற்றும் தூய்மைக்கேட்டின் முகாம்கள் என்று பார்ப்பதைத் தாண்டி மேலே செல்லவில்லை: பிராமணர்கள் தங்களை 'தூய்மை'யானவர்களாகவும் தலித்பகுஜன்களை 'தூய்மையற்றவர்'களாகவும் கட்டமைத்தனர். இந்த ஆய்வுகள், பிறரது பண்பாட்டையும், இலக்கியத்தையும் பார்க்கத் தவறுகின்றன. ஆதிக்க சக்திகளின் பண்பாடு போன்றே, மற்றவர்க்கும் தனிப்பட்ட அடையாளமும், மதிப்பும் உண்டென்பதை ஏற்க மறுக்கின்றன.[8] பிராமணியத் 'தூய்மை'யும், பௌத்தம் அல்லது தற்கால தலித் பகுஜன் பேசும் 'தூய்மை'யும் எதிரெதிர் பொருள் கொண்டவை; அதுபோன்றுதான் 'தூய்மையற்றத் தன்மையும்'.

விடுதலைக்குப் பிறகான இந்த ஐம்பது ஆண்டுகளில், சமுதாயத்தின் மீது மேல்சாதியினரின் பிடிப்பு பெருமளவிற்கு ஒன்றுதிரண்டுள்ளது. பிராமணிய ஆணாதிக்க அமைப்பிற்கு, சாதி, வர்க்கம், பாலின சமத்துவமின்மை ஆகியன அதிக அளவில் சாதகமாக அமைந்தன. சில அரசியல் கட்சிகளுடன் கூட்டணி சேர்ந்து 1999ல் பா.ஜ.க ஆட்சிக்கு வந்தது; சாதிப் படிநிலை அமைப்பை அசைத்து, பலவீனப்படுத்த முயன்ற ஒதுக்கீட்டுக் கொள்கையை எதிர்கொள்வதற்காக, சாதிப் படிநிலையை வலிமைப்படுத்த ஒருமுகப்பட்ட முயற்சியை

தொடங்கினர். நவீன யுகத்தில், ஆடம்பரமான நுகர்வும், சூழல் மாசுபாடும் இணைந்ததாகத் தொழில்மயம் மாறியது; அதனால் தரங்குலைந்த நுகர்வுப் பண்பாட்டின் கருவியாக அரசியல் மாறிவிட்டது. இந்தச் சூழலில் புத்தர் முன்மொழிந்த சிக்கனத்திற்குப் பின்னிருக்கும் சித்தாந்தத்தை ஆய்வுசெய்யும்போது, நுகர்விய அரசியல் அல்லது அரசியல் நுகர்வியப் பிரச்சனைகளின் தீர்விற்கு புதிய துப்புகள் கிடைக்கின்றன.

நவீன இந்தியச் சிந்தனையாளர்களான அம்பேத்கர், காந்தி ஆகிய இருவரின் மீதும் புத்தரின் செல்வாக்கு மிக அதிகமாக இருந்தது. எனினும், இருவரும் இருவேறு முடிவுகளுக்குத்தான் வந்தனர். நுகர்வியப் பிரச்சனைகளுக்குத் தீர்வு தொழில்மயத்தைத் தவிர்ப்பதில் இருப்பதாகக் காந்தி கருதினார். ஆனால், அம்பேத்கர், வறுமைக்கான தீர்வு தொழில்மயம்தான் என்றார். நுகர்வியப் பிரச்சனையைச் சமத்துவத்தாலும், நீதியாலும் தீர்க்கமுடியும் என்றார். தொழில்மயமான நவீன சமுதாயத்தில், புத்தரின் சிக்கனக் கொள்கையைச் சரியாகப் பிரயோகிப்பது என்பது, தொழில்மயத்தைக் குறைத்து மதிப்பிடாமல் சமத்துவ அமைப்பு ஒன்றை நிறுவுவதில்தான் இருக்கிறது. வேறுவிதமாகக் கூறினால், இலாபம் ஈட்டும் மையங்கள் என்பதற்குப் பதிலாக, மானுடத் தேவைகளை நிறைவேற்றும் இடங்களாகத் தொழிற்சாலைகள் மாறவேண்டும்.

இந்தியாவில், பிராமணிய சாதிய-வர்க்கத்தின் நுகர்வியப் பண்பாடு விடுதலைக்குப்பின் இரண்டு முக்கியமான பரிமாணங்களைப் பெற்றுள்ளது. முதலாவது, கல்வி கற்றல் என்பது உழைப்பு அல்லது தொழில் பயிற்சியிலிருந்து பிரிக்கப்பட்டு, திறன்களை அடையும் வழியாகப் பார்க்கப்பட்டது. அறிவுச் சேகரிப்பு, உற்பத்தியுடன் தொடர்பற்ற நிறுவனமாக, அதற்கு வெளியில் (அல்லது அதற்கும் மேலே) இயங்குகிறது; பிராமணிய பிரம்மஞானம் எப்போதும் இவ்வாறுதான் இருந்தது; இயங்கியது. மாறாக, பௌத்த அறிவு முறையானது, எப்போதும் வேளாண் உற்பத்தியுடன் ஒருங்கிணைந்திருந்தது. புத்தர் இதனை 'ஒன்றிலிருந்து இரண்டை உற்பத்தி செய்தல்' என்பதாக வகைப்படுத்தினார்.

இரண்டாவது. சாதிப் படிநிலையில் 'கீழ்நிலை'யில் உள்ளவரை பிராமணியம் மானுட நிலையிலிருந்து கீழிறக்கியது. படிநிலையில் அவர்கள் இருந்த 'தொலைவிற்கு' ஏற்ப அதன் அளவு இருந்தது. இத்தகைய சாதியினரை, ஆன்மீகம் சார்ந்த, ஏன் மானுடம் சார்ந்த

சொற்களில்கூட அது குறிப்பிடுவதில்லை. அவர்களுடைய வறுமையை அல்லது பசியைக்கூட மானுடத் தேவைகளாக அது கருதியதில்லை. அவர்கள் மீதான அடக்குமுறையை, படும் துயரை மானுடத்திற்கு எதிரான அநீதியாக அல்லது அவலமாக எண்ணியதில்லை. இந்தியாவில் பௌத்தம் ஒருவேளை நீடித்திருந்தால் இந்தியர்களின் ஆன்மீக, பண்பாட்டு, சமுதாய வாழ்வு முற்றிலும் வேறுபட்டதாக இருந்திருக்கலாம்.

தனிமனித சொத்துரிமை குறித்து புத்தர் முன்வைத்த இறுக்கமான கட்டுப்பாடுகளுடன், நற்பார்வை, நல்விழைவு, நன்மொழி, நற்செய்கை, நல்(வழியிலான) வாழ்க்கை, நன்முயற்சி, நல்மனநிலை, நற்பேரானந்தம் என்ற அவரது எண்வகை மார்க்கங்களை இணைத்துப் பார்க்கையில், சமத்துவத்திற்கும் எளிமைக்கும் அவை வழிவகுத்தன எனத் தோன்றுகிறது. ஆனால், எளிமை/சிக்கனம் என்ற பெயரில் உற்பத்தி சக்திகளை முடக்க புத்தர் என்றும் கோரியதில்லை. உற்பத்திச் சக்திகளின் வளர்ச்சிக்கு உதவும் அமைப்பு ஒன்றை அவர் உருவாக்க முயற்சித்தார். யக்ஞங்களிலும் யாகங்களிலும் விலங்குகள் பலியிடப்படுவதை அவர் எதிர்த்தார்; வேளாண்மைப் பகுதியில் விலங்குகளின் பயன்பாட்டை அதிகரிக்கச் செய்யும் நோக்கம் அவருக்கு இருந்தது. அவரது அகிம்சைக் கொள்கை, விலங்குகளைப் பலியிடுவதைத் தடைசெய்து, உற்பத்திச் சக்திகளை வலுப்படுத்தும் நோக்கம் கொண்டது. இந்த வெளிச்சத்தில் பார்க்கையில், தொழில்மயத்தை அவர் தேவையற்றதாக எண்ணவில்லை எனத் தெரிகிறது. அதனை முழுமையாகச் செயல்படுத்த முனையும்போது, அதற்கு இணையான அமைப்பு ஒன்றை நிறுவ வேண்டும். அப்போதுதான், தொழில்மயத்தின் எதிர்மறை அம்சங்களை எதிர்கொண்டு தீர்வுகாண முடியும் என்று கருதினார். பௌத்தச் சங்கத்தின் நடைமுறைச் செயல்பாடு சுட்டுவதுபோல், சமத்துவமே ஒருவிதத்தில் சமன் செய்யும் சக்திதான்.

ஹிந்து மதம், தேசிய உணர்வு மிக்க விஷயங்களை வேகமாகப் பேசியது; இருந்தும் அதைப் பின்பற்றுபவர்களுக்கு வழிபாட்டு இடங்களிலும் சமஉரிமை கிட்டவில்லை. இதனால், கோவில்களில் எந்தச் சாதியை, எந்தப் பாலினத்தைச் சேர்ந்தவரும் அர்ச்சகராகலாம் என்பது சாத்தியமாகவில்லை. அவரவர் தாய்மொழியில் மந்திரங்களை உச்சரிக்க முடியவில்லை. கோவிலின் செல்வமும் கருவூலமும் அனைவருக்கும் சொந்தம்; அது பரம்பரைச் சொத்து என்று உரிமை கொண்டாட முடியவில்லை.[9] ஹிந்துத் தேசியம் என்ற பெயரில்,

ஆன்மீகப் பாசிசம்தான் சமுதாயத்தின் மைய நீரோட்டம் என்று ஏற்றுக் கொண்டாகிவிட்டது.[10] சமீபத்திய ஆண்டுகளில், தான் 'புத்தாக்கம்' நோக்கி ஈர்க்கப்பட்டதாக ஹிந்துயிசம் அதுவாகவே மிகையாக அறிவித்துக்கொண்டது. எனினும் எவையும் மாறவில்லை. எடுத்துக்காட்டாக இரண்டைக் கூறலாம்: மைய நீரோட்ட ஹிந்து உரையாடல்கள் அனைத்திலும் மையமாக சாதி இருப்பது; இந்த உலகில் தெய்வீகம் பற்றிப் பேசக்கூடியவர்களாகவும், அதற்கான முகவர்களாகவும் பிராமணர்களே இருப்பார்கள் என்ற கருத்திற்கு ஹிந்துயிசத்திற்குள் எதிர்ப்பேதும் இல்லாமலிருபபது. ஆன்மீகப் பாசிசம் எந்த மதத்தில் இயங்கினாலும், எந்த இடத்தில் இயங்கினாலும், அதை எதிர்த்துப் போராட வலுவான ஆயுதமாகப் பௌத்தச் சிந்தனை இருக்கிறது. இந்தியாவில் அத்தகைய பாசிசத்தின் மையம் ஹிந்துயிசத்திற்குள் இருக்கிறது. உள்ளுக்குள் அதற்கு எதிர்ப்பு இல்லை; ஆகவே, அதனை வெளியிலிருந்துதான் எதிர்க்கவேண்டும்.

இந்த ஆய்வின் மிக முக்கியக் கண்டுபிடிப்புகளாக, புத்தரின் அரசு குறித்த பார்வையும், அரசின் தோற்றம் குறித்த அவரது கருத்தும் இருக்கின்றன. மிகப் பழமையான தெய்வீகத் தோற்றக் கொள்கையைத்தான் ஹிந்துச் சிந்தனை நமக்குத் தந்துள்ளது. அரசியல் குறித்த புரிதலை மேலும் முன்னெடுத்துச் செல்வதற்குப் பதிலாக அனைத்து விவாதங்களையும் தடுப்பதற்கே இது வடிவமைக்கப்பட்டுள்ளது. அரிசியைப் பங்கிடுதல் என்ற புத்தரின் கற்பனை நீதிக்கதை பண்டைய இந்திய அரசு குறித்த சித்திரம் ஒன்றைத் தீட்டுவதற்குப் பயன்படுகிறது. சங்கத்தை ஒரு 'மாதிரி அமைப்பாக' புத்தர் உருவாக்கினார். எனினும், அப்போதிருந்த அரசுகள் குறித்தும் சமுதாயம் குறித்தும் தெளிவான பார்வையைக் கொண்டிருந்தார். அறிவியல் வளர்ச்சி, பகுத்தறிவு, புத்தொளி ஆகியவற்றின் உச்சத்தால் உருவான மறுமலர்ச்சி மற்றும் சீர்திருத்தத்தின் உருவாக்கம்தான் சமுதாய ஒப்பந்தக் கொள்கை என்று அரசியல் விஞ்ஞானிகள் கண்டனர். ஹோப்ஸ், லாக்கே, ரூஸோ ஆகியோரும் இந்தச் சமுதாய-பொருளாதார உருமாற்றத்தின் உருவாக்கங்களே. நிலப்பிரபுத்துவம் முதலாளித்துவமாக மாறியதன் விளைவால் ஏற்பட்ட உருவாக்கங்களே. வேறொருவிதமாகக் கூறினால், சமுதாய ஒப்பந்தங்களை முன்வைத்த இந்த மேலையுலகச் சிந்தனையாளர்கள் அனைவருமே பதினாறாம், பதினேழாம் நூற்றாண்டுகளில் எழுந்த சமுதாய-அரசியல் கொந்தளிப்புகளில் தோன்றியவர்களே. இந்த ஆய்வின் அடிப்படையில் பார்த்தால்

பொ.ஆ.முன். ஆறாம் நூற்றாண்டு வாக்கில் இதைப்போன்ற ஒரு கொந்தளிப்பு இந்தியாவிலும் இருந்திருக்கலாம் என்று கூறுவது மிகையாகாது.

புத்தர் தனது சமுதாய ஒப்பந்தக் கொள்கையை அப்போதுதான் கட்டமைத்தார். அரசின் தெய்வீகத் தோற்றம் குறித்த ஹிந்துக் கொள்கைக்கு மாறாக, அரசு தோன்றுவதற்கு முந்தைய சமுதாயம் குறித்த அவரது புரிதலை அடிப்படையாகக் கொண்டு புத்தர் தனது ஒப்பந்தக் கொள்கையை உருவாக்கினார். 'அனைத்தும் அனைத்துடனும் நன்றாக இருந்த' காலம் அது. அப்போது, 'மாசற்ற, புலன்கள் குறைபாடற்ற தூய்மையான மனிதர்கள் இருந்தனர்'. உயர்ந்து கொண்டிருந்த மக்கள்தொகை குறைந்து கொண்டிருந்த உணவு ஆதாரங்கள் என்று நிலைமைகள் மாறிப்போயின; சொத்து என்ற நிறுவனத்தை அங்கீகரிக்கும் உடன்படிக்கையை ஏற்பதற்கு மக்களை அவை வலியுறுத்தின. இதனைத் தொடர்ந்து, அதிகார அமைப்பை அல்லது அரசை உருவாக்குவதற்கான மற்றொரு ஒப்பந்தத்தையும் மக்கள் செய்தனர். இவ்வாறாக, மிகச் சிறந்த, அழகான, நாட்டின் சட்டங்களை நன்கறிந்த ஒருவர் ஆட்சியாளராகத் தேர்ந்தெடுக்கப்பட்டார். அரசைப் பராமரிக்கத் தேவையான வரிகளைச் செலுத்தவும் மக்கள் ஒப்புக்கொண்டனர்.

அரசின் ஜனநாயகச் செயல்பாடுகள் குறித்து புத்தருக்கென்று ஒரு பார்வை இருந்தது. அவர் பழங்குடிக் குடியரசு முறை மீது நம்பிக்கை கொண்டிருந்தார். பழங்குடி அரசுகள் மீது ஏகாதிபத்தியப் பேரரசுகள் நடத்திய தாக்குதல்களிலிருந்து அவற்றைக் காக்க அனைத்து முயற்சிகளையும் செய்தார். வஜ்ஜியன்களைக் காப்பாற்ற அவர் மேற்கொண்ட முயற்சியையும், அவர்களைத் தாக்கக்கூடாது என்று அஜாதசத்ருவை எச்சரித்ததையும் இதற்கான எடுத்துக்காட்டாகக் கொள்ளலாம். இரண்டாவது. பண்டைய இந்தியாவின் ஜனநாயக நடைமுறைப் பண்பாட்டின் கருவூலமாகச் சங்கம் இருந்தது. அதாவது பெரிய விஷயங்கள் பற்றிய முடிவுகள் அனைத்தும் கூடுதல், விவாதித்தல், வாக்களித்தல் (முடிவெடுத்தல்) என்ற ஜனநாயக முறைவழிதான் எடுக்கப்பட்டன. சங்கத்தில் தனிநபர்களை அனுமதித்தல், உறுப்பினர்களுக்குத் தண்டனை அளித்தல் அல்லது வெளியேற்றுதல் போன்றவை எழுதப்பட்ட விதிமுறைகள் மற்றும் வழிகாட்டுதல்களின்படி வாக்கெடுப்பின் மூலம் சங்கத்தின் அவையால் முடிவு செய்யப்பட்டன.

எதேச்சாதிகார முடியாட்சி அசோகர் காலத்திற்குப் பின்புதான் தோன்றியது. கௌடில்யர் முன்னிறுத்திய வருணாசிரம தர்மத்தின் அடிப்படையில் உருவானது இது. இந்த அமைப்பில், பௌத்த ஜனநாயக முறைகளுக்கும், பழங்குடி குடியரசுப் பண்புகளுக்கும் எதிராகச் செயல்படுவதைத் தவிர்த்து அரசனுக்கு வேறு வழியில்லை. அமைச்சரவையையும், குடிமைப்பணி பொறுப்புகள் அனைத்தையும் பிராமணர்களுக்கே கௌடில்யர் ஒதுக்கினார். பிராமணியத்தை அனைத்து வழியிலும் பாதுகாக்க, கடுமையான வருணாசிரம தர்ம விதிமுறைகள் அவர்கள்மீது திணிக்கப்பட்டன. பிராமணியச் சக்திகளின் ஆதிக்கம் பாதுகாக்கப்பட்ட அளவிற்கு, ஊழல் உள்ளிட்ட ஏனைய அறநெறியற்ற செயல்களும் நியாயப்படுத்தப்பட்டன.

ஊழல் குறித்துப் பேசும் கௌடில்யர், 'நாக்கின் மீது வைக்கப்படும் தேனையோ அல்லது விஷத்தையோ ஒருவன் சுவைக்காமல் இருக்க முடியாது. அதுபோலவே அரசாங்கத்தின் நிதியைக் கையாளும் ஒருவனும், அதனைச் சுவைக்காமல் இருக்க மாட்டான்' என்கிறார்.¹¹ இந்த அடிப்படையில் பார்க்கும்போது, முடியாட்சிக்காக கௌடில்யரும் மனுவும் உருவாக்கியவற்றிலிருந்து, சங்க அமைப்பின் மூலம் புத்தர் கட்டமைத்த பொது நிறுவனங்களின் அறநெறி முற்றிலும் வேறுபட்டது; ஏன், ரிஷித்தன்மையிலிருந்தும் அல்லது கோவில்கள் போன்ற நிறுவன கட்டமைப்புகளிலிருந்தும் மாறுபட்டது. பிராமணியம் பேசும் அறநெறியில் பொதுமக்களின் பொறுப்புணர்வு என்ற கருத்திற்கு இடம் கிடையாது. ஆனால், சங்கத்தில், அதன் முதன்மையான அறநெறிக் கொள்கைகளில் ஒன்றாக அது இருந்தது.

புத்தர் கூறிய தம்மம் மிகத் தெளிவாக நேர்மையான சமுதாயம் ஒன்றை நிறுவும் வழியாகும். ஹிந்துச் சிந்தனையாளர்கள், ஒரு நாணயத்தின் இரண்டு பக்கங்களாக தர்மத்தையும் தண்டனையையும் பயன்படுத்தினர். ஆனால், அதேநேரத்தில் புத்தர் தம்மத்தின் ஒப்புயர்வற்ற தன்மையை மட்டுமே மீண்டும் மீண்டும் வலியுறுத்தினார். புத்தரின் கொள்கையில் தண்டனை என்பதற்கு அதிக இடமில்லை. கௌடில்யர், மனு போன்ற பிராமணியச் சிந்தனையாளர்களுக்கு வருணாசிரம தர்மத்தைப் பராமரிப்பதும், சாதிய விதிகளைக் கடைப்பிடிப்பதில் கண்டிப்பாக இருப்பதுமே நீதியாகும். மாறாக, பௌத்த நீதி, வருணாசிரம தர்மத்திற்கும் சாதிக்கும் எதிரானது. புத்தரின் கருத்தில், ஒருவர் எந்தச் சாதியை, இனத்தை, பாலினத்தைச் சேர்ந்தவராக இருந்தாலும், ஒன்று

கூடுவதற்கும், கருத்துகளைப் பேசவும், வெளிப்படுத்தவும் உரிமை பெற்றவர். புத்தரின் நீதி மானுட விடுதலையை உள்ளடக்கியது. அவரைப் பொறுத்தவரை, பிரம்மத்துடன் ஐக்கியமாதல் என்ற அடிப்படையிலான தர்மம், தவறான தர்மம். வேறொரு வழியில் கூறப்போனால், பௌத்த நீதி என்பது மதம் சாராத சமுதாய அரசியல் கருத்து. பிராமணிய ஆதிக்கத்தின், படிநிலை அடிப்படையிலான சமுதாயப் பிரிவினையின் அடிப்படையை இது தாக்கியது.

பண்டைய அரசியல் சிந்தனையாளர்கள், ஆட்சிக்கலையின் மீதும் நிர்வாகத்தின் மீதும் மட்டுமே அதிகம் அக்கறை கொண்டனர்; அரசு குறித்த தத்துவத்தின் மீது அக்கறை கொள்ளவில்லை என்ற கருத்து நிலவுகிறது. இதனைப் புத்தருக்குப் பொருத்திப் பார்க்க முடியாது. ஆனால், கௌடில்யருக்கும் மனுவிற்கும் உண்மையாகப் பொருந்தும். சமத்துவம், எளிமை/சிக்கனம், அகிம்சை அடிப்படையில் ஒரு சமுதாயத்தை நிறுவும் நோக்கம் கொண்ட முழு நிறைவான அரசு ஒன்றைப் புத்தர் கற்பனை செய்தார். அத்தகைய இலட்சிய அமைப்பின் சிற்றுருவ மாதிரியாகச் சங்கம் அமைந்தது. இவ்வகையில், பௌத்தத் தத்துவ சொல்லாடலில் குறிப்பிடப்படும் அரசு, மானுடத் தேவையை நிறைவேற்ற உருவாகும் அமைப்பு; மானுடப் பகுத்தறிவின் விளைவால் உருவாகக் கூடியது. அந்தப் பகுத்தறிவு பிராமணியத்தை, சாதியை மையப்படுத்திய மூடநம்பிக்கை நிறைந்த சர்வாதிகாரக் கொள்கையை எதிர்ப்பது. பிராமணிய சர்வாதிகாரம் சில விஷயங்களில் கிறித்துவத்திலிருந்து வேறுபடுகிறது. தர்க்கரீதியான முடிவுகள் எடுப்பதற்கு அந்த மதம் என்றைக்கும் 'உயிரினங்களின் மாபெரும் சங்கிலித் தொடர்' (the Great Chain of Being) கொள்கையைக் கருத்தில் கொண்டதில்லை. எப்படியிருப்பினும், தெய்வீக உரிமைக் கொள்கைகள் அனைத்திற்கும் மிக உயரத்தில் புத்தர் நிற்கிறார்.

நீதி குறித்த புத்தரின் சிந்தனையிலிருந்துதான் பௌத்தத்தின் ஜனநாயகக் கருத்து தோன்றியது. எதேச்சதிகார அரசு அமைப்பிற்கு மாற்றான அமைப்பு ஒன்றை உருவாக்கவே சங்கத்தைப் புத்தர் நிறுவினார். சங்கத்திற்குள் உறுப்பினர்கள், ஜனநாயகக் கொள்கைகளின் அடிப்படையில் அனுமதிக்கப்பட்டனர். அதேநேரத்தில் சங்கத்தில் அனுமதிக்கப்படுவதற்கு அடிப்படையாக அங்கத்தினராக விரும்புவோரின் தனிப்பட்ட பண்பு நலன் இருந்தது. அதுவுமே உறுப்பினர்களின் பெரும்பான்மை வாக்குகளால் முடிவு செய்யப்பட்டது. சங்கத்திற்குள் ஒழுங்கு, கட்டுப்பாடு குறித்த விதிகள்

சமத்துவத்தை அடிப்படையாகக் கொண்டிருந்தன. ஒருவருக்கு ஒரு வாக்கு, ஒரு வாக்கிற்கு ஒரு மதிப்பு என்பதே சங்கத்தின் ஜனநாயக அரசியல் கொள்கை. பின்வந்த ஆண்டுகளில் நடைமுறைக்கு வந்த கௌடில்ய பாணி அரசு, இந்த ஜனநாயக நெறிமுறையை அழித்தது. சாதியை மையமாகக் கொண்ட நிர்வாகமும், தற்கால அரசுகளில் நாம் பார்க்க முடிகிற குணநலன்களும் நடைமுறைக்கு வந்தன.

சட்டமியற்றல், நிர்வாகம், நீதி அதிகாரங்கள் ஆகியவற்றை உள்ளடக்கியதாகச் சங்கத்தின் ஜனநாயக அமைப்பு இருந்தது. புத்தரும் மற்ற உறுப்பினர்கள் போலவே இயங்கினார். சங்கத்திற்கு தேவையான விதிகள் முறைப்படி கூட்டப்பட்ட சங்கத்தின் அவையில் இயற்றப்பட்டன. தேவைகளுக்கு ஏற்ப, விதிகளில் தொடர்ச்சியாக மாற்றங்களும் திருத்தங்களும் செய்யப்பட்டன. என்றைக்கும் இறுக்கமான அமைப்பாகச் சங்கம் இருக்கவில்லை. நவீன கால சோசலிச சட்டத்தைப்போல தொடர்ச்சியான மாற்றங்களுக்கு உட்பட்டது. சங்கம் என்றைக்கும் வெறுமனே விதிகளை மட்டுமே நம்பியிருக்கவில்லை; ஏனெனில், சங்க அமைப்புகள் ஜனநாயக பண்பாட்டையும், தனிநபர்களுக்கு இடையிலான உறவுகளை ஜனநாயக அடிப்படையில் உருவாக்குவதிலும் நம்பிக்கை கொண்டவை. சங்கம் அதற்குரிய தனிப்பட்ட நிர்வாக வலைப்பின்னலைப் பெற்றிருக்க வேண்டும் என்று புத்தர் விரும்பினார். விஹாரங்களின் பராமரிப்பு, ஆவணங்கள் பராமரிப்பு, பணம், பிச்சையாகப் பெற்ற தானியங்களின் கணக்கு, கூட்டு-உற்பத்தி முறையால் உற்பத்தி செய்யப்பட்ட பொருட்களின் கணக்கு ஆகியன நன்கமைந்த நிர்வாக அமைப்பால் பராமரிக்கப்பட்டன.

புத்தரது தத்துவத்தின் மற்றொரு முக்கிய அம்சம், சொத்து பற்றியது. ஹிந்து துறவிகளைப்போல் புத்தரும் ஒரு சந்நியாசி என்ற புராணக் கதையை எனது ஆய்வு உடைக்கிறது. மாறாக, அவர் அமைப்பைக் கட்டுபவர். சொத்து குறித்து புத்தருக்கு இருந்த புரிதல் இரண்டு முக்கிய அம்சங்களை வெளிப்படுத்துகிறது. ஒன்று: அவரும் அவரது சங்கமும், சொத்து சமுதாயத்திற்குச் சொந்தமானது என்பதை வலுவாகப் பரப்புரை செய்தனர். நிலம் எதுவும் சங்கத்திற்கு உரிமையாக இல்லை. எனினும், சங்கத்துப் புரவலர்களின் பெருந்தன்மையால் பெருமளவில் அசையும் மற்றும் அசையாச் சொத்துகள் குவிந்தன. சங்கத்தின் சொத்துகளை முறைப்படுத்துதல், பகிர்ந்தளித்தல், பராமரித்தல் தொடர்பான விதிகளை இயற்றப் புத்தரே முன்முயற்சி எடுத்தார்.

இரண்டு: சமுதாய உடைமை என்ற புத்தரின் பார்வை, வேலைப்பிரிவினை குறித்த அவரது கருத்தாக்கத்திலிருந்து தோன்றுகிறது. உற்பத்தித் தொடர்பான ஒவ்வொரு களத்திற்கும் நிபுணத்துவம் தேவை என்பதால், வேலைப்பிரிவினை என்பதை அவர் தவறாக எடுத்துக் கொள்ளவில்லை; விவசாயி, ஆசிரியர், நாவிதன்–இந்த அடிப்படையில் ஒவ்வொருவரும் மற்றவர் போல முக்கியமானவரே. உற்பத்தித்திறன் சார்ந்த உழைப்பை இழிவுபடுத்துவதை அவர் எதிர்த்தார். அதுபோலவே நடைமுறைச் செயல்பாட்டின் அடிப்படையிலான சமுதாயப் பிரிவினையைச் சிதைத்து, இயக்கமற்ற சமூகக் குழுக்களாக அவற்றை மாற்றுவதையும் புத்தர் எதிர்த்தார். நடைமுறை வாதம் இணைந்த பொருள்முதல் வாதப் பார்வையில் சமுதாய உறவுகளைப் புத்தர் அணுகினார். உயிர்ப்பலி பேசும் ஆன்மீகத்திற்கும், அக்கால சமூக சக்திகள் பேசிய நடைமுறை இருப்பியல்வாதத்திற்கும் இடையில் அடிப்படை வேறுபாடு இருப்பதை அவர் அறிந்திருந்தார். ஆளும் வர்க்கத்திற்குப் பலன்தரும் விதத்தில் நிலங்களை அரசு கைப்பற்றியபோது, சமுதாயத்திற்கு நிலத்தின் மீது இருந்த உரிமையையும், பேரரசிற்கு இருந்த உரிமையையும் அவர் வேறுபடுத்திக் காட்டினார். பழங்குடிச் சமுதாய அடிப்படையிலான நில உரிமையா அல்லது முடியாட்சி கூறும் நில உரிமையா என்ற கேள்வியில் புத்தர் முன்னதையே தேர்ந்தெடுத்தார். ஏனெனில், முன்னது சமத்துவத்தைப் பாதுகாத்தது. மற்றொன்றோ அதனை அழித்தது. முடியாட்சி முறையிலான சொத்துரிமை, வர்க்கத்தின் ஆட்சியை உருவாக்குகிறது என்று அவர் கருதினார்.

அரசு அல்லது தனியார் என்ற இருதரப்பாருக்குமே சொத்துரிமையை புத்தர் எதிர்த்தார். அதேநேரத்தில், அனைத்து மக்களுக்கும் உரியதாக, சமுதாயத்தின் உடைமையாக நிலம் இருக்கவேண்டும் என்று அவர் விரும்பினார். அரசு-சொத்துரிமை எதேச்சாதிகாரத்திற்கு வழிவகுக்கும் என்று கருதினார். ஆகவேதான் சங்கம் என்ற உருவத்தில் மக்களுடைய கூட்டாண்மையை அவர் கட்டமைத்தார். குடிமக்கள் சமூகத்திலும், தோன்றிக் கொண்டிருந்த அரசிலும் காணப்பட்ட சிறப்பியல்புகளின் ஒன்றிணைந்த அமைப்பாக அதனை உருவாக்கினார். குடிமக்களின் கடமைகளுக்கும் உரிமைகளுக்கும் இடையில் சமநிலையை ஏற்படுத்த முயன்றார். சங்கத்தின் நடத்தையை ஓர் அறிகுறியாக எடுத்துக்கொண்டால், சமுதாய, பொருளாதார, அரசியல் சமத்துவம் போன்றவை சமுதாய வாழ்க்கைக்கான திறவுகோல்; அதன் மையக் கருத்தாக எளிமை/சிக்கனம் இருக்கும். விஹாரங்களில் உணவு,

உடைகள், இருக்கைகள், மரச்சாமான்கள் அனைத்தும் சமத்துவக் கொள்கையின் அடிப்படையில் பகிர்ந்தளிக்கப்பட்டன. தேவைகளை மிகவும் சுருக்கிக் கொள்வதை முக்கியக் கருத்தாகப் புத்தர் எடுத்துரைத்தார். அங்கத்தினர்களது அடிப்படைத் தேவைகளைப் பூர்த்தி செய்ய மட்டுமே பொருட்கள் விநியோகிக்கப்பட்டன.

'நல்லதொரு' வாழ்க்கை நடத்துவதற்கான வரம்பற்ற ஆசைகளுக்கும், அதனையொட்டி அதிகரிக்கும் தேவைகளுக்கும் இடையில் சமகாலத்து வாழ்க்கை முறை தொடர்ந்து இழுபட்டுச் சிதைந்துகொண்டிருக்கிறது. சமுதாயத்தில் நடைமுறை வாழ்க்கைக்கும், யதார்த்த வாழ்வு உருவாக்கும் சமனற்ற நிலைக்கும் இடையில் மோதல் உருவாகிறது. ஏதுமற்றவர்கள் வறுமை, ஆதரவின்மை, ஒதுக்கிவைத்தல் போன்ற வக்கற்ற நிலைக்குத் தள்ளப்படுவதால் இந்தச் சமத்துவமின்மை உருவாகிறது. இந்த மோதலால் ஒருவரது சொந்த வாழ்விலும் ஆன்மீகப் போராட்டம் உருவாகிறது. செல்வந்தர்கள் உலகத் தரமான சொகுசு வாழ்க்கை வாழ்வதும், அவரருகில் வசிப்போர் பட்டினியில் வாடுவதும் நிகழ்கிறது. இதற்கான மிகச்சிறந்த எடுத்துக்காட்டாக இந்தியா மாறிவிட்டது. சாதித் தடைகள் ஹிந்துப் பணக்காரர்களை, அவர்கள் தங்களை மேலும் தனிமைப்படுத்திக் கொள்ள வைத்திருக்கின்றன. எவ்வகையிலும் அவர்களுக்குச் சேவை செய்யவே வாழ்கின்ற 'கீழ்'ச்சாதியினரின் தலையெழுத்து குறித்த குற்றவுணர்விலிருந்தும் அவை அவர்களை விடுவிக்கின்றன. இந்த இடத்தில்தான் அறநெறி அடிப்படையிலான வெறுமையான வாழ்விலிருந்து, சங்கம் முன்வைக்கும் வாழ்க்கைமுறை அவர்களுக்கு மீட்சி அளிக்கக்கூடும்.

நமது காலத்தில், சோசலிச அமைப்புகள் தகர்ந்து போனதை நாம் பார்த்தோம். உரிமைக்கான மக்களது விழைவுகள் ஒருபுறம். அந்த விழைவுகளை அடக்க பாட்டாளி வர்க்கச் சர்வாதிகாரம் என்ற பெயரில் சர்வாதிகார முறையில் அவர்கள்மீது கடமைகளைச் சுமத்த முயற்சிக்கும் ஆட்சியாளர்கள் ஒருபுறம். இந்த இரண்டிற்கும் இடையிலான உள்ளுறைந்த முரண்பாடுகளே இதற்குக் காரணம். 'ஒவ்வொருவரும் அவரது திறனுக்கேற்ப, ஒவ்வொருவருக்கும் அவரது தேவைக்கேற்ப' என்ற கொள்கை, உரிமைகளுக்கும் கடமைகளுக்கும் இடையில் தீர்க்க முடியாத முரண்பாட்டைச் சந்தித்தது. ஐரோப்பாவில் சோசலிச அமைப்பு பெரும் பின்னடைவைச் சந்தித்தது. ஆனால், அதேநேரத்தில், பௌத்த அறநெறியை, நல்லொழுக்கப் பின்னணியைப் பெற்றிருந்ததால் சீனாவில் சோசலிச

அமைப்பு உயிர்த்திருந்தது. அறநெறியும், சித்தாந்த பின்புலமும் கொண்ட மாவோ போன்ற ஆகிருதி மிக்கத் தலைவரை சீன சோசலிசத்தால் உருவாக்க முடிந்தது. இயல்பில் தொன்மையும், அளவில் சிறியதாகவும் இருந்தாலும், இந்த முரண்பாட்டைத் தீர்ப்பதற்கு குறிப்பு ஒன்றைச் சங்கம் அளிக்கிறது. சங்கத்தின் நடைமுறையில் நம்பிக்கையின் இழை இருப்பதாகத் தோன்றுகிறது.

கடமைகளைப் பேசும்போதே, உரிமைகளின் முக்கியத்துவத்திற்கும் புத்தர் அதே அளவு அழுத்தம் தந்தார். மக்களும் ஆட்சியாளர்களும் பெற்றிருக்கும் உரிமைகளுக்கும் கடமைகளுக்கும் இடையில் சமநிலை இருக்க வேண்டியது முக்கியம். நுகர்வதிலும், மற்றவர்களுக்கு என்னவோ அதுவே தனக்கும் என்றார் புத்தர். ஏனையப் பிக்குகளுக்கு இருக்கும் கடமைகளே இவருக்கும். அவர்களுக்கு இருக்கும் அதே உரிமைகளைப் பயன்படுத்திக்கொள்ளும் தகுதிதான் புத்தருக்கும். ஓர் அமைப்பின் தலைவர்களோ அல்லது ஆட்சி செய்பவர்களோ தங்களை மற்றவர்களுக்கு மேலானவர்கள் என்று எண்ணும்போது அதன் சீரழிவு தொடங்குகிறது. தற்காலத்தில் 'ஜனநாயகங்கள்' (உண்மையில் சிறுகுழுக்களின் ஆட்சி) மற்றவரைவிட ஒரு தனிநபரோ அல்லது ஒரு வர்க்கமோ மேலானது என்ற கொள்கையின் மீதுதான் உயிர்த்துள்ளன. வறட்டுத்தனமான சமத்துவக் கோட்பாடுகளுக்கும், ஆட்சியாளர்கள், அவர்களே ஒரு வர்க்கமாக உருவாகும் வெளியில் சொல்லப்படாத நடைமுறைக்கும் இடையிலான முரண்பாட்டால் சோசலிஸ அமைப்புகள் தகர்ந்து போயின. நம்பிக்கையிழப்பைத் தரும் இந்தச் சூழலில், சொத்து, உரிமைகள், கடமைகள் குறித்து புத்தர் கூறிய கருத்துகளை மேலும் தீவிரமாகப் படிப்பது முக்கியமானது.

பௌத்தர்களைப் பொறுத்தவரை உரிமைகளும் கடமைகளும் ஒரே நாணயத்தின் இரு பக்கங்கள். சங்கத்தின் தினசரி நடைமுறைகளில் கடமைகள் வெளிப்படையாக வலியுறுத்தப்படுகின்றன. எதேச்சாதிகார அரசில், சமுதாயம் முழுவதும் பரவியிருந்த பண்பாட்டு ஆதிக்கத்திற்கான எதிர்வினையே இது. சமுதாயத்தைப் பொறுப்பற்றதாக ஆக்கியிருக்கும் ஹிந்து ஆன்மீகத்திற்கான எதிர்வினையும்கூட. யக்ஞங்களும் யாகங்களும் சமுதாய உறவுகளை மானுடத்தன்மை அற்றதாக ஆக்கிவிட்டன; அதேநேரத்தில் தண்டநீதியின் பரவலான குணமாக, செல்வாக்கைப் பெருக்கிக் கொள்வதும் இருந்தது. ஹிந்துக் கடவுள்கள் அனைவரும் ஆயுதம் சுழற்றுபவர்களாகவே இருந்தனர். வன்முறை அதன் உச்சத்திலிருந்தது. செல்வாக்குப் பெருக்கமும் வன்முறையும் நிறைந்த

பண்பாட்டுச் சூழலிலிருந்து சமுதாயத்தைக் காக்கும் பொறுப்பைப் புத்தர் எடுத்துக்கொண்டார். ஹிந்து ஆதிக்கமெனும் பெருங்கடலின் நடுவே மாற்றுப் பண்பாட்டுத் (சங்கங்கள்) தீவுகளை உருவாக்க முடியும் என்று அவர் நம்பினார். கையில் ஆயுதம் ஏந்தாத ஒரே போராளி அவர் மட்டுமே. எனினும், ஆயுதம் சுழற்றிய ஹிந்து மதத்தின் பண்பாட்டை அவர் எதிர்க்க விரும்பினார்.

அறநெறி சார்ந்த பொறுப்புகளுக்கும் கடமைகளுக்கும் முக்கியத்துவம் கொடுக்கும்போது மட்டுமே மாற்றுப் பண்பாட்டை உருவாக்குவது சாத்தியம். தனிமனிதர்களுக்கு மட்டுமல்ல ஒட்டுமொத்த அமைப்பிற்கும் இது பொருந்தும். கடமைகள் என்ற பெயரில் அறநெறி சார்ந்த பொறுப்புகளுக்குப் புத்தர் அழுத்தம் தந்ததற்கான காரணங்களில் இதுவும் ஒன்று. ஆனால், இந்தக் கடமைகள், அறநெறி சார்ந்த உரிமைகளுடன் இணைந்தே சென்றன. இந்த மாற்றுப் பண்பாட்டாலும் அகிம்சை முறைகளாலும்தான் வன்முறை பேசும் எதிரியை வீழ்த்தவேண்டும். மதிப்பீட்டளவிலான இந்த மாற்றத்தைச் சுற்றித்தான் சங்க உறுப்பினர்களின் உரிமைகளும் கடமைகளும் சுழன்றன.

உலகளாவிய மற்ற பிரச்சனைகளுடன் இந்தியாவிற்கே உரிய, தனித்த பிரச்சனையான சாதி குறித்தும் புத்தர் பேசினார். இந்தியச் சாதிய அமைப்பு நான்கு வர்க்க அடுக்குகளைக் கொண்டது. வேலைப்பிரிவினையில் இருந்துதான் பிராமண, சத்திரிய, வைசிய, சூத்திர வர்க்கங்கள் தோன்றின; பிராமணியத்தின் சடங்கு சார்ந்த சித்தாந்தத் தலையீட்டின் காரணமாகவே இந்த வர்க்கங்கள் சாதிகளாகச் சிதைந்தன. புத்தர்தான், சாதி அமைப்பின் எதிர்மறையான பாத்திரத்தைப் புரிந்துகொண்ட முதல் இந்தியச் சிந்தனையாளர். சிதைந்து கொண்டிருந்த பிராமணியத்திற்கும் சுய-உறுதியுடன் ஒன்று திரண்ட சத்திரியர்களுக்கும் இடையிலான முரண்பாட்டின் உருவாக்கமே புத்தர். வர்க்கம் என்ற முறையில் சத்திரியர்கள் ஓரங்கட்டப்பட்டிருந்த காலம் அது. இதற்கு ஆதாரமாக, ‘சத்திரிய வர்க்கத்தை/ சாதியைப் பிராமணிய வர்க்கம்/சாதி மட்டுமே அடிபணிய வைக்க முடியும்’ என்ற மனுவின் கூற்று இருக்கிறது.

இந்தத் திட்டத்திற்கு எதிராகப் புத்தர் வெகுண்டெழுந்தார். சத்திரிய, வைசிய, சூத்திர சக்திகளின் ஒருங்கிணைப்பில்தான் பிராமணிய ஆதிக்கத்தை நீக்க முடியும் என்று நம்பினார். சாதி அமைப்பால் மிக மோசமாகப் பாதிக்கப்படுபவர்கள் சூத்திரர்களே என்று கூறிய முதல்

இந்தியச் சிந்தனையாளர் புத்தர். அடிமைப்பணி செய்பவர்களாகவும் கைவினைஞர்களாகவும் அவர்கள் இருந்தனர். அடிப்படை உற்பத்தியாளர்கள் அவர்களே. ஆனால், எவ்வித உரிமைகளும் அவர்களுக்கு அளிக்கப்படவில்லை. சூத்திரர்களின் ஒருபகுதியினர் தீண்டத்தகாதவர்கள் என்று அழைக்கப்பட்டனர். ஏனையவர்கள், அடிமைகளாகத் தரங்குறைக்கப்பட்டனர்; அவர்களுக்குள்ளும் படிநிலை அமைப்பொன்று உருவாக்கப்பட்டது; என்றைக்கும் ஒன்றுசேர முடியாதவர்களாக, கிளர்ச்சி செய்ய முடியாதவர்களாக ஆக்கப்பட்டனர்.

பிராமணியச் சடங்குமுறைகளையும், எதேச்சாதிகார அரசு முறையையும் எதிர்ப்பவர்களை, ஆட்சி செய்பவர்கள் மற்றும் மதகுருக்கள் என்ற இரண்டு வர்க்கங்களின் பண்பாட்டு ஆதிக்கத்தை எதிர்ப்பவர்களை அணிதிரட்ட புத்தர் முடிவெடுத்தார். ஆகவேதான், சாதிப் பிரிவினைகள் முற்றிலும் இல்லாத பிக்கு மற்றும் பிக்குணி சங்கங்களை அவர் நிறுவினார். ‘ஸமண’ பிராமணியத்தை எதிர்த்ததுபோல் வர்க்க அமைப்பை அவர் அதிகமாக எதிர்க்கவில்லை. அதுபோல் பிராமணர்கள் என்ற மனிதர்களையும் புத்தர் எதிர்க்கவில்லை. வளர்ந்துகொண்டிருந்த வணிகவியல் கொள்கைகளை ஆதரித்தார். அதேநேரத்தில் நடைமுறையிலிருந்த அடிமை முறையை அவர் எதிர்த்தார்.

சங்கத்தில் அனைத்துச் சாதியினரையும் அவர் அனுமதித்தார்; அத்துடன், அனைத்துச் சாதிகளிலிருந்தும் (சங்கத்) தலைவர்களை அவர் உருவாக்கினார்: மொக்கலன்னன் ஒரு பிராமணர்; ஆனந்தன், ஒரு சத்திரியர்; உபாலி, ஒரு நாவிதர். இவர்கள் சங்கத்தின் தலைமைப் பொறுப்புகளில் இருந்தனர்; பின்னர் இவர்கள் சங்கத்தின் முதன்மை அறிவுஜீவிகளாக மாறினர். புத்தரின் அரச குடும்பத்து உறவினர் என்ற தொடர்பைப் பயன்படுத்தி சங்கத் தலைமையைப் பறிக்க நினைத்த புத்தரின் உறவினர் தேவதத்தர் சங்கத்தில் முற்றிலும் ஓரங்கட்டப்பட்டார். இரத்த உறவுகளுக்குச் சலுகை காட்டுவதில் அவருக்கு நம்பிக்கை இல்லை; தேவதத்தர் அவருக்குரிய இடத்தில் வைக்கப்பட்டார்.

ஒருவர் தன் வாழ்வில் இன்று வரையிலும் சுகமாக அனுபவிக்கும் அல்லது செயல்படுத்தும், வேதனையுறும் அல்லது பணியவைக்கும் செல்வமோ ஏழ்மையோ, அதிகாரமோ அடிமைத்தனமோ, தகுதியோ தகுதியின்மையோ அனைத்தும் அவரது சாதியாலும், அவர் பிறந்த

குடும்பத்தாலும் முடிவுசெய்யப்படுகிறது. தனிப்பட்ட மனித வாழ்வின் முக்கியமான சாரத்தைச் சாதிதான் முடிவுசெய்கிறது. சாதி அமைப்பின் விளைவு என்று வளர்ச்சியற்ற இந்தியச் சமுதாயத்தைச் சொல்ல முடியும்; எண்ணற்ற மக்கள் பரிதாபமாக வறுமையில் வாடுவதைக் கூறமுடியும்; அவமானப்படும் வகையில் சிலர் மட்டுமே செல்வந்தர்களாக இருப்பதைக் கூறமுடியும். உண்மையான வர்க்கப் போராட்டம் நடைபெறாமல் இருப்பதற்கு சாதி அமைப்பே காரணம். இந்த அமைப்பின் மீது விழுந்த முதல் அடி புத்தருடையது. எனினும், அம்பேத்கர் சரியாகக் கூறியதுபோல, இந்தியச் சமுதாயத்தின் அடிவயிற்றில் உதித்த புரட்சிகளை, பிராமணிய எதிர்ப்புரட்சி மீண்டும் மீண்டும் தோற்கடித்தது. பௌத்தமே, அவ்வாறு தோன்றிய முதல் புரட்சி; தோற்கடிக்கப்பட்ட முதலாவதும் அதுதான்.[12] எனினும், பெறவேண்டிய முக்கியமான பாடங்கள் இருக்கின்றன.

புத்தர் காலத்தைவிட இருபதாம் நூற்றாண்டுச் சமுதாயம் அதிகமாகச் சீர்கெட்டிருக்கிறது. பிற்படுத்தப்பட்ட வர்க்கங்களுக்கும் மற்றும் சாதிகளுக்கும், அட்டவணைச் சாதிகளுக்கும், பழங்குடியினருக்கும் 1990களில் சிறிய அளவில் ஒதுக்கீடுகள் அளிக்கப்பட்டன. சாதி உணர்வு மிக்க உயர்சாதியினரிடமிருந்து பெரும் வெறுப்பையும் எதிர்ப்பையும் இவை சந்தித்தன. தீண்டத்தகாதவர்களையும் சூத்திரர்களையும் சங்கத்திற்குள் புத்தர் அனுமதித்தார். அவர்களிலிருந்து தலைவர்களும் அறிவுஜீவிகளும் உருவாகினர். அந்தநேரத்தில், தங்களது தளத்தை இழந்துகொண்டிருந்த பிராமணியச் சக்திகளிடமிருந்து கடும் எதிர்ப்பை அவர் சந்தித்திருக்கலாம். ஆனால், அந்த எதிர்ப்பு இப்போது நாம் பார்ப்பதைப்போல் அவ்வளவு கசப்பானதாக இருந்திருக்கமுடியாது. அப்படி இருந்திருந்தால் இந்த அளவு அவர் சாதித்திருக்கமுடியாது.

வளர்ந்துகொண்டிருக்கும் முதலாளித்துவமும், நகர்மயமாக்கலும் சாதிய இறுக்கங்களைக் குறைத்துவிடும் என்று நினைத்தோம். ஆனால், இவையிரண்டும் வளர வளர, சாதி அமைப்பு அச்சப்படும் அளவிற்கு புதிய வடிவங்களை எடுக்கிறது. தனது பிடிப்பைத் தொடர்ந்து அது வலுப்படுத்திக் கொண்டு வருகிறது; ஏனெனில், இந்திய ஆளும் வர்க்கம் எப்போதுமே தனது பண்பாட்டு மேலாதிக்கத்தை, அரசியல் கட்டுப்பாட்டை, பொருளாதார ஆதிக்கத்தைச் சாதி அமைப்பின் மூலம்தான் பாதுகாத்து வந்திருக்கிறது. இந்தச் சூழலில், சாதி அழிப்பு மட்டுமே இந்தியாவில் வர்க்கப் போராட்டத்திற்கான சாத்தியமான

வழியாகத் தெரிகிறது. எதிர்-புரட்சியில் ஈடுபட்ட பிராமணியத்திடம் இந்த முனையில் புத்தர் அதிகமாகத் தோற்றுப்போனதாகத் தெரிகிறது. அழித்தொழிப்பில் அதற்குக் கிடைத்த வெற்றி இது என்று கூறுவதைவிட, 'உள்வாங்கிக் கொள்ளும்' அதன் வழிமுறைகளே இதற்குக் காரணம் எனலாம். மரக்கறி உணவு உண்பவர்களாகப் பிராமணர்களின் பெரும் பகுதியினர் மாறுவதற்கு, புத்தரது வரம்பிற்குட்பட்ட அகிம்சை நெறியும், யாகப் பலிகளை அவர் எதிர்த்ததும் காரணமாக அமைந்தன. அவருமே விஷ்ணுவின் தசாவதாரங்களில் ஒருவராக உள்வாங்கிக் கொள்ளப்பட்டார். அதுமட்டுமின்றி, சாதியம் உயிருடன் இருப்பதைப் பிராமணியம் பார்த்துக்கொண்டது. மத்திய காலத்தில், அடக்குமுறைக்கும், ஒடுக்குமுறைக்கும் பயன்பட்ட மோசமான கருவிகளில் ஒன்றாக இது வார்த்தெடுக்கப்பட்டது.

இறுதியாக, ஆனால், மிகமுக்கிய அம்சமாகப் புத்தரது அரசியல் தத்துவத்தில் பெண்களின் உரிமைகள் குறித்த கருத்துகளைக் கூறலாம். இந்த விஷயத்தில், புத்தராக மாறிய அந்தத் தொடக்க நாட்களில், ஏனைய ஹிந்துச் சிந்தனையாளர்களைப் போலவே ஆணாதிக்கம் கொண்டவராகவே அவரும் இருந்தார் என்று கூறமுடியும். ஆனால், சங்கத்தின் உள்ளுறைந்த ஜனநாயகம் அவரது கருத்துகளைப் பெருமளவிற்கு மாற்றியது. பெண்களையும் மனிதர்களாக நடத்தவேண்டும் என்று உணர்ந்தவுடன், ஹிந்து ஆணாதிக்க ஒடுக்குமுறைமீது தொடுத்த முதல் அடியாகப் பெண்களைச் சங்கத்திற்குள் அவர் அனுமதித்தது இருந்தது. மனு, கௌடில்யர், வாத்ஸ்யாயனர் ஆகியோரின் எழுத்துகளில் பெண்கள் குறித்த ஹிந்துக் கண்ணோட்டம் வெளிப்படுகிறது. அவர்களின் கருத்தில் பெண்கள் ஆண்களின் கைகளிலிருக்கும் கருவிகளே; ஆண்களுக்கு இன்பம் அளிப்பதும், குடும்பத்தின் வாரிசுகளான குழந்தைகளைப் பெற்றுத்தருவதுமே அவர்கள் வேலை.

ஹிந்துக்களின் கருத்திற்கு மாறாக, பெண்களும் நிர்வாணம் அடைய முடியும் என்று புத்தர் அறிவித்தார். அனைத்துச் சாதியைச் சேர்ந்த பெண்களுக்கும் கல்வி உரிமையை ஹிந்துச் சிந்தனையாளர்கள் மறுத்தனர்; ஆனால், சங்கம் அவர்களுக்குப் படிக்கவும் எழுதவும் சுதந்திரம் தந்தது. இவ்வாறாக, இந்தியாவில் முதல் தலைமுறை பெண் அறிவுஜீவிகள் சங்க அமைப்பிலிருந்துதான் தோன்றினர். எடுத்துக்காட்டாக, அம்பாபாலி, சுமங்களா, மதிகா, இஷிதசி, சுபா போன்ற பல பெண்கள் தோன்றினர். இவர்கள் பாடல்கள்

எழுதும் திறன்களைப் பெற்றனர்; மட்டுமின்றி சங்கத்தில் பெரும் முக்கியத்துவத்தைப் பெற்றனர். சமத்துவமற்ற முறையில் பெண்கள் நடத்தப்பட்ட சூழலில், பிக்குணி சங்கம் ஏராளமான பிரச்சனைகளைச் சந்தித்தது. சங்கத்தின் ஆண் உறுப்பினர்கள் அவர்களைச் சுற்றி இருந்த ஆணாதிக்கப் பண்பாட்டுத் தளத்தின் தாக்கத்திலிருந்து மீள பெரும் சிரமப்பட்டனர். தவிர்க்க இயலாமல் இந்தப் பண்பாடு சங்கத்திற்குள்ளும் நுழைந்தது. அவ்வப்போது எழும் இத்தகையச் சிக்கல்களை எதிர்கொள்வதற்குத் தேவையான விதிகளைப் புத்தர் வகுத்தார். உடலுறவைத் தடை செய்தது ஒருவிதத்தில் ஒருவரது இயற்கை உரிமையைப் பறிப்பது போன்றதாகும். ஆனால், இந்த விஷயத்தில் சங்கத்திலிருந்த ஆண்கள், பெண்களிடையே ஒருமித்த கருத்து உருவானதுபோல் தோன்றுகிறது.

திருமணமும் குடும்ப வாழ்க்கை மட்டுமே பெண்களுக்கு விதிக்கப்பட்டவை என்ற சூழல் நிலவிய நேரத்தில், இருபாலினத்தவரையும் மண உறவிற்குள் நுழையாமல் ஊக்குவித்ததன் மூலம், குடும்பம் மற்றும் திருமணம் குறித்த கட்டுக்கதைகளைப் புத்தர் தாக்கினார். சங்கக் கூட்டங்களில் பேசுவதற்குப் பெண்களை ஊக்குவித்தார். சங்கத்தின் செயல்பாடுகளில் அவர்கள் முன்முயற்சி எடுக்கவும் அனுமதித்தார்.

இதன் பொருள், வரம்புகள் ஏதுமற்றவராக புத்தர் செயல்பட்டார் என்பதல்ல. சங்க அமைப்பின் பகுதியாக அவரே இருந்தார்; ஆதலால், அவருக்கிருந்த சில வரம்புகளையும் பலவீனங்களையும் அவரால் கடக்கமுடிந்தது; பிக்குணிகளுக்குச் சங்கம் தொடங்கியது தொடர்பான நிகழ்வு இதனை எடுத்துக்காட்டுகிறது. எனினும், பெண்களுக்குச் சமத்துவம் அளிப்பது குறித்த விஷயத்தில், பாலின வேறுபாடு சங்க அமைப்பில் பெரும் தாக்கத்தை ஏற்படுத்தியது. எடுத்துக்காட்டாக, ஹிந்துப் பெண்களுடன் ஒப்பிடும்போது, பிக்குணிகள் சுதந்திரமான குடிமக்கள், விடுதலை பெற்ற ஆன்மாக்கள் என்ற நிலைக்கு நெருக்கமாக இருந்தனர்; என்றாலும், சங்க அமைப்பிற்குள் பிக்குகள்தான் உயர் அந்தஸ்துடன் இருந்தனர். பெண்களுக்குச் சமத்துவம் அளிக்கப்படுவதற்கு மிகக்கசப்பான போராட்டம் தேவைப்பட்டது என்பதை இது காட்டுகிறது. சாதிகளுக்கும் வர்க்கங்களுக்கும் இடையில் சமத்துவம் ஏற்படுத்தத் தேவைப்பட்ட போராட்டத்தைவிட, இதற்கு மிக நீண்ட போராட்டம் தேவைப்பட்டது. ஏனென்றால், எந்த வர்க்கத்தைச் சேர்ந்த ஆணும், தன் வர்க்கத்துப் பெண்ணைத் தனக்குக் கீழ்ப்படிந்தவளாக,

அடக்குமுறைப் பொருளாகவே பார்க்கிறான்; பிற சாதிகளிலும் இப்படித்தான். இத்தகைய ஆணாதிக்கக் கருத்தோட்டத்திற்குள்தான் புத்தரது சங்கமும் செயல்பட்டது.

புத்தரின் சிந்தனையை, பண்டைய கிரேக்க அரசியல் சிந்தனையாளர்களுடன் ஒப்பிடுவது குறித்து ஒரு சொல். இந்த விஷயத்தில், மிக உன்னிப்பாக அனைத்து விஷயங்களையும் கவனத்தில் கொண்டு செயல்பட்டிருக்கிறேன் என்று உறுதியாகக் கூறமுடியவில்லை. ஏனெனில், ஹிந்துச் சிந்தனையாளர்களது கருத்துகளுடன் ஒப்பீடு செய்தே, புத்தரது அரசியல் தத்துவத்தைச் சித்தரிக்க அழுத்தம் தந்துள்ளேன். எச்சரிக்கையுடன் ஒன்றை இங்கு சொல்லிக் கொள்ள விரும்புகிறேன். அதாவது, அரசின் தோற்றம் குறித்த கொள்கையின் சில அம்சங்களைப் புத்தர் விரும்பியதிலும், தனது ஊகச் சிந்தனைகளுக்குச் செயல்வடிவம் தந்ததிலும் மேலையுலகச் சிந்தனையாளர்களுக்கு முன்னோடியாக அவர் இருக்கிறார். எனினும், மேலும் ஆய்வுகள் நடத்துவதற்கான பரந்த எல்லைகளை இந்தக் களம் பெற்றிருக்கிறது.

அடிக்குறிப்புகள்

1. Beautiful images of Buddha are available in many parts of India. Recently in Andhra Pradesh, a huge carved stone statue of Buddha was erected, and the site is rapidly becoming a tourist spot. Similar idols are common in Japan, China, Sri Lanka and many other countries where Buddhism is popular.
2. Kancha Ilaiah, 'Spiritual Facism and Civil Society', Deccan Chronicle, February 15, 2000.
3. The slogan ' Bahujan hitaya, bahujan sukhaya' has become very popular among activists of Dalitbahujan parties in the recent past, as well as among neo-Buddhists.
4. Braminsim was/is not only a religious-ritualistc school, but also strangely rooted in politics right from its recorded history. Over the centuries the Indian socio-economic system has been constructed to serve the interests of Brahmins as a priestly caste.
5. The neo-Buddhists of India use this slogan in prayer form. It means ' The sangha is my refuge, Buddha is my refuge, dhamma is my rerfuge'. Though it is in Pali, speakers of all languages understand its meaning very easily. It is not an abstract prayer as the Sanscrit Mantras are.

6. While many features of Braminism have changed over time, the essential truth of its hegemonic aspirations remains the same. For example, the beef-eating Brahmins of Buddha's time transformed themselves into vegetarians not on health or personal grounds, but in order both to neutralise Buddhist and Jain criticism of their lifestyle and the claim the moral high ground and thus retain their hegemony. Even now in central and southern India animal food is prohibited to upper caste people. In eastern India – Bengal and Orissa – fish forms part of their diet but it is excluded from temple offerings, which are vegetarian. The RSS, BJP, VHP and the rest of the Hindu Parivar are making serious attempts to extend this vegetarian food culture to Dalitbahujans. M.N. Srinivas's Sanskritisation thesis promoted such thinking even in academic circles. This process has dangerous implications for the composite food culture of Dalitbahujans.
7. Louis Dumont, *Homo Hierarchicus* (Delhi: Vikas, 1970), pp.149-150.
8. See M.N.Srinivas, ed., *Caste:Its Twentieth Century Avatar* (New Delhi: Viking, 1996).
9. Kancha Ilaiah, *'Hinduism and the Right to Religion'*, The Hindu, December 2, 1999.
10. Kancha Ilaiah, *'Spiritual Facism and Civil Society'*.
11. L.N.Rengarajan, ed. *Kautilya: The Arthashastra* (New Delhi: Penguin, 1987), p.271.
12. Ambedkar, *Writings and Speeches,* vol. p.281. Ambedkar says, 'Buddhism died because its army of priests died and it was not possible to recreate it.

நூற்பட்டியல்

Primary Sources

1. *Akankheyya Sutta*. In *Sutta Pitaka* trans. T.W.Rhys Davids. *Sacred Books of the East* edited by Max Muller, 1879-1924, vol.II. 1881. Reprint, New Delhi: Motilal Banarasidass, 1965.

2. Aristotle. *Politics*. In *Basic Works of Aristotle*, edited by Richard Mckeon. New York: Random House, 1941.

3. Asvaghosha. *A Life of the Buddha*, trans. Samuel Beal. *Sacred Books of the East*. 1883. Reprint, New Delhi: Motilal Banarasidass, 1965.

4. *Dhamma Chakka Ppavattana Sutta*. In *Sutta Pitaka*, trans. T.W.Rhys Davids. *Sacred Books of the East*, Vol.II. 1881. Reprint, New Delhi: Motilal Banarasidass, 1965.

5. *Chullavagga*, trans. T.W.Rhys Davids and H.Oldenberg. *Sacred Books of the East*, Vols.10,20. Reprint, New Delhi: Motilal Banarasidass, 1965.

6. *Digha Nikaya*, trans. A.A.J.Bennet as Long Discourses of the Buddha. *Sacred Books of the East*. Reprint, Mumbai: Chetna, n.d.

7. *Jataka*, trans. V.Fausboll as *Buddhist Birth Stories* or *Jataka Tales*. London: Trubner 1880.

8. *Ketokhila Sutta*. In *Sutta Pitaka*, trans. T.W.Rhys Davids. *Sacred Books of the East*, Vol.II. 1881. Reprint, New Delhi: Motilal Banarasidass, 1965.

9. *Maha Parinibbana Sutta*. In *Sutta Pitaka*, trans. T.W.Rhys Davids. *Sacred Books of the East*, Vol.II. 1881. Reprint, New Delhi: Motilal Banarasidass, 1965.

10. *Maha Sudassana Sutta*. In *Sutta Pitaka*, trans. T.W.Rhys Davids. *Sacred Books of the East*, Vol.II. 1881. Reprint, New Delhi: Motilal Banarasidass, 1965.

11. *Mahavagga.* In *Vinaya Pitaka,* trans. T.W.Rhys Davids and H.Oldenberg. *Sacred Books of the East*, Vols.13, 17. Reprint, New Delhi: Motilal Banarasidass, 1965.
12. *Manu Dharma Sastra*, trans. Arthur Coke Burnell as *Ordinanaces of Manu.* 1884. Reprint, New Delhi: Oriental Book Co., 1971.
13. *Patimokka,* trans. T.W.Rhys Davids and H.Oldenberg. *Sacred Books of the East,* Vol.13. Reprint, New Delhi : Motilal Banarasidass, 1965.
14. Plato, *Republic,* trans.G.M.A.Grube, London: Pan, 1974.
15. *Tevigga Sutta.* In *Sutta Pitaka*, trans. T.W.Rhys Davids. *Sacred Books of the East,* Vol.II. 1881. Reprint, New Delhi : Motilal Banarasidass, 1965.
16. *Theragatha*, edited by Bhikkhu J.Kashyap. Nalanda: Devanagari Pali Publication Board, Government of Bihar, 1959.
17. *Therigatha,* trans. Mrs.Rhys Davids as *Psalms of the Early Buddhists.* 2 Vols, 1909. Reprint, London: Pali Text Society, 1948.
18. *Therigatha*, trans. K.R. Norman. London: Pali Text Society, 1971.
19. Vatsyayana, *Kama Sutra*, edited by J.S.Bright. Reprint. New Delhi: Varma Brothers, 1975.
20. *Vinaya Pitaka*, trans. I.B.Horner as *The Book of Discipline.* London: Oxford University Press, 1938-1966.

Secondary Sources

1. Agrawala, V.S. *India as known to Panini.* Lucknow: University of Lucknow, 1953.
2. Ahir, D.C. *Dr.Ambedkar on Buddhism,* Mumbai: Siddhartha, 1982.
3. Aiyengar, Rengasamy. *Some Aspects of Ancient Indian Polity.* 2nd ed. Chennai: University of Madras, 1935.
4. Altekar, A.S. *State and Government in Ancient India.* New Delhi : Motilal Banarasidass, 1955.
5. -------. *The Position of Women in Hindu Civilisation.* New Delhi : Motilal Banarasidass, 1962.
6. Ambedkar, B.R. *Buddha and His Dhamma.* Mumbai: Siddhartha, 1984.
7. -------. *Writings and Speeches,* Vols.1,3.4,5,7 Mumbai: Government of Maharashtra, 1979-1990.
8. Antonova, K., G.Bongard-Levin, and G.Kotovsky, *A History of India,* book 1, Moscow: Progress Publishers, 1979.

9. Auboyer, Jeannine. *Daily Life in Aincient India*. First published by Hachette. Reprint, Mumbai: Asia Publishing House, 1967.
10. Bahm, A.J. *Philosophy of the Buddha*. London: Rider, 1958.
11. Bandyopadhyaya, Narayana Chandra. *Hindu polity and Political Theories*. 1927. Reprint, Jaipur: Printwell Publishers, 1987.
12. Bapat, P.V., ed. *2500 years of Buddhism*. New Delhi: Government of India, 1987.
13. Barker, Ernest. *Greek Political Theory: Plato and His Predecessors*. 3rd ed. London: Methuen, 1947.
14. Barua, Beni Madhab. *Pre-Buddhist Indian Philosophy*. New Delhi: Motilal Banarasidass, 1970.
15. ------. *Studies in Buddhism*. Calcutta: Saraswati Libraray, 1974.
16. Bhandarkar, D.R. *Some Aspects of Ancient Hindu Polity*. Varanasi: Benaras Hindu University, 1929.
17. Bhattacharya, Benoytosh. *The Indian Buddhist Iconography*. Calcutta: Ghosh Publishing House, 1958.
18. Bogomolov, A.S. *History of Ancient Philosophy and Other Studies*. Moscow: Progress Publishers, 1985.
19. Carr, E.H. *What is History?* Harmondsworth: Penguin, 1981.
20. Chakravarti, Uma. *The Social Dimensions of Early Buddhism*. New Delhi: Oxford University Press, 1987.
21. Chanana, Dev Raj. *Slavery in Ancient India*. New Delhi: People's Publishing House. 1990.
22. Chatterjee, S.C., and D.M. Datta. *An Introduction to Indian Philosophy*. Calcutta: University of Calcutta, 1968.
23. Chattopadhyaya, D.P. *Indian Philosophy: A Popular Introduction*. New Delhi: People's Publishing House, 1979.
24. ----------, *Lokayata*. New Delhi: People's Publishing House, 1959.
25. Coomaraswamy, A.K. *Buddha and the Gospel of Buddhism*. New york: Harper Torchbooks, 1916.
26. ----------, *Hinduism and Buddhism*. New York: Philosophical Library, 1943.
27. Data, B.N. *Dialectics of Hindu Ritualism*. Calcutta: n.p.1952.
28. Dange, S.A. *India: From Primitive Communism to Slavery*. Mumbai: People's Publishing House, 1951.

29. Das Gupta, S.B. *A History of Indian Philosophy: A Study in Hindu and European Political Systems.* Calcutta: Firma KLM, 1958.

30. De Bary, William Theodor. *The Buddhist Tradition in India. China and Japan.* New York: Vintage, 1972.

31. Dhar, Somnath. *Kautilya and the Arthasasthra.* New Delhi: Marwah Publications, 1981.

32. Dishitar, V.R.R. *Hindu Administrative Institutions.* Chennai: n.p., 1929.

33. Drekmeier, Charles. *Kinship and Community in Early India.* California, 1962.

34. Dunning, W.A. *A History of Political Theories.* New York: Macmillan, 1950.

35. Dutt, Nalinaksha. *Early Monastic Buddhism.* Calcutta: Firma KLM, 1971.

36. Dutt, S. *Buddhist Monks and Monasteries of India.* London: Allen and Unwin, 1962.

37. -----------, *Early Buddhist Monarchism.* Mumbai: Asia Publishing House, 1960.

38. Ehrenburg, Victor. *The Greek State.* 2nd ed. London: Methuen, 1969.

39. Eliot, Charles. *Hinduism and Buddhism.* 1921. London: Routledge and Kegan Paul, 1957.

40. Engels, Friedrich. *Origin of Family, Private Property and the State.* In *Selected Works.* 1888. Moscow: Progress Publishers, 1973.

41. Fick, Richard. T*he Social Organisation in North East India in Buddha's Time.* 1897, German 1st ed. Trans. Sisir Kumar Maitra, 1920. Reprint, Calcutta: University of Calcutta, 1970.

42. Franklin, Julian H. *John Locke and the Theory of Sovereignity.* London: Cambridge University Press, 1978.

43. Franwallner, E. *The Earliest Vinaya and the Beginning of Buddhist Literature.* Rome: ISMEO, 1956.

44. Ghoshal, U.N. 'The Constitutional Significance of Sangha-Gana in the post Vedic Period'. *Indian Culture* vol.7. Mumbai: Asia Publishing House, 1945.

45. ----------, *A History of Indian Political Ideas.* Mumbai: Asia Publishing House, 1959.

46. Glotz, G. *The Greek City and Its Institutions.* London: London: Routledge and Kegan Paul, 1950.

47. Gokhale, B.G. 'The Early Buddhist Elite'. *Journal of Indian History* 21, 3 (1965).
48. Gour, Hari Singh. *The Spirit of Buddhism.* New Delhi: Cosmo, 1986.
49. Gopi, N. *Vyasanavami.* Hyderabad: Chaitanya Publications, 1986.
50. Grimm, George. *The Doctrine of Buddha.* 1915. German 1st ed. English trans. Allen and Unwin, 1957. Enlish Language reprint. New Delhi: Motilal Benarsidass, 1965.
51. Grimsley, Ronald. *The Philosophy of Rousseau.* London: Oxford University Press, 1978.
52. Guenther, V.Herbert. *Philosophy and Psychology in the Abhidharma.* London and Berkeley: Shambala, 1976.
53. Gupta, D. *Political Thought and Interpretation: The Linguistic Approach.* Jaipur: Pointer Publishers, 1990.
54. Gupta, M.G. *History of Political Thought: From the Greeks to Grotius.* Allahabad: Chaitanya Publishing House, 1984.
55. Hearn, Lafcadio. *Gleanings in Buddha –Fields.* London: Jonathan Cape, 1927.
56. Hoffman, Yoel. *The Idea of Self: East and West: A Comparison Between Buddhist Philosophy and the Philosophy of David Hume.* Calcutta: Firma KLM, 1980.
57. Horner, I.B. *Women under Primitive Buddhism.* London: Routledge and Kegan Paul, 1930.
58. Humphreys, Christmas. *Studies in thee Middle way.* London: Curzon, 1976.
59. Ikeda, Daisaku. *Buddhism: The First Millennium.* Tokya:Kodansha, 1977.
60. ---------, *Buddhism: The Living Philosophy.* Japan: East Publications, 1976.
61. Ilaiah, Kancha. 'Buddhism as Political Philosophy'. *Social Science Probings* 3,4 (Dec.1986).
62. ---------, 'Kautilyan Political Culture'. *Frontier* (6 and 13 Aug 1987).
63. Jauhari, Manorama. *Politics and Aesthetics in Ancient India.* Varanasi: Bharatiya Vidya Prakashani. 1968.
64. Jayaswal, K.P. *Hindu Polity.* Bangalore: Bangalore Printing and Publishing Co., 1978.
65. Jayatilleke, K.N. *Early Buddhist Theory of Knowledge.* New Delhi: Motilal Banarsidass, 1963; reprint 1980.

66. Jha, D.N. *The Message of the Buddha*. London: Allen and Unwin, 1975.
67. ---------, *Ancient India: An Introductory Outline*. New Delhi: People's Publishing House, 1990
68. Jolly, J. *Hindu Law and Custom*. Varanasi: Bharatiya Publishing House, 1975.
69. Jones-John, Garett. *Tales and Teachings of the Buddha: The Jataka Stories in Relation to the Pali Canon*. London: Allen and Unwin, 1979.
70. Joshi, Mani Lal. *Studies in the Buddhist Culture of India*. New Delhi: Motilal Banarsidass, 1977.
71. Kaluphana, J. David. *Buddhist Philosophy: A Historical Analysis*. Honolulu: East-West Centre, 1976.
72. Kane, P.V. *History of Dharmashastra: Ancient and Medieval Religious and Civil Law. 5 Vols*. Pune: Bhandarkar Research Institute, 1974.
73. Kern, H. *A Manual of Buddhism*. London: Sheldon Printers, 1932.
74. Kolakowski, Leszek. *Main Currents of Marxism. 3 Vols*. New York: Oxford University Press, 1978.
75. Kosambi, D.D. *An Introduction to the Study of Indian History*. Mumbai: Popular Prakashan, 1956; reprint 1999.
76. ----------, *Culture and Civilisation of Ancient India in Historical Outline*. New Delhi: Vikas Publishing House, 1976.
77. Law, B.C. *A History of Pali Literature*. Varanasi: Bharatiya Publishing House, n.d.
78. Law, Narendranath. *Studies in Ancient Hindu Polity Based on the Arthashastra of Kautilya*. London: Longmans, 1914.
79. Lillie, Arthur. *The Popular Life of the Buddha*. 1883. Reprint, New Delhi: Seema Publishers, 1974.
80. Ling, Trevor. *The Buddha*. Harmondsworth; Penguin, 1976.
81. -----------, *The Buddha's Philosophy of Man*. London: Dent, 1981.
82. Mabbett, T.W. *Truth, Myth and Politics in Ancient India*. New Delhi: Thomson Press, 1972.
83. Majumdar, R.C. *Corporate Life in Ancient India*. Calcutta: Firma KLM, 1969.
84. Marx, Karl and Friedrich Engels, *Selected Works 3 Vols*. Moscow: Progress Publishers, 1973.

85. Maxey, Chester C. *Political Philosophies*. 1938. Reprint, New Delhi: Macmillan, 1950.
86. Mehta, Ratilal N. *Pre-Buddhist India*. Mumbai: Examiner Press, 1939.
87. Mill, James. *History of British India*. 10 Vols. 1817. Reprint of 1820 ed., New Delhi: Associated Publishing House, 1972.
88. Mishra, Yugal Kishore. *Socio Economic and Political History of Easten India*. New Delhi: B.R. Publishing, 1977.
89. Moller Okin, Susan. *Women in Western Political Thought*. London: Virago, 1980.
90. Monier-Williams, Monier. *Buddhism*. 1889. Reprint in Chowkhamba Series, Varanasi: n.p.,1964.
91. Morgan, L.H. *Ancient Society*. 1877. Reprint, Calcutta: K.P.Bagchi, 1982.
92. Mukhopadhyay, Amal Kumar. *Western Political Thought from Plato to Marx*. Calcutta: K.P.Bagchi, 1980.
93. Mukherjee, Radhakamal. *Democracies of the East: A Study in Comparative Politics*. London: P S King, 1923.
94. Narian, A. K. *Studies in Pali and Buddhism*. New Delhi: B.R. Publishing, 1979.
95. Natarajan, S. *Political and Cultural History of India*. Vol.1, 5th ed. Secunderabad: Privately published, 1981.
96. Nersesyants, V.S. *Political Thought of Ancient Greece*. Moscow: Progress Publishers, 1986.
97. Niranjana, Tejaswani. 'Translation, Colonialism and the Rise of English'. *Economic and Political Weekly* (14 April 1990).
98. Oizerman, Theodor. *Problems of the History of Ancient Philosophy*. Moscow: Progress Publishers, 1973.
99. Oldenberg, Hermann. *Buddha: His Life, His Doctrine, His Order*. German 1st ed.1881. reprint of 1882 English translation by W.Hoey, New Delhi: Indological Book House, 1971.
100. Pande, G.C. *Studies in the Origins of Buddhism*. New Delhi: Motilal Banarsidass, 1974.
101. Patil, Sharad. *Dasas, Sudras, Slavery: Studies in the Origins of Indian Slavery and Feudalism and Their Philosophies*. New Delhi: Allied Publishers, 1982.
102. Platigorsky, Alexander. *The Buddhist Philosophy of Thought, Essays in Interpretation*. London: Curzon, 1984.

103. Pandarinath, H. Prabhu. *Hindu Social Organisation: A Study in Socio-Psychological and Ideological foundations*. Mumbai: Popular Prakashan, 1940; reprint 1998.
104. Prasad, Beni. *Theory of Government of Ancient India*. Allahabad: Central Book Depot, 1968.
105. Puri, B.N. *India in the Time of Patanjali*. Mumbai: Bharatiya Vidya Bhavan, 1957.
106. Randhava M.S. *A History of Agriculture in India*. 2 Vols. New Delhi: Indian Council of Agricultural Research, 1982.
107. Ray, H.C. 'Position of the Brahmins in the Arthashastra'. Proceedings of the all India Oriental Conference, 1924.
108. Ray Chaudhary, H. *Political History of Ancient India*. 1932. Reprint, Calcutta: University of Calcutta, 1972.
109. Roy, Brajendra Prasad. *Political Ideas and Institutions in Mahabharata*. Culcutta: Punthi Pustak, 1975.
110. Rhys Davids, T.W. *Buddhist Birth Stories*. 1880. Reprint, Varanasi: Indological Book House, 1973.
111. --------, *Indian Buddhism*. 1881. Reprint, Allahabad: Rachana Prakashan, 1972.
112. --------, *Buddhism: Its History and Literature*. London and New york: G.P.Putnam's Sons, 1896.
113. --------, *History and Literature of Buddhism*. 1896. Reprint, Calcutta: Susil Gupta, 1962.
114. --------, *Dialogues of the Buddha*. 1899. Sacred Books of the Buddhists, Vol.3. London: Oxford University press, 1899-1921.
115. --------, *Buddhist India*. 1903. Reprint. Varanasi: Indological Book House, 1970.
116. --------., and W. Stede. *The Pali-English Dictionery*. London: Pali Text Society, 1921-1959.
117. --------, *The Birth of Indian Psychology and Its Development in Buddhism*. 1936. Reprint, New Delhi: Orient Books Reprint Corporation, 1978.
118. Rhys Davids, Mrs. C.A.F. *Outlines of Buddhism: A Historical Sketch*. 1932. Reprint, London: Methuen, 1972.
119. Rockhill, W. Woodville. *The Life of the Buddha and the Early History of His Order*, 1878. Reprint, Varanasi: Orientalia Indica, 1972.

120. Sabine, George H. *History of Political Theory.* Reprint, New Delhi: Oxford and IBH, 1973.

121. Saher, P.J. *The Conquest of Suffering: An Enlarged Anthology of George Grams'* [sic] *Works on Buddhist Philosophy and Metaphysics.* New Delhi: Motilal Banarsidass, 1977.

122. Saletore, Bhasker Anand. *Ancient Indian Political Thought and Institutions.* Mumbai: Asia Publishing House, 1963.

123. Sarkar, B.K. *Political Institutions and Theories of the Hindus: A Study in the Comparative Politics.* Leipzig: Von Market and Petters, 1922.

124. Saunders, Kenneth J. *Gautama Buddha: A Biography.* 1922. New Delhi: Light and Llife Publishers, 1978.

125. --------, *Epochs in Buddhist History.* 1924. Reprint, New Delhi: Bharatiya Book Corporation, 1985.

126. Sayed, A.J., ed. *D.D. Kosambi on History and Society Problems of Interpretation.* Mumbai: University of Bombay, 1985.

127. Sen, Ajit Kumar. *Hindu Political Thought.* 1926. Reprint, Calcutta: Calcutta University Press, 1986.

128. Sharma, R.S. *Aspects of Political Ideas and Institutions in Ancient India.* New Delhi: Motilal Banarsidass, 1959.

129. -------, *Material Culture and Social Formations in Ancient India.* New Delhi: Macmillan, 1983.

130. -------, *Sudras in Ancient India,* New Delhi: Motilal Banarsidass, 1983.

131. Sheptulin, A.P. *Marxist Leninist Philosophy.* Moscow: Progress Publishers, 1978.

132. Sinclair, T.A. *A History of Greek Political Thought.* London: Routledge and Kegan Paul, 1951.

133. Singh, Randhir. *Reason, Revolutions and Political Theory: Notes on Oakshott's Rationalism in Politics.* New Delhi: People's Publishing House, 1967.

134. Sinha, B.P. *Readings in Kautilya's Arthashastra.* New Delhi: Agam Prakashan, 1976.

135. Sinha, H.N. *Sovereignity in Ancient Indian Polity: A Study in the Evolution of the Early Indian State.* London: Luzac, 1938.

136. Srinivas, M.N. *Caste: It's Twentieth Century Avatar.* New Delhi: Viking, 1996.

137. Stcherbatsky, Th. *The Buddhist Logic*. 2 vols. New York: Dover Publications, 1962.
138. Strauss, Leo. *What is Political Philosophy? and Other Studies*. Glencoe, Illinois: Free Press, 1959.
139. Talim, M. *Women in Early Buddhist Literature*. Mumbai: University of Bombay, 1972.
140. Tambaiah, S.J. *World Conqueror and World Renouncer: A Study of Buddhism and Polity in Thailand Against a Historical Background*. London: Cambridge University Press, 1976.
141. Taranatha. *History of Buddhism in India*. Trans. Chimpa Lama, edited by D.P. Chattopadhyay. Calcutta: K.P. Bagchi, 1980.
142. Thapar, Romila. *History of India,* Vol.1. New Delhi: Penguin, 1966.
143. --------, *Ancient Indian Social History: Some Interpretations*. New Delhi: Orient Longman, 1979.
144. --------, 'Exile and the Kingdom'. *In Some Thoughts on the Ramanaya*. Bangalore: n.p., 1978.
145. --------, *From Lineage to State*. New Delhi: Oxford University Press, 1984.
146. --------, 'The Historian and the Epic'. *In Annals of the Bhandarkar,* Oriental Research Institute, Pune, 1979.
147. Thomas, E.J. *Life of Buddha*. London: Routledge and Kegan Paul, 1926.
148. Thomas, P. *Women Through the Ages*. Mumbai: Asia Publishing House, 1964.
149. Tokerev, Sergi. *History of Religion*. Moscow: Progress Publishers, 1989.
150. Varma, Viswanatha Prasad. *Studies in Hindu Political thought and its Metaphysical Foundations*. New Delhi: Motilal Banarsidass, n.d.
151. Vigasin, A.A., and E.V. Samozvantsev. *Society, State and Law in Ancient India*. New Delhi: Sterling, 1985.
152. Viswanatha, Aiyer, S.V. *International Law in Ancient India*. London: Longmans, 1925.
153. Wagle, N.N. *Society at the Time of Buddha*. Mumbai: Popular Prakashan, 1966.
154. Walshe, M.O.C. *Buddhism for Today*. London: Allen and Unwin, 1962.
155. Warder, A.K. 'On the Relationship Between Buddhism and Other Contemporary Systems'. *Bulletin of the School of Oriental and African Studies* 18 (1956).

156. Wood, Ellen Meiksins, and Neal Wood. *Class, Ideology and Ancient Political Theory: Socrates, Plato and Aristotle in Social Context.* Oxford: Blackwell, 1978.

157. Woodward, F.I. *The Buddha's Path of Virtue.* Trans. From Dhammapada. Philosophical Publishing House, 1921.

158. Wu, Ku-cheng. *Ancient Chinese Political Theories.* Shanghai: Commercial Press, 1928.

159. Zedong, Mao. 'On Contradictions'. *In Collected Works. Vol.1.* Beijing: Foreign Language Press, 1977.